AF517643

'पैसा मिळवणं आणि सत्कार्य करणं या दोन गोष्टी जिथं कधीच एकत्र घडू शकत नाहीत अशा या गुंतागुंतीच्या जगात 'डॉ. व्ही आणि अरविंद आय केअर सिस्टीम' यांची विचार करायला प्रवृत्त करणारी ही कहाणी व्यवसाय व सेवा क्षेत्रातल्या नेत्यांनी वाचलीच पाहिजे अशी आहे. व्यवसाय क्षेत्र आणि समाजाच्या गरजा यातल्या फसव्या भिंती मोडून काढल्या तरच आपल्या समाजाची भरभराट होऊ शकेल.'

– डॉ. पामेला हार्टिगन

संचालक स्कोल सेंटर फॉर सोशल आंत्रप्रिनरशिप, युनिव्हर्सिटी ऑफ ऑक्सफर्ड आणि 'पॉवर ऑफ अनरीझनेबल पीपल' या पुस्तकाच्या सहलेखिका

'व्यवसाय क्षेत्राशी निगडित बहुतेक पुस्तकं संस्थात्मक आणि व्यवसायात्मक यशाची मानवी बाजू आणि त्यामागची अंत:प्रेरणा मांडण्यात कमी पडतात. प्रस्तुत पुस्तकात व्यावहारिक यशाचं वर्णन करताना या दोन्ही बाबी परिणामकारकपणे मांडल्या आहेत. जर तुम्ही उद्यमशीलता आणि सर्जनशीलता यांची आयुष्याच्या उच्च ध्येयांशी सांगड घालू इच्छित असाल तर, 'Infinite Vision' आणि डॉ. व्हींचं आयुष्य यासारखा दुसरा मार्गदर्शक नाही. एकदा का तुम्ही हे पुस्तक वाचण्यासाठी हातात घेतलंत, की तुम्ही अरविंदमय झाल्यावाचून राहणार नाही!'

– टिम ब्राऊन

सीईओ, IDEO आणि 'चेंज बाय डिझाईन' या पुस्तकाचे लेखक

'सेवाभावाच्या तत्त्वाशी तडजोड न करता अरविंदने व्यवसायात्मक यश कसे मिळवले याची मांडणी करणारे हे पुस्तक आहे. रोजच्या जगण्यातले अनेक छोटे छोटे धडे अरविंदच्या नेतृत्वस्थानी असणाऱ्या व्यक्तींच्या चित्रणातून उलगडत जातात. आणि केवळ सामाजिकच नव्हे तर व्यवसाय क्षेत्रालासुद्धा एक नवा मार्ग दाखवतात. अत्यंत महत्त्वाचे आणि वाचायलाच हवे असे हे पुस्तक!'

– व्ही. कस्तुरी रंगन

माल्कम पी मॅकनायर प्रोफेसर ऑफ मार्केटिंग, हार्वर्ड बिझिनेस स्कूल,
आणि HBS एन्टरप्राईज इनिशिएटिव्ह सोशलचे सह संस्थापक

'एका माणसाचा विश्वास आणि व्यवहारकुशलता, लाखोंचे दुःख कसे दूर करू शकते याची अचंबित करणारी कहाणी. 'Infinite Vision' आपल्याला जाणीव करून देतं की, आपण आपल्या आत्यंतिक दुःखावर मात करून व्यावहारिक आणि आध्यात्मिक पातळीवर अपूर्व यशाची प्राप्ती करू शकतो.'

– ह्युस्टन स्मिथ

प्रोफेसर ऑफ रिलीजन व नामांकित ॲडजंक्ट
प्रोफेस ऑफ फिलॉसॉफी, इमेरिटस, सिरॅकस युनिव्हर्सिटी आणि
'द वर्ल्डस सलिजन'चे लेखक.

'जर लक्ष्य स्पष्ट असेल, विचारपूर्वक आखलेली रणनीती असेल आणि व्यवस्थापनाच्या सुयोग्य पद्धती असतील तर, अविश्वसनीय परिणाम दिसून येतात हा मौलिक सल्ला देऊन, 'Infinite Vision' अरविंदची कहाणी सुबोध आणि प्रवाही शब्दात वाचकासमोर मांडते.'

– स्टीव्ह हिल्टन

अध्यक्ष व सीईओ, कोनार्ड एन. हिल्टन फौंडेशन

'सामान्यत: एकत्र आढळून येणार नाहीत अशा दोन गोष्टी म्हणजे परमार्थ आणि व्यवसायकुशलता. परंतु या दोहोंचा अनोखा मेळ घालणाऱ्या अरविंदचं हे वर्णन एकीकडे आध्यात्मिक विचारांना बळही देतं आणि नावीन्यपूर्ण व्यावसायिक रचनांचे तपशीलही. वाचकाच्या मनावर सखोल परिणाम घडवण्याची ताकद यात निश्चितपणे आहे.'

– डॉ. आल्फ्रेड सॉमर

MHS, डीन एमिरेटस, जॉन्स हॉपकिन्स ब्लूमबर्ग स्कूल ऑफ पब्लिक हेल्थ.

'आपल्या ठायी असणाऱ्या दयाबुद्धीला तुम्ही प्रत्यक्ष कामात कसं परावर्तित करू शकता हे सांगणारं एक दुर्मीळ पुस्तक आहे. अरविंदच्या व्यवसाय प्रणालीमध्ये असणाऱ्या अलौकिक प्रतिभेतून तुम्हांला तुमच्या स्वत:कडे असलेली सहानुभूतीची प्रेरणा वापरून सत्कार्य करण्यासाठीचे नवे मार्ग सापडतील.'

– डॉ. मार्क एस.अल्बिऑन

सहसंस्थापक, नेट इंपॅक्ट आणि 'टू टू युअरसेल्फ' व 'मेकिंग अ लाईफ, मेकिंग अ लिव्हिंग'चे लेखक.

'अंतर्बाह्य उजळून गेलेल्या एका अद्भुत संस्थेची कहाणी. यात कथारम्यता आहे, काव्यात्मकता आहे, भावना आहेत आणि यांच्या जोडीला व्यवसायही आहे. जागोजाग व्यवस्थापनशास्त्राचे धडे देणाऱ्या या पुस्तकाचं सूत्र गुंफलेलं आहे एका विलक्षण कुटुंबाभोवती. वेडं साहस, अपार कष्ट आणि काटकसर यांच्या जोरावर आकाशाला गवसणी घालूनही मातीत घट्ट रुजलेलं कुटुंब.'

– अमूल्या गोपालकृष्णन

संपादक- इंडियन एक्सप्रेस

‘शस्त्रक्रिया, सेवा, संवेदना आणि शाश्वती या सगळ्याचा मिलाफ या कथेत दिसतो. या पुस्तकातला संदेश आरोग्यसेवा आणि व्यवसाय यांच्या सीमा पार करून जातो आणि आपल्यातल्या प्रत्येकाच्या अंगी असणाऱ्या ऊर्जेला खुणावत राहतो.’

– डॉ. विल्यम स्टुअर्ट,

कॅलिफोर्निया पॅसिफिक मेडिकल सेन्टरच्या इन्स्टिटट्यूट ऑफ हेल्थ ॲण्ड हीलिंगची (IHH) चे सहसंस्थापक, ‘डीप मेडिसिन’ चे लेखक

‘एका साध्या-छोट्याशा नेत्ररुग्णालयापासून ते जगातल्या सर्वात मोठ्या नेत्र-रुग्णालयापर्यंतच्या या प्रवासात आलेली आव्हानं आणि संधी यांचं उत्कृष्ट सादरीकरण. काहीतरी बदल घडवू पाहणाऱ्या नेतृत्वासाठी ही कहाणी स्फूर्तिदायक ठरेल. रोजच्या जगण्यातही आदर्शवत वाटावा असा या कथेचा नायक आहे.’

– डॉ. सुझान गिल्बर्ट,

सेवा फाउंडेशनच्या संस्थापक सदस्य व सेंटर फॉर इनोव्हेशन इन आय क्लिनिकच्या संचालिका

आपल्या स्नेहीजनांना पुस्तके भेट द्या

'Infinite Vision' या इंग्रजी पुस्तकाचा अनुवाद

दृष्टिदाता

राष्ट्रीय नेत्रदान चळवळीचे प्रणेते **अरविंद व्ही** यांची चरित कहाणी

पवित्रा मेहता
सुचित्रा शेणॉय

अनुवाद
ऋजुता खरे

मेहता पब्लिशिंग हाऊस

All rights reserved along with e-books & layout. No part of this publication may be reproduced, stored in a retrieval system or transmitted, in any form or by any means, without the prior written consent of the Publisher and the licence holder. Please contact us at **Mehta Publishing House,** Pune.

Email : production@mehtapublishinghouse.com
Website : www.mehtapublishinghouse.com

◆ *या पुस्तकातील लेखकाची मते, घटना, वर्णने ही त्या लेखकाची असून त्याच्याशी प्रकाशक सहमत असतीलच असे नाही.*

INFINITE VISION by PAVITHRA K. MEHTA / SUCHITRA SHENOY
Copyright © 2011 by Charity Focus Inc.
First Published by Berrett Koehler Publishers,
Inc San Francisco,CA USA
All Rights Reserved.

Translated into Marathi Language by Rujuta Khare

दृष्टिदाता / जीवनचरित्र

अनुवाद : ऋजुता खरे
author@mehtapublishinghouse.com

मराठी अनुवादाचे व प्रकाशनाचे हक्क मेहता पब्लिशिंग हाऊस, पुणे.

प्रकाशक : सुनील अनिल मेहता, मेहता पब्लिशिंग हाऊस,
१९४१, सदाशिव पेठ, माडीवाले कॉलनी, पुणे - ४११०३०.

अक्षरजुळणी : नेहा परब, हडपसर, पुणे - २८.

मुद्रक : ट्रिनिटी ॲकॅडमी फॉर कॉर्पोरेट ट्रेनिंग लिमिटेड, सर्व्हे नं. २६/५,
नऱ्हे इंडस्ट्रिअल एरिया, झील कॉलेज रोड, नऱ्हे, पुणे - ४१.

मुखपृष्ठ : मेहता पब्लिशिंग हाऊस

प्रथमावृत्ती : एप्रिल, २०२०

किंमत : ₹ ३९५

P Book ISBN 9789353174552
E Book ISBN 9789353174569
E Books available on : play.google.com/store/books
www.amazon.in

आमचं आयुष्य उजळून टाकणाऱ्या
लाडक्या डॉक्टर आजोबांना,
तुम्ही लावलेल्या वडाच्या रोपट्याचा
आता डेरेदार वृक्ष झालाय.

अरविंद वंशवृक्ष
(संक्षिप्त स्वरूप)

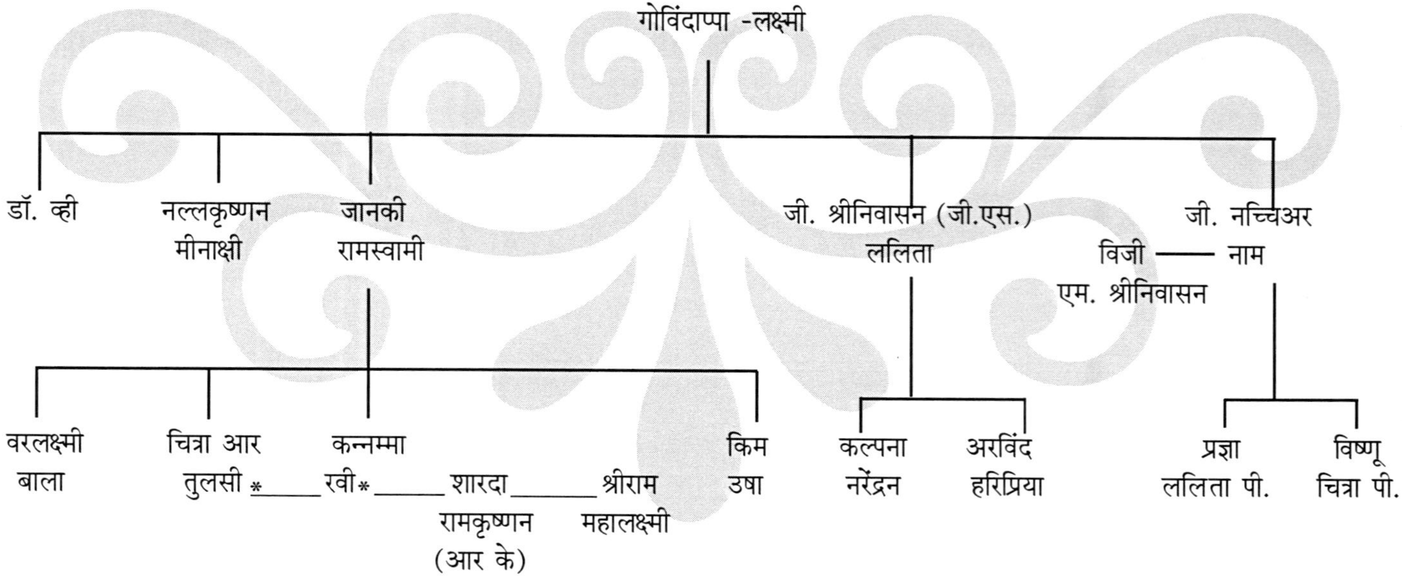

पहिल्या नावानुसार ही यादी करण्यात आलेली आहे.
नाम हे विजी यांचे थोरले बंधू.
कन्नम्मा आणि चित्रा आर. या बहिणींचा विवाह *रवी आणि *तुलसी या भावांशी झाला; श्रीराम आणि शारदा ही रवी आणि तुलसी यांची भावंडे.
आर. दुराईसामी आणि चेल्लम्मा हे त्यांचे आईवडील (येथे दाखवलेले नाहीत).

कुटुंबाची ओळख

डॉ. व्हींच्या कुटुंबातील सदस्यांच्या नावांचा या पुस्तकात कमी-अधिक प्रमाणात सर्वत्र उल्लेख झालेला आहे. हे बहुविध नातेसंबंध आणि लांबलचक नावे, बऱ्याचदा वापरली जाणारी टोपणनावे लक्षात राहणे काहीसे कठीण जाऊ शकते. हे पुस्तक वाचताना तुमच्याकडून 'कोण, कुणाचे, कोण' याचा धागा सुटला तर पुस्तकाच्या शेवटी दिलेल्या संदर्भांमध्ये तुम्ही पूर्ण कुटुंबाविषयी अधिक वाचू शकता.

प्रस्तावना

अरविंदची ओळख

१९८०मध्ये त्यांनी त्यांच्या दैनंदिनीत स्वत:लाच उद्देशून लिहिलेल्या नोंदी मोठ्या रोमांचक आहेत.

माझं गाव, माझा दवाखाना, माझं राज्य/देश, ही भावना मिटायला हवी. आपण आपल्या मनाशी एकरूप होऊन, 'आपण सगळे एकच आहोत' या वैश्विक जाणिवेला सामोरं जायला हवं .

हीच दृष्टी आणि शहाणपण बाळगून पूर्ण शक्तीनिशी कार्य करायला हवं.

आपल्या वेड्यावाकड्या बोटांनी यापुढची ओळ लिहिण्याआधी तो वृद्ध माणूस जणू क्षणभरासाठी थबकला.

हे दृष्टीचं दान सर्वांना द्यायला हवं.

डॉ. गोविंदाप्पा वेंकटस्वामींच्या आयुष्यात 'अशक्य' या शब्दाला स्थानच नव्हतं. ऐन तारुण्यात या शल्यविशारदानं, एका दुर्धर आजारात आपली बोटं विच्छिन्न झालेली पहिली होती. परंतु याच बोटांनी भविष्यात एक लाखांहून अधिक नेत्र शस्त्रक्रिया कुशलतेनं पार पाडल्या आणि लाखो लोकांना दृष्टीचं वरदान दिलं. डॉ. गोविंदाप्पा वेंकटस्वामी, म्हणजेच सगळ्यांचे लाडके डॉ. व्ही, एवढ्यावरच थांबले नाहीत, १९७६ साली त्यांनी 'अरविंद' नेत्र-रुग्णालय स्थापन केलं, ज्याची सुरुवात दक्षिण भारतातल्या मदुराई येथे त्यांच्या घरामध्येच झाली. त्यावेळी ते अठ्ठावन्न वर्षांचे होते आणि अरविंद हे त्यांचं निवृत्तीनंतरचं स्वप्न होतं. त्यासाठी त्यांच्याजवळ ना आर्थिक पाठबळ होतं, ना व्यवसायाची रूपरेषा, होतं तर फक्त अकरा खाटा आणि एक दुर्दम्य ध्यास... उपचारांनी बरं होऊ शकणारं अंधत्व दूर

करण्याचा ध्यास.

जर एखाद्या रुग्णाला उपचारांचा खर्च परवडत नसेल तर अरविंद रुग्णालयात मोफत उपचार मिळू शकतात. जर काही कारणाने तो रुग्ण रुग्णालयापर्यंत पोहोचू शकत नसेल तर डॉक्टर त्याच्यापर्यंत पोहोचतात. सुरुवातीला ही व्यवस्था जोखमीची आणि प्रत्यक्षात आणायला अशक्य वाटली असली तरी, जेव्हा अंत:करणातला चांगुलपणा अतर्क्य अडचणींसमोर ठामपणे उभा राहतो तेव्हा अशा कल्पनातीत गोष्टीसुद्धा साकार होऊ लागतात.

डॉ. व्हींनी सेवाभाव आणि परमार्थ यांचा व्यावसायिक कार्यपद्धतीशी सुरेख मेळ घातला. त्यायोगे त्यांनी संख्याविस्तार, उत्तम दर्जा आणि सर्वांना परवडेल अशा प्रकारचे सेवा-वितरण प्रत्यक्षात आणले. ही व्यवस्था जागतिक पातळीवर नेण्याच्या दृष्टीने हे एक महत्त्वाचे पाऊल होते. आजमितीला अरविंद नेत्र-रुग्णालय ही जगातील सर्वात मोठी आणि सर्वार्थाने फलद्रूप झालेली अंधत्व निवारण संस्था आहे. गेल्या पस्तीस वर्षांच्या प्रवासात, दक्षिण भारतातील पाच नेत्र-रुग्णालयांच्या रूपात अरविंदचे जाळे पसरले आहे. इथे आजवर तीन कोटींहून अधिक रुग्णांवर उपचार करण्यात आले आहेत तर, चाळीस लाखांहून अधिक रुग्णांवर शस्त्रक्रिया करण्यात आल्या आहेत. यातील अधिकांश शस्त्रक्रिया मोफत किंवा अत्यंत सवलतीच्या दरात करण्यात आल्या हे अरविंदचं सर्वात मोठं वेगळेपण म्हणायला हवं.

डेव्हिड आणि गोलिॲथची कथा आठवा आणि कल्पना करा, एक थकलेला वृद्ध माणूस उभा ठाकतो, सत्याची लढाई लढतो आणि अखिल मानव जातीला विजय मिळवून देतो. या जगात काहीही शक्य आहे याचं मूर्तिमंत उदाहरण म्हणजे अरविंद! डॉ. व्ही यांच्या ठायी असलेली करुणा, दूरदृष्टी आणि त्यांच्या खांद्याला खांदा लावून काम करणारे ३२०० सहकारी (ज्यात डॉ. व्हींच्या कुटुंबातील तीन पिढ्यातील एकवीस डोळ्यांचे सर्जन्स आहेत) यांनी बिल क्लिंटन, इंग्लंडची युवराज्ञी अलेक्झांड्रा आणि व्यवस्थापन क्षेत्रातील तज्ज्ञ पीटर ड्रकर अशा जगभरातील नामांकित लोकांचे लक्ष वेधून घेतले. नोबेल विजेते मोहम्मद युनूस हे अरविंदचे सल्लागार होते, तर गूगलचे सहसंस्थापक लॅरी पेज हे अरविंदचे पाहुणे. इतकेच नव्हे तर हार्वर्ड बिझनेस स्कूलमध्ये एम.बी.ए. करणाऱ्या प्रत्येक विद्यार्थ्याला अरविंदच्या कार्याविषयी लिहिण्यात आलेल्या केस स्टडीचा अभ्यास करणे बंधनकारक आहे. अरविंदला २००८ साली गेट्स जागतिक आरोग्य पुरस्काराने तर, २०१० साली हिल्टन मानवता पुरस्काराने गौरवण्यात आले आहे, आणि त्याच वर्षी म्हणजे २०१० साली अरविंदचे मुख्य कार्यकारी अधिकारी *टाईम* मासिकाच्या 'जगातील शंभर प्रभावशाली व्यक्तींच्या' यादीत झळकले होते.

अरविंद हा काही चमत्कार नाही. ती एक संस्था आहे, संस्थेचं नेतृत्व करणारे लोकही तुमच्या-आमच्यासारखेच आहेत. ते धडपडतात, चुकतात, आणि येणाऱ्या मर्यादांमुळे त्रासून जातात. आपल्याप्रमाणे, त्यांच्याही हातून चुका घडतात. फरक एवढाच आहे की, ते सर्व जण मिळून काही अनोखे निर्णय घेतात आणि काही जबाबदाऱ्या स्वीकारतात. याचाच परिपाक म्हणून काहीतरी असामान्य असं ते घडवू शकतात.

ज्या देशात सव्वा कोटींहून अधिक लोक अंध आहेत, आणि ज्यापैकी बहुसंख्य लोकांचे दिवसाचे उत्पन्न शंभर रुपयांहून कमी आहे; तिथे अरविंदने एक तृतीयांश रुग्णांवर मोफत उपचार करत दृष्टी पूर्ववत करणाऱ्या शस्त्रक्रियेवरचा जास्त किंमतीचा शिक्का जणू काही पुसूनच टाकला आहे. हे करत असताना त्यांनी सतत आर्थिक स्वयंपूर्णतेचा आग्रह धरला आणि सरकारी मदत, खाजगी देणग्या, किंवा परदेशातून मिळणारी मदत यांवर अवलंबून न राहण्याचा 'पण' केला.

पण त्याहीपेक्षा कुतूहलाची बाब म्हणजे रुग्णांचा आत्मसन्मान आणि स्वाभिमान जपण्यासाठी अरविंदने सशुल्क उपचार घेणं किंवा नि:शुल्क उपचार घेणं याचा निर्णय रुग्णांवरच सोडला. या पद्धतीसाठी ना कोणता पात्रता निकष आहे वा आर्थिक बाबींची पडताळणी. इथे एकीकडे एखादा अनवाणी शेतकरी शस्त्रक्रियेचे पूर्ण पैसे भरू शकतो आणि दुसरीकडे भारताचा भावी राष्ट्रपती उच्च दर्जाचे उपचार मोफत घेण्याचा पर्याय निवडू शकतो (सत्य घटना). ही एक उदारमतवादी, तितकीच कुतूहल निर्माण करणारी रचना आहे, कारण ती नफा मिळवून देणारी आहे. केवळ नफा कमवणे हा उद्देश नसूनही अरविंद ही आर्थिकदृष्ट्या स्वयंपूर्ण आहे. रुग्णांवर होणारे उपचार आणि इतर सर्व विस्तारित प्रकल्प हेही आर्थिकदृष्ट्या संपूर्णत: आत्मनिर्भर आहेत.

अरविंदमधील अगम्य विरोधाभासाचं एक उदाहरण म्हणजे अरविंदच्या व्यवसायवृद्धी करण्याच्या युक्त्याही उपचार परवडू न शकणाऱ्या लोकांवरच केंद्रित असतात. खेड्यापाड्यातले गरिबातले गरीब रुग्ण जे अशा सेवा घेऊच शकत नाहीत, अशांपर्यंत नेत्र उपचार पोहोचवण्यावर अरविंद आपली बरीचशी ताकद पणाला लावते. सर्व रुग्णांना उच्च दर्जाची आणि समान सेवा मिळेल याची काळजी धोरणं आखताना घेतली जाते. सशुल्क आणि नि:शुल्क विभागातील वैद्यकीय सेवांचा दर्जा समान असतो. जगभरातील नामांकित रुग्णालयांच्या तुलनेत इथे मिळणारे वैद्यकीय परिणाम कुठेही कमी नाहीत. नुकत्याच करण्यात आलेल्या एका तौलनिक चाचणीत अरविंदमध्ये रुग्णांवरील शस्त्रक्रियेनंतर गुंतागुंत निर्माण होण्याचं प्रमाण युनायटेड किंग्डममधील अत्यंत प्रतिष्ठेच्या रॉयल कॉलेज ऑफ ऑप्थॅल्मॉलॉजिस्टपेक्षा कमी आहे असं दिसून आलं. अत्युच्च दर्जाच्या शस्त्रक्रिया खूप मोठ्या संख्येनं करता येत

नाहीत, हा समज चुकीचा ठरवत अरविंदच्या डॉक्टर्सनी आपण जगात सर्वाधिक कार्यक्षम डॉक्टर असल्याचं सिद्ध केलं आहे. अरविंदमधील डॉक्टर्स वर्षाला मोतीबिंदूच्या प्रत्येकी सरासरी २००० शस्त्रक्रिया करतात. याबाबतीत इतर भारतीय डॉक्टर्सची सरासरी वर्षाला ४००, तर अमेरिकन डॉक्टर्सची सरासरी वर्षाला २०० पेक्षाही कमी आहे. या क्षमतेमुळेच अरविंद हे जगातलं सर्वात माफक किंमतीत सर्वोत्कृष्ट उपचार देणारं नेत्र रुग्णालय ठरलं आहे.

गरिबातल्या गरीब रुग्णांना सेवा देण्यावर अरविंदचा भर असूनही देण्यात येणाऱ्या सेवेच्या दर्जात कोणतीही तडजोड करण्यात येत नाही. जसे आर्थिकदृष्ट्या कमकुवत गटातले रुग्ण अरविंदमध्ये येतात, तसेच सुखवस्तू रुग्णही येतात. डोळ्यांचे सर्वसामान्य आजार त्याचप्रमाणे कॉर्निअल अल्सरचे विकार आणि डोळ्यांचा कर्करोग इ. नेत्रविकारांवरील तमाम अद्ययावत उपचार इथे एकाच छताखाली उपलब्ध असल्याने देशभरातील उत्तमोत्तम रुग्णालयांमधून अरविंदला प्राधान्य दिलं जातं. या संस्थेमार्फत जागतिक दर्जाचं संशोधन केंद्र आणि पदव्युत्तर प्रशिक्षण केंद्रही चालवलं जातं. अभिमानास्पद बाब म्हणजे भारतातील सर्व डोळ्यांच्या सर्जन्सपैकी पंधरा टक्के सर्जन्सनी अरविंदमध्ये प्रशिक्षण घेतलेले आहे. जॉन्स हॉपकीन्स वैद्यकीय मेडिकल इन्स्टिटय़ूट आणि हार्वर्ड मेडिकल स्कूलच्या मॅसेच्युसेट्स आय-इअर टीचिंग हॉस्पिटल यासारख्या जगभरातील नामांकित वैद्यकीय प्रशिक्षण संस्थांमधले अनेक निवासी डॉक्टर्स अरविंदमध्ये उपलब्ध असणाऱ्या फेलोशिप कार्यक्रमासाठी आवर्जून येतात.

तुमच्या क्षमतेपेक्षा खूप मोठे ध्येय ठेवण्याचा एक चांगला परिणाम म्हणजे तुम्ही सतत मित्र मिळवण्याचा प्रयत्न करत रहाता. अरविंदचे कार्य जागतिक पातळीवर पोहोचल्यामुळे स्पर्धात्मकता अपरिहार्य झाली आणि त्याचमुळे सतत सुधारणा करत राहण्याची अलिखित जबाबदारी सर्वांवरच आली. ही संस्था इतर रुग्णालयांसोबत काम करून अरविंदच्या व्यवस्थेची पुनरावृत्ती करण्याच्या कामी त्यांना मदत करते. यामुळे इतर रुग्णालयांना स्पर्धात्मकतेत वरचढ ठरण्यासाठी आवश्यक अशा व्यवस्था राबवण्याची संधी तर मिळतेच पण, त्याचबरोबर हे प्रयोग करण्यासाठी आवश्यक असं प्रोत्साहनही मिळतं. आजवर अरविंदने २७०हून अधिक रुग्णालयांना तर ६९ देशांमधल्या नेत्रउपचार क्षेत्रातील हजारो लोकांना प्रशिक्षण दिले आहे.

हाती घेतलेल्या व्रताला बांधील राहून अरविंद या संस्थेनं अत्यंत जोखमीची वाट चोखाळली आणि त्या वाटेवरचे विलक्षण अनुभव आज आपल्यासमोर खुले झाले आहेत. एके काळी मोतीबिंदूच्या शस्त्रक्रियेमध्ये कृत्रिम भिंगारोपण पद्धतीनं पाश्चात्त्य जगात क्रांती घडवून आणली होती. मात्र अशा प्रकारचे भिंग अरविंदच्या

रुग्णांसाठी आयात करणं मात्र खर्चिक होतं. त्या वेळी संस्थेनं आणखी एक धाडसी पाऊल उचललं. अनेक हितचिंतकांचा सल्ला आणि जागतिक दबाव यांना बळी न पडता अरविंदने अशा प्रकारची भिंगं तयार करण्यासाठी आंतरराष्ट्रीय मान्यताप्राप्त सुविधा भारतात सुरू केली. अरविंदमध्ये तयार केल्या गेलेल्या उच्च दर्जाच्या कृत्रिम भिंगांचा वापर झालेल्या शस्त्रक्रिया यशस्वी झाल्या आणि त्यामुळे या शस्त्रक्रियांचा खर्च ७५०० रुपयांवरून ५०० रुपयांवर आला. आता ही शस्त्रक्रिया केवळ अरविंदमधील रुग्णांच्याच नव्हे तर भारतातील आणि इतर विकसनशील देशांतील रुग्णांच्याही आवाक्यात आली. आज अरविंदमार्फत निर्यात केल्या जाणाऱ्या नेत्रविषयक साधनांमुळे १२० पेक्षा अधिक देशांमधील लाखो शस्त्रक्रियांच्या परिणामकारकतेत लक्षणीय वाढ झाली आहे.

अशा अनेक छोट्या छोट्या गोष्टीतून हे सिद्ध होतं की, सामाजिक ध्येयानं प्रेरित झालेल्या एखाद्या संस्थेला बाहेरून मिळणाऱ्या मदतीवर अवलंबून राहण्याची, तोटा सहन करत राहण्याची किंवा क्षमता, व्याप्ती, दर्जा याबाबत तडजोड करण्याची अजिबात गरज नाही. सर्व नियमांना अपवाद ठरत 'अरविंद' आज एका वेगळ्याच उंचीवर पोहोचलं आहे.

गेली काही दशकं, असंख्य अभ्यासपूर्ण अहवाल, नियतकालिकातील लेख याद्वारे अरविंदच्या यशाचं गमक सर्वांसमोर मांडण्याचा प्रयत्न झाला आहे. हे सर्व लेख एकाच प्रश्नाभोवती फिरत राहतात; उच्च दर्जाची सेवा मोफत देऊनही आज अरविंदची इतकी भरभराट कशी काय झाली आहे?

पण जर बारकाईनं विचार केला तर हे लक्षात येईल की, मुळात या प्रश्नांची रचनाच अशी आहे की त्याच्या उत्तरावर मर्यादा पडतील. कारण अरविंद हे एक असं अनोखं प्रारूप आहे की जे अस्तित्वात आलं तेच करुणा आणि दयाबुद्धीची खूणगाठ बांधून. ही रचनाच अशी आहे की जी नवनिर्मितीला सहानुभूतीची, व्यावसायिक तत्त्वांना सेवाभावाची आणि बाह्य रूपांतराला प्रेरणेची जोड देते.

इथून सुरू होते कुतूहलयुक्त प्रश्नांची एक मालिकाच.. अरविंदने अशी व्यवस्था कशी बरं तयार केली की जिथे श्रीमंत रुग्ण आणि गरीब, गरजू रुग्ण एकमेकांना पूरक ठरतात? अरविंदची धुरा वाहणाऱ्यांच्या ठायी अशी कोणती मूल्यं, अनुभव आणि जाणीव होती की ज्याच्या जोरावर त्यांनी ही अनघड वाट निवडली? त्यांच्या या निर्णयांनी अरविंदचे कर्तृत्व, व्याप्ती, क्षमता आणि चिरस्थायीपण यावर काय परिणाम घडवले? सध्याच्या काळात एकीकडे पाश्चात्त्य जगातील आरोग्यसेवा संकटात सापडलेल्या आहेत आणि दुसरीकडे सामाजिक उद्यमशीलता सर्वच क्षेत्रात भरभराटीस येत आहेत. असं असताना अरविंद हा एक प्रेरणादायी एकमेव पर्याय आहे की हा चमत्कार इतरत्रही घडू शकेल?

प्रस्तुत पुस्तकात याच कोड्यांचा वेध घेण्याचा प्रयत्न करण्यात आला आहे. या सगळ्याच्या मुळाशी एक असा कूटप्रश्न आहे की जो या सगळ्या प्रश्नांना व्यापून राहतो: डॉ. व्हींना असे कोणते प्रश्न पडले होते, की ज्यांची उत्तरं अरविंदमध्ये दडली आहेत?

ज्या कुणाला अरविंद म्हणजे काय समजून घ्यायचं आहे, त्याची कार्यपद्धती, विस्तार आणि परिणाम पाहायचा आहे त्याला आधी त्या द्रष्ट्या शल्यविशारदाच्या मनात डोकावून पहावं लागेल, ज्यानं या सगळ्याला हे मूर्त स्वरूप दिलं आहे. हे पुस्तक म्हणजे एक आमंत्रण आहे, डॉ. व्हींच्या सोबतीनं काही पावलं चालण्याचं, त्यांच्या नजरेतून या जगाकडे पाहण्याचं, त्यांच्या सहकाऱ्यांना भेटण्याचं, आणि त्यांनी परिसस्पर्श केलेल्या आयुष्यांची एक झलक पाहण्याचं. हे पुस्तक तुम्हांला खुणावतंय, आपल्या सुप्त इच्छा कृतीत बदलण्याचं सामर्थ्य असणारी ती ठिणगी कशी पेटते हे प्रत्यक्ष पाहण्यासाठी.

'आपण सगळे एकच आहोत, हे दृष्टीचं दान सर्वांना द्यायला हवं.' अंतिमत: डॉ. व्ही. यांचं द्रष्टेपण आणि अरविंदचं कार्यकर्तृत्व म्हणजे संकल्प आणि सिद्धी यांना जोडणारी कमान आहे. ही कहाणी त्या कमानीवरच उभी आहे. ही कहाणी आहे शाश्वत दृष्टिदानाच्या हेतूनं उभ्या राहिलेल्या विकसनशील जगातल्या एका क्रांतिकारक व्यवसायाची. अशक्य कोटीतलं एक स्वप्न साकार करू पाहणारा या कथेचा नायक आपल्यासमोर काही वैश्विक सत्यं उलगडत जातो. परसेवा हा आपल्या स्वत:च्या उन्नतीचा एक मार्ग आहे आणि या उन्नतीला आपल्या मर्यादा अडवू शकत नाहीत. कोणत्याही अस्मानी संकटावर मात करू शकेल अशी विवेकबुद्धी आणि सामर्थ्य मानवाच्या ठायी दडलेली आहे. आपण सर्व मिळून लाखो लोकांची दृष्टी प्रकाशमय करू शकतो.

अनुक्रमणिका

उपोद्घात

एव्हरेस्टवर चढाई

'द इंडिपेन्डन्ट' या ब्रिटिश वर्तमानपत्रासाठी अरविंदच्या संस्थापकांची मुलाखत घेताना वार्ताहर जस्टिन हग्लर एकामागोमाग एका प्रश्नांची अधीरपणे सरबत्तीच करत सुटतात. "हे सगळं तुम्ही नक्की कसं काय केलंत? तुम्ही निवडलेल्या मार्गावर अविरत चालत राहण्याचं बळ तुमच्यात कुठून आलं? आणि इतर अनेकांनी याचं अनुकरण करावं यासाठी तुम्ही त्यांना कसं प्रवृत्त केलंत?" बहुतेक वेळा अशा मुलाखती देताना अत्यंत निरिच्छ असणारे डॉ. व्ही. आज मात्र अगदी उत्साहात असतात. काही न बोलता ते नुसतेच हसतात हे पाहून जस्टिन हग्लर अधीरपणे विचारतात, "डॉ. व्ही., तुम्ही कसं बरं केलंत हे सगळं?" त्यावर आपल्या ठाशीव इंग्रजीत डॉ. व्ही उत्तरतात, "तुम्हाला ठाऊकच असेल, की काही लोक एव्हरेस्ट पर्वतसुद्धा चढून जातात."

डॉ. व्ही. यांच्या सहवासात राहिल्यानंतर एक गोष्ट आपल्या लक्षात येते ती म्हणजे, त्यांच्या भव्य यशप्राप्तीशी निगडित असा प्रश्न विचारला असता ते अतिशय असंबद्ध उत्तर देतात. पण जस्टिन हग्लर यांचा डॉ. व्ही. यांच्याशी हा पहिलाच सामना असल्याने ते पुन्हा पुन्हा प्रयत्न करत राहतात.

"हो, पण लोकांना एव्हरेस्ट पर्वत चढायला काही आठवडे लागतात, आणि त्यानंतर ते आपापल्या घरी जाऊन पुढचे काही दिवस सुट्टी घेतात; पण तुम्ही मात्र हे कार्य अविरतपणे करत आहात. ते कसं?"

"लोक सहृदय असतात, ते आपल्याला मदत करतात."

"असेल, पण लोक आळशीसुद्धा असतात. तुम्ही त्यांना कामात कसं गुंतवलंत?"

जस्टिन हग्लर यांनी उत्तरं मिळवण्याचा जणू चंगच बांधलेला असतो. आणखी काही काळ संवादाची गाडी एव्हरेस्टभोवतीच फिरत राहते, आणि अचानकपणे उत्तर मिळतं.

"असं पहा, की एखाद्याला मदतीची गरज असेल, तर त्यापासून तुम्ही पळ तर नाही काढू शकत, बरोबर? तुम्ही काय म्हणता, की बाबा रे मी तुला मदत करीन. आणि मग तुम्हांला जे काही शक्य होईल ते तुम्ही करता. आम्ही जेव्हा सुरुवात केली, तेव्हा आम्ही खूप चांगलं काम केलं. यामुळे श्रीमंत लोक आमच्याकडे येऊ लागले आणि पैसे देऊ लागले. मग यातून शिल्लक राहणाऱ्या पैशातून आम्ही गरीब लोकांवर उपचार केले. या गरीब रुग्णांनी आणखी गरीब रुग्ण आणले आणि श्रीमंत रुग्णांनी आणखी श्रीमंत रुग्ण आणले. असं करत करत आम्ही आज इथवर आलो आहोत."

आपल्या संपूर्ण आयुष्याचं कार्य आणि जगातल्या सर्वात मोठ्या नेत्ररुग्णालयाचा प्रवास हा माणूस पाच वाक्यात सामावून टाकतो.

जस्टिन हग्लर हसतात आणि संपूर्ण मुलाखतीदरम्यान प्रथमच जरासे निवांत होतात.

"विलक्षण, विलक्षण आहे हे सगळं!" त्यांच्या आश्चर्यमिश्रित उद्‌गारात एका पत्रकाराचं कुतूहल डोकावत असतं. "पण इतरत्र सगळ्या गोष्टी इतक्या सहजसाध्य असताना इथेच राहून इतके कष्ट सोसणाऱ्या लोकांच्या मनात अशी कोणती अंतःप्रेरणा आहे?"

"पर्वत चढताना लोकांच्या मनात कोणती प्रेरणा असते?" डॉ. व्ही. उत्तर देतात. "एव्हरेस्ट चढणं खूप कठीण असतं तरीही लोक चढतातच, नाही का ?"

डॉ. व्हींनी पाच वाक्यात संपवलेली ही चढाई प्रत्यक्षात किती खडतर होती हे विस्तारानं सांगणारी ही कहाणी....

भाग १

५ मिनिटं आणि ८०० रुपयातली शस्त्रक्रिया

क्षमतेचा आणि करुणाभावाचा सुरेख संगम

'अरविंदसारखी व्यवस्था भारताच्या,
आशिया खंडाच्या आणि आफ्रिका खंडाच्या कानाकोपऱ्यात उभी करणं
हे माझं ध्येय आहे,
जिथं जिथं अंधत्व आहे तिथं तिथं मला हे आशेचे किरण जागवायचे आहेत.
जे मॅकडोनाल्ड आणि बर्गर किंग यांनी केलं ते आपण का नाही
करू शकत?'

– डॉ. व्ही यांच्या व्ही. कस्तुरीरंगन यांनी
१९९३ मध्ये घेतलेल्या 'अरविंद आय हॉस्पिटल, मदुराई-भारत
इन सर्व्हिस फॉर साईट (हार्वड बिझनेस स्कूल केस स्टडी)'
या मुलाखतीतून

एक

बर्गर्स आणि अंधत्व

एखाद्या कमलपुष्पाच्या आकारात पसरलेलं मदुराई हे शहर दक्षिण भारतातल्या सर्वांत जुन्या शहरांपैकी एक आहे. दहा लाखांहून अधिक लोकवस्तीच्या या शहरातल्या संस्कृतीच्या खाणाखुणा, आपल्या सुगंधानं वेडावून टाकणारे जाई-जुईचे गजरे, तिथे रचली गेलेली महाकाव्यं आणि शतकानुशतकं अधिराज्य करणारी देवी मीनाक्षी यांना एक ऐतिहासिक वारसा आहे, ज्याची पाळंमुळं इ.स.पूर्व सहाव्या शतकापर्यंत मागे जातात. अशा 'मीनाक्षी अम्मन' देवालयाचा परिसर शहराच्या मध्यभागी वसला आहे. वर्षभर एखाद्या लहानशा ओहोळाच्या स्वरूपात असणारी वैगई नदी पावसाळ्यात मात्र दुथडी भरून वाहत असते. या वैगई नदीनं मदुराई शहराचे दोन भाग पाडले आहेत. शहराच्या एका बाजूला दिसतात ती देवळाची विशाल गोपुरं, तर दुसरीकडे दिसतो तो नेत्ररुग्णालयांच्या वाढत्या पसाऱ्यात हरवून चाललेला एक रस्ता.

एखाद्या प्रसन्न सकाळी, रस्त्याच्या एका कोपऱ्यात उभी असलेली एक हातगाडी आपल्या नजरेत भरते ती त्यावर अडकवलेल्या पिवळ्याधम्मक केळ्यांच्या माळांमुळे. कुठेतरी कोपऱ्यात एक बाई दगडावर आपटून धुणं धुताना दिसते, तर कुठे वाऱ्यावर फडफड करणारे रंगीबेरंगी कपडे. इतक्यात कुणी सायकलस्वार मोबाइलवर बोलत बोलत रस्त्यावरून जाताना दिसतो, तर कुठे एखादी बस आडव्या आलेल्या म्हशींच्या कळपामुळे अडकून पडलेली असते. रस्त्यावरचे दुभाजक आणि सिग्नलचे दिवे सगळ्यावर नियंत्रण ठेवण्यासाठी सज्ज असतात. पण अधेमध्ये मोडले जाणारे नियम या सगळ्या दृश्यात एक जिवंतपणा भरतात.

आपला देश नियम आणि शिस्तीच्या चौकटीत न मावणारा देश आहे. जी परिस्थिती इथल्या रस्त्यांची, तशीच किंबहुना काकणभर जास्तच इथल्या आरोग्य व्यवस्थेची. कायद्याच्या पोलादी चौकटी इथल्या वैद्यकीय क्षेत्रात अजून नीटपणे रुजलेल्या नाहीत. पाश्चात्त्य जगात वैद्यकीय क्षेत्रात पाळले जाणारे काटेकोर नियम

आणि अटी एकतर इथे अस्तित्त्वात नाहीत किंवा त्या अमलात आणल्या जात नाहीत. एकविसावं शतक उजाडलं असलं तरीही अजून सर्वांसाठी आरोग्य विमा ही कल्पना तितकीशी प्रचलित झालेली नाही. बहुसंख्य रुग्ण एकतर स्वत:च्या खिशातले पैसे खर्च करून खाजगी आरोग्य सेवा घेतात किंवा सरकारी रुग्णालयांमध्ये मिळणाऱ्या सवलतीच्या दरातील उपचारांसाठी गर्दी करतात. दुर्दैवानं या सरकारी रुग्णालयांवर प्रचंड रुग्णसंख्येचा ताण आहे, कर्मचारी संख्या अपुरी आहे आणि उत्तम कार्यक्षमता गाठण्यासाठी ही व्यवस्था धडपडत आहे. अशा ठिकाणी आरोग्यसेवा घेणं हेच काही वेळा धोकादायक ठरू शकतं. अर्थात, याला काही अपवादही आहेत.

एक कृश, वयोवृद्ध स्त्री स्कूटरवर तिच्या मुलाच्या मागे बसून जाताना दिसते. तिच्या डाव्या डोळ्यावर शस्त्रक्रियेनंतर बसवलेलं हिरव्या रंगाचं आवरण अगदी उठून दिसत आहे. या रस्त्यावर असे रुग्ण दिसणं अगदी नित्याचंच आहे. या दृश्यावरूनच लक्षात येतं की आपण दृष्टी देणाऱ्या त्या अनोख्या ठिकाणाच्या जवळ पोहोचलो आहोत. १, अण्णा नगर या चौकात ती स्कूटर वळते आणि एका दगडी भिंतीमागे आपल्या दृष्टिस पडते ती फिकट निळ्या रंगाची एक पाच मजली इमारत. काळ्या संगमरवरावर कोरलेली अक्षरं अभिमानानं मिरवत असतात: 'अरविंद नेत्र रुग्णालय'. फुलाचं चिन्ह कोरलेला लोखंडी दरवाजा उघडतो आणि त्या वृद्ध स्त्रीला घेऊन येणारी स्कूटर आत शिरते. आता ती आजीबाई, अरविंदच्या पसाऱ्यात त्या दिवशी तपासल्या जाणाऱ्या सुमारे ७५०० रुग्णांपैकी एक होऊन जाईल.

जागतिक आरोग्य संघटनेच्या अंदाजानुसार जगभरातले सुमारे चार कोटी लोक अंध असून त्यापैकी ऐंशी टक्के लोक हे कोणत्याही ठोस कारणाविनाच अंध झालेले आहेत.[१] 'विनाकारण अंधत्व' ही अरविंदची एक वैशिष्ट्यपूर्ण संकल्पना आहे. 'विनाकारण अंधत्व' म्हणजे अंधत्वाचे असे काही प्रकार ज्यामध्ये योग्य उपचारांनी अंधत्व पूर्णपणे दूर होऊ शकतं, किंवा योग्य वेळी उपचार घेतले तर ते अंधत्व टाळता येऊ शकतं. मोतीबिंदू हे त्याचं उत्तम उदाहरण. मोतीबिंदू म्हणजे डोळ्यातील भिंगावर येणारा धूसरपणा. हा विकार वेदनारहित असला तरी हळूहळू वाढत जाणारा आहे. आणि उपचारांअभावी दृष्टी हळूहळू कमी होत जाऊन अखेरीस अंधत्व येऊ शकते. एका सोप्या शस्त्रक्रियेनं दृष्टी परत मिळवता येत असली तरी, खेदाची बाब अशी की भारतात साठ टक्क्यांहून अधिक अंध लोक हे मोतीबिंदूमुळे आलेल्या अंधत्वाचे शिकार आहेत.[२]

डॉ. व्ही स्वागतकक्षामध्ये उभे राहून नोंदणीसाठी लागलेल्या रांगेकडे शांतपणे

पाहत असतात. नीट विंचरलेले पांढरे शुभ्र केस आणि हातात काठी घेतलेल्या या वृद्ध माणसाकडे रुग्णांचं मात्र लक्ष जात नाही. अरविंदचे हे संस्थापक गर्दीत अगदी सहजपणे हरवून जातात. बेताची उंची, गंभीर मुद्रा असे डॉ. व्ही आज काहीसा चुरगाळलेला पांढरा शर्ट घालून आले आहेत. त्यांच्या अंगात ना डॉक्टरांचा अंगरखा आहे, ना खुणेचा बिल्ला. पण त्यांची वेडीवाकडी बोटं मात्र लपून राहू शकत नाहीत. त्यांच्या उजव्या हातातल्या अंगठीवर, रुग्णालयाच्या मुख्य दरवाजावर असणारं फुलाचं चिन्ह कोरलेलं आहे. अरविंदचे सर्व संस्थापक सदस्य आपल्या हातात अशीच अंगठी घालतात. ही अंगठी जणू त्या सर्वांना एका पवित्र प्रेरणेची सतत जाणीव करून देते.

डॉ. व्ही काहीशा कष्टानं खाली वाकण्याचा प्रयत्न करतात. जवळच वावरणाऱ्या दोन परिचारिका त्यांना मदत करायला सरसावतात, पण तत्पूर्वीच त्यांचं जमिनीवर पडलेलं एक चॉकलेटचं वेष्टण उचलण्याचं काम पूर्ण झालेलं असतं. खालच्या स्वच्छ फरशीकडे एकदा बारकाईनं नजर टाकून ते त्यांच्या कार्यालयाच्या दिशेनं निघून जातात.

अरविंदची स्थापना केली ती पाच भावंडांनी मिळून. डॉ. गोविंदाप्पा वेंकटस्वामी, ज्यांना सगळं जग डॉ. व्ही म्हणून ओळखतं, ते या पाच जणांत सर्वात वडील. पित्याच्या अकाली मृत्यूनंतर त्यांनी आपल्या पाठच्या भावंडांची सर्वार्थानं जबाबदारी उचलली; त्यांचं शिक्षण, त्यांची कारकीर्द, इथंपासून ते त्यांचे विवाह जमवण्यापर्यंत. स्वत: अविवाहित राहून त्यांनी स्वत:चं संपूर्ण आयुष्य आपल्या परिवारासाठी आणि नेत्रहीनांच्या सेवेसाठी वाहून घेतलं.

१९७६ साली त्यांनी त्यांची भावंडं आणि त्यांचे जोडीदार यांच्यासमोर एक प्रस्ताव ठेवला; एक नेत्र रुग्णालय सुरू करून गरीब रुग्णांवर मोफत उपचार करण्याच्या कामी त्यांना मदत करण्याचा प्रस्ताव. या प्रस्तावाला नाही म्हणण्यासारखं कोणतंच कारण नव्हतं. आज अरविंद आय केअर सिस्टीम ही जगातील सर्वात जास्त शस्त्रक्रिया करणारी संस्था आहे. वर्ष २०१० पर्यंत 'अरविंदचा' आवाका दर वर्षी पंचवीस लाख रुग्णांची तपासणी आणि तीन लाख शस्त्रक्रिया इतका वाढला.[३] अरविंदमध्ये असणारा डॉ.व्ही यांच्या कुटुंबाचा सहभाग हळूहळू वाढतच गेला आहे.

डॉ. व्हींच्या ऑफिसलगत आहे त्यांच्या पुतण्याचं, डॉ. अरविंद श्रीनिवासन यांचं कार्यालय. तीस वर्षांपूर्वी डॉ. व्ही याच मुलाचं शालेय प्रगतीपुस्तक तपासत असत. डॉ. अरविंद श्रीनिवासन म्हणतात, ''या जगात एखादी व्यक्ती अंध असणं, ही आपल्या सर्वांची समस्या आहे. ती व्यक्ती गरीब आहे की श्रीमंत हे अलाहिदा, त्या व्यक्तीचं अंधत्व हा आपल्या सर्वांसमोर असलेला प्रश्न आहे.'' नावातूनच अरविंदशी नातं जोडलं गेलेला हा ऐन तिशीतला उमदा तरुण, अरविंदमधील

एम.बी.ए. झालेला एकुलता एक शल्यविशारद आहे. "डॉ. व्हींमुळे आमची जगाकडे पाहण्याची दृष्टीच बदलून गेली," ते पुढे सांगतात. "गरिबांची सेवा करणं हे खरं सत्कार्य आणि गरिबांना जास्तीतजास्त सुविधा मोफत देणंच योग्य हा दृढनिश्चय त्यांनी आमच्यात रुजवला आहे." मिश्कीलपणे हसत ते म्हणतात, "तसं पहायला गेलं तर त्यांनी आमचा जगाविषयीचा दृष्टिकोन पार बिघडवला आहे."[४]

डॉ. अरविंद त्यांच्या ऑफिसमधून बाहेर पडतात. त्यांच्यावर हॉस्पिटलच्या व्यवस्थापनाची जबाबदारी असली तरी आठवड्यातले तीन दिवस ते शस्त्रक्रियाही करतात, तेही अगदी ठरलेल्या वेळी. वक्तशीरपणा हा जणू इथला धर्मच आहे. सकाळचे साडेसात वाजले आहेत आणि इथले नोंदणी कक्ष, प्रतीक्षालय या सर्व ठिकाणी शिस्तबद्ध लगबग सुरू झाली आहे. तामिळनाडू राज्यातल्या वेगवेगळ्या लहानमोठ्या गावांमध्ये असणाऱ्या अरविंदच्या पाच रुग्णालयांमध्ये असलेले तेहतीस शस्त्रक्रिया कक्ष आता अगदी भरात असतील. दुपारपर्यंत या सगळ्या व्यवस्थेमध्ये हजारो रुग्णांवर शस्त्रक्रिया झालेल्या असतील. डॉ. व्ही म्हणतात, "आमचं उद्दिष्ट लोकांचं भलं करणं हेच आहे. एखादा मनुष्य उपचारांचे पैसे देऊ शकत नसेल म्हणून काय झालं? नंतर त्याला जेव्हा शक्य होईल तेव्हा तो नक्कीच ते पैसे चुकते करेल."[५]

१९९० सालच्या प्रारंभीचे ते दिवस असतील. पांढुरक्या केसांचा एक पाहुणा अरविंदमध्ये आला. नोंदणी कक्षात त्यानं आपली धनादेश-पुस्तिका पैसे भरण्यासाठी काढली, तेव्हा 'आम्ही धनादेश स्वीकारत नाही, कृपया रोख पैसे भरा' असं नम्र उत्तर त्याला मिळालं. 'माझ्याजवळ रोख पैसे नाहीत, मला मोफत उपचार मिळतील का?' अशी विचारणा करता, त्याला होय असं उत्तर मिळालं. हा सगळा संवाद सुरू होता इतक्यातच अरविंदच्या संचालकांना घाबऱ्या-घुबऱ्या आवाजात बोलणाऱ्या व्यक्तीचा फोन आला. हा फोन आला होता त्या पाहुण्याच्या सुरक्षा ताफ्याकडून. रुग्णालयाच्या आवारात आल्यानंतर त्या व्यक्तीशी संपर्क तुटल्यानं त्यांनी हा फोन केला होता. या मजेदार घटनाक्रमानंतर डॉ. अब्दुल कलाम अरविंदच्या मोफत उपचार देणाऱ्या विभागात सापडले. तिथे मिळालेल्या दर्जेदार उपचारांनी ते भारावून गेले होते. भविष्यात डॉ. अब्दुल कलाम भारताचे राष्ट्रपती झाले आणि अरविंदचे सन्मित्रही. अर्थातच ही घटना पुढे अरविंदमध्ये एक आख्यायिका म्हणून प्रसिद्ध झाली. अरविंदमध्ये रुग्णांना मिळणारी निर्णय घेण्याची संधी आणि सर्व रुग्णांसाठी समान तरीही उच्च दर्जाचे उपचार याचं हे बोलकं उदाहरण.

तुलसी रविला, डॉ. व्हींचे भाचेजावई आणि अरविंदनं नेमणूक केलेले पहिले व्यवस्थापक, अरविंदचा आणखी एक विस्मयजनक पैलू आपल्यासमोर आणतात. 'युनायटेड किंगडममधील नॅशनल हेल्थ सर्व्हिसमार्फत प्रतिवर्षी सुमारे पाच लाख

नेत्र शस्त्रक्रिया केल्या जातात, आणि अरविंदमध्ये सुमारे तीन लाख.'[६] विकसनशील देशातल्या एका संस्थेत एका विकसित देशात होणाऱ्या शस्त्रक्रियांच्या निम्म्याहून अधिक शस्त्रक्रिया केल्या जातात ही एक अत्यंत अभिमानास्पद बाब आहे. तुलसी यांनी दिलेली पुढची आकडेवारी तर आपल्याला तोंडात बोटं घालायला लावणारी आहे, कारण हे सगळं अरविंदमध्ये ब्रिटनच्या तुलनेत एक टक्क्याहूनही कमी किंमतीत केलं जातं. यु.के.मधील नॅशनल हेल्थ सर्व्हिस नेत्रसेवांवर वर्षाला अदमासे दहा हजार कोटी रुपये खर्च करते आणि अरविंदमध्ये हा खर्च आहे केवळ शंभर कोटी![७] 'यामागच्या कारणांचा विचार करायचा तर, 'ब्रिटन म्हणजे भारत नव्हे' या संकुचित विचाराच्या पलीकडे जायला हवं.' असं तुलसी म्हणतात. स्थानिक अर्थव्यवस्था, नियम, आणि सांस्कृतिक गरजा यातील भेद हे मुद्दे भारत आणि पाश्चात्त्य देशात फरक करतात हे मान्य, पण तुलसींच्या मते याखेरीज इतर असंख्य बाबी या आकड्यांवर परिणाम करतात हा मुद्दाही विचारात घ्यायला हवा. ''कार्यक्षमता, वैद्यकीय उपचारपद्धती आणि काटकसर करण्याचे मार्ग या सगळ्या छोट्या छोट्या मुद्द्यांचे तपशील हेच कदाचित सर्व विकसित देशांसाठी उत्तर असेल.'' तुलसी म्हणतात.[८]

मोठी संख्या, उच्च दर्जा आणि वाजवी किंमत ही अरविंदची त्रिसूत्री आहे. प्रथमदर्शनी हे फारच सरळ, सोपं वाटू शकतं. पुरेशा रुग्णसंख्येला चांगली सेवा दिली की सर्व दर माफक ठेवून नफाही मिळवला जाऊ शकतो. पण इथे ग्यानबाची मेख आहे ती म्हणजे या मागची मानसिकता, जाणीवपूर्वक गुंफलेली व्यवस्था आणि रचनेतील परस्परावलंबित्व.

औदार्यावर आणि सर्वाधिक गरजूंना सेवा देण्याच्या तत्त्वावर आधारित अशी व्यवस्था कशी बरं निर्माण होत असेल? रुग्णसंख्या जास्तीत जास्त असणं हे वैद्यकीय परिणामांच्या उच्च दर्जाला मारक नाही तर तारक ठरेल अशी रचना कशी बरं घडवली जात असेल? आणि विकसनशील जगाच्या संदर्भात उच्च दर्जाच्या सेवेची सांगड माफक दराशी, किंबहुना मोफत सेवेशी कशी काय घातली जात असेल? या प्रश्नांची उत्तरं म्हणजे अरविंदचे अतूट धागे आहेत. यातल्या प्रत्येकाचा प्रत्येकावर काही ना काही परिणाम होतच असतो. तुलसी म्हणतात, ''आमचं मूलभूत उद्दिष्ट हे केवळ संख्या नसून दर्जा, किंमत आणि सेवेची मागणी यातला ताळमेळ हे आहे.''

या ताळमेळाची पहिली झलक एका अनपेक्षित ठिकाणातून मिळाली.

नेत्रविषयक सुविधा आणि बर्गर यांचं नातं जोडणारा दुवा डॉ. व्हींना कुठे

गवसला देव जाणे, पण मॅकडोनाल्डबद्दल त्यांना असणारं विलक्षण आकर्षण हे आता अरविंदमध्ये सर्वश्रुत आहे. जगातल्या या सर्वाधिक यशस्वी फास्टफूड साखळीचा दिखाऊपणा आणि त्यांच्या सार्वजनिक आरोग्यावरील परिणामांबद्दल असणारे काही वादग्रस्त मुद्दे बाजूला ठेवले तर मॅकडोनाल्डची प्रमाणबद्धता, उत्पादनाची अचूक ओळख, आणि व्याप्ती यातली ताकद डॉ. व्हींनी ओळखली होती. "विकसित देशात कनिष्ठ मध्यमवर्गीय लोकांना जसं हे फास्ट फूड माफक दरात उपलब्ध आहे त्याच प्रकारे विकसनशील देशात आपण मोतीबिंदूच्या शस्त्रक्रिया उपलब्ध करून द्यायला हव्यात." १९८०च्या शेवटी शेवटी एका मुलाखती दरम्यान डॉ. व्हींनी जाहीर केलं.[९] त्यांच्या जवळच्या सहकाऱ्यांनाही ही 'बर्गर' कल्पना जरा जगावेगळीच वाटली; पण त्यांच्या या जगावेगळ्या कल्पनेला ९० च्या दशकाच्या शेवटी पाठबळ मिळालं ते अमेरिकेतील सार्वजनिक आरोग्य क्षेत्रातील सुधारणांच्या पुरस्कर्त्या रेजिना हर्झलिंगर यांचं. 'मार्केट ड्रिव्हन हेल्थ केअर' या पुस्तकात त्यांनी मॅकडोनाल्डच्या व्यवस्थेविषयी ऊहापोह केला आहे. मॅकडोनाल्डच का? 'वर्षानुवर्षं जगभरातल्या २०००० पेक्षा जास्त रेस्टॉरंट्स मध्ये त्यांनी सातत्य, विश्वासार्हता, निश्चित परिमाणं, आणि माफक दर या सर्व स्तरांवर सर्वोच्च दर्जा कसा गाठला जाऊ शकतो हे दाखवून दिलं आहे, आणि महत्त्वाचं म्हणजे याच सर्व गोष्टी आरोग्यसेवेच्या मुळाशी दडलेल्या आहेत.'[१०]

१९७६ साली डॉ. व्हींनी ११ खाटांचं रुग्णालय सुरू केल्यानंतर १९८१ साली ६०० खाटांचं रुग्णालय सुरू झालं. अरविंदचं दुसरं आणि तिसरं रुग्णालय अनुक्रमे १९८४ आणि १९८८ साली सुरू झालं. नव्या सहस्त्रकाच्या पहिल्या दशकात तामिळनाडू राज्यात अरविंदची तीन नवीन रुग्णालयं सुरू झाली. फक्त पाच नेत्र-तज्ज्ञांच्या साहाय्यानं सुरुवात करून डॉ. व्हींनी हे अभूतपूर्व काम करून दाखवलं होतं.

प्रत्येक सर्जनच्या कामाचा परिणाम वाढवण्यासाठी आणि जास्तीत जास्त गरजूंपर्यंत पोहोचण्यासाठी त्यांनी अशी काही बांधणी केली की ज्यायोगे प्रत्येकाची शस्त्रक्रिया करण्याची क्षमता भारतातील सरासरी क्षमतेपेक्षा पाचपटीने वृद्धिंगत होईल. हे सगळं प्रत्यक्षात आणण्यात, काटेकोर प्रशिक्षण घेतलेले साहाय्यक आणि मधल्या फळीतले नेत्रतज्ज्ञ यांचाही मोलाचा वाटा होता. या सर्वांना दिल्या जाणाऱ्या दोन वर्षांच्या प्रशिक्षण कार्यक्रमाला अमेरिकेतील 'जॉइंट कमिशन ऑन अलाईड हेल्थ पर्सनेल इन ऑप्थॅल्मॉलॉजी' (JCAHPO) यांच्याकडून प्रमाणित करण्यात आले होते.

अरविंदमध्ये होणाऱ्या नित्याच्या नेत्रतपासणीमध्ये नोंदणी, मूलभूत दृष्टीपरीक्षा, डॉक्टरांकडून केली जाणारी प्राथमिक तपासणी, डोळ्यातील दाबाची मोजणी,

बुबुळाचे प्रसरण आणि अंतिम तपासणी यांचा समावेश असतो. शस्त्रक्रिया करण्याची गरज असल्यास, रुग्णाला त्या शस्त्रक्रियेबद्दल इत्यंभूत माहिती देण्याच्या उद्देशाने समुपदेशन करण्यात येते. बहुतांश ठिकाणी या सर्व गोष्टी नेत्रतज्ज्ञांकडूनच केल्या जातात; पण अरविंदमध्ये मात्र रुग्णाच्या प्रवेशापासून ते त्याला रुग्णालयातून सोडण्यापर्यंतची सर्व कामे विशिष्ट गटांमध्ये विभागली गेली आहेत. प्राथमिक परीक्षण आणि अंतिम निदान वगळता यातली बहुतांश कामं इथला निम-वैद्यकीय साहाय्यकांचा ताफाच पार पाडतो. यात परिचारिका, समुपदेशक, नेत्रतंत्रज्ञ, डोळ्यांचा नंबर काढणारे अशा वेगवेगळ्या गटातल्या डझनभर लोकांचा समावेश असतो आणि प्रत्येक जण त्याला किंवा तिला नेमून दिलेल्या कामात वाकबगार असतो.[११]

अशाच प्रकारे कामाची विभागणी अरविंदच्या शस्त्रक्रिया विभागात आणि शस्त्रक्रियोत्तर देखभाल विभागात केली गेली आहे. आणि याचा परिणाम म्हणजे अरविंदमधल्या सर्जन्सचं अधिकाधिक कौशल्य आणि जास्तीतजास्त वापरला जाणारा वेळ. सगळ्या गोष्टी अशा काही प्रकारे जुळवून आणल्या जातात की, डॉक्टर फक्त रोगाचं निदान आणि शस्त्रक्रिया यावरच आपलं लक्ष केंद्रित करू शकतात. याची फलोत्पत्ती अशी की, देशातल्या एकूण नेत्रतज्ज्ञांपैकी एक टक्क्यापेक्षाही कमी नेत्रतज्ज्ञांना हाताशी घेऊन इथे संपूर्ण देशातील नेत्रविषयक सुविधांपैकी पाच टक्के सुविधा पुरवल्या जातात.[१२]

सातत्यानं नवनवीन पद्धतींचा अवलंब करण्याची मानसिकता या विक्रमी कर्तृत्वाला जन्म देते. आपल्या व्यवस्थेमध्ये विनाकारण विलंब आणि टाळता येण्याजोग्या चुका तर होत नाहीत ना, याचं सतत परीक्षण करत राहण्याची आणि या रचनेतले कोणते छोटे छोटे बदल महत्त्वाचे परिणाम घडवू शकतात याचा शोध घेत राहण्याची शिकवण डॉ. व्हींनी त्यांच्या सहकाऱ्यांना दिली आहे. अनेक दशकांपासून ते लिहीत असलेल्या दैनंदिनीत या विचारांचं प्रतिबिंब उमटलेलं दिसून येतं.

डॉ. व्हींनी लिहून ठेवलेल्या दैनंदिनींची संख्या जवळपास १०० वर पोहोचली आहे. त्यांची पिवळट पडलेली पानं अनेक चर्चासत्रं, शोधनिबंध, रुग्णालयातील संदर्भ, आणि काटेकोर हिशेब या सगळ्याची साक्षीदार आहेत. पण या सगळ्याच्या पलीकडे त्यात आहे ते आयुष्याच्या हेतूबद्दल केलेलं प्रांजळ विवेचन, स्पष्ट आत्मपरीक्षण आणि प्रश्न, असंख्य प्रश्न. 'शोध घेणे' हा डॉ. व्हींच्या व्यक्तिमत्त्वाचा अविभाज्य भाग आहे. त्यांचं व्यक्तिगत परीक्षण हे जितकं गूढ तितकंच क्षणभंगुर भौतिक प्रश्नांनी व्यापलेलं आहे. १९७६ची म्हणजेच अरविंदच्या स्थापना वर्षातली त्यांच्या दैनंदिनीतली ही नोंद: – *'शस्त्रक्रियेनंतर करण्याच्या मलमपट्टीच्या कामात परिचारिकांना पारंगत कसं करावं. आठवड्याला तीस रुग्णांवर शस्त्रक्रिया करायच्या*

असल्यास आपल्याला किती टेबल्स लागतील त्यासाठी पुरेशी साधनं आपल्यापाशी आहेत का. आपण शस्त्रक्रिया सकाळी लवकर सुरू करू शकू का आपल्याकडे आणखी कोणकोणत्या सोयी असायला हव्यात.'[१३]

डॉ. व्हींच्या हजारो नोंदींचं एक ठळक वैशिष्ट्य म्हणजे त्यांनी प्रश्नार्थक चिन्हाचा वापर कधीही केलेला नाही. जणूकाही त्यांच्यासाठी प्रत्येक प्रश्न हे त्यात दडलेलं अचूक उत्तरच आहे.

'रुग्णालयाकडे कारखाना म्हणून पाहण्याच्या दृष्टिकोनामुळे' काहींच्या भुवया उंचावल्या जाऊ शकतात; पण याच दृष्टिकोनामुळे रुग्णांच्या हिताचा विचार करणं सर्वार्थानं शक्य झालंय. कामाची रीतसर विभागणी केल्यामुळे कार्यक्षमता वाढते आणि परिणामी रुग्णांचा वाट पाहण्यात जाणारा वेळ वाचतो. अवघड कामं वारंवार केल्यानं त्यांचा दर्जा सुधारतो आणि दृश्य वैद्यकीय परिणामही सुधारतात. जी कामं करण्यासाठी वैद्यकीय ज्ञानाची आवश्यकता नाही अशी कामं साहाय्यकांवर सोपवल्यानं सर्व रुग्णांकडे व्यक्तिगत लक्ष तर पुरवता येतंच पण त्याचबरोबर ती कामं कमी खर्चात करता येतात. हे तीन घटक एकत्रितरीत्या कामाची व्याप्ती वाढवायला आणि माफक दरात सेवा उपलब्ध करून द्यायला मदत करतात. शिवाय यामुळे रुग्णांना मिळणारे चांगले अनुभव आणि सेवेचा दर्जा उत्तम राहतो ते वेगळंच.

२००४ या वर्षाचा प्रारंभीचा काळ आहे, आणि डॉ. व्ही श्वाब फाउंडेशन फॉर सोशल आंत्रप्रिनरशिप या संस्थेतून आलेल्या दोन पाहुण्यांशी बातचीत करत आहेत. दोघांपैकी एका पाहुणीनं अशी टिप्पणी केली की, यू.के. मध्ये अगदी अलीकडेपर्यंत मोतीबिंदूच्या शस्त्रक्रियेसाठी जवळ जवळ दोन वर्षं प्रतीक्षा करावी लागत असे. "तुमच्याकडे लोकांना किती काळ वाट पहावी लागते बरं?" तिनं विचारलं. डॉ. व्ही. अभिमानानं उद्गारले, "आम्ही त्यांना वाट पाहण्याची संधीच देत नाही. जेव्हा एखाद्या रुग्णाला मोतीबिंदूची शस्त्रक्रिया करण्याचा सल्ला दिला जातो, तेव्हा त्याला त्याच दिवशी दाखल करून घेण्याची आणि ताबडतोब दुसऱ्या दिवशी त्याच्यावर शस्त्रक्रिया करण्याची संपूर्ण तयारी झालेली असते."

पैसे भरून उपचार करून घेणाऱ्या रुग्णांसाठी असलेलं शुल्क जाणीवपूर्वक कमी ठेवण्यात आलं आहे. जे रुग्ण पैसे भरण्याचं ठरवतात त्यांच्यासाठी डॉक्टरांशी सल्लामसलत करण्याचं शुल्क साधारणपणे ५० रुपये आहे आणि विविध शस्त्रक्रियांचे दर इतर स्थानिक दरांप्रमाणे ठरवले जातात. प्रत्येकासाठी काहीतरी या धारणेनुसार पैसे भरून मोतीबिंदूची शस्त्रक्रिया करून घेणाऱ्या रुग्णांसाठी तीन स्तरांवरच्या किंमती असणाऱ्या सुविधा आहेत. मध्यम स्तरातील सुविधा ५००० रुपयांमध्ये तर

वरच्या स्तरावरील सुविधा ५०,००० रुपयांमध्ये उपलब्ध आहेत. या स्तरांमध्ये असणारा दरातील फरक हा प्रामुख्यानं राहण्याच्या सोयींमध्ये अंतर्भूत असलेल्या विविध गोष्टी (जसे की ए.सी, स्वतंत्र बाथरूम, कुटुंबातील सदस्याची झोपण्याची सोय इ.) आणि शस्त्रक्रियेचे तंत्रज्ञान, नेत्र रोपण यांच्यामुळे आहे. मोफत किंवा कमीतकमी दरात उपचार घेणाऱ्या रुग्णांसाठी शस्त्रक्रियेचा खर्च ० रुपये ते ८५० रुपये यांदरम्यान आहे. त्यांची राहण्याची सामाईक सोय केली जाते आणि त्यांच्यासाठी सामान्य शस्त्रक्रिया आणि इतर तंत्रज्ञान वापरलं जातं. महत्त्वाची बाब म्हणजे शस्त्रक्रिया मोफत असो वा पैसे देऊन झालेली, दोन्हीचे परिणाम वैद्यकीयदृष्ट्या एकसारखेच असतात.

अरविंदच्या मोफत उपचार विभागात एक तरुण परिचारिका बाकावर बसलेल्या एका वृद्ध स्त्रीजवळ येऊन म्हणते, "आजी, तुमचा डावा डोळा जरा हातानं झाका पाहू." तिचा चेहरा गंभीर आहे आणि तिला दिलेलं काम ती लक्षपूर्वक करते आहे. मग ती हाताची दोन बोटं त्या रुग्ण स्त्रीच्या चेहऱ्याजवळ आणून हलवते, आणि विचारते "किती बोटं आहेत ही?" रुक्मिणी, म्हणजेच ती म्हातारी बाई डाव्या डोळ्यावर झाकलेल्या बोटांच्या फटीतून डोकावून पाहत म्हणते "दोन". यावर ती परिचारिका म्हणते, "असं नाही आज्जी, तो डोळा बंद ठेवूनच सांगायचं". आणि मग तिचं ऐकून रुक्मिणीआजी आपले दोन्ही डोळे गच्च मिटून घेतात.

आत्तापर्यंत कधी रुग्णालयाची पायरीही न चढलेल्या, दृष्टी-परीक्षणाला सामोऱ्या न गेलेल्या एखाद्या खेडुताला, आधी एक डोळा बंद करणं, मग दुसरा डोळा बंद करणं, डोळ्यासमोर धरलेली बोटं मोजणं, आणि समोर दिसणारे चमकदार, उभ्या-आडव्या रेघांचे काळे-पांढरे चौकोन पाहणं या गोष्टी गोंधळून टाकणाऱ्या वाटू शकतात यात काहीच नवल नाही.

डोळ्यांचा नंबर काढण्यासाठी वेगवेगळ्या प्रकारची भिंगं वापरली जातात; परंतु अगदी प्राथमिक तपासणीकरिता इथल्या परिचारिका हाताची बोटं मोजण्याची चाचणी करतात. त्याचप्रमाणे अक्षरं किंवा अंक लिहिलेल्या, प्रमाणित तक्त्यांचाही इथे उपयोग होतो. रुक्मिणीआजीसारख्या अशिक्षित रुग्णांसाठी मोठ्यापासून लहान लहान होत जाणाऱ्या, उलट सुलट प्रकारे लिहिलेल्या इंग्रजीतल्या 'E' अक्षराचा तक्ता वापरला जातो. या तक्त्यांमध्ये प्रत्येक E या अक्षरातल्या आडव्या रेघा वेगवेगळ्या दिशेला असतात आणि रुग्णाला त्याची अचूक दिशा बोटांनी दाखवावी लागते.

आणखी एका यशस्वी प्रयत्नानंतर रुक्मिणी आजी झाकलेले डोळे उघडते आणि मिचकवते. तिच्या अंगावर जीर्ण अशी लाल रंगाची सुती साडी आहे, दागिना मात्र एकसुद्धा नाही. उन्हानं रापलेला तिचा खडबडीत चेहरा अनेक पावसाळे

पहिल्याच्या खुणा सांगतो आहे. तिचा धुरकट झालेला उजवा डोळा चटकन लक्ष वेधून घेतो. 'मोतीबिंदू', असं पुटपुटत एक परिचारिका तिला हळूहळू उठून उभं राहायला मदत करते आणि म्हणते, "या आजीबाई, तिकडे चला, आता आपण डॉक्टरांकडे जात आहोत."

उद्यापर्यंत रुक्मिणीबाईंच्या उजव्या डोळ्यावर शस्त्रक्रियेनंतर लावण्यात येणारं हिरवं आवरण चढलेलं दिसेल.

अरविंदच्या शस्त्रक्रियागृहात एक विलक्षण गहिरी शांतता आहे. विशिष्ट प्रकारचे अंगरखे आणि स्वच्छतेच्या दृष्टिकोनातून चेहरा झाकणारे मुखवटे घातलेल्या डॉक्टरांची आणि परिचारिकांची एकीकडे लगबग सुरू आहे तर दुसरीकडे शांत झोपलेले किंवा बसलेले रुग्ण आहेत. आता लवकरच आपल्यावर शस्त्र चालणार आहे याची कल्पना असूनही ते अस्वस्थ किंवा विचलित झालेले दिसत नाहीत हे विशेष. भारतातील पवित्र तीर्थस्थळांविषयीच्या, 'इथून मोक्षाकडे' अशा अजब शीर्षकाच्या एका मार्गदर्शनपर पुस्तिकेत अरविंद नेत्र रुग्णालयाचा उल्लेख आहे. हा उल्लेख सार्थ अशासाठी ठरतो कारण इथे येणाऱ्या अनेकांच्या लेखी ही संस्था म्हणजे 'दृष्टिदानाचं एक पवित्र मंदिरच' आहे.

सकाळी ६.३० वाजल्यापासून इथल्या परिचारिका कामात गढून गेलेल्या असतात. शस्त्रक्रिया कक्ष तयार करणं, रुग्णांना तयार करणं, इ. प्रत्येक शस्त्रक्रिया कक्षात प्रत्येक सर्जनसाठी दोन परस्पर समांतर अशी एकूण चार टेबल्स असतात. मोतीबिंदू विभागाच्या प्रमुख असलेल्या डॉ. हरिप्रिया अरविंद, एका स्टुलावर बसून शस्त्रक्रियेसाठी वापरल्या जाणाऱ्या सूक्ष्म-दर्शकातून टेबलवर झोपलेल्या रुग्णाच्या डोळ्यात पाहत आहेत. चेहऱ्यावर चढलेल्या निळसर मुखवट्याच्यावर त्यांच्या ताणलेल्या भुवया आणि दोन्ही डोळ्यांच्या मधोमध असलेली टिकली उठून दिसते आहे. खोलीच्या दुसऱ्या टोकाला आणखी एक डॉक्टर याच स्थितीत बसलेले दिसत आहेत. काही मिनिटांच्या आतच डॉ. हरिप्रिया वर पाहतात. शस्त्रक्रिया पूर्ण! एक परिचारिका रुग्णाला उठवून बसवते आणि टेबलवरून उठायला मदत करते. तोवर इकडे दुसऱ्या टेबलवर आधीपासूनच तयार असणाऱ्या रुग्णाच्या डोळ्यावर सूक्ष्मदर्शक येऊन स्थिर झालेला असतो.

पुरुषोत्तम लाल भुदो, या ७५ वर्षांच्या माणसानं मध्यम गटातली शस्त्रक्रिया पैसे देऊन करण्याचा पर्याय स्वीकारला आहे. त्याची मोतीबिंदूची शस्त्रक्रिया भूल देऊन केली जाणार आहे आणि त्यासाठी आवश्यक असलेल्या डोळ्यात घालण्याच्या औषधाचे थेंब एका परिचारिकेनं त्याच्या डोळ्यात घातले आहेत. शस्त्रक्रियेसाठी

घालण्यात आलेल्या हिरव्या कपड्यातला भुदो शांत आहे पण जागा आहे. प्रत्यक्ष शस्त्रक्रियेपूर्वी तिथली परिचारिका त्याचे सर्व तपशील डॉक्टरांना वाचून दाखवते.

अरविंदमध्ये शस्त्रक्रियाकक्षात केल्या जाणाऱ्या कामांपैकी सत्तर टक्के कामं परिचारिकाच पार पाडतात.[१४] प्रत्येक शल्यविशारदाच्या साहाय्याला चार परिचारिकांचा गट असतो. त्यापैकी दोघी जणी प्रत्यक्ष मदत करतात तर इतर दोघी जणी, प्रत्येक वेळी, निर्जंतुक केलेल्या उपकरणांचा संच आणून देण्याचं काम करतात.

डॉ. हरिप्रिया करत असलेली शस्त्रक्रिया 'फेको'(Phaco) नावानं ओळखल्या जाणाऱ्या तंत्रज्ञानावर आधारलेली आणि उत्तम परिणाम घडवून आणणारी आहे. यामध्ये अत्यंत सूक्ष्म असं सुईसारखं अल्ट्रासाऊंड यंत्र डोळ्यात सरकवून कडक झालेला मोतीबिंदू मृदू केला जातो, ज्यायोगे तो ओढून बाहेर काढणं सुलभ होतं. अत्याधुनिक सॉफ्टवेअरद्वारे डॉक्टर या प्रक्रियेवर नियंत्रण ठेवतात. अशा प्रकारे तो अख्खा मोतीबिंदू डोळ्याला ३ मिमी पेक्षाही कमी आकाराचा छेद देऊन त्यातून ओढून बाहेर काढला जाऊ शकतो. फेको हे वापरायला अत्यंत सोयीचं, एकाच दिवसात प्रक्रिया पूर्ण होणारं आणि रुग्णाच्या दृष्टीत जलद सुधारणा घडवून आणणारं तंत्रज्ञान आहे. हे तंत्रज्ञान म्हणजे मोतीबिंदूच्या शस्त्रक्रियांसाठी पाश्चात्त्य जगात वापरला जाणारा अस्सल मापदंड आहे.

डॉ. हरिप्रिया रुग्णाच्या डोळ्याला कौशल्यानं छेद देऊन त्यात सुईसारखं असणारं अल्ट्रासाऊंड यंत्र सरकवतात आणि मग मोतीबिंदूचे तुटलेले भाग हळूच शोषून बाहेर काढले जातात. त्यांना साहाय्य करणारी एक परिचारिका डोळ्याचा पृष्ठभाग पाण्यानं पुसून घेते. अत्यंत नाजूक आणि निर्जंतुक केलेल्या उपकरणांच्या मदतीनं त्या छिद्रातून एक कृत्रिम भिंग सरकवलं जातं आणि योग्य जागी अचूकपणे बसवलं जातं. ते छिद्र आपोआप भरून येण्यासारखं असल्यामुळे टाके घालण्याची काहीच गरज भासत नाही. हे सर्व सुरू असताना साहाय्यक परिचारिका शस्त्रक्रिया करणाऱ्या डॉक्टरच्या हातात उपकरणं देण्याचं काम इतक्या पद्धतशीरपणे आणि लक्षपूर्वक करतात की, त्या डॉक्टरला सूक्ष्मदर्शकातून नजर वर उचलण्याचीही गरज भासत नाही.

क्वचित एखाददुसरा शब्द बोलला जातो. अन्यथा तिथे होत असते ती हातमोजे घातलेल्या हातांमध्ये होणारी एक नि:शब्द लयबद्ध देवाणघेवाण.

"फार उकडतंय हो", नुकताच शस्त्रक्रियेला सामोरा गेलेला भुदो पुटपुटतो. "हो हो, झालंच हं," हरिप्रिया मृदू आवाजात त्याला दिलासा देतात आणि खरोखरच पुढच्या काही मिनिटात भुदोला टेबलवरून उठवून त्याच्या खोलीपर्यंत नेलं जातं.

या शस्त्रक्रियेला लागलेला वेळ होता सहा मिनिटांपेक्षाही कमी.

आता हरिप्रिया त्यांचं सूक्ष्मदर्शक यंत्र फिरवतात आणि उजवीकडच्या टेबलवर तयार असलेल्या रुग्णाकडे नेतात. अरविंदमध्ये उपकरणांची जुळवाजुळव करण्याच्या नेमक्या पद्धतीमुळे एका सर्जनच्या दोन शस्त्रक्रियांच्यामध्ये वाया जाणारा वेळ अगदी कमी म्हणजे केवळ १-३ मिनिटं इतकाच असतो. आणि इतर रुग्णालयांमध्ये मात्र हा वेळ सरासरी १५ मिनिटं इतका असतो.[१५] अनुभव आणि सुधारणा घडवून आणण्यासाठी सर्वांच्याच मनात असलेली आच यामुळे अरविंदमध्ये शस्त्रक्रियांचे परिणाम वृद्धिंगत करण्यासाठी आणि सर्व प्रक्रिया प्रमाणित करण्यासाठी उपयोगी पडणारे काही घटक शोधून काढण्यात आले आहेत. रुग्णाचे तपशील, शस्त्रक्रियेसाठी लागणारी उपकरणं, किंवा पुढचा रुग्ण यापैकी कोणत्याही गोष्टीसाठी सर्जनला वाट पहावी लागणार नाही अशाच प्रकारे गोष्टींची बांधणी करण्यात आली आहे.[१६] सगळ्या साधनांचा काटेकोर वापर केला जातो. उदाहरणार्थ, एक सर्जन आणि दोन साहाय्यक परिचारिका यांच्याकडे शस्त्रक्रियेसाठी लागणाऱ्या साधनांचे दोन संच तयार असतील तर, दर तासाला केल्या जाऊ शकणाऱ्या शस्त्रक्रियांची संख्या दुप्पट होऊ शकते. जर त्यांच्याकडे आणखी एक परिचारिका आणि चार संच असतील तर ही संख्या चौपट होऊ शकते. अनुभवांती आणखी एक गोष्ट लक्षात आली ती अशी की, गुंतागुंतीच्या प्रमाणानुसार शस्त्रक्रियेच्या आधीच केलेली रुग्णांची वर्गवारी शस्त्रक्रियांची परिणामकारकता वाढवते.

नात्याने डॉ. व्हींची चुलतसून आणि डॉ. अरविंद यांची पत्नी असलेल्या डॉ. हरिप्रिया सांगतात, ''इथे निवासी डॉक्टर म्हणून काम करत असताना मी रोज किती शस्त्रक्रिया केल्या याची डॉ. व्ही. नेहमी चौकशी करायचे. त्यांच्याकडून क्वचितच मिळणारी कौतुकाची थाप मिळावी यासाठी मी नेहमी जास्तीतजास्त आणि अधिकाधिक चांगलं काम करण्याचा प्रयत्न करायचे.''[१७]

विकसनशील देशातल्या एखाद्या डॉक्टरला पाश्चात्त्य जगातल्या एखाद्या रुग्णालयात शस्त्रक्रिया करण्याची संधी मिळणं तसं दुर्मीळच, तेही त्या डॉक्टरचा वकूब अत्यंत उच्च दर्जाचा असेल तरच. ऑक्टोबर २०१० मध्ये शिकागो येथे झालेल्या अमेरिकन ॲकॅडमी ऑफ ऑप्थॅल्मॉलॉजीच्या वार्षिक संमेलनात जगभरातून केवळ चार सर्जन्सना शस्त्रक्रियेचं प्रात्यक्षिक दाखवण्यासाठी आमंत्रित केलं होतं आणि डॉ. हरिप्रिया या त्या चौघांपैकी एकमेव स्त्री डॉक्टर होत्या.

अरविंदमध्ये केल्या जाणाऱ्या शस्त्रक्रियांपैकी ६७% शस्त्रक्रिया मोतीबिंदूच्या असतात.[१८] ''कामाचा ताण कमी करण्यासाठी आमचे सर्व सर्जन दर दिवशी सकाळच्या वेळात मोतीबिंदूच्या शस्त्रक्रिया करतात आणि नंतरच्या वेळात त्यांच्या स्वत:च्या विभागात काम करतात. हा आमच्या कार्यसंस्कृतीचा एक भागच आहे. प्रत्येक जण मोतीबिंदूच्या शस्त्रक्रिया करतोच.'' डॉ. हरिप्रिया सांगतात. त्या स्वत:

मोतीबिंदूच्या प्रकरणांपैकी गुंतागुंतीची प्रकरणं हाताळतात. अरविंदमध्ये कॉर्निआ, रेटीना, लहान मुलांचे नेत्ररोग, मज्जासंस्थेशी निगडित नेत्ररोग अशा सर्व प्रकारच्या सुविधा उपलब्ध असल्या तरी, सगळे सर्जन 'विनाकारण अंधत्वाचं' कारण असणाऱ्या मोतीबिंदूला हद्दपार करण्याच्या कामात आवर्जून सहभागी होतात.

हरिप्रिया यांच्यासोबत शस्त्रक्रिया कक्षात काम करणारा एक सर्जन म्हणतो, "मी इथे जे काही करतो आहे ते मला इतर कुठल्याही रुग्णालयात करायला मिळणं अशक्य आहे. इथे असणारी चोख व्यवस्था आणि आमच्या परिचारिकांचं बिनतोड काम यामुळेच आम्ही इतक्या प्रचंड संख्येनं शस्त्रक्रिया करू शकतो." भारतातला डॉक्टर वर्षाला सरासरी ४०० शस्त्रक्रिया करतो आणि अरविंदमधला डॉक्टर २००० पेक्षा जास्त!

"मावशी, तुमची शस्त्रक्रिया अगदी व्यवस्थित पार पडली बरं!" टेबलावर झोपलेल्या बाईला डॉ. हरिप्रिया सांगतात. घड्याळाचे काटे वेळ दाखवतात ९.२०. सकाळी ८ पासून त्या काम करत आहेत आणि या एक तास वीस मिनिटात त्यांच्या १५ केसेस हाताळून झाल्या आहेत.

अरविंदमध्ये कामाचा हा झपाटा म्हणजे काही विशेष नाही, पण जगभरातल्या रुग्णालयातल्या कामाचा वेग पाहिला तर मात्र हे निश्चितच विलक्षण आहे.

जसं आपल्याकडे क्रिकेट म्हणजे सचिन तेंडुलकर, तसं अमेरिकेत मोतीबिंदू म्हणजे डॉ. डेव्हिड चँग. त्यांचा कामाचा झपाटा, तंत्र, सखोल ज्ञान, आणि शिकवण्यातली हातोटी यामुळे नेत्र-वैद्यकशास्त्रात त्यांच्या नावाचा दबदबा आहे. मोतीबिंदू शस्त्रक्रियेसाठी काही मार्गदर्शक तत्त्वं सुचवण्यासाठी नेमण्यात आलेल्या समितीचे ते अध्यक्षही होते. आता या शिफारसी जगभरात अमलात आणल्या जातात. कॅलिफोर्निया विद्यापीठात ऑप्थॅल्मॉलॉजी विषयाचे प्राध्यापक असणारे डॉ. डेव्हिड चँग ही या क्षेत्रातली एक बडी असामी आहे.[११]

"अमेरिकेतील बहुतांश नेत्र-शल्यविशारद वर्षाला २००-३०० केसेस हाताळतात, म्हणजे शस्त्रक्रिया कक्षात इकडेतिकडे जाणारा वेळ गृहीत धरून प्रत्येक केसला सरासरी ३०-४५ मिनिटं.

"काही जण यापेक्षा अधिक वेगात काम करतात तर काही जण हळू, त्याचप्रमाणे रुग्णसंख्याही कमी-जास्त होते. पण तरीही ही आकडेवारी ग्राह्य धरण्याजोगी आहे." प्रत्यक्ष डॉ. चँग मात्र दिवसाला ३० म्हणजे तासाला ४ या वेगानं शस्त्रक्रिया करतात. ते पुढे सांगतात, "जेव्हा अरविंदचे एक ज्येष्ठ सर्जन डॉ. वेंकटेश रंगराजन एखादी कौशल्यपूर्ण मोतीबिंदू शस्त्रक्रिया पाहण्यासाठी सॅनफ्रान्सिस्को

इथे आले होते तेव्हा त्यांना माझ्याकडे पाठवण्यात आलं होतं.'' क्षणभर थांबून ते पुढे खुलासा करतात, ''अमेरिकेत मी सर्वात जास्त शस्त्रक्रिया करणारा म्हणून प्रसिद्ध आहे.''

२००३ साली जेव्हा डॉ. चँग भारताच्या पहिल्या भेटीवर आले तेव्हा मात्र समुद्राकाठी वसलेल्या पाँडीचेरी शहरातल्या अरविंदच्या रुग्णालयात भूमिकांची अदलाबदली झाली होती. तिथे डॉ. वेंकटेश शस्त्रक्रिया करत होते आणि डॉ. चँग पाहत होते. ''अर्थातच मोठ्या संख्येत शस्त्रक्रिया करणं याबद्दल असणाऱ्या माझ्या संकल्पना मला हास्यास्पद वाटायला लागल्या.'' काहीशा विषादपूर्ण स्वरात डॉ. चँग कबूल करतात.

'मोठी संख्या' म्हणजे नक्की किती अशी कोणतीही स्पष्ट व्याख्या मोतीबिंदूच्या शस्त्रक्रियांच्या संदर्भात अस्तित्वात नाही, तेव्हा अरविंदनं स्वत:च अशी व्याख्या तयार केली. एका दिवसात सहा तासांच्या कालावधीत जो डॉक्टर ८० पेक्षा अधिक शस्त्रक्रिया करतो तो 'मोठ्या संख्येत' शस्त्रक्रिया करणारा डॉक्टर. वेंकटेश हे अरविंदमधले मोठ्या संख्येत, वेगवान शस्त्रक्रिया करणाऱ्यांपैकी एक आहेत. त्यांच्यासाठी एका दिवसात १०० शस्त्रक्रिया करणं हा जणू डाव्या हातचा मळच. त्यांना एक केस हाताळायला सरासरी साडेतीन मिनिटं लागतात.[२०]

''अमेरिका आणि इतर पाश्चात्त्य देशात केल्या जाणाऱ्या मोतीबिंदूच्या शस्त्रक्रिया मी अत्यंत बारकाईनं पहिल्या आहेत, अनुभवल्या आहेत, परंतु ज्या कार्यक्षमतेनं, झपाट्यानं, कौशल्यानं आणि सामर्थ्यानं अरविंदमध्ये शस्त्रक्रिया केल्या जातात ते माझ्यासाठी संपूर्णपणे अनपेक्षित होतं. शस्त्रक्रिया करणाऱ्या त्यांच्या गटांकडे मी विस्मयचकित होऊन पाहत राहायचो.'' चँग म्हणतात.

याहीपेक्षा महत्त्वाचं म्हणजे डॉ. चँगना हा ठाम विश्वास वाटतो की, अरविंदच्या रचनेमध्ये खूप काही दडलं आहे. ''केवळ एखादा डॉक्टर किंवा एखादं रुग्णालय काय करू शकतं याचं उदाहरण म्हणजे अरविंद नव्हे. त्याच्या पुढे जाऊन, मोतीबिंदूमुळे विकसनशील जगात निर्माण झालेले प्रश्न आपण सोडवू शकतो ही आशा अरविंदनं जागवली आहे. सिद्ध झालेलं, सर्वांच्या आवाक्यातलं, दृश्य परिणाम घडवणारं हे उत्तर किती प्रोत्साहन देणारं आहे. अरविंद ही वैद्यकीय क्षेत्रातली एक उत्तुंग यशोगाथा आहे.''

अरविंदची ही कथा डॉ. चँग जिथे जिथे म्हणून शक्य होईल तिथे तिथे आवर्जून सांगतात. २००५ साली त्यांनी 'अंधत्वासाठी पाच मिनिटं आणि ८०० रुपयांचे उपचार' या नावानं एक लेख लिहिला, ज्यामध्ये अरविंदमधले डॉक्टर्स मोफत उपचार घेणाऱ्या रुग्णांवर करत असलेल्या M-SICS नावाच्या शस्त्रक्रियेचं महत्त्व साद्यंत वर्णन करण्यात आलं होतं.[२१]

२०१० पर्यंत अरविंदमध्ये पैसे भरून उपचार घेणाऱ्यांपैकी ७५% रुग्णांनी फेको पद्धतीच्या शस्त्रक्रियेला प्राधान्य द्यायला सुरुवात केली होती.[२१] परंतु मुळातच फेको मशीनची खरेदी खर्चिक असून त्याची देखभाल, एकदा वापरून टाकून द्यावी लागणारी सामुग्री आणि डोळ्यातलं मूळ भिंग काढून बसवण्यात येणारं महागडं कृत्रिम भिंग यामुळे त्याचा वापर करणं हे निश्चितपणे जास्त खर्चिक होतं. असं असताना अरविंदच्या सर्व रुग्णांसाठी हे तंत्रज्ञान वापरणं ही काहीशी कठीण बाब होती; परंतु मोफत उपचार घेणाऱ्या रुग्णांसाठी स्वस्तातलं तंत्रज्ञान वापरून वैद्यकीय परिणामांशी तडजोड करणं अरविंदच्या तत्त्वात बसणारं नव्हतं.

१९९०मध्ये फेको या खर्चिक तंत्रज्ञानाचा प्रश्न एका पर्यायी तंत्राच्या मदतीनं सोडवला गेला आणि मोफत किंवा अत्यंत सवलतीच्या दरात उपचार घेणाऱ्या रुग्णांसाठी हे पर्यायी तंत्र वापरण्यात येऊ लागलं. M-SICS नावाच्या या उपचारपद्धतीत लागणारी साधनं आणि कृत्रिम भिंग हे तुलनेनं कमी खर्चिक होतं. फेकोप्रमाणेच याही पद्धतीत डोळ्याला दिलेला छेद आपोआप भरून येणारा असल्यानं टाके घालण्याची गरज भासत नाही.

फेको पद्धतीनं केलेल्या शस्त्रक्रियेनंतर होणारी सुधारणा जलद असल्यानं आणि एकूणच फेको हे तंत्रज्ञान काहीसं प्रगत मानलं जात असल्यानं पैसे भरून उपचार घेणारे बरेचसे रुग्ण त्याला प्राधान्य देतात; परंतु डॉ. चँग यांच्यासारखे तज्ज्ञ मात्र वैद्यकीय परिणाम आणि सुधारणा व्हायला लागणारा वेळ याबाबतीत M-SICS हे तंत्र फेको पद्धतीच्या तोडीचं असल्याचा निर्वाळा देतात. मोतीबिंदू परिपक्व होण्याचं प्रमाण विकसनशील देशातल्या रुग्णांमध्ये अधिक असतं.[२३] विशेष बाब म्हणजे अशा प्रकारच्या मोतीबिंदूमध्ये M-SICS ही उपचारपद्धती वापरली असता गुंतागुंत होण्याचं प्रमाण कमी असल्याचं दिसून आलं. M-SICSचं वैशिष्ट्य म्हणजे, ते शिकायला आणि वापरायला सुलभ असल्यामुळे अरविंदमध्ये मोठ्या संख्येनं केल्या जाणाऱ्या शस्त्रक्रियांसाठी फारच फायदेशीर आहे. सर्व रुग्णांना समान आणि उच्च दर्जाची सेवा देण्यावर कटाक्ष ठेवण्याचा उदारमतवादी दृष्टिकोण असलेल्या अरविंदमध्ये असं एखादं तंत्रज्ञान उपलब्ध असणं ही खचितच महत्त्वपूर्ण बाब आहे.

पण डॉ. चँगना प्रभावित करणारं असं आणखी काहीतरी अरविंदमध्ये आहे. ते त्यांच्या आणि डॉ. व्हींच्या पहिल्या भेटीची आठवण सांगतात. "मला त्यांच्याभोवती एक अदृश्य वलय असल्याची जाणीव झाली. जणू काही एखादा चालताबोलता देवदूतच! जो कुणी त्यांच्या सहवासात येतो, त्याला एका अनोख्या ऊर्जेचा परिसस्पर्श झाल्याची आणि आपल्या अस्तित्वाला एक निश्चित अर्थ प्राप्त झाल्याची जाणीव होते." अमेरिकेतील हा ख्यातनाम नेत्रतज्ज्ञ पुढे अशीही पुस्ती जोडतो की

"डॉ. व्हींच्या ठायी असणारा परमार्थ आणि दैवी चैतन्य हे अरविंदचे प्रेरणास्त्रोत आहेत."

परमार्थ आणि दैवी चैतन्य. नेत्र शस्त्रक्रियांबद्दल तौलनिक चर्चा करत असताना हे दोन शब्द खरंतर अगदीच विजोड दिसतात; पण अरविंदच्या कर्तृत्वामागे दडलेल्या या सुप्त गोष्टींकडे लक्ष वेधणारे डॉ. चँग हे काही एकटेच नव्हते.

दोन

केवळ मोफत पुरेसं नसतं

डॉ. व्हींनी आपल्या रुग्णालयाचं 'अरविंद' हे नाव ठेवलं ते योगी अरविंद यांच्या नावावरून. योगी अरविंद यांच्या प्रगतशील शिकवणीचा डॉ. व्हींच्या आयुष्यावर आणि विचारसरणीवर खूप प्रभाव होता. योगी अरविंदांच्या एक अनुयायी, ज्यांना सारे जण 'मदर' या नावानं संबोधतात, त्यांचं चिन्ह असलेलं फूल अरविंदच्या मुख्य दरवाजावर आणि संस्थापक सदस्यांच्या अंगठीवर कोरलेलं आहे. 'अरविंद'चा अर्थ आहे कमळ, एक असं फूल जे पौर्वात्य संस्कृतीत चैतन्याचं प्रतीक मानलं जातं.

१९८० साली डॉ. व्ही त्यांच्या दैनंदिनीत लिहितात, *'आपल्यापाशी असलेल्या ईश्वरी अंशाचा दैनंदिन आचरणात उपयोग करणं हे आपल्यापैकी काही जणांचं उद्दिष्ट असतं. रुग्णालयासाठी काम करताना हे साध्य होऊ शकतं. हे करत असताना तुमच्या जाणिवेच्या कक्षा रुंदावत जातात आणि तुम्ही इतरांच्या दुःखाशी एकरूप होता.'* ईश्वरी देणगी आणि त्याची कार्यातून येणारी प्रचिती यांचा ते नेहमी संदर्भ देतात.

ॲक्युमेन फंडच्या संस्थापिका जॅकलिन नोव्होग्रॅट्झ यांनी एकदा डॉ. व्हींना देव या संकल्पनेविषयी विचारलं होतं. त्या सांगतात, "ते म्हणाले, की जिथं जिथं परस्परांशी जुळलेले ऋणानुबंध असतात तिथं तिथं देवाचं अस्तित्व असतं. गरीब लोकांवर उत्तम उपचार करणं हा त्यांच्या कामातला तांत्रिक भाग होता. त्यांनी या तांत्रिकतेची भावनेशी सांगड घातली. ते लोकांशी बोलायचे, त्यांच्या गरजा समजून घ्यायचे, त्यांच्या स्वप्नांशी, सुख-दुःखांशी समरस व्हायचे. आणि अशा प्रकारे त्यांनी त्यांचा देव माणसात शोधला होता."[१] डॉ. व्हींच्या मनात माणुसकीची भावना खोलवर रुजलेली होती. अंध व्यक्तीविषयी, विशेषत: गरीब अंधांविषयी त्यांच्या मनात असणाऱ्या आपुलकीनंच त्यांना हे अंधत्व दूर करण्याचा वसा घेण्याची प्रेरणा दिली.

विकसित देशांच्या तुलनेत भारतात मोतीबिंदूचं प्रमाण अधिक आहे.[२] कुपोषण, जनुकीय घटक, वारंवार अतिनील किरणांच्या संपर्कात येणे यापैकी एखादी गोष्ट याला कारणीभूत आहे, की यामागे इतर काही कारण आहे हे अद्याप पूर्णत: ज्ञात नाही. भारतात ६० वर्षं वयाच्या आतील लोकांमध्ये मोतीबिंदूचं प्रमाण अधिक आहे, तर पाश्चात्त्य जगात हे वय सरासरी ७० वर्षं आहे.[३] मोतीबिंदूवर योग्य वेळी उपचार न होणं म्हणजे अंधत्वाला आमंत्रण, आणि हे अंधत्व घरातल्या कमावत्या व्यक्तीला असमर्थ करून टाकतं. शिवणकाम करणारी बाई सुईत दोरा ओवू शकत नाही, शेतकरी धान्य पेरू शकत नाही, सुताराच्या हातोडीचा नेम त्यांच्या खिळ्यावर बसत नाही, इ.इ. अंधत्वामुळे वाया जाणाऱ्या उत्पादकतेचा विचार केला तर, दर वर्षी जगभरात जवळजवळ सुमारे पाच हजार कोटी रुपयांचं नुकसान होतं.[४]

ही सगळी आकडेवारी डॉ. व्हींना अचूक माहीत आहे आणि ते बोलता बोलता त्याचा खुबीनं उल्लेखही करतात; पण आकडेवारीत फारसं अडकून न पडता ते ऐकवतात काही माणसांच्या जिवंत कथा. दृष्टी गेल्यामुळे एका बाईला तिच्या नवऱ्यानं सोडून दिलं व दुसरं लग्न केलं. एका माणसाच्या मुलांनी त्याची विचारपूस करणं सोडून दिलं, आई अंध झाल्यामुळे एका घरातल्या पाच वर्षांच्या चिमुरडीवर स्वयंपाकाचं काम येऊन पडलं, एका म्हाताऱ्याला तर अंध झाल्यानंतर केवळ भाताच्या पेजेवरच गुजराण करावी लागायची. दुर्दैवानं भारतात बऱ्याचशा अंध व्यक्तींकडे 'खायला काळ आणि भुईला भार' याच दृष्टिकोनातून पहिलं जातं.

तामिळनाडूच्या डोंगराळ भागातल्या एका छोट्याश्या खेड्यात राहणारी, मोहक आणि रेखीव चेहऱ्याची 'सुंदरी' साधारण पन्नाशीची असेल. तिचे टपोरे पण दृष्टिहीन, निळसर डोळे आपला ठाव घेतात. रोजगारावर काम करणाऱ्या सुंदरीला कामातून रजा घेऊन डोळ्यांच्या उपचारांसाठी जाणं शक्य झालं नाही. दुर्दैवानं जेव्हा तिला अंधत्व आलं तेव्हा तिचा रोजगारही बंद झाला आणि तिला तिच्या मुलीकडे जाऊन रहावं लागलं. आपण आपल्या कुटुंबावर भार झालो आहोत अशी टोचणी सतत तिच्या मनात होती. त्यासाठी ती अनेकदा उपाशी राहायची. दीर्घकाळ उपचारांविना राहिलेल्या मोतीबिंदूमुळे अशी काही गुंतागुंत निर्माण होते की त्यावर उपचार करणं मुश्कील होऊन जातं. सुंदरीच्या बाबतीतही असंच घडलं.

सुंदरीसारख्या लोकांच्या कहाण्यांनी डॉ. व्हींना ग्रासून टाकलं आहे. दृष्टी, चरितार्थ आणि आत्मसन्मान गमावून बसलेले अगणित लोक त्यांनी पाहिले आहेत. या गोष्टी गमावणं म्हणजे त्यांचं कधीही भरून न येणारं नुकसान आहे याची डॉ. व्हींना जाणीव आहे. सार्वजनिक आरोग्य क्षेत्रातल्या एका तज्ज्ञानं नमूद केल्याप्रमाणे भारतात अंधत्व जीवघेणं ठरू शकतं.[५] दारिद्र्यानं गांजलेल्या एखाद्या व्यक्तीला दृष्टी गमावणं म्हणजे जगण्याची आस आणि संधी संपुष्टात येणं. अंधत्वामुळे

लोकांच्या आयुर्मानात घट होऊन ते केवळ काही वर्षं इतकंच उरतं.

या गोष्टीच्या गांभीर्यात भर घालणारी बाब म्हणजे भारतामध्ये ७० टक्के लोकसंख्या ग्रामीण भागात राहत असतानाही, देशातल्या ८० टक्के आरोग्य सेवा शहरी भागात केंद्रित झालेल्या आहेत.[६,७] या असमतोलामुळे सुविधा पुरवणं हे इतरही अनेक गोष्टींप्रमाणे आव्हानात्मक होऊन बसलं आहे. अशा परिस्थितीत 'आपल्याकडे असलेले आर्थिक आणि मनुष्यबळाचे मर्यादित स्रोत वापरून आपण बहुसंख्य गरीब जनतेला नेत्र सेवा कशी बरे पुरवू शकू?' हा डॉ. व्हींचा प्रश्न सगळ्याच्या मुळाशी जाणारा ठरतो.

डॉ. व्हींचे भाचेजावई आणि संस्थेच्या प्रशिक्षण-मार्गदर्शन विभागाचे मुख्य संचालक असणारे तुलसी रविला अरविंदच्या एका वर्गखोलीत, आंतरराष्ट्रीय स्तरावर नेत्र सेवा पुरवणाऱ्या लोकांच्या एका गटाला संबोधित करत आहेत. पडद्यावर दिसतो तो एका पारंपरिक वेशातल्या आफ्रिकन मुलीचा फोटो. काय दिसतंय तुम्हांला? समोर बसलेले व्यवस्थापक आणि नेत्रतज्ज्ञ यांना उद्देशून तुलसी विचारतात. तत्काळ एक उत्तर येतं, "परिपक्व मोतीबिंदू असलेली एक तरुण स्त्री." "आणखी थोडं बारकाईनं पहा, काय दिसतंय?" ते पुन्हा विचारतात. कुणीतरी त्या मुलीच्या डोळ्याच्या वैद्यकीय स्थितीचं तपशीलवार वर्णन करतं. "यावर उपचार होऊ शकतात?" तुलसींचा पुढचा प्रश्न. उत्तर येतं, "अर्थातच." "आणखी काय दिसतंय तुम्हाला?" तुलसी पुन्हा विचारतात.

डोळे ताणून ताणून पडद्याकडे पाहूनही तुलसींना हवी असलेली गोष्ट काही कुणाला दिसत नाही. मग लेसर पॉइंटरचा उपयोग करून तुलसी पडद्यावरच्या एका गोष्टीकडे सर्वांचं लक्ष वेधून घेतात. त्या मुलीच्या उजव्या कानातले अनोखे डूल. कुणीही अचूक ओळखेल असाच तो आकार आहे. कोकाकोलाच्या कॅनच्या झाकणावर असणारी धातूची कडी. "काय पाहताय तुम्ही सगळे?" तुलसी अंतिमतः विचारणा करतात. सगळा श्रोतृवर्ग बुचकळ्यात पडलेला आहे. "हे आहे आपल्या सगळ्याचं एकत्रित अपयश." तुलसी खणखणीत आवाजात बोलू लागतात. "या मुलीवर उपचार करण्यासाठी लागणारं ज्ञान आणि कौशल्य आपल्याजवळ आहे, पण आपण ते वापरलेलं नाही. जर कोकाकोला तिच्यापर्यंत पोहोचू शकतो तर मग आपण का नाही?"[८]

स्वयंसेवक या नात्यानं अरविंदशी घनिष्ठ नातं असणारे डॉ. फ्रेड मुन्सॉन म्हणतात, "व्यवसाय-वृद्धीसाठी वापरल्या जाणाऱ्या युक्त्या सामाजिक कार्याशी जोडल्या जायला हव्यात हे डॉ. व्हींनी फार पूर्वीपासूनच ओळखलं होतं."[९] जे

आपले संभाव्य गिऱ्हाईक नाहीत आणि वैद्यकीय सेवेची गरज असूनही ज्यांच्यापर्यंत या सेवा पोहोचू शकलेल्या नाहीत अशांवरच त्यांनी अधिकांश लक्ष केंद्रित केलं. "अशा लोकांना अरविंदच्या प्रवाहात सामील करून घेण्याच्या हेतूनंच आमच्या सर्व व्यवस्थांची बांधणी करण्यात यावी अशी डॉ. व्हींची मनीषा होती. आणि म्हणूनच आमची सर्व ताकद, किंवा व्यवसाय वृद्धीचं तंत्र यांच्या केंद्रस्थानी कायम हेच लोक राहिले." तुलसी सांगतात.

अरविंदच्या आरंभीच्या काळात डॉ.व्हींनी मदुराईच्या आसपास असणाऱ्या खेड्यांमध्ये शनिवार-रविवार या दिवशी चक्कर मारायला सुरुवात केली आणि रुग्णालयातून मिळणारं जेमतेम उत्पन्न वापरून गरीब रुग्णांसाठी मोतीबिंदूच्या मोफत शस्त्रक्रिया करण्यात येऊ लागल्या. अनेक दशकं सुरू असणाऱ्या या छोट्याश्या उपक्रमाचं रूपांतर आता एका मोठ्या नेत्र तपासणी कार्यक्रमात झालं आहे. अनेक डॉक्टर्स आणि परिचारिका यांचे गट अति दूरदूरवर पसरलेल्या गावांमध्ये जाऊन रुग्णांची तपासणी करतात. ज्यांना मोतीबिंदूची शस्त्रक्रिया करण्याची गरज आहे त्यांच्यावर ती विनामूल्य करण्यात येते. अशा प्रकारे २०११ सालापर्यंत तामिळनाडू आणि केरळ राज्यात अरविंदमार्फत दर आठवड्याला सरासरी ४० अशा प्रकारे सालाबाद २१०० तपासणी शिबिरं घेतली जात आहेत.[१०]

अरविंदच्या एकूण रचनेत हे असे जिवापाड प्रयत्न निश्चितच कमी लेखण्याजोगे नाहीत. आजवर इथे केल्या गेलेल्या एकूण चाळीस लाख शस्त्रक्रियांपैकी ३५ टक्के शस्त्रक्रिया अशा प्रकारच्या तपासणी शिबिरातून आणलेल्या रुग्णांवर केल्या गेल्या आहेत.[११] दरवर्षी या शिबिरांमधून जवळजवळ ७६००० रुग्ण येतात.[१२] "आमची व्यवस्था ही संख्येवर अवलंबून आहे," तुलसी म्हणतात. जेव्हा रुग्णांची संख्या वाढत जाते, मग भले त्यात विनामूल्य उपचार घेणारेही असोत, तेव्हा अरविंदचा साकल्यानं होणारा परिणाम वाढतोच. आर्थिक गणिताच्या दृष्टीनं हे अतार्किक वाटू शकेल; पण अरविंदमध्ये घडणारी हर एक बाब, मग ती सेवावृद्धीची तंत्रं असोत, वैद्यकीय प्रशिक्षण असो, शस्त्रक्रियाकक्षांमध्ये सातत्यानं सुरू असणारा कामाचा प्रवाह असो किंवा माहितीच्या आधारे कामाच्या दर्जात करण्यात येणारी सुधारणा असो, अरविंदमध्ये हे सर्व काही विनामूल्य उपचार घेणाऱ्या रुग्णसंख्येवर अवलंबून असते. "आणि हे सगळं आपोआप घडत नाही, आम्ही ते घडवतो," इति तुलसी. आणि खरंच असं घडतं. अरविंदमध्ये रुग्णांसाठी करण्यात येणाऱ्या राहण्याच्या सुविधा वेगवेगळ्या गटात विभागलेल्या आहेत, आणि यातही गरीब रुग्णांना देण्यात येणाऱ्या प्राधान्याची झलक पाहायला मिळते. मदुराईच्या रुग्णालयात एकूण १२०४ खाटा आहेत, त्यापैकी फक्त २८४ खाटा पैसे भरून उपचार घेणाऱ्यांसाठी राखीव आहेत तर बाकी ९२० विनामूल्य किंवा अत्यंत सवलतीच्या

दरात उपचार घेणाऱ्या रुग्णांसाठी.

गरीब रुग्णांना मोफत उपचार देणं हे वाटतं तेवढं सोपं नाही, निदान अरविंदचा अनुभव तरी हेच दर्शवतो. "सुरुवातीच्या काळात खरंच आम्हांला काही कळत नव्हतं," तुलसी हसत हसत कबूल करतात. "आम्ही गावोगावी जायचो, रुग्ण तपासायचो आणि ज्यांच्यावर शस्त्रक्रिया करणं आवश्यक वाटायचं त्यांना रुग्णालयात येऊन मोफत उपचार घ्या असं सांगायचो. त्यातले काही जण यायचे, पण बहुतेक जण यायचेच नाहीत. आम्ही कोड्यात पडायचो, की मोफत उपचार मिळण्याची संधी हे लोक अशी वाया का घालवत आहेत?" भीती, अंधश्रद्धा, आणि अलिप्तता या गोष्टी कदाचित त्या लोकांना वैद्यकीय उपचार घेण्यापासून रोखू शकत असतील; पण त्या सर्वांनाच मनातून हे जाणवत होतं की, दिसतंय त्यापेक्षा वेगळं काहीतरी कारण नक्कीच असणार. अशीच काही वर्षं गेली, घरोघर जाऊन लोकजागृती करण्याचे काही अयशस्वी प्रयत्नही झाले, आणि अखेरीस ते प्रश्नाच्या मुळाशी जाऊन पोहोचले. "एकदा एका अंध भिकाऱ्याशी बोलताना सगळा साक्षात्कार झाला," तुलसी सांगतात. दृष्टी पूर्ववत करण्यासाठी पुन्हा रुग्णालयात का आला नाहीस असं विचारता तो उत्तरला, "तुम्ही मला परत यायला सांगितलंत खरं, पण रुग्णालयात यायचं म्हणजे मला बसचं भाडं, अन्न-पाणी आणि औषधं यासाठी पैशाची जमवाजमव करायला हवी. अहो, तुमची मोफत शस्त्रक्रिया पण त्यासाठी मला १०० रुपये खर्च येतो. त्याचं काय?"

एक कटू सत्य समोर आणणाऱ्या या संभाषणानंतर मोतीबिंदूची शस्त्रक्रिया करण्यामधले खरे अडथळे कोणते हे पडताळण्यासाठी डॉ. व्हींनी एका अभ्यासाला सुरुवात केली.[१३] यातून असं दिसून आलं की प्रवासखर्च, राहण्या-जेवण्याचा खर्च, आणि उपचारांसाठी आल्यामुळे रुग्ण आणि त्याच्या सोबत येणारा नातेवाईक यांचा बुडणारा रोजगार या सर्व बाबी ग्रामीण रुग्णांना इथे येण्यापासून परावृत्त करत होत्या. यातून अरविंदला एक धडा शिकायला मिळाला, लोकांना हवी असलेली एखादी गोष्ट तुम्ही मोफत देताय याचा अर्थ लोक तुमच्याकडे धावत येतीलच असं नव्हे. त्यांच्या व्यावहारिक अडचणींवर मात करून त्यांना ती गोष्ट घेणं परवडेल असं काहीतरी तुम्हाला करायला हवं.

आणि मग या अडचणींवर मात करण्यासाठी अरविंदच्या या तपासणी शिबिराचा ढाचा बदलण्यात आला. मोफत तपासणीबरोबरच रुग्णांना अरविंदच्या एखाद्या मुख्य रुग्णालयापर्यंतचा प्रवास, तेथील राहणं, जेवण, औषधोपचार, परतीचा प्रवास आणि नंतर त्यांच्या गावातच होणारी तपासणी हे सर्व पूर्ण मोफत पुरवण्यात येऊ लागलं. "हे सुरू केल्यानंतर अर्थातच आमचे खर्च वाढले; पण त्याहीपेक्षा महत्त्वाचं म्हणजे आमच्याकडे येऊन शस्त्रक्रिया करण्याचं पूर्वी केवळ ५ टक्के

असलेलं प्रमाण जवळपास ८० टक्क्यांवर पोहोचलं,'' तुलसी म्हणतात. जगातलं 'विनाकारण अंधत्व' दूर करण्याचा चंग बांधलेल्या एका संस्थेसाठी ही आकडेवारी निश्चितच हुरूप आणणारी होती. यामुळेच अरविंदच्या रचनेत कळीचा असणारा मोठ्या संख्येचा मुद्दा प्रत्यक्षात येऊ शकला. आणि तुलसींच्या मते यासाठी अरविंदनं वापरलेलं धोरण असं आहे की, जे कोणत्याही विकासकामासाठी उपयोगी ठरू शकतं. ''सिंहावलोकन करताना आम्हांला दोन कळीचे मुद्दे सापडले.'' तुलसी खुशीनं सांगू लागतात, ''तुम्ही एखाद्या प्रश्नाचं उत्तर देत असूनही काही जण ते का स्वीकारत नाहीत याकडे तुम्ही बारकाईनं लक्ष दिलं पाहिजे आणि त्याचबरोबर तो प्रश्न हा सर्वस्वी तुमचा मानून त्या प्रश्नाला भिडलं पाहिजे. अडथळे दूर करायचे असतील तर तो प्रश्न आपलासा करायला हवा, त्याच्याकडे दुर्लक्ष करून चालणार नाही.'' आणि याच मानसिकतेनं परस्पर सहकार्यानं चालवल्या जाणाऱ्या जगातल्या सर्वात मोठ्या नेत्रसेवेला जन्म दिला.

सर्वांपर्यंत पोहोचण्याच्या अरविंदच्या या धोरणानं तळागाळातल्या कार्यकर्त्यांना या व्यवस्थेतले क्रियाशील भागीदार बनवलं आणि गावातल्या प्राथमिक शाळा, सिनेमागृह, विवाह कार्यालय, कारखान्यांची रिकामी जागा अशा सामाजिक-सांस्कृतिक ठिकाणांचं रूपांतर झालं तपासणी केंद्रांमध्ये. अशा वेळी गावातल्या पारावर डोळे तपासण्याचं आणि चश्मे वाटपाचं बस्तान थाटलं जातं. रोटरी किंवा लायन्स क्लबचे स्थानिक सभासद आणि शाळेतली मुलं मिळून एकंदर गर्दीचं व्यवस्थापन करणं, रुग्णांची नोंदणी करून घेणं इ. कामं पार पाडतात. या तपासणी शिबिरांविषयी लोकांच्या मनात आपलेपणा निर्माण करणं जरी अवघड असलं तरी एकदा का ते साध्य झालं की या कार्यक्रमाची विश्वासार्हता, आणि व्याप्ती यासाठी फारच उपयुक्त ठरतं. आज अरविंदकडे अशा तपासणी शिबिरांसाठी स्वयंसेवी संस्था, औद्योगिक संस्था, धर्मादाय संस्था, महाविद्यालयं, कुटुंबं आणि काही व्यक्ती अशी वैविध्यपूर्ण पार्श्वभूमी असणारे जवळपास ५०० संयोजक आहेत. या शिबिरांचा गावात प्रचार करणं, ठिकाण निश्चित करणं, डॉक्टर आणि इतर सर्वांची राहण्या-जेवण्याची सोय करणं अशा सर्व कामांची जबाबदारी हे संयोजक घेतात.

तुलसी सांगतात, ''कितीही छोटं किंवा मोठं शिबिर असो, स्थानिक लोकांकडूनच त्याचं नेतृत्व व्हायला हवं असा आमचा नियमच आहे.'' प्रत्येक शिबिराचा एक स्थानिक प्रायोजक असतो आणि शिबिराच्या खर्चातला काही हिस्सा त्याच्याकडून घेतला जातो. यामुळे स्थानिकांशी असलेले विश्वासपूर्ण हितसंबंध दृढ व्हायला मदत होते, त्या त्या ठिकाणची सर्व व्यवस्था करणं, अडचणी सोडवणं सोयीचं होतं, आणि जास्तीतजास्त लोक या शिबिरात सहभागी व्हायला प्रवृत्त होतात.

आज तामिळनाडूमध्ये जवळजवळ चाळीस रुग्णालयांकडून अशी शिबिरं

भरवली जातात, पण अरविंदच्या शिबिरांमध्ये येणाऱ्या रुग्णांची संख्या इतर सर्वांना मागे टाकते. वानगीदाखल सांगायचं तर मुख्य रुग्णालय तामिळनाडूमध्येच असणाऱ्या भारतातील एका अग्रगण्य नेत्र रुग्णालयामार्फत अशीच शिबिरं आणि गरिबांसाठी मोतीबिंदूच्या मोफत शस्त्रक्रियांची सुविधा पुरवली जाते. २००९ साली त्या संस्थेकडून १६००० विनामूल्य शस्त्रक्रिया केल्या गेल्या.[१४] आणि त्याच वर्षी अरविंदतर्फे करण्यात आलेल्या मोफत शस्त्रक्रियांची संख्या होती ७६०००. (यात अत्यंत सवलतीच्या दरात केलेल्या शस्त्रक्रिया मोजण्यात आलेल्या नाहीत.)[१५]

तुलसी सांगतात त्याप्रमाणे यातल्या प्रत्येक रुग्णालयाचं एक वेगळं, वैशिष्ट्यपूर्ण कार्यक्षेत्र असूनही अंधत्व निवारणाच्या कामात प्रत्येकाचाच वाटा आहे. काही ठिकाणी एखाद्या क्षेत्रातल्या वैशिष्ट्यपूर्ण सुविधा दिल्या जातात, किंवा काही ठिकाणी संशोधानात्मक उपचारपद्धती विकसित केल्या जातात. या क्षेत्रातली उपचारांची गरजच इतकी व्यापक आहे की हे सर्व लहान-मोठे प्रयत्नसुद्धा उल्लेखनीय ठरतात; परंतु अरविंदची पद्धत नक्की कशाच्या पायावर उभी आहे आणि व्याप्तीचा मानक इथे कसा काय गाठला जातो हे अभ्यासणं नक्कीच औत्सुक्यपूर्ण आहे.

अरविंदच्या शिबिरांचा मालकीहक्क, उभारला जाणारा निधी, आणि त्यातली विश्वासार्हता यांच्या अनोखेपणामुळेच त्याची व्याप्ती इतक्या मोठ्या स्तरावर वाढू शकली. शिबिरांचा मालकीहक्क आणि येणारा खर्च स्थानिक लोकसमूहासोबत वाटून घेतला जातो. साधारणत: ५०० रुग्णांची तपासणी होणाऱ्या शिबिराचा खर्च ७०,००० रुपये इतका येतो. यापैकी साधारण २०,००० रुपये स्थानिक पातळीवरील आयोजकांकडून उभे केले जातात आणि उरलेले ५०,००० अरविंदकडून खर्च केले जातात. जिथे शंभरेक रुग्णांची तपासणी होते अशा छोट्या शिबिरांसाठी दोघांनाही अंदाजे ७००० रुपये खर्च येतो.[१६]

या शिबिरांसाठी खर्च होणारे पैसे काटकसरीनं वापरले जातील याची काळजी घेण्यासाठी काटेकोर पद्धती आहेत. एखाद्या शिबिरात उपचार घेतलेल्या रुग्णांची संख्या जरी कमीजास्त झाली तरी खर्चाची रक्कम तीच राहते. पण अंधत्व दूर करण्याच्या ध्येयानं पछाडलेल्या अरविंदकडून मात्र हुकलेल्या संधीकडे म्हणजेच एखाद्या शिबिराच्या ठिकाणी उपचारांची गरज असूनही शिबिरात न आलेल्या रुग्णांची संख्या किती होती याकडे विशेष लक्ष पुरवलं जातं.

एखाद्या गावाचं ठिकाण, तिथली परिस्थिती, लोकसंख्या आणि इतर काही बाबींवरून प्रत्येक शिबिरात तपासणीसाठी रुग्णसंख्येचं एक लक्ष्य ठरवण्यात येतं. हाताशी असलेली साधनं जास्तीतजास्त वापरण्याचा कटाक्ष अंतिमत: किफायतशीर ठरतो. शिबिरातून आलेल्या एखाद्या रुग्णाला अरविंदमध्ये दाखल करून घेणं आणि त्याच्यावर शस्त्रक्रिया करणं यासाठी अदमासे २७० रुपये इतका खर्च येतो. अशा

प्रकारे प्रत्येक शिबिरात प्रत्येक रुग्णासाठी होणारा रुग्ण-शोध मोहिमेचा खर्च नोंदवला जातो. जर एखाद्या शिबिरातून पुरेसे रुग्ण आले नाहीत तर हा खर्च वाढून ५०० रुपयांपर्यंत पोहोचतो आणि त्यामुळे उपचार होऊ शकणाऱ्या रुग्णांची संख्या मात्र निम्म्यावर येते.[१७]

गेली अनेक दशकं अरविंदच्या संस्थापकांपैकी अनेक जण या शिबिरांमध्ये आणि जास्तीतजास्त रुग्णांपर्यंत पोहोचण्यासाठी तिथल्या व्यवस्था अधिकाधिक सुधारण्यामध्ये व्यस्त होते. ते सगळे स्वत: खेड्यापाड्यात वाढलेले असल्याने त्यांची या सगळ्याकडे पाहण्याची दृष्टी 'अरविंदचं एक विस्तारित अंग' अशीच होती. या उपक्रमांमुळे लोक कसे आत्मनिर्भर होतात, आणि स्थानिक नेतृत्वाला कसा वाव मिळतो हे मुद्दे ते अधोरेखित करतात. "जेव्हा तुम्ही अशा प्रकारे लोकांच्यात मिसळून काम करायला सुरुवात करता तेव्हा तुम्ही स्वत: पुढे होऊन त्यांचा हात धरायचा असतो, त्यांनी येऊन तुमचा हात हातात घेण्याची वाट पहायची नसते," डॉ. जी. नच्चिअर उत्साहात बोलू लागतात. डॉ. जी. नच्चिअर म्हणजे डॉ. व्हींची सर्वात धाकटी बहीण आणि अरविंदच्या संस्थापक सदस्यांपैकी एक. त्या पुढे सांगतात, "जर तुम्ही त्यांचा हात धरला असेल, तर ते स्वयंपूर्ण झाल्याचं पाहून तुम्ही त्यांचा हात सोडून देऊ शकता आणि मग ते त्यांच्या मार्गावर स्वतंत्रपणे पुढे जाऊ शकतात; पण जर त्यांनी तुमचा हात धरला असेल तर मात्र त्यांचा हात सोडून देऊन त्यांना त्यांच्या मार्गावर स्वतंत्रपणे चालू देणं कठीण जातं."[१८]

नेत्र तपासणी शिबिरं ही गोष्ट डॉ. नच्चिअर यांच्या अत्यंत जिव्हाळ्याची आहे आणि ग्रामीण रुग्ण म्हणजे तर त्यांचे अगदी खास, लाडके रुग्ण. त्या स्पष्टच सांगतात, "तुम्हांला श्रीमंत माणसांचे आशीर्वाद कधीच मिळत नाहीत. त्यांना फक्त आपल्या वैद्यकीय ज्ञानाशी मतलब असतो; पण गरीब रुग्ण मात्र या उपचारांकडे एक देणगी म्हणून पाहतात." डॉ. नच्चिअर काहीशा फटकळ म्हणून प्रसिद्ध असल्या तरी त्यांचं ठेवणीतलं हसू लोकांचं मन जिंकून घेतं. "लोकांच्या प्रेमानंच आम्हांला इथवर पोहोचवलं आहे," त्या हसत हसत सांगतात.

संधिप्रकाश हळूहळू विरतो आणि सोनेरी उजेडात न्हाऊन गेलेला नवा दिवस उजाडतो. अरविंदची व्हॅन कल्लूपट्टी नावाच्या एका शहरातले अरुंद रस्ते पार करत एका पोपटी रंगाच्या इमारतीसमोर येऊन थांबते. आजचं तपासणी केंद्र आहे ते एक मंगल कार्यालय; दरवाजावर सोडलेल्या झेंडू आणि गुलाबासारख्या दिसणाऱ्या प्लास्टिकच्या फुलांच्या माळा स्वागतासाठी सज्ज आहेत. साधारण पन्नास-एक लोक तिथे वाट पाहत उभे असतात. अरविंदच्या व्हॅनमधून आलेले दोन डॉक्टर्स

आणि पाच-सहा परिचारिकांचा ताफा त्या जागेची पाहणी करतो आणि मग पुढच्या कामांच्या तयारीला लागतो. तारांच्या सांगाड्यांवर बांधलेल्या काळ्या ताडपत्रीच्या साहाय्यानं छोट्या छोट्या तपासणी खोल्या तात्पुरत्या उभारल्या जातात, त्यातच एका बाजूला रुग्णांना बसण्यासाठी बाकडं टाकलेलं असतं. हॉलचा एक कोपरा चश्म्याची भिंगं तासून ती चश्म्यात बसवण्याच्या कामासाठी ठेवण्यात आला आहे आणि त्याच्या समोरच्या भागात दृष्टी तपासणीसाठी लागणारे काळे-पांढरे तक्ते टांगण्यात आले आहेत. डॉक्टरांना तपासणीसाठी एक टेबल आणि काचबिंदूच्या तपासणीसाठी एक लांबलचक बाकडं अशी सोय करण्यात आली आहे.

बरोब्बर ९ वाजता पहिला रुग्ण येतो. दहा मिनिटांच्या आत सर्व ठिकाण रुग्णांच्या गर्दीनं फुलून गेलेलं दिसतं. या जोशपूर्ण वातावरणात स्थानिक कार्यकर्ते रुग्णांना एका ठिकाणाहून दुसऱ्या ठिकाणी जायला मदत करताना दिसतात. या मंगल कार्यालयात तपासणी शिबिर भरवण्याची ही एकशे चोपन्नावी वेळ आहे. या कार्यालयाचा मालक एक सच्चा गांधीवादी आहे. उमेदीच्या काळात त्यानं डॉ. व्हींच्या ग्रामीण भागातल्या कामात सहभाग घेतलेला होता. आता वयाची सत्तरी पार केलेला हा सद्गृहस्थ त्या गावातल्या पन्नास जणांच्या गटाचा मुख्य आहे आणि ते सगळे जण मिळून दर महिन्याला अशा शिबिराचं आयोजन करतात.

रुग्णांची तपासणी करणारे तरुण डॉक्टर सहृदय, कार्यक्षम आणि निश्चयी आहेत. एखाद्या रुग्णाच्या डोळ्याची स्थिती बरीच बिघडलेली पाहून ते गंभीर मुद्रेनं आणि लटक्या रागानं म्हणतात, "आजीबाई, तुम्ही आधी का नाही आलात बरं तपासणीला? बघा बरं डोळ्याची अवस्था कशी बिघडलीये." त्यांच्यासाठी आणून ठेवलेला चहा थंड होऊन जातो, पण कामातून डोकं वर काढायला त्यांना फुरसतच मिळत नाही. अरविंदच्या शस्त्रक्रिया-कक्षाप्रमाणेच इथेही डॉक्टरच्या दोन्ही बाजूला दोन रुग्णांची बसण्याची सोय आहे, ते आलटून पालटून दोन्हीकडचे रुग्ण तपासतात. प्रत्येक रुग्णाला पुरेसा वेळ देऊनही रुग्णांचा प्रवाह सतत हलता राहतो. रुग्णांचा हा ओघ आणि त्यांच्या कहाण्या यांना काही अंतच नाही. आसपासच्या तीस वेगवेगळ्या खेड्यातून आलेले, अनवाणी, रापलेल्या चेहऱ्याचे; रंगीबेरंगी साड्यांतल्या स्त्रिया आणि बाकड्यांवर बसलेले पुरुष असे हे रुग्ण.

पेचिअम्माला चार मुलं आहेत. तिला मधुमेह तर आहेच, शिवाय तिच्या दोन्ही डोळ्यांत मोतीबिंदू झालेला आहे. करूअप्पन एकेकाळी आपल्याजवळ असणाऱ्या दोन गायींच्या दूध-दुभत्यावर गुजराण करत असे. पण दोन्ही डोळ्यांत झालेल्या मोतीबिंदूने त्याची दृष्टी तर हिरावून घेतलीच; पण स्वतंत्रपणे जगण्याचा हक्कही तो गमावून बसला.

भारतातील विधवा स्त्रिया नेसतात तशा पांढऱ्याशुभ्र साड्या नेसलेल्या पोन्नम्मा,

येल्लम्मा आणि मुथ्थूलक्ष्मी यांचं त्रिकूट. या तिघींचेही हात आणि कपाळ गोंदलेलं आहे. तिघींचेही मोतीबिंदू पिकलेल्या अवस्थेत आहेत. असे असूनही त्या तिघींच्या चेहऱ्यावर शाळकरी पोरींचा उत्साह दिसत आहे.

रुग्णकक्षाच्या दुसऱ्या भागात शस्त्रक्रिया झालेल्या रुग्णांची तपासणी सुरू आहे. कुज्जंतीअम्मल ही एक प्रसन्न चेहऱ्याची पण दातांचं बोळकं झालेली म्हातारी तिथं बसली आहे. "तुझं वय किती?" असं विचारल्यानंतर ती अंदाजपंचे उत्तर देते. "चाळीस-पन्नास वर्षांची असेन की मी!" तिच्या केसपेपरवर तिची खरीखुरी माहिती नोंदवलेली आहे. "आज्जी, तुमचं वय ऐंशी वर्षं आहे." एक परिचारिका उत्तरते. "होय का? असेल असेल," कुज्जंतीअम्मल मान हलवत म्हणते. खेड्यापाड्यातल्या लोकांच्या दृष्टीनं कॅलेंडरवर बदलत जाणाऱ्या वर्षांना फारसं महत्त्व नसतं. त्यांच्या आयुष्यात शेतातल्या पेरणीचा किंवा कापणीचा हंगाम अधिक महत्त्वाचा. पुढचा रूग्ण आहे साठ वर्षांचा मुथू. आदल्या महिन्यात झालेल्या शस्त्रक्रियेनंतर मुथू पुन्हा एकदा शेतात कामासाठी जाऊ लागला आहे. सगळं काही ठीक असल्याचं डॉक्टरांनी सांगताच त्याचा चेहरा आनंदानं उजळून जातो.

मदुराईच्या अरविंद रुग्णालयात करण्यात आलेल्या रुग्णांच्या एका सर्वेक्षणातून असं दिसून आलं की, मोतीबिंदूमुळे दृष्टी गमावलेले आणि परिणामी रोजगाराला मुकलेले ८५ टक्के पुरुष आणि ५८ टक्के स्त्रिया शस्त्रक्रियेनंतर पुन्हा कामावर रुजू झाले.[१९] हा मुद्दा अधोरेखित करून डॉ. व्ही. दृष्टी परत मिळण्यामागे असलेला गर्भित अर्थ त्यांच्या सहकाऱ्यांना समजावून सांगतात.

ही केवळ एक शस्त्रक्रिया नसून अनेक अदृश्य गोष्टींना जोडणारा दुवा आहे याची ते जाणीव करून देतात. जेव्हा एखादा डॉक्टर एखाद्या महिलेला तिची दृष्टी परत मिळवून देतो तेव्हा ती पुन्हा एकदा शेतामध्ये काम करू शकते. तिच्या मुलाला चांगल्या शिक्षणाची संधी मिळते, पुढे जाऊन तो नोकरी मिळवू शकतो आणि अशा प्रकारे पिढ्यानपिढ्या चालत आलेलं गरिबीचं दुष्टचक्र संपुष्टात येतं. जेव्हा अनेक डॉक्टर मिळून अशा शेकडो, हजारो लोकांना हे दृष्टीचं दान देतात तेव्हा एक कुटुंबच नव्हे तर अख्खं गाव, जिल्हा, राज्य आणि हळूहळू अख्खा देशसुद्धा उज्ज्वल भविष्याच्या दिशेनं छोटी छोटी पण महत्त्वपूर्ण पावलं टाकत असतो. अशा प्रकारे एकेका रुग्णाला दृष्टी देत देत सगळ्या देशाचं चित्र पालटून टाकण्याचं स्वप्न प्रत्येकाला दाखवणं ही डॉ. व्हींची खरी देणगी आहे.

अरविंदच्या तुलनेत हे शिबिर तसं छोटंसंच आहे. दुपारपर्यंत इथलं काम आटपेल आणि २०७ पैकी निम्म्या रुग्णांना मोतीबिंदूची शस्त्रक्रिया करून घेण्याचा सल्ला दिला जाईल. विनामूल्य उपचार घेण्यासाठी या रुग्णांना अरविंदच्या वाहनातून मदुराईच्या रुग्णालयात पाठवलं जाईल. अरविंदच्या काही मोठ्या शिबिरांमध्ये तर

हजारो रुग्णांची तपासणी काही तासांत पूर्ण केली जाते. या सगळ्या गुंतागुंतीच्या व्यवस्था उभ्या करणं आणि तितक्याच कुशलतेनं त्या वर्षानुवर्षं चालवणं याचं सर्वस्वी श्रेय जातं ते अरविंदच्या नेतृत्वाला.

ज्या दिवशी हे शिबिर झालं, त्याच्या पुढल्या सोमवारची गोष्ट. दुपारचे साडेतीन वाजले आहेत आणि शिबिर आयोजकांपैकी सात जण मदुराईच्या अरविंद रुग्णालयात तळमजल्यावरच्या एका खोलीत साप्ताहिक बैठकीसाठी जमले आहेत. प्रत्येकाच्या हातात एकेक पुस्तक आहे. हे पुस्तक जणू, वेगवेगळ्या परिसराचे नकाशे, जिल्हावार लोकसंख्येचे तक्ते, प्रत्येक जिल्ह्यातील गावांची संख्या, गावातल्या कुटुंबांची संख्या, कोणत्या गावांमध्ये शिबिरं घेण्याची गरज आहे याविषयीची माहिती, पूर्वी झालेल्या शिबिरांचे अहवाल, त्यातल्या रुग्णांची संख्या, शस्त्रक्रियांची आकडेवारी, किती चश्मे पुरवले याचा आकडा, अशा नानाविध माहितीनं भरलेला एखादा ज्ञानकोशच जणू. अरविंदमार्फत होणाऱ्या शिबिराचं स्वरूप अधूनमधून केली जाणारी समाजसेवा एवढ्यावरच थांबत नाही. वरिष्ठांकडून अशा शिबिरांच्या कामकाजाची कसून चौकशी केली जाते. ''आम्हांला येणाऱ्या अडचणी आणि अनुभव यातूनच ही व्यवस्था घडत जाते,'' अरविंदच्या शिबिर सुविधांचे संचालक डॉ. आर. मीनाक्षी सुंदरम सांगतात.[१०] तरुण वयापासूनच अरविंदशी जोडलेले असल्यामुळे आणि तीस वर्षांचा गाढा अनुभव पाठीशी असल्यामुळे, या क्षेत्रातले खाचखळगे त्यांना अगदी बारकाव्यानिशी ठाऊक आहेत. आरएमएस या टोपणनावानं ओळखले जाणारे डॉ. सुंदरम अरविंदच्या पाच मुख्य रुग्णालयांशी संलग्न असणाऱ्या पंचवीस संयोजकांच्या गटाचं नेतृत्व करतात. दहा लाख ते तीस लाख लोकसंख्या असणाऱ्या भागासाठी प्रत्येकी एक अशा प्रकारे हे संयोजक काम करतात.

शिबिर संयोजकाचं काम म्हणजे तारेवरची कसरत आहे. खडतर आव्हानं पेलणं, लोकांशी सुसंवाद प्रस्थापित करणं, नवनवीन प्रायोजक शोधणं, प्रवासाची सोय करणं, जास्तीतजास्त रुग्ण शिबिरात यावेत यासाठी प्रयत्न करणं, आणि सर्वात महत्त्वाचं म्हणजे रुग्णांना दिलासादायक उपचार मिळवून देणं अशा सर्व आघाड्यांवर त्यांना लढावं लागतं. गावातल्या देवळातले सण-उत्सव, शाळांच्या परीक्षांचं वेळापत्रक, कापणीचे दिवस, निवडणुकांच्या तारखा हे सर्व काही त्यांना तोंडपाठ असावं लागतं आणि यापैकी कोणत्याही दिवशी शिबिराची तारीख येणार नाही याची काळजी घ्यावी लागते. 'जीआयएस'चा वापर करून आम्ही गावागावांचे नकाशे मिळवू शकतो, उदा. कदामलाईकुंडू, तिरुप्पतूर, ओड्डनचत्रम इ.' वानगीदाखल तामिळनाडूमधल्या काही गावांची नावं घेत घेत आरएमएस सांगतात, ''या नवीन

तंत्रज्ञानाच्या मदतीनं गावाची लोकसंख्या, लोकसंख्येची घनता, पोहोचण्याचे सोपे रस्ते, आणि वाहतुकीची सोयीस्कर साधनं यांचा अभ्यास करणं शिबिर संयोजकांना सुलभ होतं.''

डॉ. इलेंगो कृष्णमूर्ती शिबिर आढावा बैठकीचं नेतृत्व करत आहेत. ते काहीसे निवांत वाटत असले तरी त्यांच्या ध्यानातून कोणतीही गोष्ट सुटत नाही. एका शिबिराची आकडेवारी पाहून त्यांच्या लक्षात येतं की, तीस रुग्णांना मोतीबिंदूची शस्त्रक्रिया करण्याचा सल्ला देण्यात आलेला असूनही त्यापैकी बरेच जण येण्यास उत्सुक नव्हते. ''ही संख्या मोठी आहे'' असा शेरा देत ते त्या शिबिराला उपस्थित असलेल्या कर्मचाऱ्यांचे तपशील पाहतात.[२१] ''इथे पुरेशा अनुभवी परिचारिका उपस्थित नव्हत्या का?'' ते विचारतात. मनुष्यबळ विभागानं अगदी शेवटच्या घडीला नियोजन केल्यानं असं घडल्याचं निष्पन्न होतं. ''पुढच्या वेळी या ठिकाणी आपले अनुभवी कर्मचारी उपस्थित राहतील याची दक्षता घ्या, या गावातल्या लोकांना अधिक चांगल्या प्रकारे सुविधा देणं ही आपली जबाबदारी आहे.'' इलेंगो सांगतात.

एक संयोजक आपल्या शिबिराचा वृत्तान्त सांगतो : ३५० रुग्ण अपेक्षित असताना ३५१ रुग्ण आले, त्यापैकी १०४ जणांना मोतीबिंदूच्या शस्त्रक्रियेचा सल्ला देण्यात आला, पैकी ९२ टक्के जणांनी ही शस्त्रक्रिया करून घेण्याची तयारी दाखवली. ६८ जणांना चश्म्याची गरज असल्याचं लक्षात आलं, त्यापैकी सर्वच्या सर्व जणांनी चश्म्याची मागणी नोंदवली आणि त्यांना तिथल्यातिथे चश्म्याचं वाटप करण्यात आलं. याखेरीज १३ रुग्णांना अधिक तपासणीसाठी मुख्य रुग्णालयात येण्याचा सल्ला दिला गेला.

अरविंदच्या तपासणी शिबिरांत केवळ मोतीबिंदू आणि डोळ्याचा नंबर यांचीच तपासणी होते असं नाही, तर काचबिंदू आणि मधुमेहामुळे निर्माण होणाऱ्या रेटिनाच्या विकारांचीही चाचणी केली जाते. शिबिरांच्या कामकाजाचा आढावा घेताना मध्येच इलेंगो म्हणतात, ''या शिबिरात इतर कुठल्या केसेस आढळलेल्या दिसत नाहीत. इतके रुग्ण तपासले त्यात एखादा तरी काचबिंदूचा रुग्ण असणं अपेक्षित होतं. कदाचित डॉक्टरांनी काळजीपूर्वक तपासलं नसावं. आपण पुढच्या शिबिरांमध्ये या मुद्द्याकडे लक्ष ठेवू, आणि गरज पडल्यास त्यात सुधारणा करू.''

या अहवालांमध्ये जितकं खोलात शिरावं, तितका थक्क करून टाकणाऱ्या माहितीचा खजिना उलगडत जातो. एका शिबिराला ७० गावांमधले लोक येणं अपेक्षित असताना फक्त ४७ गावांमधले लोक आलेले दिसतात. ही बाब निदर्शनास येताच इलेंगो त्या संयोजकाकडे विचारणा करतात, ''असं का बरं झालं? या शिबिराची जाहिरात नक्की कशी करण्यात आली होती?'' ''वर्तमानपत्रातून सर,'' तो नवखा संयोजक उत्तरतो. ''नाही नाही, अशा दूरवरच्या खेड्यांमध्ये वर्तमानपत्र

पोहोचत नाही. या लोकांना सकाळी उठून वर्तमानपत्र वाचायला वेळच नसतो, त्यांना कामावर जावं लागतं. अशा वेळी सरपंचाशी बोलून, भित्तीपत्रकं लावून, दवंडी पिटून जाहिरात करायला हवी.'' इलेंगो त्याला समजावतात. अरविंदचं जाहिराततंत्र भपकेबाज, डोळ्यात भरणारं नसलं, तरी परिणामकारक असतं. सगळ्यात लोकप्रिय, परिणामकारक आणि स्वस्त माध्यम म्हणजे एक रिक्षा भाड्यानं घेऊन ती गावागावात फिरवणं आणि लाउडस्पीकरवरून डोळे-तपासणी शिबिराची घोषणा करणं.

पोन्नी नावाची एक बाई या तपासणी शिबिराला आली ती अशीच एक घोषणा ऐकून.

अरविंदमध्ये शिबिरातून येणाऱ्या रुग्णांसाठी राखीव असलेल्या डॉर्मिटरीसारख्या एका कक्षात एक हडकुळी पण तरतरीत बाई –पोन्नी बसली आहे. ''इथे खूप चांगले उपचार मिळतात असं मी ऐकलं होतं, म्हणूनच मला इथे एकदा यायचं होतं. आणि मी इथे माझ्या मैत्रिणींसोबत आले आहे.'' ती हसतहसत सांगते.[२२] तिची बहीण थेनमोझी आणि तिच्याच गावातल्या काही बायका भोवती कोंडाळं करून बसल्या आहेत. हे खेळीमेळीचं, आनंदाचं वातावरण हाच या शिबिरांचा आत्मा आहे. नाहीतर घरापासून दूर अशा एका रुग्णालयात राहणं कुणाला आवडेल? थेनमोझी तर चाळिशीची-सुद्धा नसेल, पण तिच्या दोन्ही डोळ्यांवर शस्त्रक्रिया झाली आहे; पण त्याची चिंता न करता ती हसतमुखानं सांगते, ''आम्हांला इथे खूप बरं वाटतं, घरी काय आमच्या कामांचा रगाडा संपतच नाही, इथे तेवढाच जरा आराम.'' तिच्या रोजच्या आयुष्यात डोकावून पाहिल्याखेरीज तिला डोळ्यांची शस्त्रक्रिया म्हणजे आराम असं का वाटत असेल याची आपल्याला कल्पना येणार नाही.

यातल्या बहुसंख्य बायकांचा दिवस सुरू होतो तो उजाडण्याच्याही आधी. पाणी भरून आणणं, चुलीवर स्वयंपाक करणं, मुलांची देखभाल करणं, आणि हे सगळं झालं की, दिवसभर शेतात खपायला जाणं हेच त्यांचं वेळापत्रक. जगातल्या अंध व्यक्तींपैकी दोन तृतीयांश स्त्रिया आहेत हे ध्यानात घेतलं तर, अरविंदमध्ये आल्यानंतर या बायकांना जे काही मिळतं त्याचं त्यांच्या आयुष्यातलं महत्त्व आपल्या लक्षात येईल.[२३] पोन्नीबाई उठून उभी राहते, आणि तळमळीनं सांगू लागते, ''मी पोन्नीबाई, आज इथे असं जाहीर करत आहे की, आमच्या गावात अरविंदकडून घेतलं जाणारं प्रत्येक शिबिर शंभर टक्के यशस्वी होणार. बरेच लोक शस्त्रक्रिया करून घ्यायला बिचकतात; पण आम्ही त्यांना सांगू की, अरविंद फार झकास काम करत आहे आणि इथे तुमची उत्तम काळजी घेतली जाईल. मी जे काही बोलते आहे ते तुम्ही तारखेसकट खुशाल लिहून ठेवा.''

तिचा हा सच्चा अभिप्राय अधोरेखित करतो की, एखादी सेवा देताना तिचा

दर्जा आणि देणाऱ्याचा सेवाभाव यांना फार महत्त्व असतं. आरोग्य क्षेत्रात पायाभूत मुद्दा आहे तो विश्वास, मग ती सेवा विनामूल्य असो की कशाच्यातरी मोबदल्यात.

आर्थिकदृष्ट्या दुर्बल असलेल्या ज्या ज्या गावांमध्ये अरविंदमार्फत विनामूल्य सेवा पुरवली जाते ती ती गावं अरविंदची कट्टर समर्थक आहेत.

अनवाणी, जीर्ण असं धोतर-कुडता घातलेला, खप्पड गालांचा आणि डोळ्यावर वेडावाकडा झालेला चश्मा लावलेला संबलिंगम, अरविंदच्या संस्थापकांशी त्याचा फार जुना स्नेह आहे.

"मी पूर्णपणे आंधळा झालो होतो, त्यांनी माझ्यावर मोफत उपचार केले. त्यानंतर मला पुन्हा दिसू लागलं आणि मी कामावरही जाऊ लागलो."[२४] भारावून गेलेल्या संबलिंगमनं अरविंदच्या संस्थापकांना वचन दिलं की तो अधिकाधिक रुग्णांना इथे आणण्यात मदत करेल. ही घटना आहे १९७८ सालातली, तो आजही आपल्या वचनाला जागत आहे. त्याच्या गावातल्या तसेच आसपासच्या गावातल्या रुग्णांना तो इथे घेऊन येतो, कधी ५-१० जणांच्या गटाला तर कधी एकेकट्याला. तो सदैव मदतीला तयार असतो. तो म्हणतो, "लोकांचा माझ्यावर विश्वास आहे कारण त्यांना ठाऊक आहे की, जेव्हा मी इथे आलो तेव्हा मी ठार आंधळा झालो होतो आणि माझ्यावर भीक मागण्याची वेळ आलेली होती. पण इथून मी परत गेलो तो डोळस होऊन. लोकांनी हा फरक पाहिला आहे." दृष्टी परत मिळाल्यानं संबलिंगम पुन्हा एकदा शेतीकाम सुरू करू शकला. तो स्वतःला अरविंदचा राजदूत म्हणवून घेतो, आणि त्याला त्याचा अतिशय अभिमान आहे. त्याच्या खिशावर लावलेल्या बिल्ल्यावर लिहिलं आहे, 'पी. संबलिंगम स्वयंसेवक ग्राम जागृती अभियान'. गावागावातल्या स्वयंसेवकांना, रुग्ण ओळखण्याचं आणि त्यांना मुख्य रुग्णालयात आणण्याचं प्रशिक्षण देण्यासाठी हा कार्यक्रम अरविंदमध्ये १९९० साली सुरू झाला होता; पण गावागावातल्या तपासणी शिबिरांनी जोर धरल्यानंतर हा उपक्रम बंद करण्यात आला. परंतु संबलिंगमसारख्या अनेक स्वयंसेवकांची मात्र हा उपक्रम अद्याप सुरूच असल्याची धारणा आहे.

"रुग्णांना स्वतः इथे घेऊन येणं खूप फायदेशीर ठरतं. गावातल्या लोकांना इथली काहीच माहिती नसते. इथे आल्यानंतर कुठे जायचं, काय करायचं हे न कळल्यानं ते गोंधळून जातात. मला इथली खडान्‌खडा माहिती आहे, दारावरच्या वॉचमनपासून ते डॉ. व्हींपर्यंत सर्वांना मी ओळखतो आणि तेही मला ओळखतात." हे सांगताना संबलिंगमचा चेहरा अभिमानानं फुलून येतो. त्याच्या बोलण्यातून अरविंदचा सुरुवातीपासूनचा प्रवासच जणू आपल्यासमोर उलगडला जातो. "पहिल्यापहिल्यांदा मी रुग्ण शोधण्यासाठी गावोगावी, घरोघरी फिरायचो; पण मग मोठ्या डॉक्टरांनी (म्हणजे डॉ. व्हींनी) मला सांगितलं की तू त्यांना शोधत फिरू

नको, तेच तुझ्या शोधात येतील आणि खरंच तसं घडलं. कुणाला डोळ्यांची कसलीही तक्रार असली की लोक माझ्याकडेच येतात.'

ऐंशीच्या घरातला हा माणूस आजही उत्साही आणि दृढनिश्चयी आहे. अरविंदशी जोडलेल्या नात्यामुळे आपल्या अस्तिवाला रोजच्या जगण्यापेक्षा एक फार गहिरा अर्थ प्राप्त झालाय हे त्याला पक्कं ठाऊक आहे. ही रुग्णसेवा आणखी किती वर्षं करणार या प्रश्नावर आपल्या वाकड्या चश्म्यातून आरपार पाहत तो उत्तर देतो, "मी मरून गेलो तरीही मी हे काम करीन असं तर मी म्हणू शकत नाही, पण एवढं मात्र नक्की सांगू शकतो की जोवर मी जिवंत आहे तोवर जास्तीतजास्त रुग्णांना इथे घेऊन येत राहणार."

जसजशी शेकडो गावातल्या हजारो लोकांना अरविंदमधल्या उपचारांनी दृष्टी परत मिळू लागली तसतशी अरविंदच्या लोकाभिमुख आणि उत्कृष्ट दर्जाच्या नेत्रसेवेची कीर्ती वेगानं पसरू लागली. लोकांच्या मनातली डोळ्यांवर उपचार करून घेण्याविषयीची भीती आणि शंका विरू लागल्या आणि या सेवांचा अधिकाधिक लाभ घेण्याची प्रवृत्ती वाढीस लागली. नॉर्थवेस्टर्न विद्यापीठातील मार्केटिंग विषयाचे प्राध्यापक फिलीप कोटलर यांनी हा चमत्कार म्हणजे, 'व्यवसाय-नियंत्रित दृष्टिकोनाचे व्यवसायाला नियंत्रित करणाऱ्या दृष्टिकोनात रुपांतर' असल्याचं म्हटलं आहे. डॉ. व्ही. तसेच व्हर्जिन ग्रुपचे रिचार्ड ब्रॅन्सन आणि द बॉडी शॉपच्या अनिता रॉडिक यांचं वर्णन करताना ते म्हणतात, "ज्यांनी जगाकडे एका वेगळ्याच चश्म्यातून पाहिलं आणि ज्यांच्या कल्पनांनी ग्राहकांच्या गहिऱ्या, सुप्त आणि नव्यानं उदयास येणाऱ्या गरजा पूर्ण केल्या असे हे द्रष्टे लोक आहेत.

अस्तित्वात असलेल्या मार्केटमध्ये स्वत:चं स्थान शोधण्याऐवजी त्यांनी स्वत:च एका नवीन मार्केटला जन्म दिला आहे."[२५]

डॉ. व्हींनी 'विनाकारण अंधत्वाच्या' गाभ्यालाच हात घातला आणि पीडितांचं दु:ख जवळून समजून घेतलं. दृष्टीविषयक प्रश्नांची उत्तरं शोधण्याची धुरा त्यांनी स्वत:च्या खांद्यावर घेतली. जिथं लोक आहेत तिथं आपण पोहोचण्याची अरविंदची परंपरा ही याच मानसिकतेचं प्रतीक आहे. एक माणूस म्हणून एखाद्या रुग्णाची किंमत ही त्याच्या शस्त्रक्रियेच्या किंमतीपेक्षा कितीतरी पटींनी अधिक असते आणि ही बाब अधोरेखित करणारी व्यवस्था अरविंदमध्ये आहे. जशा श्रीमंतीमध्ये चढत्या पायऱ्या असतात तशाच गरिबीमध्येही उतरत्या पायऱ्या असतात. एखादी गोष्ट परवडणं किंवा न परवडणं ही व्यक्तिसापेक्ष बाब आहे आणि ही बाब स्वाभिमानाशी निगडित आहे. 'प्रत्येक जण काही ना काही स्वरूपात हातभार लावतच असतो; मग तो पैसा देवो अगर न देवो' या एकाच सूत्राभोवती अरविंदचा आदर्श उभा राहिलेला आहे.

तीन

चमत्कार घडवणारी केस स्टडी

''अरविंदमध्ये समानतेचं तत्त्व काटेकोरपणे पाळलं जातं. पैसे देणाऱ्या रुग्णांसाठी वेगळ्या तऱ्हेचे उपचार आणि पैसे न देणाऱ्यांसाठी वेगळे उपचार असं इथे अजिबात नाही.'' तुलसी सांगतात. जेवढा मोबदला तेवढी सुविधा हा झाला चौकटीतला पायंडा; पण अरविंदच्या संस्थापकांनी ही चौकट मोडली आणि संपूर्ण मोबदला देणाऱ्या, विनामूल्य उपचार घेणाऱ्या किंवा अत्यंत सवलतीच्या दरात उपचार घेणाऱ्या अशा सर्वांनाच एकसमान उच्च दर्जाची सेवा द्यायला सुरुवात केली. आणखी एक पाऊल पुढे जाऊन, या सुविधांवरचे वर्गवारीचे शिक्के पुसून टाकत त्यांनी सर्व प्रकारच्या सुविधा एकाच छताखाली द्यायला सुरुवात केली.[१] ''जर तुम्ही केवळ पैसे देऊ शकणाऱ्यांसाठी किंवा पैसे न देऊ शकणाऱ्यांसाठी अशा वेगवेगळ्या संस्था चालवत असाल तर त्याचा अर्थ तुम्ही सांस्कृतिक विभाजन करत आहात. मग डॉक्टर्ससुद्धा त्यापैकी विशिष्टच ठिकाणी काम करण्याचा आग्रह धरतील. जर आम्हीही दोन वेगवेगळी रुग्णालयं उभारली असती तर दोन्ही ठिकाणच्या कर्मचाऱ्यांना आलटूनपालटून दोन्हीकडे काम करायला लावणं कठीण गेलं असतं.'' अरविंदचे संस्थापक सदस्य डॉ. पेरूमलसामी नामपेरूमलसामी सांगतात.(ज्यांना बहुतेक जण डॉ. नाम म्हणून ओळखतात)[२] एकसमान सुविधा देणं याचाच अर्थ पैसे देऊन उपचार घेणाऱ्या रुग्णांसाठी कोणताही डॉक्टर 'राखीव' ठेवण्यात आलेला नाही. अरविंदमधले सर्व नेत्रतज्ज्ञ विनामूल्य आणि मोबदल्याच्या विभागात आलटून पालटून काम करतात.

हा आदर्श उभा राहण्यामागे एक निश्चय आहे तो म्हणजे उच्च दर्जाची सेवा देणं किफायतशीर असतं कारण त्यामुळे गुंतागुंतीचं प्रमाण कमी होतं, वारंवार रुग्णालयात येण्याची गरज उरत नाही, रुग्णांचं समाधान होतं आणि विश्वासाची भावना दृढ होते. तुलसी म्हणतात त्याप्रमाणे, 'उच्च दर्जामुळेच मागणी टिकून राहते. इथे ज्या संख्येनं रुग्ण येतात ते पाहता उच्च दर्जा न टिकवणं म्हणजे

स्वत:च्या हातांनी स्वत:चं नाव बदनाम करण्यासारखं आहे.' डॉ. अरविंद एका बोलक्या उदाहरणातून हे विधान स्पष्ट करतात. ''तामिळनाडू राज्यात दर तीन माणसातल्या एका माणसावर होणारी डोळ्यांची शस्त्रक्रिया ही अरविंदमध्ये झालेली असते. याचा अर्थ आम्हांला इतक्या माणसांना समाधानी ठेवणं आवश्यक आहे.''

दर्जा आणि संख्या यांचं परस्परांशी व्यस्त गुणोत्तर असतं असा एक सर्वमान्य समज आहे; परंतु वैद्यकीय क्षेत्रातल्या आणि विशेषत: मोतीबिंदूच्या संदर्भातल्या अनेक संशोधनांमधून असं दिसून आलंय की, जेव्हा खूप मोठ्या रुग्णसंख्येवर उपचार होतात तेव्हा अधिकाधिक चांगले परिणाम दिसून येतात.[३] याला अनेक सर्जन्सकडूनही दुजोराच मिळतो. अरविंदच्या अनुभवावरूनही हेच दिसून येतं की, प्रचंड मोठ्या रुग्णसंख्येमुळे वैद्यकीय सेवेचा दर्जा खालावत नाही तर उलट उंचावतो.

सी. के. प्रल्हाद यांनी अरविंदमधल्या शस्त्रक्रियांची आकडेवारी आणि २००१ साली यू.के. मध्ये रॉयल कॉलेज ऑफ ऑप्थॅल्मॉलॉजीनं केलेलं राष्ट्रीय सर्वेक्षण यांच्या तुलनात्मक अभ्यासाचे निष्कर्ष 'द फॉर्च्यून ॲट द बॉटम ऑफ पिरॅमिड'मध्ये प्रसिद्ध केले आहेत.[४] कोणत्याही शस्त्रक्रियेदरम्यान वेगवेगळ्या प्रकारे गुंतागुंत निर्माण होण्याची शक्यता असते. हा तुलनात्मक अभ्यास शस्त्रक्रियेदरम्यान आणि शस्त्रक्रियेनंतरच्या ४८ तासांत होणाऱ्या वीस वेगवेगळ्या गुंतागुंतीच्या शक्यतांवर आधारित होता. २० पैकी १७ प्रकारांत अरविंदमध्ये होणाऱ्या शस्त्रक्रियांमध्ये असा काही गोंधळ निर्माण होण्याचे प्रसंग यू.के.मधील शस्त्रक्रियांच्या तुलनेत कमी असल्याचे आढळून आले.[५]

खरे तर अरविंदच्या कामाची व्याप्ती इतकी होती की, त्यांनी रुग्णांच्या बाबतीत सावध पवित्रा घेणं अगदी स्वाभाविकच होतं; पण प्रत्यक्षात घडलं उलटंच. ज्या रुग्णांच्या बाबतीत एखादी गुंतागुंत होण्याची शक्यता आहे अशा रुग्णांची जबाबदारी घेतली जाईल अशीच व्यवस्था इथे अस्तित्वात आहे. जर अशा कठीण परिस्थितीतला एखादा रुग्ण आला असेल, किंवा जर एखाद्या रुग्णाचा एकच डोळा सुस्थितीत असेल अथवा एखाद्या रुग्णावर पुन्हा शस्त्रक्रिया करणं भाग असेल तर, अशा वेळी त्याला रुग्णालयातल्या सर्वांत अनुभवी सर्जनकडेच पाठवलं जातं. उत्तम सुविधा पुरवण्याच्या अट्टाहासामागे सेवाभाव आणि करुणा असली तरी व्यावसायिक दृष्ट्यादेखील हे यथायोग्यच आहे. इथल्या उपचारांनी आणि मिळालेल्या सेवांनी समाधानी झालेले रुग्ण अरविंदचं भरभरून कौतुक करतात. आणि तुलसी म्हणतात त्याप्रमाणे हे कौतुकच मार्केटिंगचं सर्वांत प्रभावी माध्यम ठरतं.

आपल्या 'क्वालिटी इज फ्री' या पुस्तकात फिलीप क्रॉस्बी सांगतात की, बऱ्याचशा संस्था कामाच्या दर्जाचा विनाकारण बाऊ करतात आणि त्याच्याकडे आपल्या आवाक्याबाहेरची एखादी अद्भुत चीज असल्यासारखं पाहतात; पण फिलीप क्रॉस्बी यांच्या मते 'दर्जा म्हणजे गरजेनुसार हव्या त्या स्वरूपात बदलता येणारी गोष्ट आहे, फक्त त्यासाठी वेळ, संयम आणि झोकून देण्याची वृत्ती हवी.'[६] अरविंदनं नेमका हाच दृष्टिकोन स्वीकारला. भारतामधल्या ढिसाळ आरोग्यव्यवस्थेत प्रकर्षानं वेगळी उठून दिसणारी उच्च प्रतीची दर्जेदार व्यवस्था उभी करून एक नवा आदर्शच घालून दिला. काटेकोर नियमांचं आणि बंधनांचं पालन केलं आणि आपल्या अचूकपणासाठी, उत्कृष्टतेसाठी नावलौकिकही मिळवला. मिशिगन विद्यापीठात रुग्णालय व्यवस्थापन या विषयाचे प्राध्यापक असणारे डॉ. फ्रेड मुनसॉन सांगतात, "उच्च दर्जा टिकवण्याचा हा ध्यास डॉ. व्ही आणि त्यांच्या पूर्ण कुटुंबानं जपला आहे. डॉ. नच्चिअर शस्त्रक्रियाकक्षात येऊन आपल्या कामाची पाहणी करणार आहेत हे समजताच तरुण डॉक्टरांच्या पोटात अक्षरश: गोळा येत असे."

जवळजवळ पहिली वीस वर्षं अरविंदच्या सर्व रुग्णालयातील कामाच्या दर्जावर देखरेख ठेवण्याचं काम डॉ. नच्चिअर एकहाती करत असत. वर्षातून दोनदा अरविंदच्या सर्व रुग्णालयांना भेट देणं, त्यातील तेवीस वेगवेगळ्या विभागांची तपासणी करणं, तिथे होणाऱ्या शस्त्रक्रियेमध्ये येणाऱ्या अडचणी पाहणं, संशोधनासाठी गोळा केलेली वैद्यकीय माहिती, कर्मचाऱ्यांनी आलटून पालटून काम केल्याची खातरजमा, शिबिरांचे खर्च, तसेच वसतिगृहांतून दिल्या जाणाऱ्या खाण्याचं पोषणमूल्य इ. सर्व बाबींकडे त्या जातीनं लक्ष घालत. त्या हसत हसत सांगतात, "पण हळूहळू माझ्या असं लक्षात आलं की, आपण आता थकलो आहोत आणि या कामांची जबाबदारी कोणावरतरी सोपवणं गरजेचं आहे."

माहितीचं पद्धतशीरपणे संकलन आणि पुनर्तपासणी व्हावी यासाठी २००६ साली अरविंदच्या 'पॅरामीटर प्रोग्रॅमची' सुरुवात झाली. या कार्यक्रमांतर्गत तीन वरिष्ठ सदस्यांकडून अरविंदच्या सर्व रुग्णालयांचं तीन ते पाच दिवसांच्या कालावधीचं लेखापरीक्षण करण्यात येऊ लागलं. प्रत्येक रुग्णालयाला या तपासणीचा अहवाल दिला जातो आणि एखाद्या रुग्णालयातील वैशिष्ट्यपूर्ण, दर्जेदार पद्धत इतर ठिकाणीही राबविण्यात येते.

'मोजमापांची आणि परिणामांची नोंद ठेवणं बंधनकारक असणं हे आरोग्य-सेवा क्षेत्रात घडून येणाऱ्या सुधारणांसाठी आवश्यक बाब आहे' असं मत मायकेल पोर्टर आणि एलिझाबेथ टिसबर्ग यांनी आपल्या 'रीडिफायनिंग हेल्थ केअर' या पुस्तकात मांडलं आहे.[७] प्रत्यक्षात मात्र ही विचारसरणी वैद्यकीय क्षेत्रात फारशा गांभीर्यानं घेतली जात नाही. चार्ल्स केनी यांच्या मते याचं मूळ कार्यसंस्कृतीत दडलं

आहे. 'एकदा का तुम्ही कॉलेजातून बाहेर पडलात आणि स्वत: डॉक्टर म्हणून काम करायला लागलात की आता आपण कोणाला उत्तर द्यायला बांधील नाही, आपण आपल्या मर्जीचे राजे ही प्रवृत्ती बळावते आणि नेमकं हेच घातक असतं.'[८] अरविंदमध्ये असलेल्या रुग्णकेंद्रित व्यवस्थेमुळे कामाचं मोजमाप करणं आणि त्यात प्रमाणबद्धता आणणं सहज शक्य होतं. दर आठवड्याला होणाऱ्या मोतीबिंदूविषयक बैठकीतून त्यावर आपोआपच प्रकाश टाकला जातो.

अरविंद-मदुराई मध्ये रुग्णसंख्येचा ६७ टक्के भार मोतीबिंदू विभागाकडे असतो.[९] मोतीबिंदू विभागाच्या शस्त्रक्रिया कक्षात किंवा रुग्णकक्षात काम करणाऱ्या सर्व परिचारिकांची डॉ. हरिप्रिया (मोतीबिंदू विभागप्रमुख) यांच्यासोबत कामकाजाचा आढावा घेण्यासाठी साप्ताहिक बैठक होते. विनामूल्य आणि पैसे देऊन उपचार होणाऱ्या अशा दोन्ही विभागातील कामाचा दर्जा काही परखड निकषांनुसार तपासण्यात येतो. शस्त्रक्रियांची संख्या, गुंतागुंत निर्माण झाली असल्यास किंवा काही रुग्णांवर पुन्हा शस्त्रक्रिया केली असल्यास त्याचे तपशील, जंतुसंसर्गाचं प्रमाण इ. बाबींचे तपशील तपासले जातात. यातल्या प्रत्येक केसचे तपशील उदा. सर्जन आणि परिचारिकेचं नाव, कोणत्या पायरीला ही गुंतागुंत निर्माण झाली, त्यावर काय उपचार केले गेले, आणि शेवटी काय परिणाम दिसून आला या सर्वांचा आढावा घेण्यात येतो.

या सर्व कामात रुग्णांचे तपशील पुरावा म्हणून वापरले जातात, परिचारिकांकडून माहिती घेण्यात येते आणि गरज पडल्यास विभागप्रमुखांकडून सौम्यपणे परंतु बारकाईनं चौकशी करण्यात येते. शस्त्रक्रियेच्या कोणत्या टप्प्यावर ही गुंतागुंत निर्माण झाली? शस्त्रक्रिया करणाऱ्या सर्जनची ती दिवसभरातली कितवी केस होती? या प्रश्नांच्या उत्तरातून हे नेमकेपणानं समजू शकतं की सर्जनवर कामाचा ताण तर नाही? आणि जर असेल तर त्याच्यावरचा कामाचा ताण कमी करण्याच्या दृष्टीनं पावलं उचलली जातात. जर एखाद्या सर्जनकडून विशिष्ट चूक वारंवार घडत असेल तर त्यासाठी त्याला पुन्हा प्रशिक्षण देण्यात येतं.

सर्जन्सना या बैठकीला उपस्थित राहणं बंधनकारक नसलं तरी, त्यांनी हाताळलेल्या केसेसमध्ये एखादी गुंतागुंत झालेली असल्यास त्याचे तपशील त्यांनी वाचणं आणि त्याखाली स्वाक्षरी करणं आवश्यक असतं. हे तपशील अगदी सर्वात वरिष्ठ डॉक्टर्सपासून ते निवासी आणि प्रशिक्षणार्थी डॉक्टर्सपर्यंत सर्वांसाठी उपलब्ध असतात. "संपूर्ण कामकाजाचा तौलनिकरित्या लेखाजोखा घेणं आणि तो पारदर्शकपणे सर्वांसमोर मांडणं हाच यामागचा हेतू आहे." डॉ. हरिप्रिया सांगतात. डॉ. हरीप्रियांचे पती डॉ. अरविंद जे स्वत: खूप मोठ्या संख्येने मोतीबिंदूच्या शस्त्रक्रिया करणारे सर्जन आहेत, ते असं सांगतात की "मदुराई येथील अरविंद रुग्णालयात

सुमारे १०० डॉक्टर्स, ८०-९० परिचारिका आणि ४० नेत्र-तपासनीस असे २०० पेक्षा अधिक लोक हा सर्व डेटा हाताळतात. कामाचा दर्जा राखणं किती आवश्यक आहे हे नकळत त्यांच्या मनावर बिंबवलं जातं. यातूनच निकोप स्पर्धा वाढीस लागते आणि रुग्णांना सर्वोत्तम सेवा देण्याची धडपड केली जाते.''

तुलसी म्हणतात, ''इथे असणारी पारदर्शकता हा खूप महत्त्वाचा मुद्दा आहे. सहसा हे डॉक्टरांच्या पचनी पडत नाही; पण ही माहिती संकलित केली जाते ती व्यवस्थेतले दोष दूर करण्याच्या हेतूने, यात व्यक्तिगत असं काहीच नाही.'' हे प्रत्यक्षात कसं येतं हे पटवून देण्यासाठी ते एक उदाहरण देतात. ८० च्या दशकात बिनटाक्यांची शस्त्रक्रिया तितकीशी रूढ झालेली नव्हती. संकलित माहितीद्वारे एकदा असं लक्षात आलं की, बऱ्याच रुग्णांना शस्त्रक्रियेनंतरच्या तपसणीसाठी वारंवार यावं लागत आहे. तुलसी म्हणतात ''काही रुग्णालयं असं अभिमानानं मिरवत असतात की शस्त्रक्रियेनंतर आम्ही रुग्णाला दहा वेळा तपासणीसाठी बोलावतो; पण खरं तर हा दृष्टिकोण चुकीचा आहे. यामुळे रुग्णाला नाहक गैरसोय आणि आर्थिक भुर्दंड सोसावा लागतो.''

शस्त्रक्रियेनंतर रुग्णांना किती वेळा यावं लागलं याविषयीची माहिती काळजीपूर्वक तपासण्यात आल्यानंतर असं निष्पन्न झालं की, बऱ्याच रुग्णांना यावं लागतं ते टाक्यांसंबंधी काहीतरी अडचण उद्‌भवल्यामुळे. 'मग आम्ही प्रत्येक महिन्याचा टाक्यांविषयक डेटा तपासला.' त्यातून असं दिसलं की, पाचपेक्षा कमी टाके घातलेल्या केसेसमध्ये काहीतरी गोंधळ निर्माण होत होता. ''मुळात हजार केसेसपैकी दहाच केसमध्ये काही ना काही प्रश्न उद्भवत असल्याने सर्जनच्या पातळीवर हे प्रश्न सापडणं कठीण होतं. नेमका टाक्यांविषयक डेटा पाहिल्यानंच हे लक्षात येऊ शकलं.'' तुलसी स्पष्ट करतात. चर्चेअंती वरिष्ठ सर्जन्सचं असं मत पडलं की टाके घालणं हे अनुभवाचं आणि कौशल्यपूर्ण काम आहे. एक खबरदारी म्हणून सर्व कनिष्ठ सर्जन्सना किमान पाच टाके घालणं बंधनकारक करण्यात आलं, आणि वरिष्ठ, अनुभवी सर्जन्सना तीन टाके घालण्याची मुभा देण्यात आली. पुढील महिन्यात दिसून आलेले परिणाम सुस्पष्ट होते. ''त्यातून असं दिसलं की सर्जनची ज्येष्ठता किंवा अनुभव महत्त्वाचा नाही. कोणत्याही परिस्थितीत पाच टाके घालणं गरजेचं आहे.'' माहितीच्या वस्तुनिष्ठ संकलनावर आधारित निर्णय घेणं कसं आवश्यक असतं हेच यातून अधोरेखित झालं. ''आमच्यातील अहंभाव दूर करायला अशा गोष्टी मदत करतात,'' तुलसी हसत हसत कबूल करतात.

पाश्चात्त्य वैद्यकीय जगात कामाचा उत्कृष्ट दर्जा टिकवण्यासाठी चाललेल्या

घडामोडींवर भाष्य करणाऱ्या 'द बेस्ट प्रॅक्टिस' या पुस्तकात चार्ल्स केनी असं म्हणतात की, "जोवर डॉक्टर्स आणि इतर कर्मचाऱ्यांना देण्यात येणारं वेतन हे त्यांनी केलेल्या कामाच्या फलनिष्पत्तीच्या प्रमाणात नसून किती काम केलं यावर अवलंबून आहे तोवर त्यांच्यात चांगले बदल घडून येणं शक्य नाही."[१०] खूप मोठी रुग्णसंख्या असूनही कामाच्या दर्जात तडजोड होऊ नये यासाठी अरविंदने इतर रुग्णालयांपेक्षा वेगळी अशी एक खबरदारी घेतली आहे ती म्हणजे सर्जन्सचा पगार आणि त्यांनी तपासलेली रुग्णसंख्या एकमेकांपासून अलग ठेवण्याची.

जसजशी वर्षं गेली तसतसं अरविंदमध्ये गुंतागुंत निर्माण होण्याचं तसंच संसर्ग होण्याचं प्रमाण कमी होत गेलं. २००९ साली वर्षभरात झालेल्या मोतीबिंदूच्या १,८०,००० शस्त्रक्रियांमध्ये संसर्ग होण्याचं प्रमाण ०.३ टक्के इतकं होतं. त्याच वर्षी त्यांच्या इतर शस्त्रक्रियांनी ५१,००० चा आकडा पार केला आणि त्यात संसर्गाचं प्रमाण होतं केवळ ०.०२५ टक्के.[११]

रुग्णांना येणारे अनुभव आपल्याला आपल्या कामाचा दर्जा सुधारण्याच्या कामी नक्कीच मदत करतात ही अरविंदची धारणा होती. तुलसी या मुद्द्यावर जोर देतात की, जरी रुग्णांना उपचारांच्या वैद्यकीय दर्जाविषयी काही सांगणं कठीण असलं तरी ते इतर बाबींविषयी आपल्याला सांगू शकतात. उदा. खोलीतल्या चादरी स्वच्छ होत्या की नाही, परिचारिकांचं वागणं/बोलणं नम्रपणाचं होतं की नाही, डॉक्टर वेळेवर येत होते की नाही इ. इ. एखाद्या रुग्णालयात आतिथ्यशीलतासुद्धा महत्त्वाची असते. अरविंदच्या रुग्णालयात इतकी गर्दी, आणि कामाची लगबग असूनही इथलं वातावरण कमालीचं स्वच्छ असतं. रस्त्यांवरची गजबज आणि अस्वच्छता अंगवळणी पडलेल्या रुग्णांना इथला प्रशस्तपणा, नीटनेटकेपणा यांचा अचंबा वाटतो. "वैद्यकीय परिणामांव्यतिरिक्त इतर गोष्टींचा विचार करायचा झाल्यास रुग्णांचं समाधान हे आपल्या दर्जाचं सर्वात मोठं परिमाण असतं. आणि इथे, संस्थेतील सर्व पातळ्यांवर राखला जाणारा कामाचा दर्जा महत्त्वाचा ठरतो."

बाह्य रुग्ण, त्यांच्या तपासणीसाठी लागणारा वेळ आणि या सगळ्यातले कळीचे मुद्दे यावरही बारकाईनं लक्ष ठेवलं जातं, अगदी शस्त्रक्रिया आणि इतर वैद्यकीय परिणामांइतकंच अरविंदमध्ये कोणत्याही बाह्य रुग्णाला प्राथमिक नोंदणीपासून ते अंतिम तपासणी होईपर्यंत सात वेगवेगळ्या टप्प्यांतून पार व्हावं लागतं. यातल्या प्रत्येक टप्प्यासाठी लागणाऱ्या वेळाचा अंदाज आधीच देण्यात येतो आणि हे सगळं पूर्ण व्हायला सुमारे दोन तास लागतील याची रुग्णाला पूर्वकल्पना दिली जाते. अर्थात एखाद्या रुग्णाला कोणकोणत्या तपासण्या करायच्या आहेत यावर हा वेळ कमी-जास्त होऊ शकतो.[१२] भारतासारख्या देशात आपल्याला बँक असो, पोस्ट असो किंवा पासपोर्टचं नूतनीकरण; भल्या मोठ्या रांगेत तासनतास उभं राहण्याची

सवयच झालेली असते. या पार्श्वभूमीवर अरविंदमध्ये अनुभवास येणारी तत्परता नक्कीच सुखावह असते.

मोतीबिंदू विभागाच्या मुख्य असणाऱ्या डॉ. हरिप्रियांच्या टेबलवरचा फ्लॅट स्क्रीन मॉनिटर एका प्रतीक्षा-कक्षातलं दृश्य कॅमेऱ्याद्वारे दर्शवत असतो. त्याद्वारे त्यांना पूर्ण परिस्थितीवर नजर ठेवणं सहज शक्य होतं. एका वैशिष्ट्यपूर्ण सॉफ्टवेअरच्या मदतीनं, नोंदणी केलेल्या रुग्णांची संख्या, त्याची कालच्या दिवसाशी अथवा गेल्या वर्षीच्या नोंदणीशी तुलना हे सर्व काही सहज साध्य होतं. जर एखादा रुग्ण एक तासापेक्षा जास्त काळ वाट पाहत असेल तर त्याची नोंदणी असणारा स्क्रीन पिवळ्या रंगाचा होतो; आणि जर रुग्ण दोन तास वाट पाहत असेल तर तो रंग लाल होतो. याचा अर्थ ताबडतोब काहीतरी उपाययोजना गरजेची आहे. प्रत्येक डॉक्टरनं किती रुग्ण पाहिले याची देखील नोंद या सॉफ्टवेअरमध्ये होते. त्यानुसार रुग्णांना योग्य त्या ठिकाणी पाठवलं जातं. अरविंदमध्ये असणाऱ्या इतर अनेक सुविधांप्रमाणेच कमीतकमी वेळात जास्तीत जास्त रुग्ण कौशल्यानं हाताळण्यासाठी आणि सतत सुधारणा करत राहण्यासाठी या सॉफ्टवेअरची खूप मदत होते.

अरविंदच्या कारभारात 'मोठ्या संख्येनं येणाऱ्या रुग्णांची' भूमिका महत्त्वाची आहे. रुग्णांचं समाधान आणि उत्कृष्ट सेवा यांचा ताळमेळ घालणं किती महत्त्वाचं आहे हे यातून अधोरेखित होतं; त्याचबरोबर यातून किफायतशीरपणा वाढतो, अधिकाधिक शस्त्रक्रियांचं प्रशिक्षण मिळतं, आणि एकूणच तंत्रज्ञान अद्ययावत होत राहतं. गोळा होणाऱ्या माहितीच्या आधारे चांगले बदल घडवत जाणं हा अरविंदचा शिरस्ता आहे. उपचारांनी दूर होऊ शकणारं अंधत्व नाहीसं करण्याचा आणि उच्च दर्जाची नेत्र सेवा सर्व गरजूंना पुरवण्याचा वसा घेतलेल्या अरविंदसाठी प्रचंड संख्येनं येणारे रुग्ण ही सर्वात पायाभूत गोष्ट आहे हे मात्र नक्की.

तुलसी म्हणतात, ''बऱ्याचदा असं दिसून येतं की, काही संस्था एखाद्या उदात्त हेतूनं स्थापन तर झालेल्या असतात पण प्रत्यक्षात मात्र कुठलंतरी ध्येय गाठण्याच्या नादात तो मूळ हेतू बाजूलाच पडतो. आम्ही एक खूप मोठा धडा शिकलो आहोत की, आपल्या ध्येयावरून आपलं लक्ष विचलित होऊ द्यायचं नाही. आपली सगळी ऊर्जा फक्त आपलं ध्येय साध्य करण्यासाठी लावायची, आणि कुठल्याही परिस्थितीत टिकाव धरेल अशीच बांधणी करायची.''

जेव्हा तुम्ही अशी एखादी अचूक रचना प्रत्यक्षात आणता, तेव्हा बडे बडे उद्योजकही तुमच्या यशानं भारावून जातात. असंच काहीसं १९९३ साली घडलं आणि केम्ब्रिज, मॅसेच्युसेट्सहून आलेले काही पाहुणे थेट अरविंदमध्ये

दाखल झाले.

त्या प्राध्यापक पाहुण्यानं मदुराईतल्या अरविंद गेस्ट हाउसचं दार अगदी दबकत दबकत उघडलं. खरं तर रात्रीचे दहाच वाजले होते,पण इथले लोक मात्र 'लवकर निजे लवकर उठे' हे तत्त्व पाळणारे होते. कुठल्याशा झपाटलेपणातून हा पाहुणा 'अरविंद' पर्यंत येऊन पोहोचला होता. अरविंदमध्ये घालवलेल्या त्या एका दिवसातले वेगवेगळे प्रसंग त्याच्या डोळ्यांसमोर तरळत होते – दिव्यांनी उजळून गेलेले अरविंदमधले शस्त्रक्रियाकक्ष, चपळाईनं आणि तत्परतेनं वावरणाऱ्या साडी नेसलेल्या परिचारिका, रुग्णांच्या लांबलचक रांगा आणि अर्थातच डॉ. व्हींशी झालेली त्याची पहिली भेट. इथे येणाऱ्या रुग्णांच्या गर्दीची झलक मिळावी म्हणून तो भल्या सकाळीच अरविंदमध्ये हजर झाला होता. सकाळी सात वाजता सुमारे १०० रुग्ण नोंदणीसाठी रांगेत उभे होते. आणि या सगळ्या गर्दीत त्याला भेटला तो काहीसं अडखळत चालणारा, कुठे एखाद्या रुग्णाला मदत करणारा, एखाद्या रुग्णाच्या प्रश्नांची उत्तरं देणारा एक विलक्षण माणूस, अरविंदचे वयोवृद्ध संस्थापक डॉ. व्ही. 'अजून इथले दिवे कसे बरे चालू' असा विचार करत तो पाहुणा गेस्ट हाउसच्या दिवाणखान्यात आला. ''नमस्कार प्राध्यापकसाहेब!'' नव्यानंच परिचय झालेल्या एका आवाजानं त्याला अडवलं. आधीच जेट-लॅग मुळे आलेला थकवा, दिवसभर अरविंदमध्ये झालेली धावपळ आणि आत्ता या वेळी अनपेक्षितपणे कुणीतरी मारलेली हाक या सगळ्यामुळे पुरता गोंधळून गेलेला तो पाहुणा म्हणजेच हार्वर्ड बिझनेस स्कूलमधले माल्कम पी. मॅकनेअर मार्केटिंग प्रोफेसर 'व्ही. कस्तुरीरंगन' (मित्र आणि विद्यार्थी परिवारात 'कॅश' म्हणून ओळखले जाणारे) यांनी मागे वळून पाहिलं. सोफ्यावर बसलेली पांढऱ्या केसांची एक व्यक्ती त्यांच्याकडे पाहून मिश्कील हसत होती. ''नमस्कार डॉ. व्ही'' कॅश उत्तरले.

चौदा वर्षांनंतर, कॅश रंगन त्यांच्या हार्वर्डमधल्या ऑफिसात बसून या घटनांची हसत हसत उजळणी करत होते. ''त्या वेळी डॉ. व्ही तिथे का आले होते हे काही मला समजलं नाही. खरं तर बरीच रात्र झाली होती, पण तरीही ते जागे होते. मी येण्याची आणि माझ्याशी बोलण्याची वाट पाहत होते.''

त्या वेळी डॉ. व्हींना जे बोलायचं होतं तेही काहीसं अचंबितच करणारं होतं. ''मी काही इथे अध्यात्माविषयी बोलायला आलो नव्हतो.'' कॅश स्पष्टपणे सांगतात. ''मी आलो होतो ते इथल्या आर्थिक रचनेविषयी, इथे होणाऱ्या शस्त्रक्रियांच्या

आकडेवारीविषयी बोलायला. जसजशी मी संवादाची गाडी त्या दिशेनं वळवायला लागलो तसं ते मला म्हणाले की याबद्दल तुला हवी असलेली अधिक माहिती तुलसी- (डॉ. व्हींचा भाचा) देतील. डॉ. व्हींना माझ्याशी योगी अरविंदांविषयी बोलायचं होतं, त्यांच्या जाणीव जागृतीविषयी बोलायचं होतं; आणि या सगळ्याचा माझ्या इथं येण्याशी सुतराम संबंध नव्हता. अरविंदमध्ये येणाऱ्या गरीब रुग्णांविषयी, सुरुवातीच्या काळात ते त्यांच्यापर्यंत कसे पोहोचले याविषयी सांगण्यात त्यांना रस होता, पण हे सगळं प्रत्यक्षात कसं आलं याबद्दल बोलण्याची मात्र त्यांची अजिबात तयारी नव्हती.'' कॅश पुढे सांगतात, ''मी तिथे असेपर्यंत तीनही रात्री जेवण आटोपल्यानंतर डॉ. व्ही माझ्याकडे येत. सुरुवातीला मला हे कोडंच पडलं होतं, की हा भन्नाट माणूस झोपबीप सोडून माझ्यासारख्या एका प्राध्यापकाशी गप्पा मारायला का बरं येत असेल?''

कॅश यांनी अरविंदमधल्या व्यवस्था, रचना यांचा अभ्यास करण्यात काही काळ घालवला. त्यांनी तिथे होणाऱ्या शस्त्रक्रिया पाहिल्या, खेड्यांमध्ये जाऊन तिथली शिबिरं पाहिली, रुग्णांशी बातचीत केली, वरिष्ठ कर्मचाऱ्यांच्या मुलाखती घेतल्या आणि या सगळ्यातून त्यांना केस-स्टडीसाठी हव्या असणाऱ्या माहितीचा एक खजिनाच गोळा झाला. अरविंदला दिलेल्या या पहिल्या भेटीनंतर केम्ब्रिजला परत जाऊन त्यांनी एक २६ पानी अहवाल तयार केला. या लिखाणात डॉ. व्हींशी झालेल्या गप्पांचं प्रतिबिंब त्यांच्याही नकळत उमटलं होतं. ध्यानधारणा, आत्मचिंतन, गांधीजी, कुटुंब आणि सेवा अशा अनेक गोष्टींची त्या अहवालातल्या व्यवसायात्मक बाबींमध्ये सरमिसळ झाली होती. जेव्हा त्यांनी हा अहवाल त्यांच्या सहकाऱ्यांना वाचण्यासाठी दिला तेव्हा अभिप्राय मिळाला 'अहवाल तर झकास आहे, पण इतका विस्तृत अहवाल कोणाला आवडणार नाही. तू असं कर, यातला हा जो आध्यात्मिक अंगानं जाणारा भाग आहे ना तो वगळ, कारण त्याचा मूळ विषयाशी काहीच संबंध नाहीये. म्हणजे मग तुझा अहवाल ५-६ पानांनी लहान होईल.'

अहवालात दुरुस्ती करण्यासाठी कॅश टेबलवर जाऊन बसले खरे, पण का कोण जाणे; त्यातला कुठलाच मजकूर गाळून टाकणं त्यांना जमेना. ''हे सगळे विचार माझ्या मनात भिनण्यामागे एका ७४ वर्षांच्या वृद्ध माणसानं केलेली जागरणं होती. त्यामागचं त्यांचं तर्कशास्त्र मला उमजलं नसेल कदाचित, पण मला त्यांचा मान राखणं गरजेचं वाटलं.'' शेवटी त्यांनी तो अहवाल जसाच्या- तसा ठेवण्याचा निर्णय घेतला. हार्वर्ड बिझिनेस स्कूलच्या प्रथम वर्ष मार्केटिंगच्या अभ्यासक्रमात ही केस स्टडी ठेवावी असं कॅशना वाटत होतं. पण संबंधित केस-स्टडी अभ्यासक्रमात स्वीकारण्याच्या प्रस्तावावर; 'ही केस काही यशस्वी ठरणार नाही' असं म्हणत इतर

नऊ प्राध्यापक मंडळींपैकी सात जणांनी प्रस्तावाविरोधात मतदान केलं. असं असलं तरी कॅश काही मागे हटायला तयार नव्हते. "सामाजिक उद्यमशीलतेतून समाजाच्या भल्यासाठी काय काय करता येऊ शकतं याविषयी माझ्या मनात ज्या काही कल्पना होत्या त्या मला अरविंदमध्ये प्रत्यक्षात आलेल्या दिसत होत्या, आणि म्हणूनच हे सगळं काम माझ्या अत्यंत जिव्हाळ्याचं बनलं होतं." विद्यार्थ्यांना हे सगळं कितपत भावतंय याची चाचपणी करण्याच्या हेतूनं आपल्या विशेषाधिकारांचा वापर करून त्यांनी हा अहवाल वर्गात वाचून दाखवला. मुलांना तो अतिशय आवडला हे सांगायला नकोच. विशेष बाब म्हणजे पुढच्या तीन वर्षांत इतर सर्व प्राध्यापकांचं मतपरिवर्तन झालं होतं आणि त्या सगळ्यांनीच ही केस स्टडी शिकवायला सुरुवात केली होती.

या गोष्टीला आता जवळजवळ एक दशक उलटून गेलं आहे. या दहा वर्षांत हार्वर्ड बिझिनेस स्कूलच्या एम.बी.ए. अभ्यासक्रमातून दरवर्षी उत्तीर्ण होणाऱ्या ९०० विद्यार्थ्यांनी 'इन सर्व्हिस फॉर साईट' या केस स्टडीचा अभ्यास केलेला आहे. १९९३ मध्ये हा अहवाल प्रकाशित झाल्यापासून हार्वर्ड बिझिनेस स्कूलने अमेरिकेतल्या २० आघाडीच्या बिझिनेस स्कूल्समध्ये त्याच्या सुमारे दीड लाख प्रती वितरित केल्या आहेत.[१३] कॅश यांच्या शब्दात सांगायचं तर या अहवालाची लोकप्रियता एखाद्या वणव्याप्रमाणे पसरत गेली. सर्वसाधारणपणे अशा केस-स्टडी ३-४ वर्षांपर्यंत वापरल्या जातात. पण अरविंदची केस स्टडी मात्र गेली १७ वर्षं वापरली जात आहे आणि तिचा प्रभाव अद्याप टिकून आहे. कॅश म्हणतात, "हा अहवाल कालातीत आहे, डॉ. व्हींची कळकळ आणि द्रष्टेपणा यामुळे त्याला चिरस्थायीपणा आला आहे."

पण खरी गंमत तर पुढेच आहे. या अहवालाचं वर्गात वाचन करता-करता त्यांना त्याचा खरा अर्थ समजू लागला. "डॉ. व्ही माझ्याशी जे काही बोलत होते त्याच्याभोवतीच यातली प्रत्येक गोष्ट गुंफलेली होती. जसजसे आम्ही एकेक साखळी जोडत गेलो तसतसं सगळं सुस्पष्ट होत गेलं. डॉ. व्हींच्या ठायी असणारी आध्यात्मिक दृष्टी हा काही योगायोग नव्हता, उलट हा सगळा डोलारा त्या एका जाणिवेवरच बेतलेला होता," कॅश म्हणतात.

'द फॉर्च्युन अॅट द बॉटम ऑफ द पिरॅमिड' या पुस्तकात सी. के. प्रल्हाद यांनी गरिबांना केंद्रस्थानी ठेवून रचना करण्यात आलेल्या काही केसेस मांडल्या आहेत आणि अरविंद हे त्याचं चालतंबोलतं उदाहरण आहे असं ते नमूद करतात. ते लिहितात, 'ज्यायोगे गरीब लोकांची सेवा घडेल असा एखादा व्यवसाय जर तुम्ही केलात, तर त्याचे तिहेरी फायदे होतात. तुम्हांला उत्पन्नाचा एक नवीन स्रोत गवसतो, तुमची कार्यक्षमता वृद्धिंगत होते आणि तुम्ही नावीन्यतेच्या मार्गाला

जाता.[१४] 'कशाच्या बदल्यात आपल्याला काय मिळणार आहे?' हे व्यवसाय क्षेत्रातलं गमक ध्यानात घेऊनच सी. के. प्रल्हाद यांनी हा युक्तिवाद केला आहे.

सामाजिक उद्यमशीलतेच्या दृष्टिकोनातून पाहिलं तर हाच प्रश्न, 'आपल्याला जे हवं आहे त्यासाठी आपण काय द्यायला तयार आहोत?' असा विचारला जाऊ शकतो. आणि नेमक्या याच प्रश्नावर अरविंदचा पाया रचलेला आहे. सगळ्या जगाला अंधत्वापासून मुक्ती देण्याच्या हेतूनं डॉ. व्ही आणि त्यांच्या टीमनं उत्तम दर्जा, माफक किंमत आणि मोठ्या रुग्णसंख्येला सामावून घेणारी आणि मोफत सेवा देण्याच्या सर्व पारंपरिक कल्पनांना छेद देणारी ही नेत्र सेवा सुरू केली.

अनेक अडथळे पार करून जिथे कुणीच पोहोचलं नव्हतं तिथं ते पोहोचले. लोकसमूहामध्ये दडलेल्या ऊर्जेचा वापर करून घेत त्यांनी नेत्र शिबिरांची बांधणी केली आणि पूर्वीपर्यंत 'गरज' असणाऱ्या नेत्रसेवेला 'मागणीचं' स्वरूप दिलं. प्रचंड संख्येनं येणाऱ्या रुग्णांना सुरळीतपणे सेवा देण्याच्या हेतूनं त्यांनी शिस्तशीर व्यवस्था उभ्या केल्या, वेगवेगळ्या कामांची कौशल्याधारित विभागणी केली, आणि सतत सुधारणेचा ध्यास घेतला. प्रत्येक व्यवस्थेचा सखोल लेखाजोखा मांडण्यावर आणि त्यातली पारदर्शकता जपण्यावर भर दिला गेला. या सगळ्याचा परिपाक म्हणजे इथे असलेला कामाचा दर्जा, परस्पर-विश्वास, आणि सेवेची मागणी. थोडंसं खोलात जाऊन पाहिलं तर, या सगळ्याच्या मागे 'दृष्टी परत मिळणं म्हणजे त्या माणसाला कुटुंबातलं, समाजातलं, स्थान परत मिळणं' या सत्याची आणि एकूणच समाजाविषयीची एक उदारमतवादी जाणीव दिसते.

तुमचा प्रश्नच तुम्हांला मिळणाऱ्या उत्तराचा ढाचा ठरवत असतो. 'आपण किती आणि काय देऊ शकतो?' एवढंच विचारून डॉ. व्ही थांबले नाहीत. १९८० मधल्या त्यांच्या दैनंदिनीतली नोंद अनेकविध प्रश्नांनी व्यापलेली आहे. (अर्थातच प्रश्नचिन्हांशिवाय) यातून आपण अंदाज बांधू शकतो की, डॉ. व्हींसाठी सेवा-सुविधा, नेतृत्व आणि अध्यात्म या सर्वच गोष्टी कशा एकमेकात सहजपणे मिसळून गेल्या होत्या.

त्याची सुरुवात होते त्यांच्या जिव्हाळ्याच्या प्रश्नापासून 'मॅक्डोनाल्डच्या धर्तीवर रुग्णालयं कशी बरं बांधता येतील.' मग अचानक प्रश्नांची गाडी वळते ती बुद्धाकडे. 'लाखो लोक ज्या धर्माचं अनुसरण करतात अशा एका धर्माचं संघटन बुद्धानं कसं बरं केलं असेल.' इथून पुढे प्रश्नांची दिशाच बदलते आणि मग एकामागोमाग एक प्रश्न येत राहतात. 'नेता म्हणजे कोण. तो कसा बरं घडला असेल. येशू ख्रिस्ताच्या शिष्यांनी सगळ्या जगभर आपल्या कल्पनांचा प्रसार कसा बरं केला.'

आणि मग येतो एक असा प्रश्न जो ते वेगवेगळ्या प्रकारे विचारत राहतात.

'मी स्वत:ला एक उत्तम साधन कसं बनवू शकेन.'

वरपांगी पाहता उच्च दर्जा, माफक किंमत आणि प्रचंड मोठी रुग्णसंख्या हे वर्णन अरविंदला लागू पडतं. पण हे सगळं नक्की कसं घडलं, एका कुटुंबाची संस्कृती आणि मूल्यं यांचा अरविंदवर कसा प्रभाव पडला हे जाणून घेणंही रंजक आहे. मूलभूत भक्कम पाया आणि एका माणसाचा दुर्दम्य ध्यास यांनी अरविंदची जडणघडण केली. ज्याच्यावर आपला ठाम विश्वास आहे ते काम करण्यासाठी सर्वस्व पणाला लावायचं, ही अरविंदच्या संस्थापक सदस्यांची एक खासियत आहे.

''करेंगे या मरेंगे अशा जिद्दीला पेटलेले आम्ही सगळे हाडाचे कार्यकर्ते आहोत'', डॉ. नच्चिअर म्हणतात.

भाग २

काम करत रहा, पैसा आपोआप येईल

चिरस्थायी नि:स्वार्थीपणा

डॉ. व्ही. इथे येण्यापूर्वी, इतरांना काही ना काही देण्याची मला सवय होती.
पण मी असं काहीतरी द्यायचो ज्याची मला फारशी गरज नसायची.
पण तुम्हांला भेटलो, तुमचं काम पाहिलं आणि मग मी असं ठरवलं
की आपलं सगळं आयुष्यच इतरांसाठी वाहून घ्यायचं.
अगदी तुमच्यासारखं.

– ऑलिव्हियर चर्सी, वय वर्षं१०
संदर्भ :२००५ साली घेतलेली डॉ. व्हींची मुलाखत

चार

केवळ अपघाताने घडलेला डोळयांचा डॉक्टर

डॉ. व्ही नेहमी जाड तळव्याचे काळे सँडल्स घालतात. संधिवातामुळे हाताच्या बोटांप्रमाणेच त्यांच्या पायाची बोटंसुद्धा वेडीवाकडी झाली आहेत. त्यामुळे चपलेत पाय सरकवण्याचं कामही त्यांच्याकरिता तितकंसं सोपं नाही. चालण्याच्या काठीच्या टोकाचा उपयोग करून ते पाय चपलेत सरकवतात. त्यांच्या चपलेवर एक हिरव्या रंगाचा रबरबँड अडकवलेला असतो. त्यांच्याकडे हुबेहूब असाच आणखी एक चप्पलचा जोड आहे, ज्यावर लाल रंगाचा रबरबँड आहे. ते या चपला बरेच दिवस वापरत आहेत, आणि त्यावरच्या रबरबँडवरून डॉ. व्हींचा साधेपणा, कोणतीही वस्तू निगुतीनं वापरण्याची सवय, आणि छोट्याछोट्या गोष्टीतही नीटनेटकेपणा, शिस्त प्रत्ययास येतात. हेच संस्कार त्यांनी त्यांच्या कुटुंबात तसंच अरविंदमध्ये बाणवले आहेत. डॉ. व्हींवर झालेल्या एका लहानश्या शस्त्रक्रियेनंतर त्यांना चपलेत पाय घालायला मदत करत असणाऱ्या त्यांच्या नातीला जाणवलं की, सोरॉसिसनं विद्रूप केलेल्या आणि संधिवातामुळे वेड्या-वाकड्या झालेल्या या पायांनी केवढी मोठी मजल मारलेली आहे.

१ ऑक्टोबर १९१८, महात्मा गांधीजींच्या ४९व्या वाढदिवसाच्या आधीचा एक दिवस. दक्षिण भारतातल्या तामिळनाडू राज्यात वेदमलपुरम् नावाच्या लहानश्या खेड्यात एका बाळाचा जन्म झाला. त्याच्या वडिलांच्या, गोविंदाप्पा नायकर यांच्या नावावरून त्या बाळाचं नाव ठेवण्यात आलं गोविंदाप्पा वेंकटस्वामी. गोविंदाप्पा नायकर शेतकरी होते, तसंच ते गुरंही राखत. धर्मग्रंथांचा अभ्यास असल्यानं गावात त्यांना मान होता. त्यांची पत्नी लक्ष्मी. हातावर गोंदण, कानात सोन्याचे डूल अशी ही बाई जरी तिसरीपर्यंतच शिकलेली असली तरी, तिचं गणित उत्तम होतं. तिला एकूण आठ मुलं झाली, पैकी पाचच जगली.

सर्वात ज्येष्ठ गोविंदाप्पा; त्यांच्यानंतर नल्लकृष्णन, जे एक यशस्वी अभियंता

आहेत आणि अरविंदच्या व्यवस्थापकीय मंडळाचे सदस्य आहेत. त्यानंतर कन्या जानकी. जानकी या जात्याच प्रेमळ. जेव्हा अरविंद नावाचं स्वप्न साकारत होतं तेव्हा कामात बुडून गेलेल्या आपल्या भावंडांच्या मुला-बाळांचं त्यांनी प्रेमानं संगोपन केलं. त्यानंतर होते जी. श्रीनिवासन, ज्यांना सगळे जी. एस. या नावानं ओळखतात. अरविंदची आर्थिक घडी त्यांनी ज्या हिकमतीनं सांभाळली, ते पाहून डॉ. व्ही नेहमी म्हणत असत की 'श्रीनिवासन नसता तर हे काही घडूच शकलं नसतं.' सर्वात धाकटी नच्चिअर, डॉ. व्हींपेक्षा तब्बल बावीस वर्षांनी लहान. ती अगदी लहान असतानाच वडिलांचं निधन झालं आणि वैद्यकीय शिक्षण घेणाऱ्या वेंकटस्वामीवर सगळ्या कुटुंबाची जबाबदारी येऊन पडली. त्यामुळे लहानग्या नच्चिअरसाठी तिचा थोरला भाऊच वडिलांच्या जागी होता. त्यांनीच तिचं शालेय शिक्षण, नंतर वैद्यकीय शिक्षण पूर्ण केलं आणि योग्य वेळी लग्नही करून दिलं. पण दुर्दैवानं जेव्हा डॉ. व्हींवर अतिशय कठीण काळ गुदरला, तेव्हा हीच नच्चिअर ठामपणे त्यांच्या पाठीशी उभी राहिली. या बहीण-भावंडांचं हे असं अतूट नातं आहे.

बालपणीच्या अंधूक आठवणी डॉ. व्हींच्या मनात अजूनही आहेत. घराचं शाकारलेलं छप्पर, बैलजोडी, अनवाणी पायांना चटका देणारी तापलेली वाळू, (कॉलेजला जाईपर्यंत चप्पल वापरल्याचं त्यांना आठवत नाही), वाळूतली धुळाक्षरं आणि झाडाच्या सालीवर स्वत: बनवलेल्या बोरूनं कोरलेले धडे. खेड्यातलं ते साधंसुधं जीवन, त्या परंपरा त्यांना प्रिय आहेत; पण त्याविषयी खोलात जाऊन बोलणं मात्र ते टाळतात. त्यांच्या मते लहानपणीच्या आठवणी या केवळ मनोरंजनासाठी असतात, अंधत्व निवारणाच्या कार्याशी त्यांचा काहीही संबंध नाही. कदाचित त्यामुळेच त्यांच्या लेखी या आठवणींना फारसं महत्त्व नाही. त्यांच्या बालपणीच्या काळातला एक करुण प्रसंग मात्र असा आहे की ज्याचे त्यांच्या आयुष्यावर दूरगामी परिणाम झाले.

डॉ. व्ही. पाच वर्षांचे असतानाची गोष्ट. एके सकाळी त्यांना जाग आली, तीच शेजारच्या तरुणीच्या आर्त किंकाळ्यांनी. नंतर समजलं की त्या तरुणीचा प्रसूतीदरम्यान मृत्यू झाला. ''ती फक्त वीस वर्षांची होती. इतकी तरुण मुलगी, आणि एका क्षणात कायमची दूर निघून गेली.'' हे सांगताना ऐंशी वर्षांपूर्वीची ती गोष्ट आजही त्यांच्या डोळ्यासमोर तरळते. दुर्दैवानं त्यानंतरच्या काळात त्यांच्या तीन चुलत भावंडांचाही प्रसूतीदरम्यान झालेल्या गुंतागुंतीमुळे मृत्यू ओढवला. त्यांच्या गावात कुणीही डॉक्टर नव्हता आणि त्यामुळे अशा प्रसंगी वैद्यकीय मदत मिळण्याची काहीही आशा नव्हती. या घटनांनी ते विलक्षण बेचैन झाले. या अस्वस्थतेतूनच, 'आपण मोठं झाल्यावर प्रसूतितज्ज्ञ व्हायचं आणि अशा दुर्दैवी घटना थांबवायच्या' असा त्यांनी निर्धार केला.

बालवयापासूनच सोरॉसिस नावाच्या त्वचारोगानं त्यांचा पिच्छा पुरवला होता. (या रोगामुळे त्वचेचे वरचे थर सोलवटले जाऊन आतली त्वचा उघडी पडते, खाजते) तोळामासा तब्येतीमुळे शाळेचा अभ्यास सांभाळणं ही कठीण गोष्ट होती. पण शारीरिक दुर्बलतेवर मात करायचा तो त्यांचा कष्टाळू, जिद्दी स्वभाव. अत्यंत अभिमानास्पद बाब म्हणजे त्या खेड्यामध्ये उच्च शिक्षण घेणारे आणि वैद्यकीय अभ्यासक्रमासारख्या प्रतिष्ठित क्षेत्रात प्रवेश मिळवणारे डॉ. व्ही हे पहिलेच होते.

तो एक विलक्षण भारलेला काळ होता. उभा देश स्वातंत्र्यासाठी लढत होता. ब्रिटिशांविरुद्ध सत्य आणि अहिंसेच्या मार्गानं लढण्यासाठी गांधीजींनी दिलेली हाक देशभर पोहोचली होती. गांधीजींच्या विचारांनी झपाटून गेल्याचं डॉ. व्ही सांगतात, साधी राहणी, स्वावलंबन आणि आत्मपरिवर्तन ही गांधीजींची शिकवण त्यांना विशेषत्वानं भावली. ते पुढे सांगतात, ''आम्ही चरख्यावर सूतकताई करू लागलो, परदेशी वस्तूंवर बहिष्कार टाकायला लागलो. दारूच्या दुकानांबाहेर निदर्शनं सुरू झाली. मी स्वत: खादीचे कपडे वापरायला सुरुवात केली.''

१९४४ साली डॉ. व्ही वैद्यकीय शाखेतून दुसऱ्या क्रमांकानं पदवीधर झाले आणि सैन्यामध्ये वैद्यकीय अधिकारी म्हणून भरती झाले. थोरला भाऊ या नात्यानं त्यांच्यावर कुटुंबाची जबाबदारी होती आणि सैन्यातील नोकरीत चांगलं वेतन मिळत होतं. असं असलं तरीही प्रसूतितज्ज्ञ होण्याच्या स्वप्नाचा त्यांना विसर पडला नव्हता. एक असं स्वप्न जे ऐन उमेदीच्या काळात भंगणं आणि अतीव वेदना वाट्याला येणं हेच त्यांचं प्रारब्ध होतं.

संधिवात हा एक जुनाट आजार असून त्याची नेमकी कारणं अद्याप ज्ञात नाहीत. या आजारात आपल्या शरीरातली रोगप्रतिकारक-संस्था आपल्याच सांध्यांवर हल्ला करते आणि त्यामुळे सांध्यांना सूज येणं, वेदना होणं, सांध्यांना ताठरपणा येणं ही लक्षणं दिसतात. तीव्र स्वरूपाच्या आजारात सांधे, हाता-पायांची बोटं कायमस्वरूपी वेडीवाकडी होऊ शकतात. १९४८ साली, भारताला नुकतंच स्वातंत्र्य मिळालेलं असताना आणि सैन्यातल्या नोकरीतून मुक्त व्हायला अगदी थोडा काळ बाकी असताना डॉ. व्हींना या आजाराची प्राथमिक लक्षणं आढळून आली आणि हा आजार त्यांच्या आयुष्याची संपूर्ण उलथापालथ करणारा ठरला.

किती दुर्दैव पहा! आजारानं त्यांच्या आयुष्यात प्रवेश केला तेव्हा त्यांनी नुकताच तिशीत प्रवेश केला होता, त्यांचा विवाह निश्चित होऊन साखरपुडाही झाला होता आणि महत्त्वाचं म्हणजे प्रसूतितज्ज्ञ बनण्यासाठीच्या प्रशिक्षणाचा प्रारंभ होणार होता; पण प्रत्यक्षात मात्र पुढची दोन वर्षं त्यांना रुग्णालयात खितपत पडून

राहावं लागलं. त्यांच्या सांध्यांना इतकी सूज आली होती की ते धड बसू शकत नव्हते, उभे राहू शकत नव्हते की चालू शकत नव्हते. थोडीशी हालचाल करणंसुद्धा अत्यंत वेदनादायक होतं.

या वेळी नच्चिअर फक्त बारा वर्षांची होती. आपल्या भावाची काळजी घेण्यासाठी ती आपलं गाव सोडून त्यांच्याजवळ येऊन राहिली. त्या दिवसांविषयी बोलताना नच्चिअर म्हणतात, "त्या काळी सर्वत्र पाट्या लावलेल्या असायच्या 'कुष्ठरोग्यांना प्रवेश नाही' आणि लोक संधिवाताला कुष्ठरोग समजायचे. काही वेळा आम्हांला हॉटेलात किंवा रेल्वेमध्ये येऊ दिलं जायचं नाही. मी रोज झोपताना स्वत:शीच रडायचे. माझ्या भावाशी लोक असं कसं वागू शकतात हा प्रश्न मला सतत छळायचा."

शारीरिक वेदना देणाऱ्या आणि मानसिकदृष्ट्या उद्ध्वस्त करणाऱ्या या काळाविषयी डॉ. व्ही मात्र अगदी संयमानं बोलतात. स्वत:ला असं असाहाय्य झालेलं पाहताना आणि आपण पाहिलेलं प्रसूतितज्ज्ञ होण्याचं स्वप्न आता कधीच पूर्ण होणार नाही हे सत्य पचवताना काय वाटलं असं विचारता डॉ. व्ही उत्तरतात, "ते खूप कठीण होतं, पण शेवटी तुम्ही त्याच्यासकट जगायला शिकता."

काळ पुढे जात होता. या आजारातून बाहेर पडायला त्यांना वेळ लागला, पण कालांतरानं त्यांनी मेडिकल कॉलेजात पुन्हा प्रवेश घेतला. काही ज्येष्ठ सहाध्यायांच्या सल्ल्यानुसार त्यांनी प्रसूती विभागाऐवजी नेत्र विभागात प्रवेश घेतला. डोळ्यांच्या शस्त्रक्रिया करण्यासाठी बोटांमध्ये ताकद असण्यापेक्षा कौशल्य असणं जास्त आवश्यक असतं. मोतीबिंदूच्या शस्त्रक्रियेसाठी डोळ्यावर शस्त्र चालवण्याचं कसब, दुर्दम्य इच्छाशक्ती आणि जिद्द यांच्या जोरावरचं डॉ. व्हींनी त्यांच्या बोटांत आणले. "आणि अशा प्रकारे केवळ अपघाताने मी नेत्रसेवेच्या क्षेत्रात आलो." डॉ. व्ही म्हणतात.

कामाला पुन्हा सुरुवात केल्यानंतर डॉ. व्हींनी आपलं ठरलेलं लग्न फारसा गाजावाजा न करता मोडलं. कारणं काहीही असो, पण डॉ. व्ही आयुष्यभर अविवाहित राहिले. 'वेदना हीच माझी आयुष्यभराची सोबती आहे'[१] असं त्यांनी एके ठिकाणी म्हटलं आहे. कदाचित यामुळेच इतरांच्या वेदना आपल्याश्या करण्याचं कसब त्यांच्या ठायी आलं असावं. पुढच्या काही वर्षांतच असामान्य करुणा उराशी बाळगून झपाटल्यागत काम करणारा माणूस म्हणून त्यांची ख्याती झाली. अंधत्व, त्यामुळे लोकांचं होणारं नुकसान यांनी त्यांचं आयुष्य व्यापून गेलं आणि ते दूर करण्यासाठी सुरू केलेल्या प्रयत्नांनी त्यांना एक नवी ओळख मिळवून दिली.

१९६०च्या सुरुवातीला तामिळनाडू सरकारनं खेड्यापाड्यांमध्ये नेत्र आरोग्य सुविधा पोहोचवण्यात विशेष रस घेतला आणि त्यातूनच फिरत्या शिबिरांची कल्पना जन्माला आली. ही कल्पना रुजवण्यामागे ज्यांचा हात होता आणि ग्रामीण रुग्ण-सेवा हा ज्यांचा जिव्हाळ्याचा विषय होता अशा डॉ. व्हींकडेच याचं नेतृत्व सोपवण्यात आलं.

त्या काळी मोतीबिंदूची शस्त्रक्रिया झाल्यानंतर रुग्णाला पूर्ण बरं होण्यासाठी एक आठवड्याचा कालावधी लागत असे. या काळात रुग्णाची सर्व काळजी घ्यावी लागे, जेवणा-खाण्याची सोय करावी लागे. सरकारी रुग्णालयात काम करत असलेल्या डॉ. व्हींकडे त्या वेळी एका शिबिरासाठी केवळ ७५० रुपये इतकाच निधी असे. एकेका शिबिरात २००-३०० शस्त्रक्रिया होत असत. रुग्णांची तपासणी, शस्त्रक्रिया, त्यांचं जेवण-खाण, इतर सुविधा, औषधं, चश्मे, आणि याव्यतिरिक्त कर्मचाऱ्यांचा खर्च हे सगळं इतक्या तुटपुंज्या निधीतून भागवणं निव्वळ अशक्य होतं. पण डॉ. व्हींच्या शब्दकोशात 'अशक्य' या शब्दाला जागाच नव्हती.

इतकं कमी आर्थिक पाठबळ असूनही डॉ. व्ही त्यांच्या वैद्यकीय पथकाला घेऊन खेड्यांमध्ये जायचे, आणि जेव्हा हाताशी असलेल्या निधीपेक्षा जास्त खर्च यायचा तेव्हा स्वत: साठवलेल्या पैशातून खर्च करायचे, अर्थात त्यांचे स्वत:चे असे साठवलेले पैसेही बेताचेच होते. आरंभीच्या काळात गावकरी काहीसे संशयानं पहायचे आणि वैद्यकीय क्षेत्रातल्या बहुतेक जणांचेही काही आक्षेप होते. 'रस्त्याकडेची शस्त्रक्रिया' या शब्दात त्यांच्या या प्रयत्नांची हेटाळणी केली जात असे. परंतु डॉ. व्हींनी मात्र हे काम अव्याहतपणे सुरू ठेवलं. ते त्यांच्या रोजनिशीत स्वत:लाच बजावायचे, गावातल्या सगळ्यांशी नीट परिचय करून घ्या, त्यांच्याकडून काहीतरी मिळवण्याचा प्रयत्न करू नका, उलट त्यांच्यासोबत राहून तुमचं विश्व कसं समृद्ध होईल ते पहा.

पहाटे पाच वाजता सुरू झालेलं शस्त्रक्रियांचं काम संध्याकाळी सातपर्यंत अखंडपणे सुरू असे. आणि हे काम संपल्यानंतरच ते सगळे जेवण घेत. डॉक्टर, परिचारिका, इतर सफाई कर्मचारी आणि गावकरी अशा सगळ्यांची एकच पंगत असे. जातीपातीच्या कल्पना घट्ट रुजलेल्या भारतीय समाजात ही गोष्ट तशी अनोखीच होती. काहीशा मिश्कीलपणे डॉ. व्ही सांगतात, "आम्ही शाळांचे शस्त्रक्रियाकक्ष करायचो, वर्ग-खोल्या निर्जंतुक करायचो. सूक्ष्मदर्शक नाही, टाके नाहीत, प्रतिजैविकं नाहीत, की काही नाही. असं असलं तरी, जितक्या जास्त शस्त्रक्रिया आम्ही करायचो तितकी मागणी वाढतच जायची." या शिबिरांतून डॉ. व्हींना एक महत्त्वाचा पाठ शिकायला मिळाला – जेव्हा तुम्ही ठरवलेलं एखादं कार्य हाती घेता आणि नेटानं करत राहता, तेव्हा मदतीचे अनेक हात अनपेक्षितपणे उभे

राहतात. हळूहळू त्या ग्रामीण भागात डॉ. व्ही आणि त्यांच्या चमूविषयी चांगलं मत तयार झालं आणि सर्वत्र पसरू लागलं. एकेक गाव स्वत:हून पुढे येऊन या तरुण डॉक्टरच्या कार्यात सामील होऊ लागलं. स्थानिक नेते औषधं आणि चश्मे इ. खर्चाची जबाबदारी घेऊ लागले. गावातल्या आयाबहिणी येऊन सांगू लागल्या, ''रुग्णांच्या जेवणाखाणाची चिंता कशाला करता? आम्ही आहोत ना, आम्ही रांधून वाढू तुम्हाला सगळ्यांना.'' भाताची गिरणवाले भात देऊ लागले, तेल घाणावाले तेल देऊ लागले, काही जण भाज्या देऊ लागले. ''ही लोकांची चळवळ झाली होती'', डॉ. व्ही म्हणतात.

त्या ग्रामीण जगाशी कायमचा ऋणानुबंध जुळायला ही चळवळ कारणीभूत ठरली. ''मला काही कोणाचा पैसा नको होता, मी माझ्या कामाशी प्रामाणिक होतो, आणि गरीब रुग्णांसाठी काहीतरी करण्याची मला तळमळ होती. या सगळ्या घटना माझ्यासाठी खूप फायदेशीर ठरल्या'' डॉ. व्ही सांगतात. आपल्या यशाबद्दल बोलताना डॉ. व्ही अशा छोट्या-छोट्या बाबींवरच जोर देत. बहुधा त्यांची हीच खासियत सर जॉन विल्सन नावाच्या एका अंध माणसाला स्पर्शून गेली. पुढे हेच जॉन विल्सन डॉ. व्हींचे गुरू झाले आणि त्या दोघांच्या गाढ मैत्रीनं विकसनशील देशातल्या अंधत्वनिवारण कार्यक्रमाला आकार दिला.

जॉन विल्सन यांचा जन्म १९१९ साली इंग्लंडमध्ये झाला. वयाच्या बाराव्या वर्षी प्रयोगशाळेत काम करताना शिक्षकांनी चुकीची रसायनं एकत्र मिसळायला दिल्यामुळे झालेल्या अपघातात त्यांना अंधत्व आलं होतं. पुढे विल्सन यांनी ऑक्सफर्ड विद्यापीठातून कायदा आणि समाजशास्त्र विषयात पदवी संपादन केली. त्यानंतर लगेचच रॉयल इन्स्टिटयूट फॉर द ब्लाईंड या संस्थेनं त्यांना रुजू करून घेतलं. लवकरच एक निर्भीड वकील म्हणून त्याची ख्याती झाली.

दुसऱ्या महायुद्धानंतरचा काळ; ऐन विशीत असलेल्या विल्सन यांच्याकडे राष्ट्रकुल देशांमध्ये युद्धकाळात अंधत्व आलेल्या लोकांचं सर्वेक्षण करण्याची जबाबदारी सोपवण्यात आली. ते जिथे जिथे गेले तिथे तिथे त्यांना या अंध लोकांचं दु:ख अनुभवण्यास मिळालं, आणि एक आश्चर्यकारक बाब समोर आली. कुपोषण आणि आजार यामुळे अंध झालेल्या लोकांचं प्रमाण युद्धामुळे अंधत्व आलेल्या लोकांपेक्षा बरंच जास्त होतं.

त्या काळी अंधत्व येऊ नये यासाठी केले जाणारे उपचार किंवा घेतली जाणारी काळजी ही अगदीच नवखी कल्पना होती. राष्ट्रीय स्तरावर अंधत्वाच्या प्रश्नासाठी कोणताही कार्यक्रम नव्हता, तर जागतिक स्तरावरही अगदी मोजके कार्यक्रम होते.

१९४८ मध्ये विल्सन यांनी 'रॉयल कॉमनवेल्थ सोसायटी फॉर ब्लाईंड' (जी आता साईटसेव्हर म्हणून ओळखली जाते) स्थापन करण्याचा प्रस्ताव मांडला आणि पुढची तीन दशकं या संस्थेचा संचालक म्हणून काम पाहिलं. त्या काळात ते झपाटल्यासारखे काम करत होते. ते आणि त्यांची पत्नी लेडी जीन विल्सन यांनी मिळून तीस राष्ट्रकुल देशांमध्ये अंधांसाठी संघटना स्थापन केल्या आणि त्या माध्यमातून अनेक उपक्रम राबवले. उपचारांनी बरं होऊ शकणारं अंधत्व दूर करण्याच्या लढ्यात विल्सन अग्रणी होते आणि त्यांच्यामुळे प्रेरित झालेले अनेक जण त्यांच्या या कामात सामील झाले. अशांपैकीच एक होते दक्षिण भारतातले एक नेत्रतज्ज्ञ, अर्थात डॉ. व्ही.

१९६५ साली न्यूयॉर्क येथे अंध पुनर्वसनाविषयीच्या एका परिषदेत डॉ. व्ही आणि जॉन विल्सन यांची भेट झाली. बससाठी वाट पाहताना, लिफ्टमधून येता-जाता, टॅक्सीतून एकत्र प्रवास करताना त्या दोघांची मैत्री आपोआपच जुळून गेली. डॉ. व्ही सांगतात, ''सर जॉन यांची खासियत म्हणजे ते चटकन कुणालाही आपलंसं करून घेतात, मग तो एखाद्या देशाचा राष्ट्राध्यक्ष असो वा रस्त्यावरचा भिकारी,'' आपल्याजवळ हे कौशल्य नाही याचं त्यांना काही वेळा वैषम्य वाटायचं. आपलं हे शल्य त्यांनी रोजनिशीत नोंदवलं आहे – *'बऱ्याचदा मी न्यूनगंडानं पछाडलेला असतो. मी ब्राम्हणांसारखा उच्च जातीत जन्मलो नाही. तर परदेशात गेलो की असं वाटतं आपण गोऱ्या कातडीचे नाही.'*

विल्सन यांच्याशी झालेली मैत्री डॉ. व्हींचा आत्मविश्वास वाढवायला आणि त्यांच्या अंगभूत क्षमतांना बळ द्यायला कारणीभूत ठरली. ''एका वसाहती देशात लहानाचं मोठं होणं म्हणजे सगळ्यांच्या खोचक नजरांना तोंड देण्यासारखं असतं आणि सर जॉन ही अडचण नेमकी ओळखून होते. मी विद्यार्थी असताना भारतावर ब्रिटिशांचं राज्य होतं. आपण त्यांच्याइतकंच किंवा त्यांच्यापेक्षा चांगलं काम करू शकतो असा विचार आमच्या मनाला शिवतदेखील नसे. खूप प्रयत्नांनी आम्ही स्वत:शीच असं म्हणायचो, 'चला, गोऱ्या लोकांसारखं काहीतरी जमलं बाबा आपल्याला.' पण सर जॉन मात्र मला नेहमी प्रोत्साहन द्यायचे. सतत त्यांचं काही ना काही टुमणं सुरू असायचं, 'आपण WHOच्या बैठकीला जाऊ, आपण पंतप्रधानांना भेटायला जाऊ' इ.''

अनौपचारिकपणे दिलेली ही आमंत्रणं म्हणजे खरं तर जागतिक स्तरावरच्या चळवळीचा एक भाग होता. WHOसारख्या संस्थांच्या बैठकीत विल्सन यांनी नुसताच सहभाग घेतला असं नव्हे तर अंधत्व निवारणासाठी एक जागतिक स्तरावरची संघटना बांधण्यात पुढाकार घेतला, त्यासाठी समविचारी संस्थांना, देणगीदारांना एकत्र आणलं. त्याचप्रमाणे, भारताच्या तत्कालीन पंतप्रधान इंदिरा

गांधी यांच्यासोबत झालेल्या चहापानाचं फलित म्हणजे भारतात अंधत्व नियंत्रणासाठी राष्ट्रीय स्तरावरचा राबवण्यात येणारा जगातला पहिला कार्यक्रम![२]

"एक नेत्रतज्ज्ञ म्हणून देशपातळीवर काही कार्यक्रम राबवण्याचा विचार मी कधीच केलेला नव्हता. माझ्याकडे येणाऱ्या किंवा मी ज्यांच्यापर्यंत पोहोचू शकेन अशा रुग्णांवर चांगले उपचार करणं याच गोष्टीवर मी माझं लक्ष केंद्रित केलं होतं," डॉ. व्ही गंभीर होऊन सांगतात. पण सर जॉन यांच्या चाणाक्ष नजरेनं हे हेरलं की, तळागाळातल्या लोकांमध्ये मिसळून काम करणारा हा गृहस्थ राष्ट्रीय पातळीवर काम करायला अतिशय योग्य आहे. आपल्या डोळ्यांवरची झापडं अलगद दूर करून आपल्याला एक नवी दिशा देण्याच्या कामाचं श्रेय डॉ. व्ही विल्सन यांच्या दूरदृष्टीला देतात. आपल्या अवतीभोवतीच्या समाजाच्या समस्या सोडवणाऱ्या एका सरकारी डॉक्टरपासून ते अवघ्या जगातलं अंधत्व दूर करण्यासाठी झपाटून गेलेल्या एका कर्मयोग्यापर्यंतचा हा प्रवास घडला तो विल्सन आणि डॉ. व्ही यांच्यात निर्माण झालेल्या ऋणानुबंधामुळेच.

भारतात सुरू असलेल्या कामाशी नाळ जुळली असल्यानं विल्सन अनेकदा भारत दौऱ्यावर येत असत. जीन विल्सन अशाच एका भेटीची आठवण सांगतात. "एकदा वेंका (जीन विल्सन यांनी डॉ. व्हींना दिलेले संबोधन) रुग्ण तपासत होता आणि मी सहज त्याच्यासोबत जात होते. एका रुग्णाला तपासून पुढे जात असताना अचानक मला त्याच्या गालांवर अश्रू ओघळलेले दिसले. मी विचारलं, 'काय झालं वेंका? काही अडचण आहे का?' तेव्हा तो उत्तरला 'या बाळाला जर चोवीस तास आधी इथं आणलं असतं तर मी त्याची दृष्टी वाचवू शकलो असतो.' अ जीवनसत्वाच्या अभावानं दृष्टी गमावलेलं ते एक छोटं मूल होतं आणि त्याच्या दुर्दैवानं खूप उशीर झाला होता."[३]

अ जीवनसत्त्वाच्या अभावामुळे डोळ्यामधील कॉर्नियाचा थर वितळून गेल्यासारखा होतो आणि जवळजवळ नष्ट पावतो. अंधत्वाच्या या प्रकाराला केरॅटोमॅलाशिआ असं म्हणतात. अशा प्रकारे अंधत्व आलेली शेकडो लहान मुलं डॉ. व्हींनी पहिली होती. केवळ पोषक आहाराच्या अभावी येणारं हे अंधत्व होतं. अशी एखादी केस पहिली की ते आपल्या रोजनिशीत व्यथित मनानं लिहीत –

'या बाळाच्या अंधत्वाला कोण जबाबदार? जेमतेम तीन महिन्यांची आहे ही मुलगी. दोन्ही डोळ्यांनी अंध असणारी ही कदाचित तिच्या आई-बापाची पहिलीच मुलगी असेल.

इथपर्यंत येण्यासाठीसुद्धा त्यांना बराच खर्च आला असेल. काय काम करत असतील ते. बाळाला खायला काय देत असतील देव जाणे! इथं

येण्याआधी ते कुठं गेले असतील का. इथंच यावं असं त्यांना का बरं वाटलं असेल. या सगळ्यातले धोके त्यांना जाणवले असतील. इथून पुढच्या काळात अशा लोकांना आपण कशी बरं मदत करू शकू.'

विल्सन यांच्या पाठिंब्यानं डॉ. व्हींनी भारतातलं पाहिलं निवासी पोषण पुनर्वसन केंद्र मदुराई इथं सुरू केलं. अ जीवनसत्त्वाची कमतरता असणाऱ्या मुलांवर इथे उपचार केले जायचे. त्याचबरोबर परसबागेतल्या भाज्या वापरून, कमी खर्चात चौरस आहार कसा द्यावा याचं मातांना प्रशिक्षण दिलं जायचं. लवकरच या प्रकल्पानं गती पकडली आणि अनेक गावांमध्ये अशी केंद्रं चालवण्यात येऊ लागली. यातून मुलांचं आरोग्य तर सुधारू लागलंच, शिवाय अ जीवनसत्त्वाची कमतरता वेळीच ध्यानात आल्यानं योग्य प्रकारे आहार देणं शक्य होऊ लागलं. अशाच एका केंद्राला भेट देऊन आल्यानंतर स्वयंसेवक सूझी स्टुअर्ट लिहिते, 'मूठभर हिरव्या भाज्या तुमच्या बाळाचे डोळे वाचवू शकतात. एखाद्या नवजात बाळाइतकं अशक्त दिसणारं एक दोन वर्षांचं बाळ आणि त्याचे हताश झालेले आजोबा हे दृश्य मी कधीच विसरू शकणार नाही. ते दुर्दैवी बाळ अंध झालेलं होतं. हे सगळं थांबवण्यासाठी धडपडणारे इथले कर्मचारी, त्यांची सत्प्रवृत्ती यांचा मला कधीच विसर पडणार नाही. अशा प्रकारची हजारो केंद्रं आशिया खंडात सर्वदूर उघडण्याचा डॉ. व्हींचा मानस आहे. एका विशिष्ट ध्येयानं पछाडलेला तो एक विलक्षण माणूस आहे.'[४]

अ जीवनसत्त्वाच्या अभावाशी निगडित असणाऱ्या अंधत्वाचं प्रमाण दिवसेंदिवस घटत गेलं आणि आजच्या घडीला दक्षिण भारतात हे प्रमाण अगदी नगण्य आहे. या उपक्रमाचा सर्वत्र बोलबाला झाला आणि डॉ. व्हींना आंतरराष्ट्रीय पातळीवर भाषणाची आमंत्रणं येऊ लागली. अंधत्वनिवारण क्षेत्रात डॉ. व्ही हे नाव आदरानं घेतलं जाऊ लागलं आणि त्याचबरोबर अनेक नवनव्या प्रकल्पांच्या जबाबदाऱ्या त्यांच्याकडे चालत येऊ लागल्या. एकाच वेळी सहा सरकारी प्रकल्पांची जबाबदारी त्यांनी लीलया पेलायला सुरुवात केली.

हे सगळं सुरू असताना डॉ. व्हींना त्यांच्या कौटुंबिक जबाबदाऱ्यांचा विसर पडला नव्हता. त्यांनी त्यांच्या दोन्ही धाकट्या भावांना अभियांत्रिकीचं शिक्षण घ्यायला आणि बहिणीला डॉक्टर व्हायला पाठबळ दिलं, यथावकाश सर्व भावंडांचे विवाह पार पाडले. भविष्यात आपण काय प्रकारचं काम उभं करू इच्छितो याविषयीचे मनसुबे त्यांनी त्यांच्या कुटुंबासमोर उलगडून दाखवले. जसजसे डॉ. व्ही अनुभवसंपन्न होत गेले तसतसा त्यांचा अंधत्वनिवारणाविषयीचा दृष्टिकोन समृद्ध होत गेला.

पाच

कमी दाम, जास्त काम

२००५ साली टर्कीहून मदुराईला आलेल्या एका माणसानं असं जाहीर केलं, की त्याला ईजिप्तमध्ये अरविंदच्या धर्तीवर वीस रुग्णालयं उभी करायची आहेत. आता याला काय म्हणावं? या गोष्टीला किती खर्च येईल, हाताशी काय काय साधनं असावी लागतील, याचा थोडा तरी विचार त्यानं केला होता की नाही देव जाणे. अरविंदच्या तोलामोलाचं कार्य उभं करणं म्हणजे त्याला काय पोरखेळ काय? 'मला रोज असे काही लोक भेटतात, ज्यांना दोन दिवसांत, फार तर दोन आठवड्यांत सगळं जग बदलून टाकायची घाई झालेली असते,' डॉ. व्ही एका ईमेलमध्ये लिहितात.

बहुतेक जणांना अरविंदच्या प्रवासाबद्दल अर्धकच्ची माहिती असते. आज अरविंद यशस्वीपणे उभं राहिलेलं दिसतं आहे, या गोष्टीच्या जोरावर जिकडेतिकडे अशी रुग्णालयं उभी करणं एवढंच काय ते बाकी राहिलंय अशी त्यांची समजूत होते; पण खरी गोष्ट ही आहे की, अरविंद उभं राहण्यामागे डॉ. व्हींचे दोन दशकांहून अधिक काळाचे अथक परिश्रम होते. आधी गाव, राज्य आणि मग देशपातळीवर त्यांनी केलेल्या पायाभूत कामाचा अनुभव त्यांच्या गाठीशी होता. डॉ. व्ही जेव्हा ५८ वर्षांचे होऊन निवृत्त झाले तेव्हा एक नेत्रतज्ज्ञ, उत्तम प्रशिक्षक आणि सामाजिक आरोग्य क्षेत्रातली अधिकारी व्यक्ती म्हणून त्यांनी नाव मिळवलेलं होतं. १,०००,०० हून अधिक शस्त्रक्रिया करणारे, कानाकोपऱ्यातल्या रुग्णांपर्यंत पोहोचण्यासाठी नेत्र शिबिरांचा आदर्श घालून देणारे, मदुराई मेडिकल कॉलेजचे उप-प्राचार्य आणि अधिष्ठाता या नात्यानं असंख्य तरुण डॉक्टरांना घडवणारे अशी त्यांची ओळख निर्माण झाली होती. याच कामगिरीबद्दल भारत सरकारच्या 'पद्मश्री' या प्रतिष्ठेच्या पुरस्कारानं त्यांना सन्मानित करण्यात आलं होतं.

पण निवृत्त होणं ही कल्पनाच त्यांच्या शब्दकोशात नव्हती. कितीतरी अपुरी राहिलेली कामं त्यांना खुणावत होती आणि कित्येक अनुत्तरित प्रश्न त्यांच्या मनात खदखदत होते. १९७६ सालच्या रोजनिशीत ते लिहितात, *'बहुसंख्य लोकांना*

परवडेल अशा दरात मोतीबिंदूची शस्त्रक्रिया करणं शक्य आहे का. असं करायचं झाल्यास किती निम-वैद्यकीय साहाय्यकांची गरज भासेल. कोणत्या सुविधा हाताशी असाव्या लागतील. आठवड्याला तीस शस्त्रक्रिया करायच्या झाल्यास किती खाटांचं रुग्णालय असावं लागेल.' प्रथमत: त्यांना रुग्णांना तपासण्यासाठी आणि त्यांच्यावर शस्त्रक्रिया करण्यासाठी जागा हवी होती. उपचार करण्यासाठी डॉक्टर्स आणि परिचारिका हव्या होत्या, इमारत बांधण्यासाठी अभियंते आणि ही सगळी व्यवस्था सुरळीतपणे चालवण्यासाठी व्यवस्थापक हवे होते. हे सगळे मिळणार कुठून? हे सगळं प्रत्यक्षात आणण्यासाठी डॉ. व्हींनी अर्थातच त्यांच्या कुटुंबाकडे अपेक्षेनं पाहिलं. त्यांच्या भावंडांखेरीज डॉ. नच्चिअर यांचे पती डॉ. नाम, डॉ. नाम यांची बहीण डॉ. विजयालक्ष्मी श्रीनिवासन (उर्फ विजी), त्यांचे पती एम. श्रीनिवासन (एमएस) अशा सर्वांची मिळून अरविंदची संस्थापक सदस्य समिती बनली. डॉ. व्हींच्या आई-वडिलांच्या स्मृत्यर्थ GOVEL Trust नावाने एक बिगर-शासकीय संस्था सुरू करून त्यामार्फत रुग्णालयाचा कारभार पाहिला जाऊ लागला. "या कामात सगळ्यांनी हातभार लावला आणि हेच आमचं खरं बलस्थान होतं. हे स्वप्न जरी डॉ. व्हींचं असलं तरी ते सत्यात उतरवण्यामागे कुटुंबाचा मोठाच वाटा आहे." नच्चिअर म्हणतात.

अरविंद सुरू झालं ते अशा एका काळात जेव्हा नेत्र-सेवा हे तसं दुर्लक्षितच क्षेत्र होतं. फारसा मोबदला न मिळवून देणारं आणि मोतीबिंदूच्या शस्त्रक्रियांची गरज असूनही मागणी नसणारं असं हे क्षेत्र होतं. या पार्श्वभूमीवर, निवृत्तीच्या उंबरठ्यावर असलेल्या आणि कमालीच्या नैतिक अधिष्ठानानं काम करणाऱ्या एका माणसानं त्याच्या पूर्ण कुटुंबाला या अंधत्वनिवारणाच्या महत्त्वाकांक्षी प्रकल्पात कसं बरं गुंतवलं असेल हे एक न उलगडलेलं कोडं आहे. नच्चिअर म्हणतात, "ते मला पित्यासमान होते, आणि त्यांच्या मनात नक्की काय योजना आहेत याविषयी फारशी माहिती नसली तरी त्यांच्याबद्दल कमालीचा आदर होता." त्या आणि त्यांचे पती, दोघांनीही हार्वर्ड विद्यापीठातून फेलोशिप मिळवलेली होती आणि त्यानंतर ते अरविंदमध्ये रुजू झाले. हा निर्णय घेताना वडीलधाऱ्यांच्या मताचा आदर करण्याचे संस्कार ही बाब होतीच, पण त्याहीपेक्षा अधिक काहीतरी होतं. "एखाद्या बड्या रुग्णालयात व्यावसायिक दृष्टिकोण ठेवून काम करण्यापेक्षा गरिबांची सेवा करणं श्रेष्ठ हे त्यांनी आमच्या मनावर बिंबवलं होतं," त्या स्पष्ट करतात. नच्चिअर यांची नणंद असलेल्या विजी अगदी मोकळेपणानं सांगतात, 'खरं सांगायचं तर विचार करायला आमच्याकडे वेळच नव्हता. जे सांगण्यात आलंय ते करायचं एवढंच आम्हांला ठाऊक होतं. आणि डॉ. व्ही जे काही सांगतील ते आमच्या भल्यासाठीच याची आम्हांला खातरी होती.'[१]

गांधीजींचं एक प्रसिद्ध वचन आहे, 'जर तुम्हांला जग बदलायचं असेल तर आधी तुम्हांला स्वत:लाच बदलावं लागेल.' डॉ. व्ही म्हणजे या वचनाचं मूर्तिमंत उदाहरण. त्यांनी सोसलेलं अपार दु:ख, अंधांची सेवा करण्याचा त्यांचा ध्यास आणि त्यांच्या जगण्यातले आदर्श, यातून निर्माण झालेली व इतरांना आकृष्ट करून घेणारी एक विलक्षण ऊर्जा त्यांच्या ठायी आहे. डॉ.व्ही आपल्याला कुठे घेऊन जातील हे अरविंदच्या संस्थापक सदस्यांना ठाऊक नव्हतं, पण त्यांचा डॉ. व्हींवर गाढ विश्वास होता. केवळ स्वत:च्या सुखदु:खांभोवती फिरत राहणाऱ्या आत्मकेंद्रित आयुष्यापेक्षा भव्य असं काहीतरी आपल्याला गवसणार आहे याची त्यांना मनोमन खातरी होती.

पहिलं रुग्णालय बांधण्यासाठी डॉ. व्हींनी आपलं घर गहाण ठेवलं आणि बाकीच्या भावंडांनी आत्तापर्यंत साठवलेली सर्व पुंजी देऊ केली. प्रत्येकानं ५०० रुपये दिले. "हे देखील अपुरं पडू लागलं तेव्हा बांधकामाचे पैसे चुकते करण्यासाठी कुटुंबाचे दागिनेही विकावे लागले. हे सगळं आमच्यासाठी नवीनच होतं त्यामुळे सुरुवातीच्या काळात आम्हांला अनंत अडचणींचा सामना करावा लागला." डॉ. व्हींचे भाऊ, जी. श्रीनिवासन सांगतात.[२] डॉ. व्ही आणि त्यांचा चमू आठवड्याचे सात दिवस, अहोरात्र काम करत असे. पाच दिवस रुग्णालयात काम करणे आणि शनिवार-रविवार आसपासच्या खेड्यांमध्ये काम करणे हा त्यांचा परिपाठ होता. रुग्णांच्या खोल्यांची साफसफाई करण्यापासूनची सर्व कामं ते सगळे जण करत असत. सुरुवातीच्या काळात तर अशी परिस्थिती होती, की अरविंदमध्ये मिळणाऱ्या जेमतेम कमाईला हातभार म्हणून ते इतर खासगी/सरकारी रुग्णालयात नोकरी करत असत. अनेक ऐहिक सुखांचा त्याग करून त्या सर्वांनी अतिशय साधी राहणी पत्करली होती. अर्थात, ही वाट दिसते तितकी साधी-सोपी नव्हती.

डॉ. नाम म्हणतात त्याप्रमाणे, प्रारंभीचा काळ अनेक कारणांसाठी बिकट होता. एकीकडे आपल्या बरोबरीच्या लोकांना एकामागोमाग एक यशाच्या पायऱ्या चढताना पाहणं आणि त्याच वेळी स्वत: मात्र एकेका रुपयाचा हिशेब करत राहणं हे अत्यंत कठीण होतं. "बसची वाट पाहत उभं असताना माझे काही वर्गमित्र त्यांच्या चारचाकी गाड्यांमधून जाताना दृष्टीस पडायचे. स्कूटर तर सोडाच, पण माझी त्या वेळी सायकल घेण्याचीही ऐपत नव्हती," इति डॉ. नाम. आपलं स्वत:चं कुटुंब, आईबाप आणि धाकटी भावंडं अशा सर्वांची जबाबदारी पेलणाऱ्या एका महत्त्वाकांक्षी डॉक्टरसाठी ही परिस्थिती निश्चितच सुखावह नव्हती. डॉ. नाम यांच्या पत्नी डॉ. नच्चिअर मोकळेपणानं कबूल करतात, "आमच्या वैवाहिक आयुष्यातही या सगळ्यामुळे काही वेळा कसोटीचे क्षण आले होते. माझे पती हे अत्यंत हुशार डॉक्टर होते आणि बाहेर कुठेही ते इथल्यापेक्षा खूप जास्त कमवू शकले असते.

त्यांनी या सगळ्याशी जुळवून घेतलं, पण बेतासबात उत्पन्नात दोन लहान मुलांना वाढवणं खचितच सोपं नव्हतं. आणि त्या वेळी आम्हीही तितकेसे समंजस नसल्याने यामागचा उद्देश नीटपणे समजून घेण्यात कमी पडत होतो. माझ्या भावाच्या सांगण्यावरून आपण हे सगळं का करतोय या मुद्द्यावरून आमच्यात बऱ्याचदा भांडण व्हायचं. मला खूप मनस्ताप होई, रडायला येई पण डॉ. व्हींना मी याचा थांगपत्ता लागू दिला नाही.'' ज्या माणसानं स्वत:च स्थापन केलेल्या या संस्थेत काम करताना वेतन घेण्याचं नाकारलं त्याला सांगणार तरी काय? काटकसरीनं आयुष्य जगणाऱ्या त्या ब्रम्हचाऱ्यानं त्याला मिळणाऱ्या निवृती-वेतनावर भागवलं; पण आपल्या भावंडांचं कुटुंब आहे, त्यांच्या गरजा जास्त आहेत हे त्यांच्या कुठून ध्यानात येणार?

१९९० नंतर अरविंदच्या डॉक्टर्सना बाजारभावाप्रमाणे वेतन मिळू लागलं. पण सुरुवातीच्या काही वर्षात मात्र पैशांची खूप चणचण होती, परिणामी या डॉक्टर्सना अगदी कमी वेतनावर काम करावं लागे. ''याबद्दल मी गुपचूपपणे फ्रेड मुन्सॉनकडे (अरविंदचे जुने स्वयंसेवक आणि कुटुंबाचे स्नेही) तक्रार करत असे. अखेरीस त्यांच्या सांगण्यावरून आम्हांला १९८० साली पगारवाढ मिळाली,'' हे सांगताना नच्चिअर हसण्यात बुडून जातात. एकीकडे ही आव्हानं पेलत असतानाच त्यांना त्यांच्या कुटुंबाकडेही लक्ष देणं आवश्यक होतं. शस्त्रक्रियाकक्षाच्या बाहेर पाळणा ठेवून दोन शस्त्रक्रियांच्या मधल्या वेळेत आपल्या दहा दिवसांच्या मुलाला सांभाळणाऱ्या विजी असो किंवा सिझेरियननंतर दोन दिवसांनी व्हीलचेअरमध्ये बसून परीक्षा देणाऱ्या नच्चिअर असोत, त्यांची जिद्द अफाट होती.

संस्थापक सदस्यांपैकी सर्वजणच अरविंदमध्ये पाळल्या जाणाऱ्या कामाच्या अत्यंत काटेकोर शिस्तीत तावूनसुलाखून निघत होते. डॉ. विजी त्या दिवसांबद्दल सांगताना म्हणतात, ''आपण जास्त मोबदला घायचा नाही यावर डॉ. व्ही नेहमीच ठाम असत. ते म्हणत, 'आपल्याकडे येणारा प्रत्येक रुग्ण म्हणजे आपले आजोबा/आजी, मावशी, काका आहेत असं समजून तुम्ही त्यांच्यावर उपचार करा, म्हणजे तुमच्या मनातली करुणा आपोआपच जागी होईल. आणि एकदा का तुम्ही त्यांच्याकडे ममतेनं पाहायला लागलात, की आपोआपच तुम्ही चांगलं काम करू शकाल,'' अरविंदमध्ये लहान मुलांच्या विभागाच्या मुख्य असणाऱ्या विजी पुढे सांगतात, ''सुरुवातीच्या दिवसांमध्ये या लहानश्या रुग्णालयात पाच-पाच नेत्रतज्ज्ञांची काय आवश्यकता आहे असा मला प्रश्न पडायचा. डॉ. व्हींना याबद्दल विचारलं असता ते म्हणायचे 'थोडी वाट पाहा.' अमेरिकेत जाऊन फेलोशिप पूर्ण करून आल्यानंतरही मी त्यांना पुन्हा हाच प्रश्न विचारला आणि त्यांनीही तेच उत्तर दिलं. खरंतर मी खूप वैतागले होते, पण हळूहळू आमचं काम विस्तारत गेलं. डॉ. व्हींच्या

ठायी पुढे काय घडणार याची अचूक अटकळ बांधणारी विलक्षण दूरदृष्टी होती.''

डॉ. नाम यांच्या मते, ''खेड्यामध्ये लहानाचे मोठे झाले असल्याने आम्हां सर्वांना लोकांशी बोलण्याची, त्यांच्यात मिसळण्याची कला अवगत होती आणि हीच आमची वरचढ बाजू ठरली. जसजसं आमचं नाव होत गेलं, तसतशी आमच्यावरील कामाची जबाबदारी वाढत गेली.''

रुग्णांचं समाधान आणि सोय हेच कायम केंद्रस्थानी असल्याने काही वेळा कामाच्या पद्धतीत आमूलाग्र बदल करावे लागत; उदा. रात्रीच्या वेळी जरा गारव्याचं वातावरण असतं म्हणून काही शस्त्रक्रिया मध्यरात्री एक वाजता केल्या जात. त्या भारलेल्या दिवसांच्या आठवणींनी विजी यांचा चेहरा उजळून जातो. ''ते दिवस विलक्षण होते, आताच्या लोकांनीही तितकेच कष्ट उपसावेत असं मी म्हणणार नाही, पण हे सगळं कसं घडत गेलं याची तरी त्यांना जाण असायला हवी.'' बोलता बोलता त्या एक रहस्यभेद करतात, ''कमीतकमी मोबदला घ्या आणि जास्तीत जास्त रुग्ण तपासा हा डॉ. व्हींनी आम्हांला दिलेला मंत्र होता. कमी दाम, जास्त काम. आणि याच दृष्टिकोनामुळे एक भव्यदिव्य स्वप्न सत्यात आणण्यासाठी प्रत्येकानं आपापल्या परीनं सर्व क्षमतेनिशी झटत राहणं हेच आमच्या हातात होतं.''

जेव्हा जगावेगळी काही माणसं आपलं अख्खं आयुष्य एखाद्या विशिष्ट ध्येयासाठी, कोणाच्यातरी सेवेसाठी वाहून घेतात तेव्हा त्यामागे एक जबरदस्त शक्ती दडलेली असते. आणि म्हणूनच अरविंदच्या यशाचं मोजमाप आर्थिक निकषांवर होऊ शकत नाही. आज अरविंदचं जे काही अस्तित्व आहे, ते त्यांच्या आर्थिक पाठबळामुळे नव्हे तर त्यांच्या सेवा-वृत्तीमुळे आहे. डॉ. एम श्रीनिवासन (डॉ. विजींचे पती), जे एक जगद्विख्यात कॉर्नियातज्ज्ञ आहेत, ते या सगळ्याचं विवेचन करताना 'त्याग' हा शब्द वापरणं जाणूनबुजून टाळतात. कुशाग्र बुद्धीचा हा माणूस, त्यांच्या कुटुंबाची शेतकरी पार्श्वभूमी हेच अरविंदच्या कार्यपद्धतीतलं गमक असल्याचं मानतो. ''शेतकरी कुटुंबातून आल्यामुळे आम्हां सर्वांना कष्ट करण्याची सवय होतीच. वर्षाचे ३६५ दिवस सुट्टी न घेता काम करणं हे काही आमच्यासाठी नवीन नव्हतं. हीच परंपरा रुग्णालयाच्या कामकाजात आपोआप रुजत गेली. यासाठी कुठल्या विशेष शिक्षणाची, अभ्यासक्रमाची गरजच नव्हती, ते आमच्या रक्तातच भिनलं होतं.'' इतक्या वर्षांनंतरही लोकांना याचा अचंबा वाटतो. हार्वर्ड विद्यापीठाच्या सार्वजनिक आरोग्य विभागातल्या अधिकारी व्यक्ती आणि २००८ साली अरविंदमध्ये स्वयंसेवक म्हणून काम केलेल्या आरती रविचंद्रन कौतुकानं सांगतात, ''अरविंदमध्ये मला सर्वात काय भावलं असेल तर ती, शंभर टक्के जीव ओतून काम करण्याची वृत्ती, 'जे करण्याची गरज आहे ते मी करणार' ही वृत्ती. कुठला बडेजाव नाही, दिखावा नाही, फक्त कृती....''

सहा

निग्रहाची किमया

प्राध्यापक कॅश रंगन यांनी अरविंदला जेव्हा पहिल्यांदा भेट दिली, तेव्हा त्यांच्या लक्षात आलं की, अरविंदमध्ये अगदी सुबक, शिस्तबद्ध कार्यपद्धती असूनही त्याचं पद्धतशीर संकलन झालेलं नव्हतं. तुलसी हसत हसत मान्य करतात; की अरविंदच्या कार्यपद्धतीचं आणि त्यामागच्या आखणीचं विश्लेषण केलं जायचं ते ती पद्धत यशस्वी झाल्यानंतर, यशस्वी होण्यासाठी नाही; पण रूढ अर्थानं आखणी केलेली कार्यपद्धती नसताना एखाद्या संस्थेला मिळणारं यश हा एक निव्वळ योगायोग असतो, असं मात्र नाही. यामागेही काही विचारपूर्वक घेतलेले निर्णय आणि एखाद्या माणसातली असाधारण दयाबुद्धी यांचा हातभार असू शकतो.

"डॉ. व्ही. रुग्णांच्या आयुष्याशी एकरूप व्हायचे. त्यांच्या व्यथा या डॉ. व्हींच्या व्यथा व्हायच्या." नच्चिअर सांगतात, ते म्हणायचे, "अंधत्व माणसाला कणाकणानं मारतं. अंधत्वामुळे त्यांची दृष्टी, सन्मान आणि निर्णय घेण्याचे अधिकार संपुष्टात येतात. त्यांना केवळ दृष्टी परत मिळवून देणं एवढ्यावरच आपलं काम संपत नाही. खरा प्रश्न हा आहे की त्यांना त्यांची आत्म-प्रतिष्ठा कशी परत मिळवून द्यायची?"

या प्रश्नांची उत्तरं मिळवण्यासाठी डॉ. व्हींनी केलेल्या प्रयत्नांतूनच अरविंदची निर्मिती झाली.

टिम ब्राऊन म्हणतात, "कुठलीही अर्थपूर्ण रचना सहानुभूतीतूनच तयार होते. आणि माझ्या मते अरविंद अशाच एका रचनेतून घडलं आहे."[१] जगातल्या काही प्रभावी डिझाईन कंपन्यांपैकी एक म्हणून गणल्या जाणाऱ्या IDEO या कंपनीचे मुख्य अधिकारी असणाऱ्या टिम ब्राऊन यांच्याकडून मिळणारे कौतुकाचे शब्द ही काही साधीसुधी गोष्ट नाही.

२००५ मध्ये टिम ब्राऊननी अरविंदला भेट दिली ती ॲक्युमेन फंड या संस्थेनं

आयोजित केलेल्या अभ्यास दौऱ्यातून. समाजहितासाठी राखून ठेवण्यात आलेलं भांडवल एकत्र करून ते सामाजिक प्रकल्पांमध्ये गुंतवण्याचं काम ॲक्युमेन फंडमार्फत केलं जातं. टेलीमेडिसिन संदर्भातल्या एका उपक्रमात ॲक्युमेननं अरविंदला मदत केली होती. ''भारतात, विशेषत: अरविंदमध्ये मी जे काही पाहिलं, त्यांनी माझं अनुभव-विश्व समृद्ध केलं आणि त्याच्या जोरावर मी IDEO मध्ये पुढे जाऊ शकलो,'' ब्राऊन सांगतात. कसं? टिम म्हणतात ''येणारे अडथळे बऱ्याचदा नवनवीन कल्पनांना जन्म देतात. अरविंद ही एक अशी अनोखी संस्था आहे की, जिथली रचना आपोआपच अडथळ्यांना जन्म देते आणि कल्पनांच्या नवनिर्मितीला चालना.''

ब्राऊन यांच्या विधानात तथ्य आहे. स्व-निर्मित अडथळ्यांमुळे साध्या-सरळ उत्तरांना जागाच राहत नाही. हळूहळू सुचणाऱ्या नवीन कल्पना लागू न पडल्याने भन्नाट उपाय शोधून काढून या अडथळ्यांवर मात करण्यावाचून काही पर्यायच उरत नाही.

विकसनशील देशांमध्ये पैसा, कुशल कामगार आणि इतर संसाधनं हे अडथळे ठरू शकतात. पण ब्राऊन यांनी उल्लेखलेले अडथळे यापेक्षा खूप वेगळे आहेत. ब्राऊन म्हणतात की, डॉ. व्हींनी रुग्णांना दिल्या जाणाऱ्या वैशिष्ट्यपूर्ण सुविधांचा आग्रह धरत स्वत:हूनच काही अडचणींना आमंत्रण दिलं होतं. इथे होणारे उपचार उच्च दर्जाचे असतील, त्यामागे ममत्व असेल, हे सगळं सर्वांना परवडेल अशा दरात असेल आणि ही सर्व व्यवस्था चिरस्थायी असेल अशी डॉ. व्हींची अपेक्षा होती. अरविंदमध्ये पाळल्या जाणाऱ्या काही अलिखित नियमांकडे ब्राऊन यांचा इशारा आहे.

१. इथे आलेल्या कोणत्याही रुग्णाला आपण परत पाठवायचे नाही.

२. उपचारांच्या दर्जाशी कोणतीही तडजोड करायची नाही.

३. आपण स्वावलंबी व्हायला हवं.

थोडक्यात अरविंदमध्ये जे काही केलं जाईल ते उच्च दर्जाचं, सहानुभूतीपूर्ण आणि आत्मनिर्भर असेल.

आज भारतात मोफत नेत्रसेवा देणाऱ्या अनेक संस्था आहेत, त्यातल्या काहींमध्ये जागतिक दर्जाचे उपचार दिले जातात. या सगळ्यात अरविंद वेगळं उठून दिसतं ते तिथे उपचार दिल्या जाणाऱ्या रुग्णांच्या प्रचंड संख्येमुळे आणि आर्थिक स्वयंपूर्णतेमुळे. इतर कोणत्याही रुग्णालयाची आकडेवारी अरविंदमध्ये येणारा बाह्यरुग्णांचा ओघ आणि इथे होणाऱ्या शस्त्रक्रियांची संख्या यांच्या जवळपासही पोहोचू शकत नाही. त्याचप्रमाणे इतक्या मोठ्या प्रमाणावर गरिबातल्या गरीब रुग्णांना उच्च दर्जाचे उपचार देत असूनही आर्थिक स्वयंपूर्णता राखणारं अरविंद हे सगळ्यांमध्ये अपवाद ठरतं.

आतापर्यंतच्या काळात अरविंदनं त्याची चिरस्थायिता पुरेपूर सिद्ध केली आहे. दर दशकाला चौपट या गतीनं होणारी वाढ, अनेक वेळा घडून आलेले आणि यशस्वी ठरलेले नेतृत्वबदल आणि सातत्यानं चढता आलेख दाखवणारा दर्जा, तसंच विस्तारत जाणारा सुविधांचा आवाका या सर्व पातळ्यांवर अरविंद यशस्वीच होत राहिलं आहे. आर्थिक स्थैर्य, प्रचंड व्याप्ती, आणि सातत्यपूर्णता या शाश्वततेच्या खुणा इथे सर्वत्र जाणवतात.

साहजिकच अरविंदने सांभाळलेली शाश्वत आर्थिक आघाडी ही सर्वांच्या चर्चेचा विषय होते. २००९-१० या वर्षात अरविंदचं एकूण उत्पन्न १६० कोटी रुपये, तर ७० कोटी रुपये इतकी शिल्लक होती.[२] अरविंदच्या उत्पन्नाचा लेखा-जोखा घेणाऱ्या फोर्ब्स मासिकातील एका लेखात असं म्हणण्यात आलं होतं की, ही आकडेवारी कोणत्याही व्यावसायिक जोखमीपेक्षा कमी नव्हती.[३]

आश्चर्याची बाब म्हणजे आर्थिक स्वयंपूर्णतेला डॉ. व्हींनी सुरुवातीच्या काळात तितकंसं महत्त्व दिलं नव्हतं. परंतु त्याबाबतीत आलेल्या काही कटू अनुभवांमुळे त्यांना काही निर्णय घ्यावे लागले.

अरविंदच्या उभारणीकरिता बँकेकडून कर्ज घेण्याचा त्यांचा प्रयत्न फसला आणि पैसे उभे करण्याच्या प्रयत्नात त्यांना अपमानकारक वागणुकीला तोंड द्यावं लागलं. त्यांचे भाऊ जी. एस. सांगतात, "एकदा डॉ. व्ही मदुराईजवळच्या एका मोठ्या शहरात अरविंदसाठी देणगी गोळा करण्याच्या हेतूनं गेले होते. ते परत आले ते केवळ १५०० रुपये घेऊन. आम्ही कोण आहोत, काय काम करत आहोत हे ठाऊक नसल्यानं लोकांना असं वाटायचं की आम्ही स्वत:साठीच हे सगळं मागत आहोत." लोक आपल्याबद्दल असा विचार करत असतील याची डॉ. व्हींना सुतराम कल्पना नव्हती.

अशा प्रकारची अपमानास्पद वागणूक डॉ. व्हींच्या मनाला फार लागली. अरविंदच्या एकूणच कारभारात पैसे या गोष्टीचं नक्की काय स्थान असावं याविषयी त्यांनी स्वत:शीच काही आडाखे बांधले. आणि असं जाहीर करून टाकलं की, 'इथून पुढे आपण कधीही लोकांपुढे देणगीसाठी हात पसरायचे नाहीत. आपण फक्त काम करत रहायचं, पैसा कसा येईल त्याची चिंता करायची नाही.'

'काम करत रहा, पैसा आपोआप येईल' हे त्यांचं वाक्य पुढे जणू परवलीचंच वाक्य झालं. तुमचं कार्य हीच तुमची ओळख बनेल या डॉ. व्हींच्या मंत्रानं अरविंदला आत्मनिर्भर बनवलं आणि सतत नवनवीन रचना करायला प्रवृत्त केलं.

आंतरराष्ट्रीय पातळीवर चालणाऱ्या विकासात्मक कार्यात पैसा/निधी हा

कळीचा मुद्दा असतो. अनेक धर्मादाय संस्था त्यांना मिळणाऱ्या वैयक्तिक देणग्या किंवा काही इतर संस्थांकडून मिळणाऱ्या आर्थिक मदतीवर अवलंबून असतात. व्यवसाय आणि समाजसेवा या दोन गोष्टी कधीच एकत्र घडू शकत नाहीत या सर्वमान्य (गैर?) समजामुळे काम करण्याची ओढ आणि निधीचा अभाव या कात्रीत या संस्था सापडलेल्या असतात.

या पार्श्वभूमीवर अरविंद मात्र आर्थिक स्वयंपूर्णता आणि सर्वव्यापी सेवा या दोन्ही आघाड्या सहजपणे सांभाळताना पाहायला मिळतं, ते कसं? डॉ. व्हींनी त्यांच्याही नकळत या दोन आघाड्यांवर लढण्याचा मंत्र अरविंदच्या रचनेत अंगभूत केलेला आहे, आणि अरविंदच्या नेतृत्वानंदेखील तो मंत्र सहजपणे आत्मसात करून घेतला आहे. तुलसी म्हणतात,"आर्थिक आत्मनिर्भरतेची नेमकी अशी व्याख्या नाही, ती सतत बदलत राहणारी संकल्पना आहे. संस्थात्मक रचना, तंत्रज्ञान आणि मनुष्यबळ यांच्यातल्या परस्पर-संबंधांनुरूप ती विकसित होत जाते." ते पुढे स्पष्ट करतात, की अरविंदमध्ये मिळणाऱ्या सुविधांच्या किमती, मोफत आणि पैसे भरून उपचार घेणाऱ्या रुग्णांचं प्रमाण, उपलब्ध असणाऱ्या साधनांचा परिणामकारक वापर, आणि 'किफायतशीरपणा' या गोष्टीकडे अत्यंत काटेकोरपणे लक्ष देणारं नेतृत्व या सर्वांमुळेच अरविंदला आर्थिक स्वातंत्र्य लाभलेलं आहे.

"किमती ठरवण्याच्या प्रक्रियेत 'शून्य' हा महत्त्वाचा घटक असतो." मोफत उपचार द्यावेत की नाही या द्विधा स्थितीवर तुलसी यांनी दिलेलं हे अगदी चपखल उत्तर आहे. अरविंदमध्ये किमती ठरवण्यासाठी वापरली जाणारी पद्धत मोफत सुविधेबद्दलच्या पारंपरिक कल्पनांना तडा देते. अरविंदमध्ये मिळणारी मोफत सुविधा ही दयेपोटी दिलेली नसून रुग्णानं स्वत: निवडलेला पर्याय असतो. शून्य ते बाजारभाव असा किमतींचा चढता आलेख आणि त्यातून रुग्णाला हवा तो पर्याय निवडण्याचं स्वातंत्र्य यातून रुग्णांचा स्वाभिमान जपण्याची अरविंदची संस्कृती दिसून येते.

"निवडस्वातंत्र्य फार महत्त्वाचं आहे. आपण एखाद्या दुकानात जातो तेव्हा आपल्यासमोर हव्या त्या वस्तूची निवड करण्यासाठी भरपूर पर्याय उपलब्ध असतात. आपल्या पसंतीच्या आणि आपल्या खिशाला परवडणाऱ्या गोष्टींची आपण खरेदी करतो. इथे येणाऱ्या रुग्णांनाही असंच निवडस्वातंत्र्य देण्याचा आमचा प्रयत्न आहे." अरविंदचे व्यवस्थापक डॉ. अरविंद श्रीनिवासन सांगतात.

मोफत उपचार हा अनेक पर्यायांमधला एक पर्याय असणाऱ्या व्यवस्थेत संपूर्ण मोफत उपचार देणाऱ्या व्यवस्थेपेक्षा अधिक रुग्णसंख्येवर उपचार केले जातात.

मध्य प्रदेशातल्या चित्रकूट गावातील सद्गुरू नेत्र चिकित्सालय या रुग्णालयाच्या बाबतीत हा मुद्दा प्रकर्षानं जाणवला.

२००२ सालापर्यंत सद्गुरू नेत्र चिकित्सालय हे देणगीदारांच्या मदतीवर अवलंबून होतं आणि अत्यंत गरीब रुग्णांना सेवा देण्यावरच त्यांचा भर होता. रुग्णांकडून उपचारांचे पैसे घेणं म्हणजे आपल्या संस्थेच्या तत्त्वांची पायमल्ली करणं असं त्या संस्थेच्या विश्वस्तांचं मत होतं. बहुसंख्य रुग्ण मोफत उपचार घेणारे असल्यानं हळूहळू ते रुग्णालय तोट्यात जाऊ लागलं. जेव्हा त्या संस्थेचे संचालक डॉ. बी. के जैन यांनी अरविंदला भेट दिली, तेव्हा मात्र त्यांना एक वेगळंच चित्र पाहायला मिळालं.

अरविंदच्या मदतीनं डॉ.जैन यांनी आपल्या इतर विश्वस्तांचं मन वळवलं. देण्यात येणाऱ्या सुविधा, किमतीनुसार वेगवेगळ्या स्तरांत विभागण्यात आल्या आणि गरीब रुग्णांसोबतच श्रीमंत रुग्णांवरही उपचार केले जाऊ लागले. अरविंदमधल्या तज्ज्ञांच्या मदतीनं त्यांनी या सगळ्याचं नियोजन केलं. या नवीन शुल्करचनेबरोबरच मोतीबिंदूच्या शस्त्रक्रियेचं IOL हे आधुनिक तंत्रज्ञानही वापरलं जाऊ लागलं. आसपासच्या खेड्यांमध्ये मोफत उपचार देणारी नेत्र शिबिरं भरवली जाऊ लागली. या सगळ्याचे आश्चर्यकारक परिणाम लवकरच दिसून येऊ लागले. पाच वर्षांनंतर चित्रकूटचं हे रुग्णालय प्रथमच फायद्यात चालू लागलं.[४]

सर्वात महत्त्वाची बाब म्हणजे दर वर्षी मोफत किंवा अत्यंत सवलतीच्या दरात उपचार घेणाऱ्या रुग्णांची संख्या ४५ टक्क्यांनी वाढली आणि मोतीबिंदूची शस्त्रक्रिया करून घेणाऱ्या रुग्णांची संख्या दुप्पट झाली.[५] पैसे भरून उपचार घेणाऱ्या रुग्णांची संख्या वाढल्यानं या अतिरिक्त पैशातून गरीब रुग्णांवर IOL तंत्र वापरून शस्त्रक्रिया करणं शक्य होऊ लागलं, जे पूर्वी कधीच शक्य नव्हतं. त्याचप्रमाणे आता त्यांना स्वयंसेवक म्हणून काम करणाऱ्या डॉक्टर्सवर अवलंबून राहायची गरज उरली नाही, उलट आधीपेक्षा पाचपट जास्त संख्येनं नेत्रतज्ज्ञ नेमणं शक्य झालं, अनेक विशेष सेवा सुरू करता आल्या.

आणि अशा प्रकारे ही नाविन्यपूर्ण शुल्क रचना सद्गुरू रुग्णालयासाठी अतिशय उपयुक्त ठरली. तत्वांशी तडजोड तर सोडाच, पण अधिकाधिक गरजू लोकांपर्यंत पोहचणं यामुळे साध्य झालं. अनेक नवीन सुविधा देणं शक्य झालं, तसंच एकूण व्यवस्थाही अधिक सक्षम झाली. आर्थिक आघाडीवरच्या आत्मनिर्भरतेला अरविंदच्या नेतृत्वानं कायम महत्त्व दिलं ते फक्त स्वत:साठी नाही तर जिथे जिथे उत्तम दर्जाचं काम सुरू आहे अशा सर्वांसाठी.

'गरीब रुग्णांच्या सेवेसाठी काम करणाऱ्या संस्थेत काही रुग्णांकडून मात्र बाजारभावाप्रमाणे शुल्क घेतलं जातं', या गोष्टीमुळे लोकांच्यात गैरसमज तर पसरत नाही ना अशी शंका बरेच जण उपस्थित करतात. "पण असं काहीही अरविंदमध्ये घडत नाही. कारण हे सगळं करताना आम्ही संपूर्णपणे पारदर्शकता ठेवतो, त्यामुळे शंकेला जागाच उरत नाही. आणि या किमती इथल्या स्थानिक बाजारभावानुसारच ठरवलेल्या असतात" तुलसी स्पष्टीकरण देतात.

अरविंदची शुल्करचना रुग्णांना उपचार घेण्याच्या दृष्टीनं सोयीची आहे आणि त्यात कोणतेही छुपे खर्च नाहीत. तुलसी म्हणतात, "डोळ्यांच्या नंबरची तपासणी, प्रेशरची तपासणी, लघवीतली साखरेची चाचणी यातल्या कशाचेच जादा पैसे आकारले जात नाहीत. या प्राथमिक चाचण्यांसाठी वेगळे पैसे आकारणं आमच्या तत्त्वात बसत नाही. त्यामुळे सुरुवातीला रुग्णांकडून घेतलेल्या पन्नास रुपये शुल्कातच या सगळ्या चाचण्या होतात." आणि सांगायची गोष्ट म्हणजे पन्नास रुपये या शुल्काच्या मामुली रकमेत गेल्या दहा वर्षांत वाढ करण्यात आलेली नाही.

तुलसी यांच्या मते 'सुरुवातीपासून अरविंदची रचनाच अशी आहे की, एखाद्या रुग्णाची आर्थिक लुबाडणूक करण्याची कुणाला संधीच मिळणार नाही. उदा, MRI/CAT स्कॅन करण्यासाठी ज्या रुग्णांना बाहेरच्या रुग्णालयात पाठवलं जातं त्यांच्याकडून कोणतंही कमिशन घेतलं जात नाही.' इथे पाळली जाणारी वैद्यकीय नियमावली सतत तपासली जाते आणि काही अनावश्यक चाचण्या किंवा औषधोपचार आढळल्यास ते काढून टाकले जातात. एकपेक्षा अधिक वेळा कराव्या लागलेल्या शस्त्रक्रिया, रुग्णांना रुग्णालयात व्यतीत करावा लागलेला कालावधी, शस्त्रक्रिया पुढे ढकलण्यात आल्यास त्यामागची कारणं या सर्वांचा ऊहापोह नियमितपणे होणाऱ्या बैठकांमध्ये केला जातो. रुग्णांना दिली जाणारी औषधं आणि सल्ले खरोखरच गरजेनुसार दिले आहेत ना यांची खातरजमा केली जाते. हे सगळं करण्यामागे एकच हेतू आहे, आपल्याकडे आलेल्या रुग्णावर कोणत्याही अनावश्यक खर्चाचा बोजा पडू नये आणि त्याची कोणत्याही प्रकारे गैरसोय होऊ नये, बस! हा असा दृष्टिकोण ठेवण्याचा फायदा म्हणजे आर्थिक बाबतीत व एकूणच कामकाजात अधिकाधिक कौशल्य येतं, सक्षमीकरण होतं आणि त्याहीपेक्षा महत्त्वाचं म्हणजे रुग्णांचा विश्वास जिंकता येतो.

या सगळ्याकडे सामान्य लोक मात्र एका वेगळ्याच नजरेनं पाहतात. खरं म्हणजे अरविंदमध्ये पैसे भरून उपचार घेणाऱ्या लोकांना अरविंदच्या सामाजिक कार्याच्या व्याप्तीची जाणीव असते, पण इथे उपचारांचे पैसे भरून आपणही या कामातला खारीचा वाटा उचलत आहोत याची मात्र त्यांना कल्पनाच नसते. तुलनेनं श्रीमंत असणाऱ्या रुग्णांमध्ये या गोष्टीचा प्रचार करणं अरविंदनं कटाक्षानं टाळलेलं

आहे. जिथे दर्जा आणि सेवाभाव यांची सांगड अभावानंच आढळते अशा या व्यवहारी जगात सेवाभावाचा डांगोरा पिटणं योग्य नव्हे असं अरविंदच्या नेतृत्वाचं मत आहे. कारण त्यांना पक्कं ठाऊक आहे, की जेव्हा वैयक्तिक आरोग्याचा प्रश्न येतो तेव्हा पैसा आणि उपचारांचा दर्जा नि:स्वार्थी वृत्तीवर मात करू शकतात.

तुलसी यांच्या शब्दात सांगायचं तर, 'मी जेव्हा पहिल्यांदा अरविंदमध्ये आलो तेव्हा मला असं जाणवलं, की अरविंदचं ध्येय आणि उद्दिष्ट वरकरणी दिसतं त्यापेक्षा खूप भव्य असं आहे. लोकांना नेत्र सेवा उपलब्ध करून देणं हे त्यांचं ध्येय होतं आणि कोणत्याही परिस्थितीत ते लक्ष्य पूर्ण करण्यासाठी ते वचनबद्ध होते. जे काही करायचं ते १०० टक्के प्रामाणिकपणे आणि कोणताही आडपडदा न ठेवता हा त्यांचा पक्का निर्धार होता. बऱ्याचशा संस्थांमध्ये असं काम करण्यामागे पैसा, यश, प्रसिद्धी यातला काही ना काही छुपा हेतू असतोच, पण मी इथे जे काही पाहिलं त्यावरून ठामपणे सांगू शकतो, की अरविंद या सगळ्याच्या पलीकडे पोहोचलेलं होतं. इतर सर्व संस्थांच्या तुलनेत फार उच्च कोटीची पातळी त्यांनी गाठली होती.'

तुलसी हे डॉ. व्हींची एक भाची चित्रा यांचे पती आहेत. १९८१ साली कुटुंबाची जबाबदारी असूनही एका बहुराष्ट्रीय कंपनीतल्या उत्तम नोकरीवर पाणी सोडून हा तरुण अरविंदमध्ये पहिला व्यवस्थापक या नात्यानं सामील झाला. अरविंदशी जोडल्या गेलेल्या त्याच्या नात्याची कमाल म्हणजे, त्याच्या स्वत:च्या लग्नाच्या काही तास आधी तो अरविंदच्या मदुराई येथील नवीन रुग्णालयाच्या उद्घाटनाला उपस्थित होता.

प्रारंभीच्या वर्षांमध्ये तुलसी यांनी अरविंदमध्ये अक्षरश: सर्व प्रकारची कामं केली, मग ते फर्निचर खरेदीचं काम असो वा शस्त्रक्रियाकक्षातले बल्ब बदलण्याचं किंवा येणाऱ्या बाह्यरुग्णांचा ओघ नियंत्रित करण्याचं... "जणू अरविंद हे माझं दुसरं घरच होतं." तुलसी हसत हसत सांगतात. आज इतक्या वर्षांनंतर, अरविंदच्या उद्देशाची त्यांना आलेली जाण, अरविंदच्या नेमक्या गरजा ओळखण्याचं आणि त्या पूर्ण करण्यासाठी अचूक उपाययोजना करण्याचं त्यांचं कौशल्य यामुळे अंधत्व निवारणाच्या क्षेत्रात त्यांचं योगदान जागतिक स्तरावर वाखाणलं जातं.

अरविंदच्या सदस्यांपैकी कोणाहीपर्यंत एखादा सामान्य माणूसही अगदी सहजपणे पोहोचू शकतो, आणि खाजगी क्षेत्रात काम करणाऱ्या बऱ्याच जणांना ही बाब विस्मयजनक वाटते. वानगीदाखल बोलायचं तर डॉ. व्हींच्या ऑफिसचा दरवाजा कायम उघडा असतो आणि त्यांना भेटायला कधीही, कुणीही अगदी बिनदिक्कतपणे

जाऊ शकतो.

'मी अरविंदमध्ये काही काळ घालवू इच्छितो, तुमचा सल्ला आणि मार्गदर्शन घेऊ इच्छितो,' अशा अर्थाच्या अनेक इ-मेल्स तुलसी यांना येतात. मार्च २०१० मध्ये असा इ-मेल करणाऱ्यांपैकी एक होते डॉ. भारतेंदु स्वेन; भारतातल्या एका अग्रगण्य रुग्णालयात काम करणारे ज्येष्ठ प्लॅस्टिक सर्जन; पण त्यांची खरी ओळख आहे ती 'आकार आशा'चे संस्थापक म्हणून. काही कारणाने तात्कालिक अपंगत्व आलेल्या परंतु उपचारांचा खर्च न परवडणाऱ्या लोकांवर मोफत शस्त्रक्रिया करण्याचं काम 'आकार आशा' मार्फत केलं जातं. स्वेन यांनी अरविंदच्या मॉडेलचा अभ्यास केला आहे. आता प्रत्यक्ष इथे येऊन त्यांना आणखी काही गोष्टी शिकायच्या आहेत, आणि त्यांचा उपयोग स्वत:च्या कामासाठी करायचा आहे.

स्वेन यांच्या इ-मेलला तुलसी ताबडतोब एक सौहार्दपूर्ण, प्रोत्साहनपर उत्तर देतात.. स्वेन यांच्या कामातली तळमळ आणि विचारातलं साधर्म्य तुलसींना भावतं. ते त्यांच्यासाठी अरविंदला भेट देण्याचा दोन दिवसांचा कार्यक्रम आखतात, गेस्ट हाउस मध्ये राहण्याच्या आणि जेवण्याच्या सोयीसकट. आता स्वेन मदुराईत येतील, रुग्णालयाचा दौरा करतील, शस्त्रक्रिया पाहतील, अरविंदच्या वरिष्ठ व्यवस्थापकांशी चर्चा करतील आणि एका नेत्र शिबिरामध्ये भाग घेण्याचीही त्यांना संधी मिळेल.

एका वेगळ्याच क्षेत्रात काम करणाऱ्या अपरिचित डॉक्टरसाठी ही आहे अरविंदची आतिथ्यशीलता!

केसांचा नीटनेटका भांग पाडलेले, काळ्या-पांढऱ्या मिशा असलेले स्वेन तुलसींच्या कार्यालयात बसले आहेत. चर्चेचा ओघ कामाच्या व्याप्तीवर येतो. सध्या त्यांच्या टीमकडून दर वर्षी गुंतागुंतीच्या पाचशे शस्त्रक्रिया केल्या जातात, त्याही मोफत.[६] याच्या दहापट अधिक प्रमाणात शस्त्रक्रिया केल्या जाव्यात अशी त्यांची इच्छा आहे आणि त्याबाबत तुलसींचं मत जाणून घेण्यास ते उत्सुक आहेत. तुलसी स्पष्टपणे सांगतात ''जिथे खूप मोठ्या प्रमाणावर उपचारांची गरज आहे तिथे व्यापक स्वरूपाचं काम करणारी व्यवस्था उभी राहू शकते. तुमच्या भागात कामाची गरज नक्की किती प्रमाणात आहे?'' स्वेन यांचा गृहपाठ तयार आहे, 'अंदाजे ४,१५,००० रुग्णांना कोणत्या ना कोणत्या प्रकारचं अपंगत्व आहे आणि त्यांच्यावर आम्ही उपचार करू शकतो.' ''याच आकडेवारीवरून तुम्ही तुमच्या कामाचा आवाका कसा वाढवायचा ते ठरवू शकता,'' इति तुलसी.

स्वेन यांच्या संस्थेकडून ज्यांच्यावर उपचार होतात अशा लोकांचे तात्कालिक अपंगत्व एखाद्या शस्त्रक्रियेने बरे होऊ शकण्याजोगे असते. अशा शस्त्रक्रियांमुळे आणखी काही गुंतागुंत होण्याचं प्रमाण अत्यल्प आणि मृत्यूची शक्यता जवळपास

शून्य असते; पण शस्त्रक्रियेनं त्या रुग्णाचं आयुष्य मात्र पूर्णपणे बदलून जातं. थोडक्यात, मोतीबिंदूच्या शस्त्रक्रियेत आणि या शस्त्रक्रियेत बरंच साधर्म्य आहे. मात्र आपल्या उपक्रमाच्या यशस्वितेबद्दल स्वेन काहीसे साशंक आहेत. त्यांना अरविंदकडून हे जाणून घ्यायचं आहे की मोफत उपचार घेणारे रुग्ण आणि पैसे देऊन उपचार घेणारे रुग्ण यांच्यातला समतोल कसा काय साधला जाऊ शकतो?

"मोफत उपचार घेणारे रुग्ण आणि पैसे देऊन उपचार घेणारे रुग्ण यांच्यातलं ६०:४० हे गणित तुम्ही कसं काय साधलंत?" स्वेन विचारतात. "ते आपोआप घडलं. आणि मुळात हे गुणोत्तर स्थिर नाहीये, खरंतर आता ते बदललंय," स्मित करत तुलसी उत्तर देतात. पुढे ते सविस्तरपणे सांगतात, की सुरुवातीच्या काळात मोफत उपचार देणं किंवा न देणं हे त्या त्या डॉक्टरवर सोपवलेलं होतं. जर एखाद्या डॉक्टरला असं वाटलं, की अमुक एका रुग्णाला उपचारांचे पैसे भरणं शक्य नाहीये, तर मग तो त्याला मोफत उपचार देत असे. बहुतांश वेळा हा खर्च रुग्णालयाच्या निधीतून भागवणं शक्य होई, आणि जर कधी अडचण आली तर अरविंदचे संचालक स्वत:च्या खिशातून हा खर्च उचलत असत. साधारण ऐंशी सालानंतर पैसे भरण्याचा किंवा मोफत उपचार घेण्याचा निर्णय रुग्णांवर सोपवण्याचं धोरण आखण्यात आलं. कालांतरानं, मोफत उपचार घेणारे आणि पैसे भरणारे रुग्ण यांचं ६०:४० हे प्रमाण आपसूकच स्थिर होत गेलं. गेल्या काही वर्षांत झालेल्या आर्थिक प्रगतीचा दृश्य परिणाम म्हणजे हे प्रमाण आता ५३:४७ असं आहे.

आकडेवारीच्या आधारे तुलसी एकूण परिस्थितीचा आढावा घेतात. "सध्या अरविंदमध्ये उपचार घेणाऱ्या १०० रुग्णांपैकी ४७ रुग्ण बाजारभावाप्रमाणे असलेलं शुल्क भरतात, २६ रुग्ण स्वत:हून अरविंदमध्ये येतात आणि अगदी कमी किंमतीच्या स्तरातले उपचार घेतात, आणि उरलेले २७ आमच्या तपासणी शिबिरांमधून येतात आणि मोफत उपचार घेतात. रुग्णांची संख्या दर वर्षी १०% या दरानं वाढत आहे पण आमचं उत्पन्न त्यापेक्षा जास्त वेगानं वाढत आहे कारण पैसे देऊन उपचार घेण्याकडे रुग्णांचा कल वाढताना दिसत आहे. त्याचप्रमाणे आमच्या नेत्र-शिबिरांचा परिणाम म्हणजे लोक त्यांच्या डोळ्यांच्या आरोग्याबद्दल जागरूक होत आहेत. मोफत उपचार घेणाऱ्यांचं प्रमाण कमी होऊन सवलतीच्या दरात उपचार घेणारे रुग्ण वाढत आहेत."

मोफत उपचार घेणारे आणि पैसे भरणारे रुग्ण यांचं प्रमाण ही जरी काळ्या दगडावरची रेघ नसली तरी तिच्याकडे बारकाईनं लक्ष देण्यात येतं. तमाम रुग्णांमध्ये विश्वासाची भावना जागृत ठेवणं ही अरविंदची प्राथमिकता आहे. मोफत उपचार घेणाऱ्या रुग्णांच्यातल्या अविश्वासामुळे सेवांच्या किंमतीवर परिणाम होऊ शकतो,

अरविंदच्या प्रतिष्ठेला धक्का पोहोचू शकतो, तर पैसे भरून उपचार घेणारे रुग्ण जर नाराज झाले तर त्याचे आणखी काही परिणाम होऊ शकतात. हा सगळा समतोल जरासा जरी ढळला तरी सगळी व्यवस्था कोलमडू शकते याची अरविंदच्या टीमला पुरेपूर जाणीव आहे.

बोलता बोलता तुलसी स्वेन यांना १९९० चा एक किस्सा सांगतात. तेव्हा अरविंदमध्ये पैसे देऊन उपचार घेणाऱ्या रुग्णांचं प्रमाण १८% इतकं खाली आलं होतं आणि अंदाज दर्शवत होते की पुढच्या दोन वर्षात ते १०% वर येईल. वरिष्ठ व्यवस्थापकांनी प्रत्येक रुग्णालयात तातडीनं बैठका घेतल्या. त्यातून हे निष्पन्न झालं, की पैसे भरून उपचार घेणाऱ्या रुग्णांच्या आकडेवारीत झालेली घट ही फक्त झलक आहे. खरी मेख अशी होती, की आजूबाजूच्या आर्थिक क्षेत्रात घडणाऱ्या बदलांचे पडसाद अरविंदमध्ये उमटत नव्हते. जेव्हा या कारणाचा शोध लागला तेव्हा रुग्णांचं सर्वेक्षण करण्यात आलं आणि त्याचे निष्कर्ष पडताळून पाहण्यात आले. अरविंदच्या रचनेत काही बदल घडल्यामुळे किंवा काहीच बदल न घडल्यामुळे ही समस्या उद्भवली होती. भारताच्या अर्थव्यवस्थेत घडून आलेल्या बदलांचे परिणाम लोकांच्या राहणीमानावरही घडत होते. थोडे जास्त पैसे देऊन आरामदायक सोयी-सुविधा घेण्याकडे लोकांचा कल वाढत होता. पण गेल्या पंचवीस वर्षांत अरविंदमध्ये रुग्णांना दिल्या जाणाऱ्या सुविधा मात्र जशाच्या तशा होत्या.

रुग्णालयातल्या सोयी-सुविधांसोबतच आणखी बऱ्याच गोष्टी अद्ययावत करण्याची गरज होती. अरविंदच्या संचालकांच्या लक्षात आलं, की मोतीबिंदूच्या व्यतिरिक्त इतर व्याधींवरील उपचारांवरही लक्ष केंद्रित करण्याची आवश्यकता होती. मोतीबिंदूवर उपचार करणारी अनेक रुग्णालयं ठिकठिकाणी सुरू झालेली असल्यानं त्या क्षेत्रात आता स्पर्धा निर्माण झाली होती. तेव्हा आता नेत्रसेवेच्या क्षेत्रात तुलनेनं दुर्लक्षित असलेले काही पैलू ओळखून त्या संदर्भात काम करणं योग्य ठरेल हे अरविंदच्या नेतृत्वानं जाणलं. त्या दृष्टीनं करण्यात आलेल्या सर्वेक्षणातून अंधत्व येण्याच्या कारणांमध्ये काचबिंदू (Glaucoma) आणि मधुमेहामुळे येणारं अंधत्व यांचं प्रमाण अधिक असल्याचं आढळून आलं. या दोन्ही प्रकारांसाठी मोतीबिंदूपेक्षा कमी पण तरीही व्यापक प्रमाणावर उपचारपद्धती आणि तंत्रज्ञानाची गरज होती. मोठ्या प्रमाणावर उच्च दर्जाचे उपचार देण्यात हातखंडा असलेल्या अरविंदनं हे उपचार देण्याचा निर्णय घेतला आणि अशा प्रकारे अरविंदच्या कामाचा आवाका विस्तारायला सुरुवात झाली.

तुलसी म्हणतात, ''आम्ही शस्त्रक्रियांचे परिणाम, रुग्णांचं समुपदेशन, प्रतीक्षालयातील वातावरण, इथलं जेवण या सर्वच गोष्टींचा आढावा घेतला. त्यातल्या ज्या ठिकाणी काही बदल करण्याची आवश्यकता होती ते केले. पुढच्या

दोन-तीन वर्षांत आम्ही सगळ्या योजना प्रत्यक्षात आणल्या आणि मग रुग्णांच्या संख्येचं गुणोत्तर पूर्ववत झालं.

यातून एक धडा मिळाला, अत्यंत सवलतीच्या दरात किंवा मोफत उपचार घेणाऱ्या रुग्णांना सेवा देणं जितकं महत्त्वाचं आहे तितकंच पैसे भरून उपचार घेणाऱ्या रुग्णांकडे लक्ष पुरवणं गरजेचं आहे, कारण त्यांच्यामुळे आपल्या कामाचा दर्जा, विशेष सुविधा आणि सेवांचा आवाका वाढवण्यास मदत होते.'' तुलसी अशी पुस्ती जोडतात की, ''आर्थिक क्षमता ही आपल्या अस्तित्वाची निशाणी असते. जर काही लोक काही विशिष्ट गोष्टींसाठी पैसे खर्च करायला तयार असतील तर त्याचा अर्थ त्या गोष्टी त्यांच्यासाठी आवश्यक असतात. अशा लोकांना सेवा देणं म्हणजे स्वत:ला सिद्ध करण्यासारखं असतं.''

मोतीबिंदू ही गरीब-श्रीमंत अशा दोन्ही वर्गातील लोकांमध्ये सारख्याच प्रमाणात आढळणारी व्याधी आहे आणि सुखवस्तू घरातील लोक उपचार घेण्यात तत्पर असतात. पैसे भरून उपचार घेणाऱ्या रुग्णांचा अरविंदमधल्या रुग्णसंख्येत मोठा वाटा असतो, ज्यामुळे इतर रुग्णांना सवलतीच्या दरात उपचार देणं शक्य होतं. या पार्श्वभूमीवर तुलसी स्वेन यांना एक सूज्ञ सल्ला देतात, ''तुमच्या बाबतीत एक शक्यता अशी आहे, की कामगार वर्गामध्ये अपघातांचं प्रमाण जास्त असल्याने तुमच्याकडे येणारे अधिकांश रुग्ण आर्थिकदृष्ट्या दुर्बल गटातले असतील. जर खरंच असं असेल तर मात्र तुम्हांला मोफत उपचार देण्यावर जोर द्यायला हवा. तुम्ही या दृष्टीनं थोडीशी पाहणी करा, आणि मग निर्णय घ्या.''

''देणगीदारांबद्दल तुमचं काय धोरण आहे?'' स्वेन विचारणा करतात. या प्रश्नावर तुलसी त्यांच्या खास ठेवणीतल्या हास्यात बुडून जातात आणि सांगतात, ''या बाबतीत सल्ला द्यायला आम्ही अगदीच कुचकामी आहोत कारण, देणग्या मिळवणं हा नेहमीच आमच्या कामातला कच्चा दुवा राहिला आहे. हाताशी असलेल्या साधनांनिशी हळूहळू प्रगती करायची हीच डॉ. व्हींची शिकवण होती.''

अरविंदची पायाभूत रचना आणि नंतरच्या काळातील नवीन रुग्णालयं या सर्वांचा खर्च रुग्णांकडून येणाऱ्या पैशातील शिलकीतूनच केला गेला. लोकांना मिळणारं दृष्टिदान कुण्या परक्याच्या मेहेरबानीमुळे मिळावं हे अरविंदच्या संस्थापकांना मान्य नव्हतं. तुलसी सांगतात, ''काही वेळा तर आम्ही शस्त्रक्रियांचा खर्च उचलू इच्छिणाऱ्या अनेक जणांना नकार दिलेला आहे, अर्थात संशोधन आणि इतर काही उपक्रमांसाठी मात्र आम्ही अशी मदत स्वीकारतो.''

इतक्या वर्षांच्या प्रवासात अनेक संस्था, कंपन्या आणि काही दानशूर व्यक्तींकडून अरविंदला तंत्रज्ञानविषयक तसंच आर्थिक पाठबळ मिळालेलं आहे. मात्र ही सर्व मदत रुग्णांवरच्या उपचारांव्यतिरिक्त इतर बाबींसाठीच वापरण्याचा कटाक्ष पाळला

जातो आणि अरविंदच्या एकूण उत्पन्नापैकी या देणगीचा वाटा अल्प आहे. उदा. २००९ या वर्षात अरविंदच्या एकूण उत्पन्नापैकी देणगीचा वाटा केवळ ६% होता तर रुग्णांकडून मिळणारं उत्पन्न ७२% होतं.[७]

अरविंदच्या देणगीविषयक धोरणाला दोन अपवाद आहेत. मोफत उपचार घेणाऱ्या रुग्णांच्या जेवणाचा खर्च आणि शिबिरांमध्ये येणाऱ्या शाळकरी मुलांच्या चश्म्यांचा खर्च काही हितचिंतकांकडून मदत या स्वरूपात घेतला जातो; पण हे दोन उपक्रम सर्वस्वी देणग्यांवरच अवलंबून आहेत असं मात्र नव्हे.

तुलसींच्या मते आर्थिक मदत कुठून आली यापेक्षा ती कशी वापरली गेली हे महत्त्वाचं. स्वत:च्या उत्पन्नावर चालणारी एखादी संस्था सढळ हातानं खर्च करेल, तर कदाचित देणग्यांवर चालणारी संस्था काटकसरी असेल. इतक्या वर्षांचा अनुभव गाठीशी आल्यानंतर तुलसी ठामपणे म्हणतात, की स्वयंपूर्णता ही प्रत्यक्ष पैशांपेक्षासुद्धा तुमच्या मानसिकतेवर अवलंबून असते. आपल्याकडे असलेल्या साधनांचा चांगल्यातचांगला विनियोग तुम्ही कसा करता हे महत्त्वाचं.

स्वेन यांच्या उपक्रमासाठी बाहेरून मिळणारी अर्थिक मदत गरजेची असली तरी त्यांचं मूळ उद्दिष्ट आणि दृष्टिकोन अरविंदशी साधर्म्य दाखवणारा आहे. त्यामुळेच तुलसी त्यांच्या पाहुण्याला आश्वस्त करतात, ''तुम्ही आर्थिक बाबींची चिंता करू नका, कदाचित सुरुवातीला थोडासा त्रास होईलही, पण या उपक्रमाचं भविष्य उज्ज्वल आहे.''

अरविंदच्या आर्थिक गणितांविषयी संचालक मंडळींमध्ये एक अनोखा विरोधाभास दिसून येतो. एरवी पै न पैचा काटेकोर हिशेब ठेवणाऱ्या या मंडळींना जर अरविंदच्या वार्षिक उत्पन्नाविषयी विचारलं तर, ''जी. एस. वगळता कुणालाही अचूक उत्तर देता येणार नाही'' असं तुलसी छातीठोकपणे सांगतात. आणि खरंच तसं आहे. ''आम्ही गेल्या वर्षी किती पैसे कमावले हे मला खरंच ठाऊक नाहीये. हां, पण आम्ही किती रुग्ण बरे केले हे मात्र आम्ही सांगू शकतो,'' डॉ. नच्चिअर मान्य करतात. आणि तेच तर महत्त्वाचं आहे... ''अरविंदच्या संस्थापकांचा निर्व्याज हेतू हे अरविंदला मिळालेलं एक वरदानच होतं. कारण आपण आपल्या हेतूची पैशांशी सांगड घालायची नाही हे त्यांना पक्कं ठाऊक होतं.'' नच्चिअर यांचे भाचे डॉ. अरविंद म्हणतात.

आर्थिक बाबींकडे स्थितप्रज्ञतेनं पाहण्याची वृत्ती अरविंदमध्ये कुठून रुजली याचं उत्तर आपल्याला इथे मिळतं. ना इथे पैशांचा हव्यास आहे, ना दुस्वास. दृष्टीचं पुनरुज्जीवन करण्याच्या कार्यात इतर आवश्यक साधनांप्रमाणेच पैसा हे एक साधन

आहे, इतकंच.

आरंभीच्या काळात, जेव्हा अरविंद त्यांच्या मोजक्या साधनांनिशी उभं राहण्यासाठी धडपडत होतं, तेव्हाची गोष्ट. भारतातल्या खेड्यापाड्यांमध्ये काम करणारा एक इंग्लिश ख्रिश्चन धर्मगुरू तपासणीसाठी अरविंदमध्ये आला होता. तपासणीचे किती पैसे झाले असं विचारताच डॉ. व्हींकडून त्याला उत्तर मिळालं, ''मित्रा, या तपासणीचं शुल्क म्हणून तू काम करत असलेल्या गावांतून १०० रुग्ण तू इथे पाठवायचेस.''[८] बेतासबात परिस्थितीतही कायम असणाऱ्या निःस्पृह, निर्मोही वृत्तीचं यातून दर्शन घडतं. प्रॉक्टर फाऊंडेशनचे डॉ. जॅक व्हिचर आणि डॉ. व्ही यांची जेव्हा पहिल्यांदा भेट झाली, तेव्हा एका संशोधन प्रकल्पाविषयी बोलताना डॉ. जॅक व्हिचर यांनी आर्थिक पाठबळाअभावी कसं काय काम करणार अशी शंका व्यक्त केली.[९] त्या वेळी डॉ. व्हींनी त्यांचा परवलीचा मंत्र ऐकवला, जो ते त्यांच्या सहकाऱ्यांना, विद्यार्थ्यांना, संशोधकांना आणि स्वयंसेवकांना सांगायचे. 'काम करत राहिलं पाहिजे, पैसा आपोआप येईलच.'

या मनोवृत्तीकडे एक धोरण या नजरेतून पाहिलं तर, 'कामाला सुरुवात करावी, हळूहळू जम बसेल आणि पैसा मिळेल' असं सरधोपट स्पष्टीकरण मिळतं; पण तत्त्वज्ञानाच्या चश्म्यातून पाहिलं तर मात्र हे जरा वेगळंच प्रकरण आहे. डॉ. व्हींच्या प्रेरणास्थान असणाऱ्या 'मदर' याबद्दल असं सांगतात की, 'पैशांकडे तुमच्या मालकीची एक वस्तू म्हणून नव्हे तर एक आंतरिक शक्ती म्हणून पहा. अशी एक शक्ती जी तुम्ही तुमच्या मर्जीनं वापरू शकता.' त्या पुढे सांगतात की, 'पैशांच्या संदर्भात सांगायचं तर या सुप्त शक्तीची जाणीव असलेला मनुष्य त्याच्या जोरावर कोणतंही काम पार पाडू शकतो. पैसे उभे करू शकतो. हे सगळं का आणि कसं घडतं ते अज्ञात आहे, पण हे असं घडू शकतं यावर आपला विश्वास असला पाहिजे.'[१०] अशा एका अदृश्य ताकदीच्या जोरावर एखाद्या संस्थात्मक रचनेतले चढ-उतार पेलले जाऊ शकतात यावर विश्वास ठेवणं कठीण आहे. परंतु हा डॉ. व्हींचा अनुभव आहे. ते म्हणतात, ''खरंच असं घडतं. फक्त पैशाच्याच नव्हे तर कल्पनांच्या, माणसांच्या बाबतीतही हे खरं आहे. आज आमच्याजवळ पुरेसा पैसा उभा करण्याइतकी क्षमता आहे, पण हे सगळं आम्ही जाणीवपूर्वक निर्माण केलेलं नाही. आमच्या मनातल्या या सुप्त शक्तीनंच आम्हांला तारून नेलं.''[११]

या सगळ्यामागे दोन गोष्टी आहेत, एक ती शक्ती आणि एक व्यक्ती....जी. श्रीनिवासन.

दुपारचे १.१५ वाजलेत आणि डॉ. व्हींचे धाकटे बंधू जी. श्रीनिवासन म्हणजेच जी. एस. दुपारच्या जेवणासाठी चालले आहेत. एका रिकाम्या रुग्णकक्षाच्या बाहेरून जाताना फिरत असलेल्या पंख्याकडे त्यांचं लक्ष जातं. विनाकारण सुरू असलेला पंखा पाहून काहीसे नाराज झालेले जी. एस. तो पंखा बंद करतात आणि जवळच असलेल्या स्वागतिकेच्या टेबलपाशी जाऊन दरडावणीच्या स्वरात म्हणतात, ''जर पुन्हा कधी आसपास रुग्ण नसताना हा पंखा सुरू असलेला मला आढळला, तर...'' पण प्रत्यक्षात मात्र वाक्य पुरं व्हायच्या आतच त्यांचा राग मावळतो. एके काळी शीघ्रकोपी म्हणून प्रसिद्ध असलेले जी. एस., नातवंडांमुळे मात्र काहीसे सौम्य झाले आहेत. अर्थात बेशिस्तपणा, आळशीपणा किंवा पैशांची उधळपट्टी करताना जर कुणी सापडलं तर मात्र त्याची जी. एस. यांच्यासमोर काही खैर नाही. अशा वेळी भलेभलेही थरथर कापायला लागतात.

त्यांच्या कार्यालयाबाहेर साधीशी पाटी आहे, 'सचिव.' (विनाकारण नामाभिधानं मिरवणं हे अरविंदच्या कार्यसंस्कृतीत बसणारं नाही.) कागदोपत्री जी. एस. हे अरविंदच्या विश्वस्त मंडळाचे सचिव असले तरी प्रत्यक्षात त्यांनी बांधकाम आणि आर्थिक खात्यांची जबाबदारी अगदी सुरुवातीपासूनच पेललेली आहे. संस्थेचं कामकाज करताना काटेकोर आर्थिक धोरणं आखण्यात त्यांचा सिंहाचा वाटा आहे.

रुंद चेहऱ्याचे, घाईघाईने, त्रोटक वाक्यांत बोलणारे जी. एस. काहीसे उतावळे आणि कठोर भासतात. एखाद्या कोरीव पुतळ्याप्रमाणे दिसणारा त्यांचा चेहरा आणि कायम घट्ट मिटलेले ओठ यामुळे त्यांचं व्यक्तिमत्त्व अधिकच करारी वाटायला लागतं; पण पैशांअभावी मुलाला शाळेत न पाठवू शकणारे एखादे स्नेही असोत वा नोकरीच्या शोधात असणारा कुणी परिचित, एखाद्या गावात लग्नाचा हॉल बांधायचा असो वा आर्थिक अडचणीत आलेला एखादा प्रकल्प, जी. एस. यांच्यासारखा भक्कम आधार शोधून सापडायचा नाही.

भारतात जमीन खरेदी करणं आणि बांधकाम करणं याच्यासारखी वेळखाऊ आणि भ्रष्टाचारानं व्यापून गेलेली दुसरी कामं नसतील; पण कमालीची सचोटी, व्यवहारचातुर्य आणि चिकाटी यांच्या बळावर जी. एस. यांनी अरविंदच्या सर्व बांधकाम-प्रकल्पांची धुरा एकहाती सांभाळली आहे. शिक्षणानं स्थापत्य अभियंता असणारे जी.एस. म्हणजे बांधकामसाहित्य, त्याचे आराखडे, आणि अशा बऱ्याच बाबतीतले चालतेबोलते कोश आहेत. कमीतकमी किमतीत आणि कमीतकमी वेळात उत्तम टिकाऊ बांधकाम कसं करायचं हे शिकावं तर त्यांच्याकडून. तुलसी म्हणतात, ''अरविंदच्या कामकाजात, विशेषत: आर्थिक बाबींत धोरणीपणा आणण्याचं श्रेय जी. एस.नाच जातं. कोणताही खर्च करण्यापूर्वी तीन वेळा विचार करण्याची सवय लावली ती त्यांनीच.'' आणि अरविंद आत्मनिर्भर होऊ शकलं ते याचमुळे.

जेव्हा तुम्ही देणगी घेऊन काम करत असता तेव्हा अमुक कालावधीत अमुक इतका निधी खर्च करण्याचं तुमच्यावर बंधन असतं; पण होणाऱ्या प्रत्येक खर्चाच्या तपशिलात शिरून मगच तो खर्च करावा की नाही याचा निर्णय घेण्याचा पायंडा जी.एस.नी घातला.

अरविंदमध्ये होणारा पैशांचा विनियोग इतर संस्थांच्या तुलनेत काहीसा वेगळा आहे. एकतर इथल्या डॉक्टरांना नियमित वेतन दिलं जातं. किती रुग्ण तपासले त्यानुसार कोणताही वेगळा भत्ता दिला जात नाही. त्यामुळेच सगळे ठरावीक खर्च वजा जाऊन उरणारी सर्व शिल्लक संस्थेकडे जमा केली जाते.

ही शिल्लक किती राहणार हे बाजारभावाच्या तुलनेत अरविंद किती जास्त उत्पन्न मिळवतो त्यावर अवलंबून असतं. "मदुराईमध्ये मध्यम दर्जाची मोतीबिंदूची शस्त्रक्रिया करण्यासाठी त्या रुग्णालयाला साधारणत: ११,००० रुपये इतका खर्च येतो; पण अरविंदला मात्र याच शस्त्रक्रियेसाठी केवळ ४,००० रुपये इतकाच खर्च येतो." तुलसी सांगतात.

पैसे भरून उपचार घेणाऱ्या रुग्णांचं प्रमाण आणि एकूणच कार्यक्षमता यांची सांगड घालून इतर रुग्णांना अत्यंत सवलतीच्या दरात किंवा मोफत उपचार दिले जाऊ शकतात. जेव्हा एखादा रुग्ण बाजारभावानुसार असणारे शुल्क भरून उपचार घेतो तेव्हा फरकाचे पैसे इतर रुग्णांच्या उपचारांसाठी वापरता येतात; पण जर मुळातच अरविंदला येणारा खर्च अधिक असता तर हे करणं शक्य झालं नसतं.

एखाद्या रुग्णालयाला विशिष्ट शस्त्रक्रिया करण्यासाठी सरासरी किती खर्च येतो यावर त्या शस्त्रक्रियेचं बाजारभावातील शुल्क ठरतं. इथेच अरविंदची वैशिष्ट्यपूर्ण उत्पादकता कामी येते. तुलसी स्पष्टीकरण देतात, "समजा एखादा डॉक्टर शस्त्रक्रियेसाठी लागणारा त्याचा सूक्ष्मदर्शक महिन्यातून २० वेळा वापरतो तर अरविंदमध्ये तोच सूक्ष्मदर्शक महिन्याला २० पट जास्त वेळा वापरला जातो. अशा प्रकारे त्या डॉक्टरच्या तुलनेत अरविंदमध्ये प्रत्येक केससाठी येणारा खर्च अत्यल्प असतो. शिवाय दोन केसेस दरम्यान जाणारा वेळ म्हणजे त्या डॉक्टरसाठी प्रत्येक केससाठी वाढणारा खर्चच." आणि अरविंदमध्ये वाया जाणारा वेळ ही गोष्ट निषिद्ध आहे.

रुग्णालयाच्या इमारती आणि इतर पायाभूत रचना तसंच उपकरणं यांचा सुरुवातीचा खर्च विचारात घेतला तर अरविंद आणि इतर रुग्णालयांमध्ये काही विशेष फरक नाही. पण या सर्व गोष्टींचा वापर करण्याचं प्रमाण (म्हणजे प्रत्यक्ष वापर आणि त्याचा जास्तीतजास्त किती वापर केला जाऊ शकतो याचं गुणोत्तर) विचारात घेतलं तर मात्र अरविंदची आकडेवारी जगाच्या सरासरीलासुद्धा मागे

टाकते. जागतिक स्तरावर नेत्रसेवेच्या क्षेत्रात हे प्रमाण सरासरी २५% आहे, तर अरविंदमध्ये ८०%[१२]

डॉ. नच्चिअर याचं एक खास उदाहरण नेहमीच देतात. "वापरात नसलेल्या चादरींपासून टेबल-क्लॉथ बनवायचे आणि तेही वापरून झाले, की स्वच्छतेसाठी लागणारी फडकी बनवायची. एकाच गोष्टीचे तीन उपयोग. जेव्हा हे सगळं सुरू केलं तेव्हा अगदी तुटपुंजी साधनं आमच्या हातात होती. आम्ही पॅकिंग मटेरीअलपासून स्पंज बनवायचो, कधीकधी तर कापसाचे बोळेसुद्धा. आता इतकी अडचणीची परिस्थिती नाहीये. पण सर्व गोष्टींचा पुरेपूर वापर करायचा, वाया घालवायचं नाही ही सवय अजून कायम आहे."

जागतिक आरोग्य संघटनेच्या पाहणीनुसार विकसनशील देशांमध्ये ५०% पेक्षा अधिक वैद्यकीय उपकरणं मोडलेली किंवा न वापरण्यासारखी असतात.[१३] बाहेरील देशांतून आयात केलेल्या अशा उपकरणांचे सुटे भाग मिळणं आणि त्यांची दुरुस्ती करणं हे अतोनात कठीण काम. अरविंदनं हा धडा अगदी लवकरच घेतला आणि त्याच्यावर उत्तरही शोधलं. नादुरुस्त वस्तू दुरुस्त करण्याचा अजब छंद असणाऱ्या व्ही. श्रीनिवासन नावाच्या एका भौतिक-शास्त्राच्या निवृत्त प्राध्यापकावर त्यांनी ही जबाबदारी दिली आणि त्यांनी ती आनंदानं स्वीकारली. आज अरविंदचा स्वतंत्र उपकरण-देखभाल विभाग आहे, जिथं पस्तीस माणसं काम करतात आणि सर्व रुग्णालयांच्या उपकरणांच्या दुरुस्तीची जबाबदारी पार पाडतात.

जर एखाद्या उपकरणाचा सुटा भाग मिळत नसेल तर एखाद्या स्थानिक तज्ज्ञाकडून तो चक्क बनवून घेतला जातो. या विभागातले कुशल कर्मचारी रेटिनल फोरसेप्सची स्वच्छता आणि निर्जंतुकीकरणसुद्धा करतात. यामुळे एरवी एकदा वापरून फेकून द्याव्या लागणाऱ्या हजारभर रुपये किंमतीच्या या फोरसेप्सचा पुनर्वापर होतो, तोही स्वच्छतेची हमी देऊनच. वीस लाख रुपये किमतीच्या फेको मशीनमुळे निर्माण होणाऱ्या कचऱ्याची विल्हेवाट लावणं, स्लिट लॅम्पमधील बल्ब बदलणं, महागड्या वस्तूंसाठी स्वस्त आणि सहज उपलब्ध होणारा पर्याय शोधून काढणं, इतकंच नव्हे तर काही विशिष्ट गरजांसाठी त्या त्या प्रकारची यंत्रं तयार करणं अशी सर्व कामं या विभागामार्फत केली जातात. इतक्या प्रचंड संख्येनं रुग्ण हाताळणं अरविंदमध्ये शक्य होतं ते यांच्या अथक परिश्रमामुळेच. ह्या सर्व बाबी इतरांनाही शिकायला मिळाव्यात या हेतूनं 'उपकरण देखभाल' या विषयावर सहा आठवड्यांचा प्रशिक्षण कार्यक्रमही राबवला जातो. या उपक्रमाचं वैशिष्ट्य म्हणजे पहिले पाच आठवडे अरविंदमध्ये प्रशिक्षण घेतल्यानंतर हे विद्यार्थी आसपासच्या रुग्णालयांमध्ये जाऊन तेथील उपकरणांची मोफत दुरुस्ती-देखभाल करून देतात.

‘उपकरण देखभाल’ प्रशिक्षण वर्गाचा पासष्टावा पदवीदान समारंभ अरविंद मदुराईमध्ये सुरू आहे. २०१० सालापर्यंत या विभागानं पापुआ न्यू गिनी, नायजेरिया, कंबोडिया अशा वेगवेगळ्या छत्तीस देशांमधल्या ४१४ तंत्रज्ञांना प्रशिक्षण दिलं आहे. खास नेत्रआरोग्य क्षेत्रासाठी अशा प्रकारचं प्रशिक्षण विकसनशील देशांमध्ये मिळणं तसं दुर्मीळच. झियांदा झिगायी ही एक बारीक, हसऱ्या चेहऱ्याची दक्षिण आफ्रिकन युवती. आपलं प्रमाणपत्र घेण्यासाठी जाताना ती म्हणते, ‘‘मी काम करत असलेल्या डोळ्यांच्या रुग्णालयात जेव्हा लोक माझ्याकडे काम घेऊन येत असत तेव्हा मला सगळं काही येत असल्याचा आव आणावा लागे; आता मात्र मला हे खरोखरच जमतंय.’’ आता या वर्षाअखेरीस जेव्हा अरविंदचा चमू जोहान्सबर्गमध्ये जाऊन प्रशिक्षण वर्ग घेईल तेव्हा तिथे झिगायी ही प्रशिक्षक म्हणून काम करेल.

मदुराईमधल्या अरविंद रुग्णालयाच्या बाहेर भगव्या रंगाची खचाखच भरलेली एक बस रस्त्यावरून धावते आहे. बाहेरचा गार वारा खाण्यासाठी चार तरुण बसच्या दरवाजापाशी लोंबकळत उभे आहेत. अंड्यांच्या क्रेट्सचा प्रचंड मोठा ढिगारा आपल्यामागे बांधून एक सायकलवाला त्या बसच्या मागून जात आहे. क्षमतेपेक्षा कितीतरी जास्त सामान लीलया वाहून नेण्यात भारतीय लोकांचा हात कुणीही धरू शकणार नाही. अरविंदही याला अपवाद नाही. इतक्या मोठ्या संख्येनं येणारे रुग्णांचे घोळके ही एखाद्या रुग्णालयाला पर्वणीच वाटू शकते पण अरविंदसाठी ही नित्याचीच बाब आहे. फक्त मदुराईतल्या रुग्णालयात दिवसाला २,००० रुग्ण तपासले जातात आणि तमाम रुग्णालयांचा विचार केला तर दिवसाला ७,५००!

मोठ्या संख्येनं येणारे रुग्ण हे अरविंदचं जणू इंजीन आहे, मात्र या रुग्णसंख्येतलं सातत्य ही व्यवस्था अबाधितपणे चालण्यासाठी आवश्यक आहे. तुलसी म्हणतात की, ‘‘मागणीत होणाऱ्या चढ-उतारांमुळे दर्जा टिकवणं आणि किमती किफायतशीर ठेवणं काहीसं कठीण जातं.’’ त्यामुळे येणाऱ्या रुग्णसंख्येवर सातत्यानं लक्ष ठेवण्यात येतं. जुन्या डेटाच्या साहाय्यानं विशिष्ट कालावधीतली रुग्णांची संख्या, मागणीमध्ये अचानक होणारे तीव्र चढ-उतार यांवर लक्ष ठेवून योग्य प्रकारे नियोजन करण्यात येतं. रुग्णांच्या सोयीकरिता पूर्व-नियोजनाशिवाय रुग्णांना प्रवेश देण्याच्या अरविंदच्या पद्धतीमुळे या सर्व व्यवस्थेवर नियंत्रण ठेवणं काहीसं कठीण जातं. शिवाय नेत्र शिबिरांतून येणाऱ्या रुग्णांमुळे तर हे सगळं भलतंच गुंतागुंतीचं होऊ शकतं.

१९८०च्या दरम्यान अरविंदमध्ये सोमवारच्या दिवशी शस्त्रक्रियांचा अतिरिक्त ताण पडत असे, कारण शनिवार-रविवार या दिवशी झालेल्या नेत्र-शिबिरांतून अनेक

रुग्ण शस्त्रक्रियेसाठी येत असत. बुधवारपर्यंत रुग्णांची संख्या पुन्हा पूर्ववत होई. हे चढ-उतार सांभाळणं म्हणजे रुग्णालयाच्या कर्मचाऱ्यांसाठी आणि डॉक्टर्ससाठी आव्हानच होतं. ही परिस्थिती अरविंदनं कशी हाताळली हे पाहणं रंजक आहे. सोमवारी होणारी गर्दी टाळण्यासाठी शिबिरांमधून आलेल्या रुग्णांना आठवड्याचे इतरही दिवस वाटून देणं हा साधा उपाय सोडून अरविंदनं अशा काही क्लृप्त्या शोधल्या की आठवड्याचे सातही दिवस रुग्णांची सोमवारइतकीच गर्दी होईल. थोडक्यात, प्रचंड संख्येने येणारे रुग्ण हीच अरविंदसाठी नित्यक्रमाची बाब ठरेल अशी व्यवस्था करण्यात आली.

अरविंदच्या संचालकांनी या सगळ्यामध्ये असणाऱ्या अडथळ्यांचाही विचार केला. त्या वेळी असं लक्षात आलं, की डॉक्टर्सनी शस्त्रक्रियेचा सल्ला दिलेला असूनही अनेक रुग्ण प्रत्यक्षात मात्र शस्त्रक्रिया करून घेत नाहीत. असं का होत असावं याचा शोध घेतल्यानंतर लक्षात आलं, की समुपदेशनाचा टप्पा अनवधानानं राहून गेलेला होता. शस्त्रक्रियेविषयी असणाऱ्या शंका, अडचणी यांविषयी एखाद्या तज्ज्ञ व्यक्तीशी सखोल चर्चा करणं याची रुग्णांना गरज होती. हे लक्षात येताच समुपदेशक म्हणून काम करू शकणाऱ्या उमेदवारांना ताबडतोब अरविंदमध्ये सामावून घेण्यात आलं.

आज अरविंदच्या पसाऱ्यामध्ये १६४ समुपदेशक आहेत. ते रुग्णांना शस्त्रक्रियेबद्दल सविस्तर माहिती देतात, वेगवेगळे पर्याय उपलब्ध असल्यास त्यांची माहिती देतात, आणि रुग्णांचं शंकासमाधानही करतात. या एका निर्णयामुळे शस्त्रक्रिया करणाऱ्या रुग्णांची संख्या दोन वर्षांत चौपट झाली. त्याच वेळी शिबिरांमधून येणाऱ्या रुग्णसंख्येत २०% नी वाढ झाली. अर्थातच हा वाढता व्याप सांभाळायला अरविंदची रचना अधिक सक्षम करण्यात आलीच होती.

येणाऱ्या अडचणी म्हणजे एक संधी समजून त्याचं सोनं करण्याच्या अरविंदच्या या बाण्यामुळे आत्मसंतुष्ट राहण्याच्या वृत्तीला इथे स्थानच नाही. १९९९ साली डॉ. व्हींनी पाँडिचेरी इथं अरविंदचं पाचवं रुग्णालय बांधण्याचा घाट घातला होता. तेव्हा अरविंदमधल्या एक अनुभवी डॉक्टर, डॉ. उषा किम आणि त्यांच्या दोन सहकाऱ्यांनी डॉ. व्हींची भेट घेऊन त्यांना सांगितलं, की "नवीन रुग्णालय सुरू करण्याची कल्पना काही फारशी ठीक नाही. मदुराईच्या रुग्णालयातच आपल्याकडे पुरेसे डॉक्टर्स नाहीत. अशा वेळी आपण हे नवीन रुग्णालय कशाच्या आधारावर सुरू करणार?" त्यांचं बोलणं शांतपणे ऐकून घेऊन डॉ. व्ही उत्तरले, "जर तुम्हां सर्वांना तसं वाटत असेल तर आपण हे नको करायला." डॉ. उषा पुढे सांगतात की, "नंतर मात्र त्यांनी प्रत्येकाला वेगळं वेगळं बोलावून घेतलं आणि समजावून सांगितलं. ते म्हणाले, आपली पुरेशी प्रगती झालेली आहे, आता पुरे, असं जेव्हा

तुम्हांला वाटतं ना, तिथेच खरं तर तुमच्या अधोगतीला सुरुवात होते. त्याचा अर्थ तुम्ही विकासाऐवजी विनाशाचा मार्ग धरला आहे असा होतो.''

२००३ साली 'अरविंद-पाँडिचेरी'चा शुभारंभ झाला. तोपर्यंत डॉ. व्हींच्या प्रगतीबद्दलच्या संकल्पना संस्थेच्या नेतृत्वामध्ये रुजल्या होत्या. डॉ. उषा मान्य करतात की, ''सगळं काही निर्विघ्नपणे सुरू आहे, इथून पुढे काही नको अशी जेव्हा तुमची मानसिकता होते तीच तुमच्यासाठी घातक असते हे आता मला कळून चुकलंय. तुमच्यावर जेव्हा एखादं दडपण असतं तेव्हाच तुमची उन्नती होते.

डॉ. व्ही अगदी बरोब्बर सांगत होते, जेव्हा छान, आरामदायक वाटायला लागतं तेव्हा बसून राहणं योग्य नसतं.''

सात

माणसं घडवावी लागतात

अरविंदच्या दौऱ्यावर आलेल्या डॉ. भारतेंदु स्वेन यांनी अरविंदमध्ये जेमतेम अर्धा दिवस घालवला असेल, पण इथे मिळालेल्या माहितीच्या महापुरानं ते भारावून गेले आहेत आणि नवनवीन प्रश्न आणि शंका त्यांच्या मनात गर्दी करून राहिले आहेत. अरविंद-मदुराईचे व्यवस्थापक डॉ. अरविंद यांच्याशी ते सध्या बातचीत करत आहेत. कामाची व्याप्ती किती असावी याबद्दल बोलताना ते त्यांचा एक अनुभव सांगतात. आपल्या सामाजिक कार्यासाठी जमीन मिळावी म्हणून ते दोन वर्षं शासनदरबारी प्रयत्न करत होते, पण त्यात यश आलं नाही. "सध्या मला या कामासाठी अंदाजे किती जागा लागेल?" ते विचारतात.

डॉ. अरविंद स्मित करत उत्तर देतात, "आम्ही सुरुवात केली ती ११ खाटांपासून. तुम्हीही आधी प्रायोगिक पातळीवर काम करून पाहा. जेव्हा ते यशस्वी होईल तेव्हा त्याची व्याप्ती वाढवण्याविषयी विचार करा. एकदम खूप व्यापक स्वरूपाचं काम सुरू होईल अशी अपेक्षा करू नका. टप्प्या-टप्प्यानं केलेलं काम अधिक व्यवहार्य ठरतं, हा आमचा अनुभव आहे. आपले कर्मचारी, रुग्ण आणि इतर सहकारी यांना जोमानं काम करण्यासाठी प्रवृत्त करणं जास्त महत्त्वाचं आहे. छोटीशी सुरुवात करा, त्याला आलेलं यश पाहून तुमचा उत्साह द्विगुणित होईल. काम लहानसं का असेना, तुमची निष्ठा आणि आत्मीयता महत्त्वाची ठरते."

अरविंदचा विस्तार करण्याविषयी संस्थेच्या नेतृत्वाचा दृष्टिकोन ना घाई-गडबडीचा होता, ना आहे त्यात संतुष्ट राहण्याचा. डॉ. व्ही म्हणतात, "जसजसे आमच्याकडे पैसे साठू लागले तसतसं आम्ही हळूहळू आमच्या कामाचा आवाका वाढवत नेला. मदुराईचं पाच मजली रुग्णालय हे दर वर्षी एक मजला या गतीनं पाच वर्षांच्या काळात बांधलं गेलं आहे. वेगे वेगे धावणाऱ्या सशाऐवजी अरविंदनं संथपणे चालणारं पण अंतिमत: जिंकणारं कासव होणं पसंत केलं; यामुळे आर्थिक

जोखीम तसंच दर्जा व मूल्यांशी होणारी तडजोड टळली. रुग्णांकडून जमा होणाऱ्या रकमेतून पुढच्या वीस वर्षांमध्ये दक्षिण भारतातल्या थेनी, तिरुनेलवेल्ली, कोइम्बतूर आणि पाँडिचेरी इथं रुग्णालयं बांधली गेली.'' हे सगळं ऐकून डॉ. स्वेन म्हणाले, ''अस्ते-अस्ते पुढे जाण्याचा हा मार्ग मला पटला आहे. कामाचा आवाका कसा वाढवावा हे मला आता नीट उमजलं आहे.''

पुढे ते सांगतात, की बिझनेस स्कूल आणि एक कंपनी त्यांना या प्रकल्पाची आखणी करण्यात मदत करायला तयार आहे. त्यावर डॉ. अरविंद एक ताकीदवजा सूचना देतात, ''बाहेरून मिळणारी ही मदत कितीही उपयोगी असली तरी त्यातून पुष्कळ गुंतागुंत निर्माण होऊ शकते. उदा. पोहायला शिकणाऱ्या एखाद्या मुलाला शंभर जणांनी सूचना दिल्या तर तो पोहायला शिकण्याऐवजी गोंधळून जाऊन कधीच पाण्यात न उतरण्याचा निर्णय घेऊ शकतो. तसंच या सल्ला देणाऱ्यांच्या बाबतीत घडू शकतं. मला विचाराल तर तुम्ही या कामासाठी किती वेळ देऊ शकता याची आखणी करा, उदा. आठवड्यातून एक दिवस किंवा जे काही असेल ते, आणि बिनदिक्कतपणे काम सुरू करा.''

चांगल्या लोकांना या प्रकल्पाच्या कामात गुंतवणं, त्यांना टिकवून ठेवणं याबद्दलही डॉ. स्वेन यांना बरेच प्रश्न होते, चर्चेदरम्यान त्याबद्दलही बोलणं झालं. ''आपण यापुढेही एकमेकांच्या संपर्कात राहू.'' इति, डॉ. स्वेन. डॉ. अरविंद त्यांना आश्वस्त करतात, ''तुमच्याकडे वैद्यकीय ज्ञान आहे, निश्चित असा एक कार्यक्रमही आहे, ही एक छान सुरुवात होऊ शकते.''

तुलसी आणि डॉ. अरविंद यांच्या बोलण्यात असलेल्या समान सूत्राचा विचार करत करत डॉ. स्वेन त्यांचा निरोप घेणार एवढ्यात अचानक काहीतरी स्मरल्याप्रमाणे डॉ. अरविंद म्हणतात, ''तुम्हांला माहीतच आहे की डॉ. व्हींनी हे सगळं अगदी योग्य वेळी उभं केलं. अशा वेळी केलं जेव्हा त्यांच्या डोक्यावर कोणत्याही प्रकारच्या स्पर्धेचं दडपण नव्हतं. या यांत्रिक स्पर्धेपासून दूर राहिलात तरच असं काहीतरी तुमच्या हातून घडू शकतं.''

डॉ. नच्चिअर १९७८ सालातल्या एका घटनेचा उल्लेख करतात. ''एका प्रचंड मोठ्या कंपनीचा सर्वेसर्वा एकदा आमच्याकडे आला आणि त्यानं त्याच्या पत्नीच्या स्मरणार्थ अरविंदला घसघशीत रक्कम मदत म्हणून देऊ केली, त्याची अट इतकीच होती, की नव्या रुग्णालयाच्या एका विभागाला त्याच्या पत्नीचं नाव देण्यात यावं. आर्थिक चणचण सोसत असल्यानं क्षणभर आम्हांला त्याचा हा प्रस्ताव स्वीकारण्याचा मोह झाला होता, पण आम्ही तो टाळला. तसं त्यात काही

वावगं नव्हतं; पण आमच्या असं लक्षात आलं, की आपण काम केलं तर कुणीतरी आपल्याला अशी मदत करणार आहे ही भावना कदाचित आमच्यात निर्माण झाली असती. आणि मग मात्र हे काम करण्यामागच्या मूळ हेतूलाच हरताळ फासला गेला असता.''

आपल्या कार्यालयाला लागूनच असलेल्या ८ x १२ फुटांच्या छोट्याश्या खोलीत डॉ. नच्चिअर रुग्णांना तपासतात. गेल्या पंधरा वर्षांपासून जगातल्या सर्वात मोठ्या नेत्रालयाच्या सह-संचालकांची ही काम करण्याची जागा आहे, यावर तुमचा विश्वास बसणार नाही कदाचित, पण हा साधेपणा हेच अरविंदचं वैशिष्ट्य आहे. १९६५ साली भारतामधल्या पहिल्या मोजक्या महिला नेत्रतज्ज्ञांपैकी एक होत्या डॉ. नच्चिअर. अरविंदमधल्या न्युरो-ऑप्थॅल्मॉलॉजी विभागप्रमुख पदाची धुरा सांभाळतानाच गावागावांमध्ये होणारी नेत्रशिबिरं आणि निम-वैद्यकीय विभाग यांचीही जबाबदारी त्यांनी पार पाडली. 'अरविंदच्या परंपरा आणि संस्कृती जपणाऱ्या' अशीही त्यांची ओळख आहे. अरविंदचे आणि पर्यायानं नच्चिअर यांचेही जुने स्नेही असणारे फ्रेड मुन्सॉन यांच्या शब्दात सांगायचं तर, ''अरविंदची संस्कृती डॉ. नच्चिअर यांच्या मनात जितकी भिनली आहे तितकी या संस्थेच्या परिवारातल्या दुसऱ्या कुणाच्याही मनात भिनली नसेल. जिथे जाऊ तिथे अरविंदची महती कथन करणं ही तिची सर्वात आवडीची बाब आहे.''

डॉ. व्ही आणि त्यांच्या इतर भावंडांप्रमाणेच डॉ. नच्चिअरही आतून प्रेमळ, सहृदयच आहेत, पण त्या नेहमीच तशा भासतील असं मात्र नाही. एका वरिष्ठ नर्सच्या मते, 'लोक त्यांना घाबरतात कारण त्या प्रत्येक गोष्ट तपशिलात शिरून पाहतात. जेव्हा जेव्हा त्या समोर येतात तेव्हा तुम्हांला अचानक जाणवतं की तुम्ही केलेल्या कामात असंख्य छोट्या-छोट्या चुका राहून गेल्या आहेत. त्या रागे भरतात, पण आपल्या रुग्णांसाठी काम कसं करायचं, चुका कशा टाळायच्या हेदेखील शिकवतात.' डॉ. नच्चिअर या एक चतुरस्त्र व्यक्तिमत्त्वाच्या आणि अंगभूत नियोजनकुशल व्यक्ती आहेत यात शंकाच नाही.

सकाळच्या वेळात डॉ. नच्चिअर यांनी रुग्णांना तपासणं आणि राऊंड घेणं ही कामं संपवलेली आहेत. दुपारच्या वेळात हाताशी आलेल्या तासाभरात परिचारिकांची नावं आणि त्यांच्या नियोजित बदल्यांची एक यादी तपासणं, बाळंतपणासाठी रजेवर जाणाऱ्या एका परिचारिकेची विचारपूस करणं, स्वच्छता विभागातल्या कर्मचाऱ्यांशी चर्चा करणं, एके ठिकाणाहून आलेल्या भाषणाच्या निमंत्रणाला उत्तर देणं, आणि परदेशातून येणाऱ्या डॉक्टर्स आणि स्वयंसेवकांच्या वेळापत्रकाचा आढावा घेणं अशी सगळी कामं त्यांनी मार्गी लावली. अत्यंत व्यावहारिकदृष्ट्या विचार करत सर्व बाबींकडे बारकाईनं लक्ष पुरवणं ही नच्चिअर यांची खासियत. स्वच्छता विभागाच्या

बैठकीचंच उदाहरण घ्या, 'इतर ठिकाणी पुनर्वापराचं काय धोरण आहे याची जरा पाहणी करा. जे-जे जुनं सामान विकलं जाऊ शकतं ते लगेच विकून टाका. आणि हे पातळ प्लॅस्टिक वापरणं आपण बंद करायला हवं.' त्या जाहीर करून टाकतात.

ही बैठक आटोपून नच्चिअर पुढचा विषय हातात घेतात. रुग्णालयातलं उरलेलं अन्न गोळा करून ते शेतात खत बनवण्यासाठी नेलं जात असे. ते नेण्यासाठी एक विशिष्ट प्रकारची ट्रॉली हवी आहे आणि नच्चिअर त्याचं रेखाटन तयार करत आहेत. 'रुग्णालय हे एखाद्या हॉटेलसारखं छान दिसायला हवं पण स्वच्छता आणि निर्जंतुकीकरण यावर अधिक भर हवा' यावर नच्चिअर यांचा कटाक्ष असतो. आज सकाळी अरविंदमध्ये फरशी पुसण्याचं काम सुरू होतं आणि नच्चिअरना काही ते पसंत पडलं नव्हतं. विशिष्ट रंगाच्या बादल्या आणि इतर काही उपकरणांची खरेदी करावी आणि तसंच सफाई कामगारांना अधिक प्रशिक्षण द्यावं अशा सूचना लगोलग त्या विभागाकडे पाठवण्यात आल्या. इथल्या प्रत्येक गोष्टीवर 'मॅडम' या नावानं ओळखल्या जाणाऱ्या नच्चिअर यांचा ठसा आहे, कडक, तरीही आईच्या वात्सल्याशी नातं जोडणारा प्रेमळ ठसा! अगदी आजसुद्धा नुकत्याच बाळंत झालेल्या एका तरुण डॉक्टरसाठी त्या जेवणाचा डबा घेऊन आलेल्या आहेत. एका परिचारिकेच्या आजारी आईसाठी त्यांनी उपचारांची व्यवस्था केलेली आहे आणि बागेतल्या माळ्यासाठी खास भेट म्हणून इंग्लंडहून आणलेला भला थोरला एप्रन त्याच्यापर्यंत पोहोचवलेला आहे.

रुग्ण आणि इतर सगळी कामं यांच्यामध्ये वेळ काढून त्या अरविंदच्या व्यवस्थापकांना एक इ-मेल पाठवतात. नच्चिअर यांच्याशी अत्यंत जिव्हाळ्याचं नातं असणाऱ्या एका जुन्या स्वयंसेविकेच्या मृत्यूची बातमी कळवणारा इ-मेल. मंगलाम्मा यांचं गेली २८ वर्षं अरविंद परिवाराशी इतकं घट्ट नातं जुळलं होतं, जणू काही अरविंद हे त्यांचं दुसरं घरच. चौकशी कक्षात काम करणाऱ्या मंगलाम्मा अरविंदच्या आवारातच परिचारिकांसाठी असलेल्या निवासस्थानात राहायच्या. सगळ्या तरुण परिचारिकांच्या त्या लाडक्या आज्जी होत्या. नच्चिअर यांनी एकदा मंगलाम्मांना त्यांच्यासोबत जेवण्यासाठी बोलावलं होतं. मंगलाम्मांसाठी ही फारच अप्रुपाची गोष्ट होती. हळूहळू अरविंदमध्ये सहभोजन ही एक प्रथाच पडून गेली. आपल्या मृत्युपत्राद्वारे जवळजवळ दहा लाख रुपयांची रक्कम अरविंदच्या नावे करून मंगलाम्मांनी सर्वांनाच आश्चर्याचा धक्का दिला. मंगलाम्मांकडे असलेल्या या संपत्तीची कुणालाच, अगदी नच्चिअरनासुद्धा कल्पना नव्हती.

नच्चिअर इ-मेल मध्ये पुढे लिहितात, 'मी रक्कम जी. एसच्या हवाली केली आहे. मला वाटतं आपण ती रक्कम फूड फॉर साईट म्हणजेच गरीब रुग्णांना रोजचं जेवण देण्याच्या उपक्रमासाठी वापरावी. मंगलाम्मांनी अरविंदसाठी प्रत्यक्ष काम केलं

आणि मृत्यूनंतरही त्या गरीब रुग्णांना मदत करत राहतील. आपण त्यांचे कायम ऋणी राहू.'

नच्चिअर यांनी हिरवट रंगाची, हलक्याश्या लाल जरीकाठाची आकर्षक साडी नेसली आहे. आपल्या इतर भावंडांप्रमाणेच नच्चिअर याही रेखीव चेहऱ्याच्या आहेत. त्यांचं खास हसू पाहणाऱ्याचं लक्ष वेधून घेतं. त्यांच्या खास शैलीत त्या म्हणतात, ''या पाश्चात्त्य लोकांनी 'व्हॅल्यू ॲडिशन' या गोष्टीचं विनाकारण प्रस्थ माजवलं आहे. त्यांना व्हॅल्यू ॲडिशन म्हणजे नक्की काय अभिप्रेत असतं देव जाणे. माझ्या मते तरी जेव्हा एखादी परीचारिका एखाद्या वृद्ध रुग्णाचा हात धरून त्याला हवं तिथे घेऊन जात असते ना, ते खरं व्हॅल्यू ॲडिशन पण अशा गोष्टींना त्या पाश्चात्त्यांच्या लेखी काहीच किंमत नसते.''

काम करत असतानाचे दिवस. जीर्ण साड्या नेसून शेतांमध्ये काम करणाऱ्या त्या लाजऱ्याबुजऱ्या महिला त्यांच्या डोळ्यासमोर उभ्या राहतात. नवे कपडे घेण्याचीही ऐपत नसणाऱ्या या बायकांना त्यांचं अठरा विसे दारिद्र्यच मोठ्या शहरांमधल्या रुग्णालयात येऊन उपचार घेण्यापासून परावृत्त करत असावं. पैशांच्या, जातीच्या, कपड्यांच्या सर्वच बाबतीत लहान-मोठा, उच्च-नीच असा भेदभाव करणाऱ्या आपल्या समाजात एखाद्या अशिक्षित, गरीब शेतमजुराला मोठ्या रुग्णालयात जाताना छातीत धडकी भरली नाही तरच नवल. १९७८ साली दिल्लीतल्या एका बड्या रुग्णालयाला भेट देऊन आल्यानंतर डॉ. व्ही आपल्या दैनंदिनीत लिहितात, इथे एक वेगळंच, अनोळखी वातावरण आहे. भारतीय संस्कृती, त्यातली आतिथ्यशीलता यांचा गंधही नसणारं कृत्रिम वातावरण. आपल्या रुग्णालयात ती आतिथ्यशीलता, तो जिव्हाळा कसा बरं आणता येईल जेणेकरून रुग्णांना परकं वाटणार नाही. अरविंदमध्ये, खेड्यापाड्यातच लहानाच्या मोठ्या झालेल्या परिचारिका प्रत्येक टप्प्यावर रुग्णांच्या मदतीसाठी तत्पर असतात. या परिचारिकांमध्ये जाणीवपूर्वक रुजवलेल्या कौशल्यांमुळे इतक्या मोठ्या संख्येनं येणारे रुग्ण तपासणं सुलभ होतंच, शिवाय वैयक्तिकरीत्या प्रत्येक रुग्णाकडे लक्ष देणंही शक्य होतं. हे घरगुती, अकृत्रिम वातावरण रुग्णांना अतिशय सुखाचं, आपुलकीचं वाटत असणार यात शंकाच नाही.

भारतामध्ये वडीलधाऱ्या व्यक्तींना नावानं हाक मारण्याची पद्धत नाही. अगदी अनोळखी व्यक्तीलाही आजोबा, काका, आजी, मावशी असं कुठलंतरी संबोधन लावलं जातं. अरविंदच्या रुग्णालयात किंवा शिबिरांमध्ये अशा हाका वारंवार कानांवर पडतात. इथल्या तरुण परिचारिका वृद्ध रुग्णांना इकडे-तिकडे घेऊन

जाताना 'चला आज्जी', किंवा 'थांबा हं आजोबा' अशा प्रकारे बोलत असतात. खुद्द परिचारिकांनाही 'सिस्टर' या नावानंच हाक मारली जाते. यामधून परस्परांबद्दलचा आदर व्यक्त होतो आणि कर्मचारी आणि रुग्ण यांच्यात एक आपलेपणाची भावना निर्माण व्हायला मदत होते. अरविंदच्या कोणत्याही रुग्णालयात जा, साडी परिधान केलेली, स्थानिक भाषा बोलणारी आणि सर्वात महत्त्वाचं म्हणजे आपुलकीनं विचारपूस करणारी एक तरी 'सिस्टर' या रुग्णांच्या आसपास उभी असतेच असते. या सर्व जणी ही व्यवस्था मार्गी लावण्याचं काम करतात हे ठीक आहे, पण त्याहीपेक्षा महत्त्वाचं म्हणजे अरविंदचा डोलारा भक्कमपणे पेलून धरणाऱ्या त्या आधारस्तंभ आहेत. अरविंदमध्ये जपली जाणारी संस्कृती, मूल्यं यांचं प्रतीक म्हणून त्यांच्याकडे पाहिलं जात असल्यानं त्यांची या कामासाठी काळजीपूर्वक निवड केली जाते.

❧

नवीन परिचारिकांची भरती करण्यापूर्वी त्यांची मुलाखत घेण्यासाठी अरविंद मदुराईमधल्या एका वर्गखोलीत डॉ. नच्चिअर, ॲलिस मेरी, शस्त्रक्रिया विभागातल्या मुख्य परिचारिका आलेकुट्टी वर्गीस आणि सुपरवायजर राधाबाई यांचा चमू सज्ज आहे. पन्नाशीच्या असलेल्या राधाबाई सुमारे ५०० परिचारिकांच्या कामावर देखरेख ठेवतात. ज्या सहजतेनं त्या सर्व परिचारिकांवर नियंत्रण ठेवतात ते पाहून, काही वर्षांपूर्वी अरविंदमध्ये दाखल झालेली ती लाजरी-बुजरी तरुणी हीच यावर विश्वासच बसणार नाही. त्या सांगतात, "फक्त एकोणीस वर्षांची असताना मी इथं आले. लहानशा खेड्यात वाढलेली मी, मला कुठली आलीय सवय इतक्या मोठ्या शहराची, या रुग्णालयाची; पण इथे मला माझ्या कुटुंबासारखी माया मिळाली."[१]

अरविंदच्या संस्थापकांचं खेड्यापाड्यातल्या लोकांशी जुळलेलं नातं आणि या लोकांविषयी त्यांच्या मनात असलेला आदर याचा इथल्या कर्मचारी भरती प्रक्रियेवर खूप प्रभाव आहे. आसपासच्या गावांमधल्या गरीब घरातल्या तरुण मुलींनी अरविंदमध्ये नोकरीसाठी यावं या दृष्टीनं सुरुवातीच्या काळात विशेष प्रयत्न करण्यात आले. जसजसा अरविंदचा पसारा वाढला तसेच हे ऋणानुबंधही घट्ट होत गेले. आजवर अरविंदनं ५,००० महिलांना वेगवेगळ्या विभागांमधल्या कामात सामावून घेतलं आहे.[२]

मुलाखतीसाठी आलेल्या उमेदवारांना बसण्यासाठी रांगेनं खुर्च्या मांडण्यात आलेल्या आहेत. या भावी परिचारिकांकडे एक नजर टाकली तर एक बाब प्रकर्षानं जाणवते ती अशी, की यातली कुणीही मुलगी एकटी आलेली नाही. याचं कारण अरविंदचा शिरस्ता. मुलाखतीला येताना आपले आई-वडील किंवा आजी-आजोबा

यांपैकी कुणालातरी सोबत घेऊन येण्याची अनोखी पद्धत अरविंदमध्ये आहे. नच्चिअर मिश्कीलपणे सांगतात, "आम्ही या मुलाखतीत त्या मुलींना औषधं किंवा तत्सम काही गोष्टींबद्दल विचारतच नाही. आम्ही विचारतो ते त्यांच्या शेतीबद्दल, तिथं कोणती पिकं घेतात याबद्दल. यातून त्यांची घरची पार्श्वभूमी कळते, या मुलींच्या सामान्य ज्ञानाचा, त्यांच्या एकूणच स्वभावाचा अंदाज येतो." कधीकधी या मुली उत्तरं देताना अतिरंजित माहिती द्यायला लागतात, तेव्हा त्यांचे पालक मध्ये पडतात आणि भाबडेपणानं खरी उत्तरं देतात. हा प्रामाणिकपणाच अरविंदमध्ये सगळ्यांना भावतो यात काही आश्चर्य नाही.

या प्रश्नोत्तरांतून या मुलींच्या अंगी असणारी प्रेमळ वृत्ती आणि कष्ट करण्याची तयारी यांचं दर्शन घडतं. कुणी घरच्या गाईचं दूध काढण्यात तरबेज असतात तर कुणी शेतात कष्ट करणाऱ्या, लहान भावंडांना सांभाळणाऱ्या असतात. अर्थातच या अंगभूत गुणांना त्यांच्या परीक्षेतल्या गुणांपेक्षा जास्त महत्त्व दिलं जातं. कधीकधी या मुलाखतीत विचारले गेलेले प्रश्न त्यांच्या कामाशी दुरूनही संबंध नसलेले वाटले तरीही मुलाखत घेणाऱ्यांचा दांडगा अनुभव, माणसं ओळखण्याची हातोटी आणि व्यावहारिकपणाची बैठक यामुळे त्यांची निवड अंतिमत: अचूक ठरते. जर या मुलाखतींचा बारकाईनं अभ्यास केला तर लक्षात येतं की इथे दोन कळीचे प्रश्न असतात.

ती उमेदवार आपल्याला काय देऊ शकते?

आणि तितकंच महत्त्वाचं म्हणजे आपण तिला काय देऊ शकतो?

एखाद्या महिला उमेदवाराला अरविंदमध्ये नोकरी देणं या वरवर साध्या वाटणाऱ्या गोष्टीचे व्यापक परिणाम अरविंदचे संचालक जाणतात. या मुली जर अरविंदमध्ये आल्या नाहीत तर त्याचं आयुष्य शेतात राबणे, गुरं सांभाळणे, फारतर काड्यापेट्यांच्या कारखान्यात काम करणे किंवा मनाविरुद्ध लग्न करून सासरी जाणे एवढ्यावरच थांबतं. पण अरविंदमध्ये मिळणारी नोकरी फक्त त्यांचंच नाही तर पूर्ण कुटुंबाचं कल्याण करणारी ठरते.

अरविंदच्या एकूण कर्मचाऱ्यांपैकी ८०% कर्मचारी महिला आहेत.[३] आपल्या फटकळ स्वभावाला अनुसरून डॉ. नच्चिअर याचं स्पष्टीकरण देतात, "त्यांची रुग्णांशी वर्तणूक अधिक चांगली असते आणि सहसा त्यांचं लक्ष इकडेतिकडे विचलित होत नाही." इथे भरती करून घेत असताना उमेदवाराच्या अंगी किती कौशल्यं आहेत याहीपेक्षा तो तत्त्वांचा किती पक्का आहे याला प्राधान्य दिलं जातं. तो उमेदवार अरविंदच्या कार्यसंस्कृतीत सामावला जाऊ शकेल की नाही याचा विचार केला जातो. नच्चिअर चटकन सांगतात, "सामान्य माणसाला असामान्य बनवणं हेच आमचं ध्येय आहे. वयाच्या अठराव्या वर्षीच आम्ही त्यांना 'कार्यकर्ता'

होण्याची दीक्षा देतो.''

एकदा का या तरुण मुली इथे दाखल झाल्या, की संस्था जणू त्यांचं पालकत्वच पत्करते. काही जणांना ही अतिशयोक्ती वाटेलही, पण हा इथल्या संस्कृतीचाच एक भाग आहे आणि त्याचे चांगले परिणाम दिसून आले आहेत. परवीन बानू ही बावीस वर्षांची चुणचुणीत तरुणी अरविंद-पाँडिचेरी मध्ये डोळ्यांचे नंबर काढण्याच्या विभागात काम करते.[४] इथल्या पाच वर्षांच्या अनुभवाबद्दल खुशीनं बोलताना ती सांगते, ''इथे मला पैशांची बचत कशी करायची हे शिकवण्यात आलं. आम्हांला बँकेत खातं उघडण्याची सक्तीच करण्यात आली होती. इथलं पहिलं वर्ष संपलं तेव्हा माझ्या बचतीच्या पैशांनी आमचं गहाण टाकलेलं घर आम्ही सोडवलं. दुसऱ्या वर्षी माझ्यासाठी दागिने घेतले. नंतर माझ्या बहिणीच्या लग्नाचा खर्चही त्यातूनच केला.'' हे सांगताना तिच्या डोळ्यातून अभिमान अगदी ओसंडून वाहत होता. सावकारीच्या विळख्यात पिढ्यानपिढ्या अडकलेली घरं ही आपल्या देशातली एक परंपराच आहे. या पार्श्वभूमीवर स्वकमाईनं त्यावर मात करणाऱ्या परवीनसारख्या मुली हा एक आशेचा किरणच म्हणायला हवा. अरविंदनं अशा हजारो महिलांना आर्थिकदृष्ट्या सक्षम बनवलं आहे. यातल्या कित्येक जणी त्यांच्या कुटुंबाच्या आधारस्तंभ बनल्या आहेत.

वर्गात बसून गिरवलेले धडे आणि प्रत्यक्ष कामाचा अनुभव अशा दोन वर्षांच्या प्रशिक्षणानंतर या मुलींमध्ये आमूलाग्र बदल घडतो. सुरुवातीला बिचकत बिचकत बोलणाऱ्या, बावरलेल्या या नवख्या मुली अगदी आत्मविश्वासानं अरविंदच्या कुटुंबाचा एक हिस्सा बनून जातात. यातल्या प्रत्येकीच्या अंगी विलक्षण हिंमत असते. कुणी नवऱ्यानं सोडून दिलेल्या, मुलांची जबाबदारी पेलणाऱ्या तर कुणी दारुड्या, काम न करणाऱ्या नवऱ्यामुळे पैसे कमावण्यासाठी घराबाहेर पडलेल्या. अरविंदमधलं काम त्यांना त्यांचा स्वाभिमान देतं, स्थिरता देतं. त्यांचे निर्णय त्या स्वत: घेऊ लागतात. त्यांच्या अंगी असणाऱ्या सुप्त नेतृत्वगुणांना वाव मिळतो.

अरविंदमधले शस्त्रक्रियाकक्ष आणि रुग्णांचे कक्ष इथे चालणाऱ्या कामकाजातले ७०% निर्णय या वरिष्ठ परिचारिकाच घेतात. उदा. रोजच्या कामांची वाटणी करून देणं, उपकरणांची स्वच्छता, निर्जंतुकीकरण यांची व्यवस्था पाहणं, कोणत्या डॉक्टरकडे कोणते रुग्ण जाणार याची योजना करणं इ. या परिचारिकांचे अनुभव आणि कामातला हातखंडा यावरच बरचसं अवलंबून असतं. ऑप्थॅल्मॉलॉजीमध्ये पदव्युत्तर शिक्षण घेणाऱ्या डॉक्टरांच्या प्रशिक्षण कार्यक्रमातही त्यांचा मोलाचा वाटा असतो. या वरिष्ठ परिचारिका शिकाऊ डॉक्टरांचं कौशल्य आणि रुग्णाची गुंतागुंत यानुसार कोणाकडे कोणता रुग्ण पाठवायचा याचा निर्णय घेतात. परीक्षा देताना किंवा शस्त्रक्रिया करताना हे डॉक्टर्स या परिचारिकांनी दिलेले कानमंत्रच वापरत

असतात. अशा प्रकारे त्या पालकही असतात आणि गुरूही!

"हे नवशिके डॉक्टर्स शस्त्रक्रिया करत असताना आम्ही नीट लक्ष ठेवतो. जर एखाद्या ठिकाणी ते चुकत असतील तर त्यांना प्रशिक्षण देण्यासाठी बनवलेले शस्त्रक्रियांचे व्हिडीओ पुन:पुन्हा पाहायला सांगतो. टाके घालणं वगैरे गोष्टींचा सराव करायला सांगतो." आर. सुंदरी सांगते. १९९२ साली वयाच्या सतराव्या वर्षी ती अरविंदमध्ये आली. शस्त्रक्रिया करण्याचं गुंतागुंतीचं काम आणि त्यात लागणारा आपल्या क्षमतांचा कस याच्या जणू प्रेमातच पडलेल्या सुंदरीचं नाव आज अरविंदच्या शस्त्रक्रिया विभागात मोठ्या आदरानं घेतलं जातं.

परिचारिका विभागाच्या साहाय्यक व्यवस्थापक असणाऱ्या ए. आर. जीवा अरविंदमध्ये १९८६ पासून काम करत आहेत. अरविंदनं इतक्या वर्षांत आपल्याला काय दिलं याचं वर्णन त्या दोनच शब्दांत करतात, 'चातुर्य आणि काटकसरीपणा. मी हे इथंच शिकले आणि अरविंद सोडून दुसरीकडे काम करण्याची मी कल्पनादेखील करू शकत नाही.' त्या पुढे सांगतात, "मॅडम (डॉ. नच्चिअर) सारख्या इतक्या वरिष्ठ व्यक्ती जर इतकं काम करतात, इतके कष्ट घेतात तर आपण का नाही करू शकणार? आमच्याकडे येणाऱ्या नवख्या लोकांना आम्ही हेच शिकवू इच्छितो. त्यांनीही याच तळमळीनं काम करावं असं आम्हांला वाटतं. आम्ही आमच्या कामाशी समरस होऊन गेलो, त्यांनीही तसंच करावं अशी आमची इच्छा आहे. कामाचा हा ताण पेलताना तुमच्या मनात किंचितशी जरी तक्रार असेल ना तर तुम्ही हे काम इतकी वर्षं करूच शकणार नाही."[५]

काही परिचारिका अरविंदमधून तुलनेनं लवकर बाहेर पडतात. याचं कारण म्हणजे भारतीय लग्न-संस्कृती! शालेय शिक्षण पूर्ण करून इथे दाखल झालेल्या या मुलींचं पुढच्या चार-पाच वर्षांत लग्न होतं आणि त्या सासरी जातात. अशा प्रकारे अरविंदमधून जाणाऱ्या परिचारिकांचं प्रमाण जवळजवळ १०% आहे. असं असलं तरी याचा व्यवस्थेवर काही विपरीत परिणाम होत नाही. उलट यामुळे इथल्या कर्मचाऱ्यांचं सरासरी वय कमी राहून कार्यक्षमता जास्त राहते. ज्या परिचारिका अरविंदमध्ये दीर्घकाळ काम करत राहतात त्यांच्यासाठी करिअरचे चांगले पर्याय इथेच उपलब्ध होतील याची संस्थेकडून काळजी घेण्यात येते. त्यांच्या क्षमतांनुसार त्यांना अरविंदच्या रुग्णालयांमध्ये विविध विभागांत प्रशिक्षक, व्यवस्थापक अशा जबाबदाऱ्या सोपवण्यात येतात. काही जणींना तर अरविंदमार्फत जगभरात चालणाऱ्या परिचारिका प्रशिक्षण कार्यक्रमांत प्रशिक्षक म्हणून काम करण्यासाठी बोलिव्हिया, काँगो, बांगलादेश इ. देशांमध्ये जाण्याचीही संधी मिळते.

'अरविंदच्या अनुभवी परिचारिका' अशी ओळख असणाऱ्यांना वैद्यकीय क्षेत्रात प्रचंड मागणी आहे. प्रशिक्षित वैद्यकीय साहाय्यकांची आपल्या देशात वानवा

असल्याने या परिचारिकांना अतिशय महत्त्व प्राप्त होतं. परिणामी इथल्या काही चांगल्या, अनुभवी परिचारिका खासगी रुग्णालयांमध्ये जातात कारण तिथे त्यांना मिळणारं आकर्षक वेतन! आपल्या संस्थेचं यश आणि क्षमता या परिचारिकांवर किती अवलंबून आहे याची अरविंदच्या नेतृत्वाला पुरेशी कल्पना आहे. अरविंदच्या एका यशस्वी सर्जनच्या मागे या परिचारिकांची एक भक्कम फळी उभी असते. परिचारिका विभागाच्या प्रमुख डॉ. उषा किम मान्य करतात, "आम्ही फक्त रोगाचं निदान करतो, मग शस्त्रक्रियेच्या वेळी रुग्णाचा डोळा उघडतो, योग्य ती शस्त्रक्रिया करतो, डोळा बंद करतो आणि दुसऱ्या दिवशी तपासतो; पण पडद्यामागच्या खऱ्या सूत्रधार असतात त्या या परिचारिकाच!"

डॉ. व्हींनी छेडलेल्या या मोहिमेचा आवाकाच इतका मोठा होता, की सतत नवनवीन मार्ग शोधण्याला काही पर्यायच नव्हता. या अपरिहार्यतेमुळेच अरविंदचे संचालक अल्पसंतुष्टतेच्या उबदार कोशातून बाहेर पडले आणि नव्या वाटा धुंडाळू लागले. 'द सोल ऑफ मनी'चा लेखक लायन ट्विस्ट म्हणतो त्याप्रमाणे 'एखादी गोष्ट परिपूर्ण आहे की नाही हे आपण आपल्याकडे असलेल्या परिस्थितीकडे, संसाधनांकडे कोणत्या नजरेनं पाहतो यावर अवलंबून असतं. त्यातूनच आपण नवनिर्मिती करू शकतो. फक्त आपल्या क्षमतांची आपल्याला जाणीव असणं महत्त्वाचं'.[६] हाताशी असलेल्या साधनांकडे, मनुष्यबळाकडे पाहण्याच्या याच सकारात्मक दृष्टिकोनामुळे अरविंदला आपल्या सामर्थ्याची पूर्ण जाणीव झाली. आणि मग अनेक अनपेक्षित ठिकाणांहून त्यांना मदत करणारे हात पुढे येऊ लागले; मग ते स्थानिक पुढारी असोत, खेड्यापाड्यातले लोक असोत, इथल्या उपचारांनी समाधानी झालेले रुग्ण असोत वा निवृत्त प्राध्यापक.

या वृत्तीचा आणखी एक पैलू म्हणजे सर्व साधनांचा वापर करताना बाळगला जाणारा काटेकोरपणा, सच्चेपणा. साधे कापसाचे बोळेसुद्धा स्वत: बनवण्यापासून ते स्वत:ची यंत्रसामुग्री दुरुस्त करण्यापर्यंत आणि शस्त्रक्रियांची आकडेवारी तपासण्यापासून ते प्रत्येक रुग्णापायी येणाऱ्या खर्चाचं मोजमाप करण्यापर्यंत प्रत्येक काम हे त्याच निष्ठेनं आणि खरेपणानं केलं जातं. यातूनच अरविंदमध्ये नि:स्वार्थी आणि झोकून देऊन काम करणाऱ्यांची फौज उभी राहिली.

"संकल्प सगळेच जण करतात, पण तो संकल्प सिद्धीत रूपांतरित करण्यासाठी आपल्याला लागतात ते सहकारी." डॉ. नच्चिअर म्हणतात. डॉ. व्हींचं स्वप्न साकार करण्यासाठी त्यांचे भाऊ-बहिणी तर पुढे आलेच, पण इतरही हजारो हात त्यांच्या मागे उभे राहिले होते. भारतात १२० कोटींच्या लोकसंख्येसाठी आजघडीला फक्त १३,००० नेत्रतज्ज्ञ उपलब्ध आहेत.[७] (आपल्या एक चतुर्थांश लोकसंख्या असणाऱ्या अमेरिकेत मात्र हीच संख्या १८,००० आहे).[८] काचबिंदूचे (glaucoma) सर्जन

असणारे अरविंदमधले एक वरिष्ठ डॉक्टर एस. आर. कृष्णदास सांगतात, की सुरुवातीच्या काळात पुरेसं मनुष्यबळ नसण्याबद्दल ते डॉ. व्हींजवळ नेहमी तक्रार करायचे. तेव्हा डॉ. व्ही त्यांना म्हणत, ''डॉक्टर, नुसतं माणसं शोधून भागत नाही, तर माणसं घडवावी लागतात.''[१]

इतरत्र प्रशिक्षण घेऊन आलेल्या कर्मचाऱ्यांवर अवलंबून राहण्याऐवजी अरविंदनं एक वेगळा मार्ग निवडला तो म्हणजे संस्थेमार्फतच प्रशिक्षण देण्याचा. आणि तेही फक्त परिचारिकांनाच नव्हे तर डॉक्टर्सनासुद्धा. आज अरविंदमध्ये काम करणाऱ्यांपैकी ९०% डॉक्टर हे इथेच प्रशिक्षण घेतलेले आहेत. अरविंदमध्ये प्रशिक्षण घेतलेल्या डॉक्टर्सना प्राधान्य देण्याचं कारण असं की ते या सगळ्या व्यवस्थेशी परिचित असतात. फक्त तांत्रिक बाबीच नव्हे तर अरविंदची तत्त्वं आणि आदर्शही त्यांच्यात भिनलेले असतात. डॉ. नच्चिअर हसत हसत सांगतात, ''आणि हे सगळे धडे ते ठरवलं तरीही विसरू शकत नाहीत. या इमारती, पैसा, तंत्रज्ञान हे सगळं अगदी चुटकीसरशी होऊ शकेल पण जेव्हा प्रश्न संस्कारांचा आणि मूल्यांचा असतो तेव्हा त्याच्यासाठी काही विशिष्ट काळ जावाच लागतो. त्याला काही पर्याय नाही.'' आणि ही जडणघडण संस्थेच्या दृष्टीनं गरजेची आहे हे संचालकांनी ओळखलेलं आहे.

अरविंदमधल्या डॉक्टरांशी सल्ला मसलत करण्यात, त्यांना मार्गदर्शन करण्यात डॉ. व्ही त्यांचा बराचसा वेळ खर्च करतात. आजवर कित्येकांचं व्यक्तिमत्त्व योग्य प्रकारे विकसित करून त्यांना त्यांच्या आयुष्यात उच्च स्थानी पोहोचवण्याचं काम डॉ. व्हींनी केलं आहे. लोकांना त्यांच्या सुप्त क्षमतांची, सामर्थ्याची जाणीव करून देणं आणि त्या अमलात आणण्यासाठी त्यांना प्रवृत्त करणं हा डॉ. व्हींच्या डाव्या हातचा मळ. 'जसं एखाद्या खेळाडूला ऑलिंपिक स्पर्धेसाठी घडवलं जातं, तसंच इथेही आहे. तुम्ही त्याला शिकवता, त्याच्या चुका सुधारता, त्याच्याशी प्रत्यक्ष खेळता आणि मग शेवटी तो एक उत्कृष्ट खेळाडू म्हणून सज्ज होतो.' हे सगळं करण्याची डॉ. व्हींची एक खास तऱ्हा आहे. मृदू, नर्मविनोदी बोलत बोलत अगदी सहजगत्या ते अरविंद परिवारातल्या सदस्यांच्या व्यक्तिमत्त्वाला पैलू पाडत असतात.

''एक गुरू म्हणून डॉ. व्हींचा मोठेपणा म्हणजे, ते काहीही हातचं राखत नाहीत.'' अरविंदचे एक संस्थापक सदस्य आणि ख्यातनाम कॉर्निआतज्ज्ञ असणारे डॉ. एम. एस सांगतात. ''रोगाचं अचूक निदान कसं करावं हे ते शिकवतात, शस्त्रक्रियांचं कसब दाखवतात, वेगवेगळ्या परिषदांना जाणं, शोधनिबंध सादर करणं याला उत्तेजन देतात. स्वतःचं मोठेपण मिरवण्यासाठी बहुतेक सगळे जण

आपल्या कनिष्ठ सहकाऱ्यांचं कौतुक करणं टाळतात, पण डॉ. व्ही मात्र याला अपवाद आहेत, ते सर्वांसमोर तुमचं कौतुकही करतात. जे त्यांनी आम्हांला दिलं, तेच आता आम्ही आमच्या विद्यार्थ्यांना देण्याचा प्रयत्न करत आहोत. म्हणूनच जगभरातून इतके उत्तम डॉक्टर्स आपल्याकडे येतात.''

डॉ. एम. एस. यांच्या पत्नी, डॉ. विजी. डॉ. व्ही एकीकडे आपल्या सहकाऱ्यांची काळजी घेत घेत हळूच त्यांना शिस्तीच्या चौकटीत कसं बसवायचे याची आठवण सांगताना त्यांची हसून हसून पुरेवाट होते. ''तेव्हा आमच्या घरी दूध ठेवण्यासाठी फ्रीज नव्हता. त्यामुळे डॉ. व्हींच्या सांगण्यावरून बरोब्बर पहाटे पाच वाजता आमच्या दारात कॉफीची किटली हजर असायची. यामागे दोन हेतू होते, एकतर आम्हांला पहाटे आयती कॉफी मिळायची आणि दुसरं म्हणजे आम्ही आपोआपच लवकर उठून तयार व्हायचो. म्हणजे बरोब्बर साडे पाच वाजता आमची जोडी शस्त्रक्रिया कक्षात डॉ. व्हींच्या जोडीला हजर!''

सतत परिपूर्णतेचा ध्यास ही डॉ. व्हींची खासियत होती. त्यांच्या मते एखाद्या डॉक्टरकडे औषधांच्या ज्ञानापलीकडे जाऊन शारीरिक क्षमता, मानसिक खंबीरपणा आणि एक व्यापक दृष्टिकोन हवा. ही दृष्टी प्रत्येकाकडे उपजतच असते असं नाही; पण त्या योग्यतेचा गुरू आणि त्याचं मार्गदर्शन लाभलं तर एखादी व्यक्ती काय साध्य करू शकते याचं चपखल उदाहरण म्हणजे डॉ. रामकृष्णन आर. के.

मितभाषी, मृदू स्वभावाचे डॉ. आर. के हे काचबिंदू (glaucoma) या विषयातले तज्ज्ञ आहेत. भारतातमध्ये काचबिंदू हे अंधत्व येण्यामागचं तिसऱ्या क्रमांकाचं कारण आहे. जॉन्स हॉपकिन्स युनिव्हर्सिटीमधल्या डॉ. ॲलन रॉबिन यांच्या मदतीनं डॉ. आर. के यांनी अरविंदमध्ये काचबिंदू विभाग सुरू केला. १९९६ मध्ये अरविंदच्या तिरुनेलवेल्ली रुग्णालयाच्या संचालकांची कोइम्बतूरच्या रुग्णालयात बदली झाल्यानं ती जागा रिकामी होती. या जागेवर डॉ. आर. के यांची नेमणूक करण्याचं डॉ. व्हींच्या मनात होतं; पण डॉ. आर. केंचा काहीसा लाजाळू स्वभाव आणि सर्जन असल्याकारणानं व्यवस्थापन क्षेत्राशी अलिप्त राहण्याची सवय यामुळे ते ही बढती स्वीकारण्यास फारसे उत्सुक नव्हते. ते म्हणतात, ''मी डॉ. व्हींना सांगितलं, की कोणावर रागावण्याचा माझा स्वभाव नाही आणि त्यामुळं व्यवस्थापक-पदासाठी मी अजिबातच योग्य नाही.''[१०] अर्थात डॉ. व्हींवर त्यांच्या या बोलण्याचा काहीही परिणाम झाला नाही ते वेगळंच.

अरविंदमध्ये डॉ. व्हींचा शब्द प्रमाण असतो असं का म्हणतात हे आपल्याला या उदाहरणावरून लक्षात येईल. पण या प्रकरणात डॉ. व्ही स्वत: डॉ. आर. केंशी बोलले. ते आपल्या रोजनिशीत लिहितात : *'मी काल डॉ. रामकृष्णन यांच्याशी बोललो. इथेच राहून काचबिंदू विषयातला तज्ज्ञ होण्याची त्यांची इच्छा आहे.*

व्यवस्थापन क्षेत्रात शिरायला आपण योग्य नाही असं त्यांचं मत पडलं. आमच्या कालच्या संवादाला गैरसमजाची आणि दुराव्याची सूक्ष्म किनार होती असं मला वाटतं. लोकांना कसं बरं घडवावं. त्यांची अंतर्बाह्य प्रगती कशी होईल.'

डॉ. व्ही समोरच्या व्यक्तीची बाजू ऐकून घेतात, नाही असं नाही. पण ती व्यक्ती आपल्या क्षमतांबद्दल अनभिज्ञ असल्यानं असं म्हणते आहे या निष्कर्षावर ते चटकन पोचतात. याचं कारण म्हणजे आपल्या सर्व सहकाऱ्यांची आध्यात्मिक, भावनिक, बौद्धिक अशी सर्वांगीण प्रगती व्हावी असं त्यांना मनोमन वाटतं. त्यांचं ध्येय फार उच्च कोटीचं आहे. अरविंद परिवारातले जे कुणी हे सगळं ओळखून आहेत ते सर्व जण डॉ. व्हींचा सल्ला निमूटपणे ऐकतात ते याच कारणासाठी.

आणि त्याच परंपरेला धरून, डॉ. आर. के यांनी डॉ. व्हींच्या इच्छेचा मान ठेवत तिरुनेलवेल्लीला जाण्याचा निर्णय घेतला. १९९६ साली मदुराईमध्ये नुकतंच बांधलेलं घर सोडून ते, त्यांची पत्नी आणि दोन मुलांसह तिरुनेलवेल्लीला रवाना झाले. त्यांचं नवीन काम नक्कीच आव्हानात्मक होतं; पण डॉ. व्हींनी बांधलेली अटकळ खरी ठरली आणि डॉ. आर. केंनी त्यांना मिळालेल्या संधीचं सोनं केलं. व्यवस्थापकीय कामकाज पाहायला अनुत्सुक असलेल्या या डॉक्टरनी तिरुनेलवेल्लीच्या रुग्णालयाद्वारे नेत्रशिबिरांचं जाळं मजबूत करण्याचं काम करून दाखवलं. इतर काही सेवांची पायाभूत रचना उभी केली, प्रशिक्षण कार्यक्रम सक्षम केले.

गुरु-शिष्य परंपरा ही तेव्हाच यशस्वी होते जेव्हा आजचा शिष्य हा उद्याचा गुरू बनून नव्या शिष्यांना घडवतो. डॉ. आर. के या कसोटीला उतरले आणि ज्या मुशीत ते स्वत: घडले त्याच मुशीत त्यांनी शिष्यांना घडवलं. त्यांची एक विद्यार्थिनी डॉ. आर. मीनाक्षी सांगतात, "मी सुरुवातीला शस्त्रक्रिया करताना खूप गोंधळून जायचे. जेव्हा जेव्हा मी डॉ. आर. के. करत असलेल्या शस्त्रक्रिया पाहायचे तेव्हा माझ्या मनात यायचं, की इतक्या आत्मविश्वासानं काम करणं आपल्याला कधी जमेल की नाही कोण जाणे? एकदा मी त्यांना हे बोलूनही दाखवलं. तेव्हा ते मला म्हणाले, अगं, इथवर पोचायला मी अनेक वर्षं मोजलेली आहेत. तुझी तर नुकती सुरुवात आहे. स्वत:वर विश्वास ठेव आणि काम कर, म्हणजे काम उत्तमच होणार. तुलाही हे नक्की जमेल." तिच्यासारख्या अनेक विद्यार्थ्यांना डॉ. आर. के. वर्षानुवर्ष दिशा देत आले आहेत. आज डॉ. मीनाक्षी तिरुनेलवेल्लीच्या रुग्णालयात लहान मुलांच्या विभागाच्या मुख्य आहेत आणि कधीही कुणावरही न रागावता व्यवस्थापकाची जबाबदारी उत्तम पार पाडणारे डॉ. आर. के. तिचे आदर्श आहेत.

संस्थेचं नेतृत्व संस्थेसाठी हितकार ठरतं ते असं...

आठ

महत्त्वाकांक्षी डॉक्टरांची समस्या

''इथे तुम्हांला अग्निदिव्यातून पार व्हावंच लागेल, त्याला पर्याय नाही'', डॉ. प्रज्ञ वेंकटेश यांचा खणखणीत आवाज अरविंदच्या सभागृहात घुमतो. ऑप्थॅल्मॉलॉजीच्या पदव्युत्तर अभ्यासक्रमाच्या २००९ सालातल्या विद्यार्थ्यांना उद्देशून ते बोलत आहेत, ''पण हेही लक्षात असू द्या की, अरविंदला तुमच्यासारख्या डॉक्टर्सची गरज आहे. आम्हाला तुमच्याविषयी कळकळ वाटते आणि म्हणूनच संशोधन, शिक्षण आणि आरोग्य-व्यवस्था या क्षेत्रांमध्ये तुम्ही काहीतरी भरीव कामगिरी करावी अशी आमची इच्छा आहे.''

१९८२मध्ये या पदव्युत्तर अभ्यासक्रमाची सुरुवात झाली. साधारण पहिल्या दहा वर्षांच्या काळात नेत्रसेवा, शिबिरं यांवर अधिक जोर असल्यानं हा प्रशिक्षण विभाग काहीसा दुर्लक्षितच राहिला होता. इतर गोष्टी सांभाळून जितकं काही शिकवता येईल तितकंच शिकवलं जायचं; पण नव्या सहस्त्रकाची चाहूल लागली आणि मग मात्र हळूहळू या अभ्यासक्रमानं आकार घेतला. अभ्यासक्रमात योग्य ते बदल करण्यात आले, शिकवण्याच्या पद्धती सुधारण्यात आल्या जेणेकरून देशभरातले सर्वोत्तम विद्यार्थी इथे प्रवेश घेतील. आज या अभ्यासक्रमाला प्रवेश घेणं हे मानाचं समजलं जातं ते इथल्या उत्तम तज्ज्ञांसाठी, स्पेशालिटी विभागांमुळे मिळणाऱ्या शस्त्रक्रियांच्या प्रत्यक्ष अनुभवांसाठी आणि वैविध्यपूर्ण केसेस तपासायला मिळण्याच्या संधीसाठी. दर वर्षी ३५ निवासी डॉक्टर्स, वेगवेगळ्या विषयांमध्ये फेलो म्हणून काम करणारे ५५ जण आणि विशिष्ट कालावधीच्या अभ्यासक्रमांना प्रवेश घेणारे ३५० इतके विद्यार्थी इथे प्रवेश घेतात. २०११ साली भारतातले १५%, नायजेरिया आणि नेपाळमधले १०% तर भूतानमधले १००% नेत्रतज्ज्ञ हे अरविंदमध्ये कोणत्या ना कोणत्या प्रकारचं प्रशिक्षण घेतलेले होते.[१]

भारतामध्ये नेत्रसेवा क्षेत्राशी संबंधित नसणाऱ्या लोकांना अरविंदच्या यशाची आणि जागतिक पातळीवर सार्वजनिक आरोग्य क्षेत्रात अरविंदला असणाऱ्या मानाच्या

स्थानाची कल्पनाच नसते. या नव्या विद्यार्थ्यांसमोर डॉ. प्रज्ञ अरविंदच्या यशाचा पट उलगडून दाखवतात, २००८ या वर्षाचं गेट्स ॲवॉर्ड फॉर ग्लोबल हेल्थ, २००९ सालातल्या जगातल्या ५० सर्जनशील कंपन्यांपैकी एक म्हणून फास्ट कंपनी मॅगझिन मध्ये उल्लेख, इ.[२] "अरविंदने जागतिक स्तरावरची अशी काही पारितोषिकं जिंकलेली आहेत की ज्यांसाठी भारतातल्या इतर कुठल्या संस्थेला नामांकनही मिळालेलं नाही, उदा. २०१० साली अरविंदला मिळालेलं कोनार्ड एन. हिल्टन ह्युमॅनिटॅरिअन ॲवॉर्ड!"

डॉ. प्रज्ञ यांचं बोलणं हे विद्यार्थी कौतुकमिश्रित आश्चर्यानं ऐकतात. संस्थापक सदस्यांपैकी डॉ. नच्चिअर आणि डॉ. नाम यांचे जेष्ठ चिरंजीव असणारे डॉ. प्रज्ञ, अरविंद-मदुराईच्या कॉर्निया विभागाचे आणि वैद्यकीय शिक्षण विभागाचे प्रमुख, त्याचबरोबर रॉयल कॉलेज ऑफ सर्जन्सचे फेलो आहेत. डॉ. प्रज्ञ यांचा मिश्कील आणि बडबडा स्वभाव त्यांच्या आई-वडिलांच्या स्वभावाच्या बरोब्बर उलटा आहे. "इंटरनॅशनल कौन्सिल ऑफ ऑप्थॅल्मॉलॉजी (IOC)च्या परीक्षांचं आपल्या संस्थेत केंद्र असणं ही काही संस्थांच्या दृष्टीनं मोठी अभिमानाची बाब असते," डॉ. प्रज्ञ सांगत असतात. आणि मग कॉलर ताठ करत ते पुढे सांगतात "आणि मी IOCच्या परीक्षांच्या प्रश्नपत्रिका काढण्याच्या कामात मदत करतो. जागतिक स्तरावर ऑप्थॅल्मॉलॉजी विषयात अरविंदचा दबदबा आहे तो असा." मी काही फारसा नम्र वगैरे नाही, असं डॉ. प्रज्ञ हसत हसत कबूल करतात. त्यांच्या बोलण्याला अभिमानाची एक किनार असली तरी, ती सार्थ ठरेल असं कौशल्य आणि क्षमता त्यांच्या ठायी आहे यात शंकाच नाही.

मॅनहॅटनमधील एक नेत्रतज्ज्ञ ख्रिस्टीन मेल्टन म्हणतात, "अमेरिकेतले डॉक्टर्स अरविंदमधल्या डॉक्टर्सची कामगिरी पाहून अवाक होतात. एकदा 'न्यूयॉर्क आय ॲन्ड इअर इन्फर्मरी'मध्ये मी डॉ. प्रज्ञ यांचं कॉर्निअल अल्सर या विषयावर व्याख्यान ठेवलं होतं. ते व्याख्यान ऐकल्यानंतर तिथल्या प्राध्यापक मंडळींनी त्यांच्या विद्यार्थ्यांना बजावलं, 'आत्ता तुम्ही जे काही भन्नाट प्रकार पाहिलेत, त्याचे इथे प्रयोग करून पाहण्याचा प्रयत्न करू नका, आपल्याकडे अशी तज्ज्ञ माणसं नाहीत."[३]

ख्रिस्टीन मेल्टन अरविंदमध्ये पहिल्यांदा आल्या त्या १९८० च्या सुरुवातीला. हे सगळं आकार घेत असताना त्यांनी पाहिलं आहे. तेव्हा त्यांनी इथे मोतीबिंदूच्या शस्त्रक्रिया केल्या त्या टॉर्चच्या उजेडात. डॉ. व्हींचा ध्येयवाद पाहून त्या विलक्षण प्रेरित झाल्या. अमेरिकेला परतल्यानंतर त्यांनी न्यूयॉर्कमधील दोन-तीन शिकाऊ डॉक्टर्सना दर वर्षी अरविंदमध्ये प्रशिक्षण घेण्यासाठी पाठवण्याची व्यवस्था केली. गेल्या पस्तीस वर्षांत असे शंभराहून अधिक डॉक्टर्स अरविंदमध्ये येऊन गेले आहेत.

"ते इथे २-३ आठवडे राहत असत. या काळात त्यांना ३०-४० शस्त्रक्रिया

करण्याची संधी मिळत असे. निवासी डॉक्टर्सनी त्यांच्या पूर्ण अभ्यासक्रमाच्या कालावधीत ७०-८० शस्त्रक्रिया करणं अपेक्षित असतं. इथले अनुभव त्यांच्यासाठी निश्चितच आत्मविश्वास वाढवणारे आणि ज्ञानात भर घालणारे असत. पुस्तकात अभ्यासलेल्या काही विशेष केसेस त्यांना इथे प्रत्यक्ष पाहायला मिळत.'' ख्रिस्टीन सांगतात.

दर वर्षी अरविंदमध्ये येणाऱ्या जगातल्या नामांकित वैद्यकीय शिक्षण-संस्थांमधील निवासी डॉक्टर्सना मोफत प्रशिक्षण देण्यात येतं. त्याबदल्यात अरविंदच्या डॉक्टर्सना आणि विद्यार्थ्यांना पाश्चात्त्य जगातलं तंत्रज्ञान आणि नावीन्यपूर्ण पद्धती यांचा अभ्यास करण्याची संधी मिळते. ख्रिस्टीन म्हणतात ''इतरांना आपल्याकडचं ज्ञान देण्यावरच अरविंद थांबत नाही, जगात जिथे म्हणून काही नवीन शिकण्याची संधी असते तिथे जाऊन ते शिकण्यात ते आघाडीवर असतात.'' स्वत: ख्रिस्टीन अरविंदसाठी बरंच काही करतात. अमेरिकेतल्या उत्तमोत्तम नेत्र रुग्णालयांमध्ये अरविंदच्या डॉक्टर्सना काम करता यावं, अनुभव घेता यावेत यासाठी त्यांनी खूप प्रयत्न केले आहेत. जर हे प्रशिक्षण न्यूयॉर्कमध्ये असेल तर या डॉक्टर्सना स्वत:च्या घरी नेऊन ख्रिस्टीन त्यांचा यथोचित पाहुणचार करतात. सुरुवातीच्या काळात अरविंदशी जोडले गेलेले अनेक जण डॉ. व्हीं आणि त्यांच्या चमूचे प्रयत्न पाहून भारावून गेले होते. ख्रिस्टीनही त्यापैकीच एक. त्यांची अरविंदवर असलेली निष्ठा ही इतक्या वर्षांच्या ऋणानुबंधांचाच परिपाक आहे.

हा जगावेगळा अनुभव अधिकाधिक लोकांपर्यंत पोहोचावा असंही ख्रिस्टीन यांना वाटतं. त्या म्हणतात, ''अमेरिकेतल्या निवासी डॉक्टर्ससाठी अरविंदची भेट हा विलक्षण अनुभव असतो, त्यांच्या आयुष्याला दिशा देणारा अनुभव. एरवीचं त्यांचं आयुष्य हे अत्यंत चाकोरीबद्ध, सुरक्षित असं असतं. 'आपण काहीही करू शकतो' असा एक प्रकारचा तारुण्यसुलभ अहंकार त्यांच्या ठायी असतो; पण अरविंदकडे पाहिल्यानंतर तो आपसूकच गळून पडतो. अरविंदच्या टीमनं अत्यंत खडतर आव्हानांवर ज्या काही तडफदारपणानं मात केली आहे ते पाहून त्यांचे डोळे उघडतात. आणि आपणही असं काहीतरी करू शकतो हा विश्वास त्यांच्यात जागवला जातो.''

डॉ. पुलिन शाह, अमेरिकेतल्या लुईसिआना प्रांतात वाढलेला एक तरुण डॉक्टर. शाळेभोवतीच्या उसाच्या शेतात साप पकडण्यात आणि मेक्सिकोच्या आखातात बोट फिरवण्यात त्याचं लहानपण गेलेलं. पुढे सॅनफ्रान्सिस्कोमधल्या कॅलिफोर्निया पॅसिफिक मेडिकल कॉलेजमध्ये शेवटच्या वर्षाला असताना

डॉ. व्हींशी झालेल्या भेटीनंतर अरविंदमध्ये प्रशिक्षण घेण्यासाठी येण्याचा त्यानं निर्णय घेतला.

अरविंदमध्ये रुग्णांवर उपचार करताना आलेल्या अनुभवांबद्दल काय बोलू अन् काय नाही अशी त्याची स्थिती झाली आहे.

'इथं येणारे बहुतेक सगळे रुग्ण मोतीबिंदूमुळे अंध झालेले असतात. त्यांचा मोतीबिंदू पिकलेला असल्यानं त्यांच्या डोळ्यात नुसते दोन पांढरे गोळे दिसतात, जणू काही दोन इडल्याच![४] शस्त्रक्रिया झाल्यानंतर दुसऱ्या दिवशी मी एका रुग्णाच्या डोळ्याकडे स्लिट लॅम्पमधून काळजीपूर्वक पाहत होतो. सगळं ठीक होतं. मग मी त्याच्या दुसऱ्या डोळ्यावरची पट्टी काढली. तो माणूस इकडे तिकडे पाहू लागला. आधी मला यात काही विशेष वाटलं नाही, पण मग अचानक जाणवलं की कित्येक वर्षांनंतर आज तो 'पाहत' होता.'

एखाद्या सर्जननं रुग्णाच्या डोळ्यावरची पट्टी काढण्याचा प्रसंग तसा अविस्मरणीयच. मानवी भावभावना आणि वैद्यकीय ज्ञानाचा मेळ घालणारा! डॉ. शाह त्याचा स्वत:चा अनुभव कथन करतो, ''भारतातले रुग्ण अशा वेळी फारशी विशेष प्रतिक्रिया देत नाहीत. हाच प्रसंग जर अमेरिकेत घडला ना तर लोक नक्कीच 'ओह माय गॉड, मला आता दिसतंय सगळं' असं म्हणून ओरडतील, दंगा करतील. पण इथे मात्र लोक शांत असतात. अशा वेळी त्यांना आतून खूप आनंद होत असेल, पण ते त्याचं प्रदर्शन करत नाहीत. पण जर आपण त्यांच्या मनात डोकावून पाहिलं ना तर लक्षात येतं, की आयुष्यात 'प्रकाशाचा' प्रवेश झाल्यानं त्यांना किती आनंद झालाय. हा अनुभव आपल्याही मनाला सुखावून जातो. आणि अरविंदमध्ये तर ही नित्याचीच बाब आहे.''

डॉ. प्रज्ञ वेंकटेश त्यांच्या नवीन विद्यार्थ्यांशी अजूनही बातचीत करत आहेत. ''अरविंदमध्ये आल्यानं तुम्हांला काय मिळणार आहे?'' आणि मग उत्तरासाठी क्षणभरही न थांबता तेच उत्तर देऊन मोकळे होतात. ''इथे येऊन परीक्षेत उत्तीर्ण होण्याच्या पलीकडे तुम्ही खूप काही करू शकता. नामांकित जर्नल्समध्ये तुमचे शोध-निबंध प्रसिद्ध होतील, जागतिक दर्जाच्या परिषदांमध्ये तुम्हांला तुमचं संशोधन मांडण्याची संधी मिळेल. आणि सर्वांत महत्त्वाचं म्हणजे अरविंदसारखं काम उभं करण्यास उत्सुक असलेल्या परदेशांमधल्या अनेक रुग्णालयांत तुम्हांला कामाची उत्तम संधी उपलब्ध होईल. तुम्हांला आश्चर्य वाटेल, पण अगदी काल-परवा इथून उत्तीर्ण झालेले काही विद्यार्थी आज अरविंदच्या वेगवेगळ्या रुग्णालयांची जबाबदारी सांभाळत आहेत. इतक्या महत्त्वाच्या पदांपर्यंत ते अगदी सहजरीत्या पोहोचले

आहेत बरं.''

डॉ. प्रज्ञ या तरुण डॉक्टर्ससमोर हे भव्य दिव्य चित्र जाणीवपूर्वक उभं करतात, कारण त्यांना पक्कं ठाऊक आहे, की डोळ्यात स्वप्नं घेऊन आलेल्या या तरुणांना अशाच प्रकारच्या यशाची आणि भविष्याची आस आहे. नव्या काळाची बदलती पावलं डॉ. प्रज्ञ आणि त्यांच्या तरुण सहकाऱ्यांनी ओळखली आहेत. सर्वोत्तम डॉक्टर्स अरविंदमध्ये सामावले जायला हवे असतील तर ध्येयवादापेक्षा अधिक काहीतरी त्यांना मिळायला हवं हे त्यांना ठाऊक आहे. आणि असे डॉक्टर्स टिकवून ठेवणं हेच अरविंदसमोरचं आव्हान आहे.

विद्यार्थ्यांशी चाललेला संवाद संपवून डॉ. प्रज्ञ त्यांच्या कार्यालयात येऊन बसले आहेत. या आव्हानाविषयी ते नेमकं भाष्य करतात. ''झपाट्यानं वाढत चाललेल्या भारताच्या आर्थिक व्यवस्थेतला एक संभाव्य धोका म्हणजे तुमच्या कर्मचाऱ्यांना इतरत्र मिळू शकणारे भरगच्च पगार. इथे मिळणारं वेतन बाजारभावाशी सुसंगत आहे, पण खाजगी रुग्णालयांत मिळणाऱ्या वेतनाशी त्याची तुलना होऊ शकत नाही. आमचा आणखी एक कच्चा दुवा म्हणजे अरविंदची कोणतीच रुग्णालयं महानगरांमध्ये नाहीत. अधिकाधिक उत्पन्न आणि शहरांमधली आधुनिक जीवनशैली हवी असणाऱ्या तरुण डॉक्टर्ससाठी ही बाब काहीशी नकारात्मक ठरू शकते.''

कळीचा प्रश्न असा आहे, की आर्थिक महत्त्वाकांक्षा असणारे डॉक्टर्स अरविंदमध्ये कसे काय टिकू शकतात? 'जास्त काम, कमी पैसा' हे ब्रीदवाक्य असणाऱ्या अरविंदमध्ये त्यांचा कसा निभाव लागेल?

अरविंदमध्ये निवासी डॉक्टर्ससाठी असणारा अभ्यासक्रम साधारणत: दोन-तीन वर्षं चालतो. अभ्यासक्रम पूर्ण झाल्यानंतर ६०% डॉक्टर्स इथून बाहेर पडून इतरत्र नोकरी करतात. इथंच राहण्याचा निर्णय घेणाऱ्यांसाठी सर्वात महत्त्वाची बाब ठरते ती म्हणजे इथे मिळणारा अनुभवांचा खजिना आणि काही विशेष काम करण्याची पर्वणी. अरविंदच्या सर्व विभागांमध्ये अक्षरश: हजारो रुग्ण तपासले जातात. नेहमीच्या केसेसखेरीज काही दुर्मीळ केसेस तपासण्याची, अभ्यासण्याची इथे मिळणारी संधी हे डॉक्टर्स सोडू इच्छित नाहीत. आपलं कौशल्य वाढवण्याची आणि ज्ञान अद्ययावत ठेवण्याची अशी संधी इतरत्र कुठेही मिळणं तसं कठीणच. एखाद्या मोठ्या शहरातला डॉक्टर इथल्यापेक्षा जास्त कमाई करत असेलही पण जागतिक स्तरावरचं अरविंदचं स्थान, इथे खुलं होणारं शिक्षण, संशोधन, व्यवस्थापन अशा विविधांगी क्षेत्रातल्या कामाचे मार्ग हे सारं अव्हेरणं काही सोपं नाही.

डॉ. धनंजय शुक्ला, अरविंद-मदुराईमधले रेटिना तज्ज्ञ. दणकट बांध्याच्या, कोरीव दाढी राखणाऱ्या डॉ. शुक्लांना संशोधनात विशेष स्वारस्य आहे. अरविंदमधल्या

एकूणच मवाळ, सौम्य वातावरणात डॉ. शुक्ला मात्र त्यांच्या रोखठोक, शीघ्रकोपी स्वभावामुळे वेगळे उठून दिसतात. प्रकर्षानं जाणवणारा विरोधाभास म्हणजे मोतीबिंदूच्या शस्त्रक्रियेबद्दल ते दर्शवत असणारी काहीशी तुच्छता. त्यांच्या मते या शस्त्रक्रियांची सोपी पद्धत, ठरलेले परिणाम, आणि तोचतोचपणा यांमुळे त्यात विशेष असं काहीच नाही.[५] ''या शस्त्रक्रिया करणारे डॉक्टर्स फारफार तर चर्चा करू शकतात ते म्हणजे कुणी किती शस्त्रक्रिया केल्या याची. हे काम अगदीच एकसुरी आणि कंटाळवाणं आहे'' डॉ. शुक्ला म्हणतात. त्यांच्या मते त्यांनी निवडलेलं रेटिना शस्त्रक्रियांचं काम मात्र यापेक्षा नक्कीच जास्त आव्हानात्मक आहे. ''मी विद्यार्थी असताना पाहिलेल्या डॉ. नाम यांच्या शस्त्रक्रिया मला आठवतात. रेटिनाच्या शस्त्रक्रिया जिथे चालतात, तिथे अत्यंत कमी उजेड असतो. त्यामुळे तिथे वापरल्या जाणाऱ्या उपकरणांवर असणारे लेसर सगळ्या गोष्टी उजळवून टाकतात. ते सगळं विलक्षण असतं, अद्भुत असतं.'' हे सांगताना डॉ. शुक्लांच्या स्वरातला उत्साह लपून राहत नाही.

हे वरवरचं आकर्षण त्यांना या क्षेत्रात घेऊन आलं असलं तरी इथली आव्हानं आणि इथे लागणारा बौद्धिक कस यामुळे ते या क्षेत्रात टिकून राहिले. अरविंदमध्ये राहावं असं तुम्हांला का वाटलं या प्रश्नाला ते काहीसं रोखठोक उत्तर देतात. ''संशोधनासाठी सर्वात महत्त्वाची असते ती म्हणजे मोठी रुग्णसंख्या. इथे मी दिवसाला ३५० रुग्ण पाहतो. मी आपल्या देशातल्या इतर काही रुग्णालयांच्या आकडेवारीचाही अभ्यास केला आहे, तिथे याच्या जेमतेम निम्मे किंवा एक-तृतीयांश रुग्ण येतात. शिवाय, इथल्या व्यवस्थापकांशी बोलून मी माझ्या संशोधनाला अधिकाधिक वेळ देऊ शकेन अशीही योजना केली आहे. खाजगी ठिकाणी हे शक्यच झालं नसतं. आपले तीस शोधनिबंध प्रसिद्ध झाल्यानंतर आपण खाजगी रुग्णालयात जास्त पगाराची नोकरी पकडायची असं मी ठरवलं होतं; पण आता मात्र मला असं वाटतं, की माझे १०० शोधनिबंध झाले तरी मी इथेच असेन.''

'वैद्यकीय संशोधन हे अरविंदचं फार मोठं बलस्थान आहे. इंट्राऑक्युलर लेन्सबद्दल संशोधन करत असताना अरविंदनं वर्षभराच्या आत ३,४०० रुग्णांना त्यात सहभागी करून घेतलं. अमेरिकेत हे करायला मात्र पाच वर्षं लागली असती.'[६] हे उद्गार आहेत डॉ. कार्ल कूफर यांचे. गेल्या तीस वर्षांपासून नेत्रवैद्यकीय संशोधनातल्या अग्रमानांकित अशा नॅशनल आय इंस्टिट्यूट-मेरीलँड (NEI)चे ते प्रणेते आहेत. ते सांगतात, 'भारत माझ्या संशोधनाच्या केंद्रस्थानी होता. गेल्या दहा वर्षांत मी इथे चाळीस वेळा आलो. दर वेळी अरविंदमध्ये माझं उत्तम आदरातिथ्य झालं.'

१९७९ साली जागतिक आरोग्य संघटनेच्या कामानिमित्त पहिल्यांदा आलेले डॉ. कार्ल कूफर अरविंदमुळे विस्मयचकित झाले. "डॉ. व्हींच्या दृढ इच्छाशक्तीवर माझा विश्वासच बसेना. खरंतर त्या वेळी ते तब्येतीनं विशेष बरे नव्हते, पण तरीही ते उत्तम प्रकारे शस्त्रक्रिया करत असत हे पाहून मी आश्चर्यचकित झालो. दुसरी मला भावलेली बाब म्हणजे ते स्वत:हून कोणाकडेही मदत मागायला जात नसत. आपलं काम पाहून लोकांनी आपल्याला मदत करायला पुढे यावं असा त्यांचा बाणा होता."

कुणाकडेही हात न पसरण्याची ही वृत्ती डॉ. कूफर यांच्यासाठी नवीनच होती. "आम्ही जे काही प्रस्ताव ठेवायचो, त्यातून डॉ. व्ही निवड करायचे. अरविंद त्या वेळी आर्थिक अडचणीतून जात असूनही ते ज्या नेमकेपणानं काही आर्थिक मदतींना नकार द्यायचे ते पाहून मी दिङ्मूढ झालो. यातूनच आमचा परस्परांवरचा विश्वास दृढावला आणि आपण एकमेकांच्या उपयोगी पडू शकतो याची आम्ही खूणगाठ बांधली. उपेक्षितांची सेवा कशी करावी हा जागतिक प्रश्न आहे. NEIकडे असणारं ज्ञानाचं भांडार अरविंदला येणाऱ्या अडचणींवर मात करायला उपयोगी पडू शकेल, त्यांच्या या प्रयासात आमचाही काही हातभार लागेल आणि आम्हांलाही त्यांच्याकडून नवीन काहीतरी शिकायला मिळेल याची मला खातरी पटली होती."

डॉ. कूफर पुढे सांगतात, "डॉ. व्हींचा माझ्या स्वत:च्या आयुष्यावर खूप गहिरा प्रभाव आहे.

जर मी त्या वेळी डॉ. व्हींना साथ द्यायचा निर्णय घेतला नसता, तर कदाचित मला आयुष्यभर सुखानं झोप लागली नसती."

पण डॉ. कूफर ज्या आपुलकीनं अरविंदविषयी बोलतात तसं अरविंदमधले सगळेच डॉक्टर बोलतात असं मात्र नाही. डॉ. शुक्लांच्या मते, 'काही डॉक्टर्स अरविंदमध्ये नाखूश आहेत कारण त्यांच्या स्वत:च्याच मनात हा गोंधळ आहे की आपल्याला आयुष्यात काय हवं आहे, किंवा आपण दुसरीकडे कुठे काम करू शकतो इ. असे डॉक्टर्स इथे राहतात, पण कामात टाळाटाळ करतात.

असा दृष्टिकोन ठेवून तुम्ही अरविंदमध्ये फार काळ टिकू शकणार नाही. डॉ. नच्चिअर सांगायच्या त्याप्रमाणे, *'अरविंदमध्ये राहणं म्हणजे कष्ट, कष्ट, कष्ट आणि फक्त कष्ट'* पण प्रत्येक जण अशा मनोवृत्तीचा असतोच असं नाही.

डॉ. व्ही आणि त्यांच्या सहकाऱ्यांची निष्ठा आणि दयाबुद्धी वादातीत आहे, पण अरविंदची कार्यसंस्कृती त्यांनी अत्यंत खडतर बनवली हेही सत्य आहे. काहीशी हुकूमशाहीच्या अंगानं जाणारी इथल्या वरिष्ठांची कार्यपद्धती सर्वांनाच

रुचायची असं नाही. कामाच्या बाबतीत सर्वच लोकांकडून असणाऱ्या त्यांच्या काहीशा अवास्तव अपेक्षा आणि सतत अधिकार गाजवण्याची प्रवृत्ती यांविषयीच्या अनेक दंतकथा इथले जुने कर्मचारी सांगतात. अर्थात, असं करण्यामागे रुग्णांचं भलं करण्याची कळकळ हेच एकमेव कारण असणार याबद्दलही कोणाचं दुमत नाही.

डॉ. शुक्लांचं याबद्दल एक वेगळंच मत आहे. ते म्हणतात, "या वरिष्ठ मंडळींची बाजू समजून घ्यायची असेल तर तुम्ही स्वत: ठाम, निर्भय असलं पाहिजे. जर त्यांच्यासमोर तुम्ही घाबरलात तर मागाहून तुम्ही त्यांच्यावर नाराज व्हाल, पण त्याचा काहीच उपयोग होणार नाही." या मंडळींच्या तत्त्वांबद्दल, कामावरच्या निष्ठेबद्दल सर्वांनाच कमालीचा आदर आहे, परंतु हाच आदर दुराव्याला कारणीभूत ठरू शकतो. "तुम्ही इथल्या विद्यार्थ्यांकडे पाहिलंत, तर ते सतत एका दडपणाखाली असतात, शंका विचारायला कचरतात. वर्गात शिकवताना मला अनेक वेळा त्यांना सांगावं लागतं, की नुसती श्रवणभक्ती करू नका, प्रश्न विचारायला मागेपुढे पाहू नका."

डॉ. शुक्लांचा हा विचार आणि त्यांचा असामान्य आत्मविश्वास यामुळेच ते आणि त्यांची बायको दोघेही या सगळ्या व्यवस्थेत टिकू शकले आहेत. अरविंदच्या पसाऱ्यात असे अनेक डॉक्टर्स आहेत ज्यांनी अरविंदमध्ये स्वत:चं स्थान निर्माण केलं आहे, आणि अरविंद सोडून इतरत्र जाण्याची ते कल्पनादेखील करू शकत नाहीत. अरविंद-मदुराई मध्ये युव्हेटीस विभागाच्या मुख्य असणाऱ्या डॉ. रथिनाम् शिवकुमार या त्यापैकीच एक. अरविंदचे संस्थापक हे त्यांच्यासाठी आदर्श आहेत. "या सगळ्यांची कामावरची निष्ठा आणि इथे राखला जाणारा कामाचा दर्जा अतिशय प्रेरणादायी आहे. शिक्षण पूर्ण केल्यानंतर इथून बाहेर पडावं असं मला कधीच वाटलं नाही, कारण इथे ज्या प्रकारे कामाचा उत्कृष्ट दर्जा राखण्यासाठी प्रयत्न केले जातात तसे इतरत्र कुठे केले जात असतील असं मला वाटत नाही. आणि कामाच्या दर्जाशी तडजोड करणं माझ्याही तत्त्वात बसत नाही."[७]

डॉ. शुक्ला एक महत्त्वाचा कानमंत्र देतात, "अरविंदमध्ये राहायचं तर तुम्हांला संस्थेचा विकास आणि वैयक्तिक विकास यांचा मेळ घालता आला पाहिजे. जेव्हा मी माझ्या जुन्या मित्रांशी बोलतो, तेव्हा मला असं जाणवतं की काहीतरी बदल घडवून दाखवणं हेच आपल्या सगळ्यांचं ध्येय होतं. ते साध्य करायचं तर दोन मार्ग होते, एक तर अरविंदसारखी संस्था उभी करणं किंवा अशा एखाद्या संस्थेसोबत काम करणं. आणि अरविंदमध्ये राहून काहीतरी बदल घडवून दाखवणं खरंच सोपं आहे."

अरविंदच्या भल्या मोठ्या रुग्णसंख्येचा विचार केला तर एकूण डॉक्टर्सच्या ताफ्यापैकी ६० टक्के डॉक्टर्सनी मोतीबिंदूच्या शस्त्रक्रियांवर लक्ष केंद्रित करणं आवश्यक आहे. हे प्रत्यक्षात आणण्यासाठी मोठ्या संख्येनं निवासी आणि शिकाऊ डॉक्टर्स असणं आवश्यक ठरतं. मोतीबिंदूच्या शस्त्रक्रिया करण्यासाठी फारसे उत्सुक नसणारे आणि संशोधनावर अधिकांश भर देणारे डॉ. शुक्लांसारखे अधिकाधिक डॉक्टर तयार होणं ही बाब एकूण व्यवस्थेचा समतोल डळमळीत करू शकते. पण याला एक दुसरीही बाजू आहे. अंधत्वाच्या इतर काही कारणांवर हे डॉक्टर करत असलेले उपचार आणि त्यांचं संशोधनात्मक कार्य यांकडेही दुर्लक्ष करणं परवडण्यासारखं नाही. त्यांचं विशिष्ट विषयातलं प्रभुत्व, राष्ट्रीय-आंतरराष्ट्रीय स्तरावरील त्यांचे शोधनिबंध हे संस्थेच्या सन्मानात भर घालत असल्यानं त्यांचं अरविंदमध्ये एक वेगळं स्थान आहे यात शंकाच नाही. आर्थिकदृष्ट्या उच्च स्तरातले रुग्ण आणि बुद्धिमान डॉक्टर्स अशा दोघांनाही अरविंदकडे आकृष्ट करून घेण्यात अशा डॉक्टरांचा मोठाच वाटा आहे. अंतिमत: संस्थेच्या शाश्वत अस्तित्वाचा विचार करता अशा डॉक्टरांना गमावणं संस्थेच्या हिताचं नाही.

आपलं ध्येय पूर्ण करण्यासाठी संशोधन, शिक्षण, लोकाभिमुख उपक्रम, शस्त्रक्रिया, वैशिष्ट्यपूर्ण विषयातला अभ्यास, आणि वैद्यकीय कामकाज अशा विविधांगी क्षेत्रात प्रभुत्व असणाऱ्या या डॉक्टरांची अरविंदला गरज आहे; पण ही बहुआयामी व्यक्तित्वं अरविंदच्या आदर्शांच्या आणि तत्त्वांच्या चौकटीत राहून काम करतील यासाठी अरविंदचं नेतृत्व कोणती खबरदारी घेत असेल?

''या बाबतींतही डॉ. व्हीं जगावेगळेच आहेत. एक डॉक्टर म्हणून ते व्यवस्थेला झुकतं माप देतात. खरंतर लोकांनी विशिष्ट चौकटीतच काम करण्याच्या संकल्पनेला साधारणपणे बऱ्याचशा डॉक्टरांचा विरोध असतो; पण डॉ. व्ही मात्र त्यासाठी कायम आग्रही असतात,'' अरविंदच्या प्रारंभीच्या काळात या व्यवस्थांना आकार देण्याच्या कामी तुलसींना साहाय्य करणारे अरविंदचे जुने स्नेही फ्रेड मुन्सॉन सांगतात. सर्वसमावेशक सेवा, उच्च दर्जा, सहानुभूती आणि पारदर्शकता या तत्त्वांवर आधारलेली आणि त्यांचा पुरस्कार करणारीच व्यवस्था उभी राहिली पाहिजे यावर ते कायमच ठाम राहिले. वैयक्तिक महत्त्वाकांक्षांना काबूत ठेवायचं असेल तर सक्षम आणि ध्येयकेंद्रित रचना महत्त्वाची आहे हे त्यांनी ओळखलं होतं. इतक्या मोठ्या स्तरावर आपला ठसा उमटवणाऱ्या अरविंदसारख्या संस्थेला ही पथ्यं पाळणं गरजेचं होतं.

थोडक्यात, मूलभूत तत्त्वांचा अंगीकार करणारी रचना अरविंदमध्ये जाणीवपूर्वक बांधण्यात आली आहे. सर्वांना समान सुविधा मिळत असल्याची खातरजमा करण्यासाठी मोफत तसेच पैसे देऊन उपचार घेणाऱ्या रुग्णांच्या संदर्भात वैद्यकीय परिणामांचे काटेकोर विश्लेषण केले जाते. सर्व सर्जन्स दोन्ही विभागांत आलटूनपालटून

काम करतील याचीही काळजी घेतली जाते. सर्व डॉक्टर्सना नेत्र शिबिरांमध्ये भाग घेणं सक्तीचं केलं जातं. आर्थिक पिळवणूक होणार नाही अशी नावीन्यपूर्ण शुल्करचना पाळली जाते. साहाय्यक कर्मचाऱ्यांची भरती करताना कौशल्यांपेक्षा मूल्यांना प्राधान्य देण्यात येतं, इथल्याच मुशीत घडलेल्या डॉक्टर्सना इथे काम करण्याची संधी दिली जाते, जेणेकरून इथल्या परंपरा कायम राहतील. सर्वच वैद्यकीय पद्धतींचं सतत अवलोकन करून केवळ रुग्णोपयोगी पद्धतीच कायम राहतील याची खबरदारी घेण्यात येते. अशा प्रकारे अरविंदच्या संचालकांनी आपल्या अधिकारशाहीचा उपयोग तत्त्वं आणि मूल्यं जपण्यासाठी केला आहे.

"डॉ. व्हींच्या चश्म्यातून पाहिलं, तर 'तुम्ही जितक्या जास्त लोकांचं भलं कराल तितकं तुमचं भलं होईल. तुम्हांला त्याचा आर्थिक मोबदला मिळणार नाही, पण त्या लोकांचे आशीर्वाद तुमच्या पाठीशी उभे असतील.' हे तत्त्वज्ञान सगळ्यांनाच पटतं असं नाही, ज्यांना नाही पटत, ते दूर होतात. व्यवस्था हा आपल्या सगळ्यांचा धर्म असतो. वाईट व्यवस्था चांगल्या लोकांनाही वाईट बनवते, आणि व्यवस्था चांगली असेल तर वाईट लोकही चांगले बनतात. हे फारच आदर्शवादी वाटेल, पण हे खरं आहे." डॉ. अरविंद सांगतात.

आदर्शांवर आधारलेली व्यवस्था निर्माण करून डॉ. व्ही. व्यक्तिगत दोषांना सुधारू इच्छितात. शेवटी, वैद्यकशास्त्रही याच उद्दिष्टावर आधारलेलं नाही का?

दर्जा, दयाभाव आणि स्वावलंबन या निर्बंधांच्या चौकटीत राहण्याचा डॉ. व्हींनी घालून दिलेला दंडक अंतिमत: संस्थेसाठी फायद्याचाच ठरला. कारण त्यामुळे त्यांना संपूर्ण आत्मीयतेनं आपलं ध्येय गाठण्याची मुभा मिळाली. सुरुवातीच्या काळात अतोनात कष्ट उपसावे लागले असले तरी चौकट न मोडण्याच्या शिरस्त्यामुळे तत्त्वांशी तडजोड करण्याचा प्रसंग कधीच आला नाही. हीच बाब नवनवीन लोकांना या अनोख्या व्यवस्थेकडे आकृष्ट करत आली आहे.

जगभरातल्या आरोग्य सेवांमध्ये पुरेशा व्यवस्थांचा अभाव ही ग्यानबाची मेख सार्वत्रिक आहे. सर्वांच्या प्रश्नांना पुरी पडतील अशी उत्तरंच आपल्याकडे नाहीत हा एक ठाम समज सगळीकडे दिसून येतो; पण इथेही अरविंद सर्वांना अपवाद ठरला. स्वत:कडे पुरेशी साधनं नसूनही सगळ्या जगाच्या प्रश्नांना उत्तरं शोधण्याचं उदात्त ध्येय बाळगणाऱ्या अरविंदचं वेगळेपण आणि सुप्त शक्ती कल्पनातीत आहे. नि:स्वार्थी वृत्ती रोमारोमांत भिनलेला आणि सतत इतरांच्या विचारांनी पछाडलेला असा एक माणूस आणि त्यांच्या सहकाऱ्यांनी केलेल्या पायाभरणीतूनच ही रचना उदयाला आली हे तर सर्वज्ञातच आहे. १९८८ सालातल्या रोजनिशीत डॉ. व्ही

लिहितात :

केलेल्या कामाच्या फलश्रुतीपासून मला दूर ठेव.
अहंभाव दूर ठेव, सतत कार्य करत राहण्याचा मला ध्यास राहू दे.

१. *सर्वांना चांगलं आरोग्य लाभो*
२. *सर्वांच्या मूलभूत गरजा पूर्ण होवोत*

पुढे ते लिहितात :

तू कोण
चैतन्यमय मन आणि देह यांचं प्रतीक.
आणि यालाच तू 'मी'पणाच्या कल्पनेत बांधून ठेवलं आहेस.

आणि मग, त्या दैवी शक्तीसमोर लीनपणे नतमस्तक होऊन ते लिहितात :

माझ्या हातून तू जे काही घडवू इच्छितोस ते घडव.

अरविंद नेमकं कसं उभं राहिलं हे जाणून घ्यायचं असेल तर संस्थापकांचा त्याग, त्यांनी कसोशीनं पाळलेले निर्बंध आणि दृष्टिकोन यांच्यापलीकडे जाऊन पाहायला हवं ते डॉ. व्हींच्या या द्रष्टेपणाला आणि *'माझ्या हातून तू जे काही घडवू इच्छितोस ते घडव'* या .... वचनाला जन्म देणाऱ्या अदृश्य शक्तीकडे.

हे वाक्य ते सहजपणे बोलून गेले नव्हते आणि याचे पुरावे आपल्याला अरविंदमध्ये ठायी ठायी सापडतील.

अरविंदच्या प्रत्येक रुग्णालयातल्या स्वागत कक्षात आपल्याला दिसेल असंच एक वचन.

'मदर'च्या उमद्या अक्षरातलं एक वचन:

'श्रद्धेसारखं प्रभावी औषध नाही.'

भाग तीन

समर्पण

नवनिर्मिती आणि अंतर्बाह्य परिवर्तनाविषयी

दृश्य निसर्गनियमांच्या विरुद्ध वाहणाऱ्या प्रवाहात
स्थूलरूपापेक्षा सूक्ष्मरूप वरचढ ठरते
अंत:करणाशी जपलेला मूल्यं आणि तत्त्वांचा ठेवाच हा संपूर्ण डोलारा
तोलून धरतो
– अरविंद, 'सावित्री'

नऊ

मनुष्याची प्रगती

जाड, काळ्या फ्रेमचा चश्मा लावलेले डॉ.व्ही त्यांच्या कार्यालयात एक जाडजूड पुस्तक वाचण्यात गढून गेलेत. हे पुस्तक आहे 'सावित्री', योगी अरविंदांनी रचलेलं इंग्लिश भाषेतलं सर्वात मोठं पद्य. मुक्तछंदात रचलेल्या या पद्यात एक विलक्षण नादमाधुर्य आहे.

'All he had done was to prepare a field;
His small beginning asked for a mighty end[१]'

'त्यानं तर केवळ जमिनीची मशागत करायला सुरुवात केली होती;
पण ही छोटीशी सुरुवात एका परिवर्तनात बदलणार आहे, हे त्याला तरी कुठं ठाऊक होतं?'

– सावित्री

त्यांच्या मागील भिंतीवर दोन कृष्णधवल फोटो आहेत. फोटोतले चेहरे इतके जिवंत भासतात, की जणू काही ते आपल्याकडेच पाहत आहेत. डावीकडचा फोटो आहे योगी अरविंदांचा. छातीपर्यंत रुळणारी शुभ्र दाढी असणारे, उमद्या चेहऱ्याचे अरविंद म्हणजे 'सावित्री'चे रचनाकार. स्निग्ध नजरेनं आपल्याकडे रोखून पाहणारा दुसरा फोटो आहे एका स्त्रीचा. मीरा अल्फासा असं नामकरण झालेल्या पण सर्वांना 'मदर' या नावानं परिचित असणाऱ्या स्त्रीचा.

महाभारत या प्राचीन महाकाव्यात सावित्रीच्या कथेचं मूळ आहे. ही कथा आहे मृत्यूचं दैवत असणाऱ्या साक्षात यमावर मात करून आपल्या पतीचे प्राण परत आणणाऱ्या सावित्री नावाच्या एका लावण्यवती राजकन्येची. योगी अरविंदांनी चितारलेली सावित्रीची कथा म्हणजे आपल्या अवतीभोवती असणारं चैतन्य, जगण्याचा संघर्ष, हळूहळू विस्तारत जाणाऱ्या आपल्या जाणिवांच्या कक्षा आणि अंतिमतः होणारी आपल्या आयुष्याची कार्यसिद्धी यांचं प्रतीक आहे. ही रचना पूर्ण करायला

योगी अरविंदांना वीस वर्षं लागली. असं म्हटलं जातं, की या काळात त्यांना स्वत:ला आलेले आध्यात्मिक अनुभव आणि प्रचीती यांचं प्रतिबिंब 'सावित्री'मध्ये उमटलेलं आहे.

This Light comes not by struggle or by thought;
In the mind's silence the Transcendent acts
And the hushed heart hears the unuttered Word.

हा साक्षात्कार ना विचारांनी साध्य होईल ना संघर्षाने
मनाच्या नि:शब्द अवस्थेतच हे गूढ रहस्य दडलेलं आहे
हे अव्यक्त शब्द ऐकायचे तर चित्त शांत हवं,तरल हवं.

ज्या सूक्ष्म संवेदनांवर विसंबून डॉ. व्ही. एखादा निर्णय घेतात, त्याकडे या तीन ओळी इशारा करतात. 'ध्यान' म्हणजेच मनाची एक स्थिर आणि शांत स्थिती. अशा वेळीच आपल्याला मनाचा खरा थांग लागतो आणि आपला आतला आवाज आपल्याला योग्य ती दिशा दाखवतो असा डॉ. व्हींचा ठाम विश्वास आहे.

A vast surrender was his only strength.
दिव्य समर्पण हीच त्याची खरी शक्ती होती

डॉ. व्ही. ही ओळ आपल्या रोजनिशीत टिपून ठेवतात. मग हलकेच पुस्तक मिटत पुटपुटतात, 'सावित्रीच्या वचनानं दिवसाची सुरुवात! वा, दिवस असावा तर असा.'

मदरच्या शब्दात सांगायचं तर 'हे पुस्तक परिपूर्ण आहे. मानवजातीची उत्क्रांती, देव या संकल्पनेचा उदय, सृष्टीच्या निर्मितीचं रहस्य, निसर्गाचं गूढ, सगळं सगळं सामावलेलं आहे यात.' अर्थातच ते वाचणं हे कुणा येऱ्यागबाळ्याचं काम नव्हे. योगी अरविंद यांचं लिखाण उच्च पातळीचं, कठीण आणि रूढ साहित्याच्या व्याख्येत न बसणारं असं आहे. गेली चाळीस वर्षं या अशा दोन गुरूंचा वरदहस्त घेऊनच डॉ. व्ही. त्यांच्या दिवसाची सुरुवात करत आले आहेत. जेव्हा जेव्हा त्यांचं हे पुस्तक वाचून पुरं होतं तेव्हा तेव्हा ते पुन्हा नव्यानं सुरुवात करतात. काही गोष्टी जाणून घ्यायला, उमजून घ्यायला पुरेसा वेळ द्यावाच लागतो हे शहाणपण त्यांच्याकडे आहे. हलकंसं स्मितहास्य करत ते म्हणतात, "हे सगळं समजायला खरंच कठीण आहे. एखाद्याच्या अंत:करणाचा ठाव घेणं जितकं कठीण असतं ना, तितकंच कठीण. पण आपण प्रयत्न करत राहतो, आणि अचानक एखाद्या क्षणी आपल्याला

ते गवसतं, नाही का?''

चैतन्य, स्थैर्य आणि समर्पण – संस्थात्मक पातळीवरील आखणीशी या शब्दांचा काय संबंध? असा प्रश्न पडणं अगदीच स्वाभाविक आहे, आणि त्यामुळेच अरविंदच्या यशाचं विश्लेषण करताना या मुद्द्यांकडे दुर्लक्षच होतं. या संस्थेमागची प्रेरणा कोणती याला एकतर फारसं महत्त्व दिलं जात नाही आणि दिलं तरी योगी अरविंद यांच्या प्रेरणेनं आणि त्यांच्याच नावानं ही संस्था अस्तित्वात आली याच्यापलीकडे ही चर्चा पोहोचतच नाही. पण अरविंदच्या यशाचं श्रेय तुम्ही कोणाला द्याल असं जर डॉ. व्हींना विचारलं तर मात्र त्यांचं एकच ठाम उत्तर येतं, ''ईश्वरी कृपा. हे सगळं घडलं ते ईश्वरी कृपेनंच.''

डॉ. व्ही. आणि त्यांनी केलेलं कार्य हे काही मायावी दुनियेतले चमत्कार नसल्यानं त्यांचं हे उत्तर नाकारता येत नाही. डॉ. व्हींना भेटल्यानंतर त्यांच्या प्रखर बुद्धीचं तेज आणि व्यवहारकुशलता आपल्या ध्यानात आल्यावाचून राहत नाही. त्यामुळेच अरविंदमध्ये कोणत्याही गूढरम्य, सुरस कल्पनांना थारा नाही.

कोणत्याही संस्थेच्या उद्दिष्टांचा, हेतूंचा एक विशिष्ट असा परीघ असतो, अरविंदलाही आहे. डॉ. व्हींच्या रूपाने अरविंदला एक परिमाण लाभलेलं आहे. आणि त्याविना अरविंदची यशोगाथा अधुरी आहे. डॉ. व्हींच्या मते अरविंदची निर्मिती ही योगी अरविंद आणि मदर यांच्या प्रभावाची फलश्रुती आहे. कदाचित हे खरंही असेल. एक संस्था म्हणून असणारं अरविंदचं अस्तित्व, तिथल्या व्यवस्था यांचा याच्याशी तसा प्रत्यक्ष संबंध नाही हे सत्य आहे पण एका माणसाच्या प्रेरणेतूनच आज अरविंद उभं राहिलं आहे हेही तितकंच सत्य आहे. आणि म्हणूनच डॉ. व्हींच्या ठायी असणारी चिंतनशील प्रवृत्ती, आध्यात्मिक अंगानं जाणारी त्यांची विचारपद्धती यांकडे आपण डोळेझाक करू शकत नाही. त्याचा प्रत्यय आपल्याला ठायी ठायी येतो; अरविंदबद्दल असणारी त्यांची दूरदृष्टी, त्यांचं नेतृत्व, आणि एकूणच अरविंद परिवारातल्या प्रत्येकावर असणारा डॉ. व्हींचा ठसा. एका माणसानं घेतलेला जीवनाचा शोध जगातल्या सर्वात मोठ्या नेत्र रुग्णालयाच्या उभारणीत कसा परावर्तित झाला याची ही साद्यंत कथा आहे.

योगी अरविंद यांचा जन्म १८७२ साली कलकत्त्यात झाला. इंग्लंड आणि तिथल्या संस्कृतीबद्दल असणाऱ्या प्रेमामुळे आपल्या मुलाची जडणघडण इंग्लंडमध्ये व्हावी अशी त्यांच्या वडिलांची इच्छा होती. त्याप्रमाणे बालपणीच योगी अरविंद यांची रवानगी इंग्लंडला झाली. केम्ब्रिज विद्यापीठाची शिष्यवृत्ती प्राप्त करत त्यांनी आपल्या हुशारीची चुणूक दाखवून दिली. भाषा विषयांकडे उपजतच ओढ असल्याने

त्यांनी अनेक लॅटिन भाषांवर प्रभुत्व मिळवले होते. याच दरम्यान पारतंत्र्यात असलेल्या आपल्या देशाबद्दलच्या काही कहाण्या वृत्तपत्रांच्या माध्यमातून त्यांच्या वाचनात आल्या. ते वाचून अस्वस्थ झालेल्या अरविंदांनी आपला मार्ग बदलून 'लोटस ॲण्ड डॅगर' नावाच्या एका देशभक्तीपर संघटनेत भाग घेतला. ही भूमिगत संघटना भारताच्या स्वातंत्र्यासाठी प्रयत्न करत होती. वयाच्या २१व्या वर्षी योगी अरविंद आपल्या मातृभूमीत परतले.

परतल्यानंतर बडोद्याच्या संस्थानात त्यांनी प्रशासकीय पदावर नोकरी पत्करली. फावल्या वेळात ते भारतीय भाषा, इतिहास, कला, स्थापत्य आणि राजकारण या विषयांचा सखोल अभ्यास करत असत. याच काळात त्यांच्या सख्ख्या भावाला एका जीवघेण्या आजारानं ग्रासलं आणि त्यातून त्याची मुक्तता केली ती एका संन्याशानं. निरीश्वरवादी असणाऱ्या अरविंदांच्या आयुष्याला या प्रसंगानं कलाटणी दिली. मनुष्याच्या आत्मिक बळावरचा त्यांचा विश्वास दृढ झाला आणि याच सुप्त शक्तीच्या जोरावर आपण सर्व जण मिळून भारताला पारतंत्र्यातून मुक्त करू शकतो अशी त्यांची खातरी पटली.

प्राचीन परंपरांना अनुसरून अरविंदांनी ध्यानधारणा आणि योगाभ्यासाला सुरुवात केली. आपल्या अंत:करणाशी संवाद साधता साधता त्यांना एक विलक्षण अनुभूती मिळू लागली. तशातच भारताच्या स्वातंत्र्यलढ्यात त्यांनी सर्वार्थानं सहभाग घेतला आणि वयाच्या तिशीतच ते अग्रणी नेत्यांपैकी एक म्हणून गणले जाऊ लागले. एका निर्भीड वृत्तपत्राचे संपादक या नात्यानं त्यांनी आपल्या देशबांधवांना असहकार चळवळीत भाग घेऊन ब्रिटिशांना जोरकस विरोध करण्याचं आवाहन केलं. प्रखर देशभक्त आणि स्वराज्याचा हिरीरीने पुरस्कार करणारे अरविंद अल्पावधीतच लोकप्रिय बनले. अर्थात, ब्रिटिश सरकार यावर लक्ष ठेवून होते. देशद्रोहाच्या आरोपाखाली त्यांना अनेक वेळा तुरुंगवासही भोगावा लागला.

अशाच एका एकांतवासाच्या प्रसंगी आत्मचिंतन करत असताना त्यांना मनस्वी जाणीव झाली, की भारताचं स्वातंत्र्य आता उंबरठ्याशी आलं असून आता स्वातंत्र्यप्राप्ती अटळ आहे. त्यांचं अंतर्मन आता एका वेगळ्याच मुक्ततेची प्रतीक्षा करू लागलं होतं. १९१० साली आपल्या मनाची आज्ञा प्रमाण मानून व भारताच्या राजकीय पटलावरील आपली भूमिका अर्ध्यातच सोडून आत्मिक शोधाच्या ओढीनं ते पाँडिचेरी इथं दाखल झाले. पाँडिचेरी ही फ्रेंचांची वसाहत असल्याने इथे ब्रिटिश सरकार त्यांना अटक करू शकत नव्हते. अरविंद ते 'योगी अरविंद' हा त्यांचा प्रवास भविष्याच्या पोटात दडलेला होता.

'मानवजात सतत स्वत:ला घडवत पुढे जात असते, त्याला मूर्त स्वरूप अद्याप प्राप्त झालेलं नाही. मानवी उत्क्रांतीचे काही टप्पे अजून बाकी असून आपल्यात

दडलेलं चैतन्य,सामर्थ्य आणि क्षमता प्रत्यक्षात आणणं हेच या उत्क्रांतीच्या प्रवासाचं प्रारब्ध आहे. उच्चस्थिती गाठण्याचं ध्येय ठेवून वाटचाल करण्याच्या हेतूनंच मानवी जीवनाची निर्मिती झाली असल्यानं ही उत्क्रांती निसर्गनियमाला धरूनच आहे' असं योगी अरविंद म्हणत. 'संपूर्ण योग' या नावानं त्यांचे हे विचार ओळखले जातात. थोडक्यात, आपल्या अंत:प्रेरणा आणि विश्वाचं सतत फिरणारं हे चक्र यांच्या परस्परसाहचर्यानंच ही प्रक्रिया सुरू आहे.

इतर पौर्वात्य तत्त्वज्ञानांहून योगी अरविंदांचं तत्त्वज्ञान वेगळं आहे ते दोन कारणांसाठी. पहिलं असं, की आत्मिक सामर्थ्याची केवळ जाणीव होणं पुरेसं नाही, त्याला मूर्त स्वरूप मिळायला हवं. योगी अरविंदांचा ठाम विश्वास होता की मनुष्याच्या अंगी असलेल्या सुप्त क्षमतांच्या जोरावर ते भव्य दिव्य असं काही निर्माण करू शकतात आणि ही नवनिर्मितीच त्यांना उत्क्रांतीच्या शिखराकडे घेऊन जाऊ शकते. दुसरं असं की सत्याचा, स्वत:चा शोध घ्यायचा तर सर्व भौतिक सुखांचा त्याग केलाच पाहिजे असं नाही. आपलं आयुष्य हीच आपली कर्मभूमी आहे. आयुष्याशी समरस होऊनच आपण आपल्या जगण्याचा शोध घेत राहिलं पाहिजे. योगी अरविंदांनी पुरस्कृत केलेला 'संपूर्ण योग' म्हणजे मानवी जीवनाच्या मानसिक, शारीरिक, भावनिक आणि आध्यात्मिक अशा सर्व अंगांना सामावून घेणारी उदारमतवादी विचारसरणी आहे.

योगी अरविंद लिहितात, 'चैतन्याची ही प्रगती शून्यातून सुरू होत नाही. मुळातच अस्तित्वात असलेल्या एका सूक्ष्म जाणिवेतून पुढच्या जाणिवेला जन्म मिळतो. प्रत्येक ठिकाणी या संवेदनेचं बीज रोवलेलंच असतं. आणि त्यालाच आपण 'दैवी' असं नाव देतो.'

एसालन इन्स्टिट्यूटचा जनक मायकेल मर्फी २००२ सालातल्या Enlighten Next या मासिकात लिहिलेल्या 'योगी अरविंद-एक अवलिया' या लेखात म्हणतो, 'योगी अरविंद हे एक अचाट व्यक्तिमत्त्व होतं. त्यांनी एका वेगळ्याच विश्वाचं दर्शन घडवलं. देव ही संकल्पना आणि विश्वाची उत्क्रांती यांचा इतका सुंदर मेळ घालणं इतर कुणाला जमलं असेल असं मला नाही वाटत.'[२] योगी अरविंदांच्या या व्यापक दृष्टिकोनानं जणू एका चळवळीलाच जन्म दिला. एकात्मिक अभ्यासपद्धती म्हणजे मानसशास्त्र, धर्मशास्त्र, सांस्कृतिक मानववंशशास्त्र, शाश्वत पर्यावरण अशा अनेक शाखांचा एकत्रित अभ्यास करणं. विसाव्या शतकात उदयास आलेल्या या अभ्यासपद्धतीमागे अरविंदांची विचारसरणी आहे. मर्फी आणि इतर काही आधुनिक विचारवंतांच्या मते योगी अरविंदांनी एका अनोख्या वैश्विक जाणिवेची मुहूर्तमेढ रोवली आहे.

१९२० साली 'मीरा अल्फासा' पाँडिचेरी इथं योगी अरविंदांकडे आली.

पॅरिसची रहिवासी असलेली ही स्त्री इजिप्शिअन-तुर्की वंशाची होती. बालवयातच आलेली आध्यात्मिक-मानसिक प्रचिती तिला योगी अरविंदांकडे घेऊन आली असावी. अल्फासा या अरविंदांच्या सहकारी बनल्या आणि त्यांनी तिला 'मदर' हे नामाभिधान दिलं. १९२६ साली अरविंदांनी एकांतवास पत्करला आणि कालांतरानं १९५० साली त्यांचं देहावसान झालं. मदर या योगी अरविंदांच्या उत्तराधिकारी बनल्या. योगी अरविंद आश्रम, तेथील रहिवासी आणि इतर सर्व उपक्रमांची जबाबदारी आता मदर यांच्यावर आली होती.

एक उत्तम व्यवस्थापक, प्रशिक्षक आणि करुणामूर्ती म्हणून ओळखल्या जाणाऱ्या मदर अरविंदांच्या शिष्यगणांपैकी सर्वात प्रभावशाली ठरल्या. संस्थात्मक बांधणीमध्ये त्यांचं कौशल्य वाखाणण्याजोगं होतं. पाश्चात्त्य जगात त्या किंवा त्यांचं लिखाण योगी अरविंदांइतकं परिचित नाही, पण त्यांच्या प्रागैतिक विचाराचं मूर्तिमंत उदाहरण म्हणजे 'ऑरोव्हिला'. पाँडिचेरीजवळ वसवण्यात आलेलं हे लहानसं शहर मनुष्यजातीच्या सामाजिक, सांस्कृतिक गरजा आणि चिरस्थायी जीवनपद्धतीवर आधारलेलं आहे.

१६ पाकळ्यांमध्ये विभागलेली दोन समकेंद्री वर्तुळं हे मदर यांचं बोधचिन्ह आहे. यातली प्रत्येक पाकळी हे चातुर्य, ऐक्य, नि:स्वार्थीपणा, आकांक्षा अशा एकेका गुणाचं प्रतीक आहे. फुलासारखं दिसणारं हेच चिन्ह प्रत्येक अरविंद रुग्णालयाच्या प्रवेशद्वारावर कोरलेलं आहे आणि डॉ. व्ही, त्यांची भावंडं आणि अरविंद परिवारातले अनेक जण हे चिन्ह कोरलेली अंगठी परिधान करतात.

आश्चर्याची बाब म्हणजे डॉ. व्हींचा आपल्या या गुरूंशी तसा फारसा संवाद झालेला नव्हता. डॉ. व्ही. आणि योगी अरविंद यांची भेट फक्त एकदाच झालेली, आणि मदरशीही अगदी मोजक्याच वेळा. या भेटीदेखील जेमतेम काही मिनिटांच्या, अल्पशी बातचीत झालेल्या.

चोवीस वर्षांच्या काळात योगी अरविंद यांनी अगदी कमी वेळा लोकांची भेट घेतली असावी. १९५० साली डॉ. व्ही. पाँडिचेरीमध्ये समुद्रकिनारी वसलेल्या त्या जुन्याशा कुटीत अरविंदांचं दर्शन घ्यायला गेले होते. योगी अरविंद आणि मदर या दोघांनीही त्या दिवशी हजारो लोकांना आशीर्वाद दिले. डॉ. व्हींनी हा प्रसंग रोजनिशीत नोंदवलेला आहे :

'योगी अरविंद हे अतिशय तेजस्वी भासत होते. तांबूस काठाचं शुभ्र धोतर परिधान केलेल्या अरविंद यांना पाहून मला एखाद्या वैष्णव देवालयातल्या

पुजाऱ्याचे स्मरण झाले. त्यांनी डोळे मिटून घेतलेले होते. मदरनी मात्र माझ्याकडे पाहिलं. ना माझ्या मनात काही प्रतिक्रिया उमटली ना मला कुठल्या शक्तीची जाणीव झाली.'

अशी कोणतीही प्रचिती न येतासुद्धा डॉ. व्हींची पावलं त्या आश्रमाकडे पुन:पुन्हा वळू लागली. तिथल्या अनेक जुन्या शिष्यांशी त्यांचा चांगला परिचय झाला. एकीकडे अरविंद नेत्रालयाच्या खडतर कामांचं आव्हान पेलताना आश्रमात या लोकांच्या सहवासात विसाव्याचे क्षण घालवण्यासाठी आणि संपूर्ण योग समजून घेण्यासाठी डॉ. व्ही आश्रमात वारंवार येत राहिले.

योगी अरविंद आणि मदर यांच्या शिकवणीत तांत्रिकपणाचा लवलेशही नाही. परिवर्तनाचा हा प्रवास व्यक्तीसापेक्ष असल्यानं उत्कट आकांक्षा, नकार आणि समर्पण या त्रिसूत्रीवर आधारित असलेल्या एका व्यापक दृष्टिकोनाचा त्यांनी पुरस्कार केला. उत्कट आकांक्षा म्हणजे सत्याचा आणि सर्वोच्चतेचा ध्यास, नकार म्हणजे आपल्याला आपल्या ध्येयापासून, सत्यापासून विचलित करू पाहणारे अडथळे आणि समर्पण म्हणजे त्या सर्वोच्च शक्तीच्या इच्छेला मान देऊन आपलं सर्वस्व अर्पण करणे.

ही शिकवण धर्मनिरपेक्ष आहे, रोजच्या जगण्यातल्या छोट्या-छोट्या गोष्टीदेखील आपलं अंतर्बाह्य परिवर्तन कसं करू शकतात हे अधोरेखित करणारी आहे. कदाचित म्हणूनच जगभरातल्या विभिन्न जाती-धर्मातले, विविध पेशांतले सर्वच जण अरविंद आणि मदर यांच्या शिकवणीचा आसरा घेतात. आणि ह्याच गोष्टीनं डॉ. व्हींच्याही काळजाचा ठाव घेतला. डॉ. व्हींवर लहानपणी वडिलांकडून झालेले शिस्तीचे संस्कार आणि तरुण वयात मिळालेला स्वामी विवेकानंद व महात्मा गांधींच्या विचारांचा वसा ही जणू संपूर्ण योगाच्या शिकवणीसाठी केलेली पूर्वतयारीच ठरली. या सर्वांच्या विचारांचं सार एकच होतं, 'संपूर्ण आत्मीयतेने केलेले कार्य म्हणजेच त्या दैवी शक्तीची आराधना.'

जी. एस आणि त्यांच्या कुटुंबीयांसोबत डॉ.व्ही.जिथे राहतात, त्या घराचं नाव आहे 'अन्नई इलम'. तामिळ भाषेत याचा अर्थ आहे 'आईचे घर, मातृनिवास'. घरात शिरता क्षणीच दोन मोठे कृष्ण-धवल फोटो आपलं लक्ष वेधून घेतात. हे आहेत डॉ. व्हींचे आई-वडील. एक साधासा शेतकरी आणि त्याची पत्नी, नेत्रसेवेच्या क्षेत्रात क्रांती घडवून आणणाऱ्या एका किमायागाराचे जन्मदाते.

काहीशा बावरल्या नजरेनं कॅमेऱ्याकडे एकटक पाहणारी, सुरकुतल्या पण

प्रेमळ चेहऱ्याची लक्ष्मी, डॉ. व्हींची आई. अरविंदच्या सुरुवातीच्या दिवसांची साक्षीदार असणारी डॉ. व्हींची आई ही अशी एकमेव व्यक्ती होती की जिच्याशी डॉ. व्ही त्यांना मिळणाऱ्या यशाबद्दल बोलत असत. त्यांच्या शेजारचा फोटो आहे तो डॉ. व्हींच्या वडिलांचा, गोविंदाप्पा नायकेर यांचा. या फोटोत ते खुर्चीवर बसले आहेत, एकदम ताठ आणि सरळ. फोटो काढणं ही एक दुर्मीळ बाब असणारा तो काळ असल्यानं हे असं अवघडलेपण स्वाभाविकच होतं.

गोविंदाप्पांना अव्यवस्थितपणा अजिबात खपत नसे; मग ती शेतातली पेरणी असो वा गुरांना चारा घालणं. प्रत्येक गोष्ट बिनचूकपणे करावी, पद्धतशीरपणे करावी असं ते सांगत. घर बांधतानासुद्धा जर भिंत तिच्या रेषेपासून तसूभरही इकडे-तिकडे गेली तर सगळं बांधकाम पाडून पुन्हा नव्यानं बांधायलाही ते मागंपुढं पाहत नसत. वडील म्हणूनही ते असेच करड्या शिस्तीचे होते. आपल्या सर्वांत मोठ्या मुलाला, म्हणजेच डॉ. व्हींना ते बऱ्याचदा विचारत, 'काय रे, शाळेत तू तुझा वर्गप्रमुख का बरं नाही झालास?' त्यासाठी फार मेहनत घ्यावी लागते असं उत्तर दिलं की ते पुढे सुनावत, 'मग? मेहनत करणं हेच तर तुझं काम आहे.' हे शब्द त्या मुलानं मनात कायमचे कोरून ठेवले.

डॉ. व्हींनी आयुष्यात जी उंची गाठली त्याच्यामागे केवळ त्यांची असामान्य बुद्धिमत्ता होती असं नव्हे. शिस्त, दयाबुद्धी, सर्वोच्चतेचा ध्यास, अपार कष्ट करण्याची तयारी, विनय अशा संस्कारांचं संचित त्यांनी आयुष्यभर कणाकणानं साठवलं होतं. *'मी १९३६ सालापासून म्हणजे अठरा वर्षांचा असल्यापासूनच योगाभ्यास करतो आहे.'* डॉ. व्ही आपल्या दैनंदिनीत लिहितात.

डॉ. व्हींच्या मते कोणतंही काम बिनचूक करण्यासाठी केलेले प्रयत्न म्हणजे योग. वैद्यकीय महाविद्यालयात शिकवत असताना ते योगी अरविंद यांच्या एका वचनाचा नेहमी उल्लेख करायचे – 'आयुष्य हाच योगाभ्यास आहे'. डॉ. व्ही. पुढे म्हणतात, "या वचनाचा माझ्यावर खूप प्रभाव पडला आणि मी ते अमलात आणलं. मग शस्त्राला धार करणं, अभ्यास करणं, विच्छेदन करणं, हे सगळं माझ्यासाठी योगाभ्यास बनलं. मग माझं कार्य आणि मी अद्वैत होऊन गेलो. ती शिस्त, ते कष्ट, आपल्या कामाचा दर्जा सुधारण्याचा सतत प्रयत्न हे माझ्या अस्तित्वाचाच एक भाग होऊन गेलं."[३]

शरीरशास्त्राच्या आकृत्या जोवर अचूक जमत नाहीत तोवर त्या आकृत्या आपल्या वेड्यावाकड्या बोटांनी ते तासंतास गिरवत बसत. काळजाचा ठाव घेणाऱ्या या दृश्याची आठवण आजही त्यांचे मित्र सांगतात. संधिवातामध्ये, आजार काहीसा थंडावला आहे असं वाटत असतानाच अचानक सूज येणं, तीव्र वेदना होणं हे नेहमीचंच आहे. बुटांच्या नाड्या बांधणं, शर्टाची बटणं लावणं ही रोजच्या जगण्यातली

कामं करणंही अशा वेळी कठीण होतं, डोळ्यांवरच्या शस्त्रक्रिया तर फार दूरची बाब झाली. अर्थातच शस्त्रक्रियेतली ही कौशल्यं आत्मसात करणं तरुण डॉ. व्हींसाठी कसोटीचं होतं; पण अत्यंत संयमानं, शस्त्रक्रियेच्या टेबलवर वारंवार सराव करत करत त्यांनी हे सगळं शिकून घेतलं. उपकरणं तीच, पण आजारामुळे वेड्यावाकड्या झालेल्या बोटांमुळे काहीशा वेगळ्या प्रकारे हातात धरत त्यांनी ही असाध्य बाब साध्य केली.

अरविंदशी बऱ्याच काळापासून निगडित असलेले एक स्वयंसेवक डॉ. विल्यम स्टुअर्ट सांगतात,

"लोकांना हे जाणवायचं की या सर्जनची बोटं वाकडी झालेली आहेत. पण हा सर्जन अचूक शस्त्रक्रिया करणारा आहे हेदेखील त्यांच्या नजरेतून सुटायचं नाही. कारण बोटं सदोष असली, वाकडी असली तरी या सद्‌गृहस्थाचं मन निष्कलंक आणि वृत्ती सचोटीची होती आणि एखाद्या सर्जनच्या हातांपेक्षा त्याच्या सत्प्रवृत्तीला कितीतरी जास्त किंमत असते."[४]

आजच्या काळात 'अचूक' या शब्दामागे असलेली मानवी संवेदना हरवून त्याला एक यांत्रिक परिमाण प्राप्त झालेलं आहे. "पण योगी अरविंदांच्या संकल्पनेनुसार ते काहीसं भिन्न आहे. हे सर्वश्रेष्ठत्व, मग तुम्ही त्याला दैवी म्हणा, वैश्विक अनुभूती म्हणा, प्रेम म्हणा किंवा आणखी काहीही म्हणा; ते महत्त्वाचं नाही. सर्व व्याख्यांच्या पार जाऊन उरणारी ती जाणीव आहे, संवेदना आहे." योगी अरविंद आश्रमातच लहानाचे मोठे झालेले आणि आता इंटरनॅशनल सेंटर फॉर एज्युकेशन इथं शिक्षक असणारे विजय पोद्दार सांगतात, "योगी अरविंदांची 'योग' ही संकल्पना अंत: प्रेरणेशी निगडित आहे. जोवर आपण स्वत:मध्ये बदल घडवत नाही तोवर कोणत्याही बाह्य गोष्टी हे बदल घडवू शकत नाहीत.[५] आणि हे सर्वच ठिकाणी लागू होतं. मग ते क्रीडाक्षेत्र असो, अर्थशास्त्र असो, राजकारण असो वा वैद्यकशास्त्र. या तत्त्वाला अपवाद नाही. आणि हे तत्त्वच अरविंदचं अनन्यसाधारण महत्त्व अधोरेखित करतं." काहीशा भारावलेल्या स्वरात ते सांगतात, "अरविंद हे फक्त नेत्र रुग्णालय नाही. संवेदनशीलतेचं हे तत्त्व नेत्रसेवा क्षेत्रात सर्वदूर नेण्याचं माध्यम आहे." १९९० सालच्या रोजनिशीतली डॉ. व्हींची नोंद नेमक्या याच आशयाची आहे :

'आपला अंतर्बाह्य विकास करणं आणि सतत प्रगतीचा ध्यास ठेवणं हे मी निवडलेल्या कार्यक्षेत्राचं गमक आहे. हे केवळ डोळ्यांवर उपचार करणारं रुग्णालय नाही. लोकांमध्ये संवेदनशीलतेचं बीज रोवणं, त्यांना त्यांच्या आत्मिक शक्तीची जाणीव करून देणं आणि त्यायोगे लोकांमध्ये अंतर्बाह्य परिवर्तन घडवून आणणं हा यामागचा उदात्त हेतू आहे.'

दहा

डॉ. व्हींची परिपूर्ण कार्यपद्धती

घराच्या आतलं आणि बाहेरचं जग जोडणाऱ्या उंबरठ्याला भारतीय संस्कृतीत वेगळंच महत्त्व आहे. म्हटलं तर सामर्थ्यवान, म्हटलं तर असुरक्षित. याच उंबरठ्याशी बांधलेली काळी बाहुली दुष्ट प्रवृत्तींना दूर ठेवते, तर प्रात:काळी आणि सायंकाळी उंबरठ्याशी तेवणारे दिवे त्या अनामिक पवित्र शक्तींना आवाहन करतात. तेवणारी ज्योत हे जणू आपल्या मनाच्या जागृतावस्थेचं प्रतीक आहे. आपल्या आयुष्यात असणारं प्रकाशाचं महत्त्व त्यातून व्यक्त होत असतं. सत्य, प्रकाश, जागृती आणि माणसाची दृष्टी यात विणलेला हा बंध जगातल्या अनेक मानवी संस्कृती-परंपरांमध्ये आढळून येतो.

२००५ सालातली एक सकाळ. कडक इस्त्रीची सुती साडी नेसलेल्या चित्रा रविला अरविंद-मदुराईच्या प्रार्थनागृहाकडे घाईघाईनं जाताना दिसतात. तुलसींच्या पत्नी आणि डॉ. व्हींची भाची असलेल्या चित्रा अरविंदच्या संपर्क विभागाच्या मुख्य आहेत. प्रार्थनागृहात काही मिनिटं घालवून,कपाळावर विभूतीचं गंध लावून त्या आपल्या पुढच्या कामांना सुरुवात करतात. रोजचा दिवस सुरू करण्यापूर्वी प्रार्थनागृहात जाणं हा त्यांचा रिवाजच आहे.

योगी अरविंद आणि मदर यांच्याशी असलेल्या अरविंदच्या नात्याचा इथल्या सर्वांवरच प्रभाव आहे. आणि म्हणूनच दररोज सकाळी किंवा सायंकाळी प्रर्थानागृहात थोडा वेळ व्यतीत करून या दोन प्रभृतींचं स्मरण करणं हा या सर्वांच्याच वेळापत्रकाचा एक भाग आहे. अरविंदच्या सर्वच रुग्णालयांमध्ये बांधण्यात आलेली ही प्रार्थनागृहं योगी अरविंदांच्या स्मृतिचित्रांनी सजलेली आहेत. सर्वत्र लांबरुंद पडदे आहेत आणि जमिनीवर अंथरलेल्या सतरंज्या आहेत. ताज्या फुलांच्या देखण्या पुष्परचना आणि सुवासिक ऊदबत्त्यांनी इथले वातावरण विलक्षण पवित्र झालेलं असतं.

डॉ. व्हींचा मुक्काम असतो तो त्यांचे भाऊ जी. एस. यांच्या घराच्या तळमजल्यावर.

दररोज सकाळी प्रार्थनागृहाला पहिली भेट देतात ते डॉ. व्ही. सकाळी पाच वाजता उठून, आन्हिकं उरकून, कॉफीचा आस्वाद घेऊन झाला, की ते आपल्या घरातून निघून अरविंदमध्ये येतात. जेमतेम तीन मिनिटांच्या या गाडीरस्त्यावरून जाताना डॉ. व्ही. सतत हॉर्न वाजवण्याची काळजी घेतात, त्यांच्यात दडलेल्या एका जागरूक ड्रायव्हरची ही सवय! आपल्या कार्यालयामध्ये जाऊन लावलेल्या दोन ऊदबत्त्या घेऊन ते प्रार्थनागृहात प्रवेशतात. त्यानंतर पुन्हा आपल्या कार्यालयात येऊन 'सावित्री' किंवा योगी अरविंदांच्या इतर लेखनाचं वाचन करण्यात त्यांचा साधारण पाऊण तास जातो. आळीपाळीनं हजर होणारी त्यांची भावंडं आणि त्यांच्यासोबत येणाऱ्या नातवंडांचा गोड व्यत्यय हीदेखील नित्याचीच बाब. न्याहारीसाठी घरी परतून बरोब्बर सव्वा आठ वाजता डॉ. व्ही आपल्या कार्यालयात पुन्हा हजर होतात. पहिलं काम असतं ते रुग्णांची नोंदणी आणि दाखल झालेल्या रुग्णांची संख्या तपासणं.

कमालीच्या निष्ठेनं डॉ. व्ही हे वेळापत्रक गेली अनेक वर्षं पाळत आले आहेत. शिस्त आणि कामावरची निष्ठा हे त्यांच्या आयुष्यात प्राधान्यक्रमानं येतात हेच त्यातून सिद्ध होतं.

त्यांच्या संगणकाच्या स्क्रीनवर ध्यानस्थ भगवान महावीरांची कोरीव दगडी मूर्ती दिसते. या मूर्तिकौशल्यानं भारावून गेलेले डॉ. व्ही. म्हणतात, "शेकडो वर्षांपूर्वी अशी ही अभिजात कलाकृती घडवण्याची कला या लोकांच्या अंगी कुठून बरं आली असेल?" 'हे लोक'; डॉ. व्हींचं ठेवणीतलं संबोधन. पाश्चात्त्य डॉक्टर्स, कंपन्यांचे अधिकारी, खेळाडू, राजकारणी किंवा तरुण मुलं, कोणालाही हे संबोधन प्राप्त होऊ शकतं. इथं त्याचा संदर्भ आहे प्राचीन काळातल्या स्थापत्य शास्त्रज्ञांशी. कोणत्याही क्षेत्रातल्या बौद्धिक वा कलेशी निगडित कौशल्यांची डॉ. व्हींना विशेष कदर आहे. वरकरणी भिन्न असणाऱ्या गोष्टींचा मेळ घालून त्यांना दृष्टिदानाच्या कामाशी जोडण्याची खास हातोटी त्यांच्याकडे आहे.

अनेकविध परंपरा, धर्म, पद्धती आणि विचारसरणी यांचा सुरेख संगम हे योगी अरविंदांच्या शिकवणीचं वैशिष्ट्य आहे. हीच विचारधारा अंधत्व निवारणाच्या प्रत्यक्ष कार्यात उतरवण्याचा डॉ. व्हींचा प्रयत्न होता. आणि त्यामुळेच अरविंदांचे विचार सार्वत्रिक असल्याचं त्यांना जाणवलं. पौर्वात्य/पाश्चात्त्य संस्कृती, प्राचीन/अर्वाचीन परंपरा असो की, विज्ञान आणि अध्यात्म, समाजसेवा आणि मोठमोठी औद्योगिक साम्राज्यं अशा बहुविध ठिकाणी अरविंदांच्या तत्त्वज्ञानाचा त्यांना प्रत्यय येऊ लागला.

जागतिक आरोग्य संघटनेशी सल्लागार म्हणून संलग्न असलेले

डॉ. रामचंद्र परराजसेगरम एक आठवण सांगतात[१], "एकदा फ्रँकफर्टच्या विमानतळावर असताना त्यांनी मला विमान कसं उतरतं हे पाहायला बोलावलं. सामान उतरवण्यासाठी आलेल्या ट्रॉलीकडे बोट दाखवत ते मला म्हणाले, 'ते पाहा, प्रवाशांचं सामान उचलण्यासाठी एक ट्रॉली आणि नको असलेल्या सामानासाठी वेगळी ट्रॉली आहे. आपल्या शस्त्रक्रिया कक्षात अशीच व्यवस्था हवी. अशा छोट्या-छोट्या गोष्टीतून नेमकं काहीतरी टिपून घेण्याची त्यांना सवय होती. एखाद्या हॉटेलमध्ये सफाई कर्मचाऱ्यांशी गप्पा मारत-मारत ते त्यांना देण्यात येणाऱ्या प्रशिक्षणाविषयी जाणून घेतील, तर कधी त्यांच्याकडून एकही चुणी न पाडता पलंगपोस कसा घालावा हे शिकून घेतील. नवनवीन क्लृप्त्या शिकण्याचं आणि त्या अरविंदसाठी उपयोगात आणण्याचं कुतूहल त्यांच्या ठायी सदैव जागं असतं."

डॉ. लॅरी ब्रिलिअंट म्हणतात, "डॉ. वेंकटस्वामींशी झालेली पहिली भेट माझ्या चांगलीच स्मरणात आहे, त्यांच्यासारखा माणूस भेटणं तसं विरळाच. मी त्या वेळी मिशिगन विद्यापीठात 'आंतरराष्ट्रीय आरोग्य' हा विषय शिकवत असे. एकदा ते मला माझ्या कार्यालयात येऊन भेटले. 'अंधत्व निवारणा'विषयी त्यांच्याशी बोलायला लागल्यानंतर मला असं प्रकर्षानं जाणवलं की, एकतर हा माणूस संत असला पाहिजे किंवा मग पार वेडा तरी. ते मॅकडोनाल्ड आणि हॅंबर्गर्सबद्दल बोलत होते; पण याचा 'अंधत्व निवारणा'शी काय संबंध तेच कळत नव्हतं."[२] या आठवणी सांगताना डॉ. लॅरी दिलखुलासपणे हसतात आणि मग काहीसे गंभीर होऊन म्हणतात, "पण आजवर या माणसानं जे-जे काही केलंय ते केवळ आपल्या कल्पनाशक्तीच्या पलीकडचं आहे, निव्वळ अचाट आहे."

अरविंदच्या कार्यात स्वत:ला झोकून देणारे शेकडो सहकारी विलक्षण भारावून जायचे ते या लोकविलक्षण माणसामुळेच. परमार्थाच्या संकल्पना प्रत्यक्ष कृतीत आणणारे डॉ. व्ही अर्थातच त्यांचं प्रेरणास्थान होत. 'भगवद्‌गीतेत सांगितल्याप्रमाणे आपले कार्य निष्ठापूर्वक करणे हेच आपले कर्तव्य असते, त्याचे परिणाम, त्याची फलनिष्पत्ती अथवा त्यायोगे आपल्याला मिळणारा मानसन्मान, प्रसिद्धी यावर आपला काहीही अधिकार नसतो.' डॉ. व्हींनी हा विचार प्रत्यक्षात आणला आहे. या कार्यातून ना त्यांना काही प्राप्ती झाली आहे, ना त्यांनी कोणती अपेक्षा ठेवली आहे.' ब्रिलिअंट म्हणतात, "ते जितके परमार्थाचे पुजारी आहेत, तितकेच ते एक उत्तम नेत्रतज्ज्ञ आहेत आणि परमार्थ म्हणजे काही जादूची छडी नव्हे, तो अमलात आणायचा तर व्यावहारिक पातळीवर कार्य केलं पाहिजे, याचीही त्यांना पूर्ण जाणीव आहे. म्हणूनच त्यांनी अरविंदमध्ये सर्वोत्तम तंत्रज्ञानच वापरलं जाईल, उत्कृष्ट दर्जाची उपकरणं आणि सुविधा प्राप्त होतील याची काळजी घेतली. परमार्थ आणि व्यवहार्यता यांचा हा अनोखा मेळ अत्यंत दुर्लभ असतो."

ब्रिलिअंट यांचं स्वत:चं आयुष्यही रंजक घटनांनी भरलेलं आहे. १९६० च्या दशकाचे प्रतिनिधी असलेले ब्रिलिअंट स्थानिक अमेरिकन लोकांच्या हक्काचे पुरस्कर्ते होते. 'द ग्रेटफुल डेड'च्या जेरी गार्सिया यांचे डॉक्टर म्हणूनही त्यांनी काम केलं आहे. भारतामधील एका आश्रमात आले असता त्यांच्या गुरूंनी त्यांना देवी या रोगाचं समूळ उच्चाटन करण्याची मोहीम हाती घेण्यास सांगितलं. पुढच्या दोन-अडीच वर्षांच्या काळात त्यांनी आणि त्यांच्या सहकाऱ्यांनी हे काम यशस्वी करून दाखवलं. यानंतर अमेरिकेला परतलेल्या ब्रिलिअंट यांनी आपल्या आयुष्याच्या पुढील टप्प्यात 'द वेल' या पहिल्यावहिल्या आभासी लोकसमूहाची निर्मिती केली, तसेच गूगलच्या समाजकार्य करणाऱ्या विभागाची जबाबदारी पेलल्यानंतर आता ते 'स्कॉल ग्लोबल थ्रेट्स फंड' या संस्थेचे अध्यक्ष म्हणून काम पाहत आहेत.

१९७८ साली ब्रिलिअंट आणि त्यांची पत्नी गिरिजा यांनी अमेरिकेमध्ये एक छोटासा मेळावा भरवला. ''देवी रोगाच्या उच्चाटनासाठी प्रयत्नशील असणाऱ्या सर्वांना एकत्र आणून अशाच प्रकारचं काम पुन्हा सुरू करावं असा आमचा मानस होता,'' ब्रिलिअंट सांगतात. या मेळाव्याला उपस्थित असणाऱ्यांमध्ये समाजसेवी होते,संगीतकार होते,सार्वजिक आरोग्य क्षेत्रात काम करणारे होते आणि त्यातच एक होते भारतातले निवृत्त नेत्रतज्ज्ञ डॉ. वेंकटस्वामी. ते आणि इतर काही जणांनी अंधत्व निवारणाचा कार्यक्रम हाती घेण्याच्या गरजेवर शिक्कामोर्तब केलं. या विचारमंथनातूनच 'सेवा फौंडेशन' स्थापन झालं आणि सर्व संस्थापकांच्या इच्छेनुसार डॉ. व्ही. तिचे पहिले भागीदार बनले.

योगायोगानं एकत्र आलेले सेवा फाउंडेशन आणि अरविंद यांचे सूर जुळणं परस्परांच्या पथ्यावरच पडलं. सेवा फाउंडेशन हा बहुआयामी, बुद्धिमान व्यक्तिमत्त्वांचा अड्डा होता. एका जीवघेण्या आजाराला हद्दपार करण्याच्या मोहिमेत यश मिळाल्यामुळे ही नवी सुरुवात करण्यासाठी त्यांचे हात शिवशिवतच होते. त्या काळात आंतरराष्ट्रीय व्यासपीठावर अरविंदचं स्थान अगदीच नगण्य होतं. अमेरिकेतील मोजके साथीदार, दक्षिण भारतातलं एक रुग्णालय आणि टांगणीला लागलेलं भवितव्य इतकीच काय ती पुंजी त्यांच्याकडे होती. अशा परिस्थितीत मिळालेला सेवा फाउंडेशनचा आधार अतिशय तारक ठरला.

अरविंद आणि सेवा यांच्यातलं नातं एकीकडे देणगीदार किंवा निधी गोळा करणारी संस्था, दुसरीकडे विकसनशील देशांतील एखादी गरजू संस्था आणि या सगळ्यातून निर्माण होणारी समाजसेवा अशा चौकटीत बसणारं नव्हतं. मुळातच निधी गोळा करणे हे डॉ. व्हींचं उद्दिष्ट नव्हतं. अरविंदच्या क्षमता वृद्धिंगत करणे, कौशल्ये आत्मसात करणे, भारतात उपलब्ध नसणारी उपकरणे पैदा करणे, तंत्रज्ञान अद्ययावत करणे या बाबी डॉ. व्हींना अपेक्षित होत्या. प्रशिक्षक, व्यवस्थापक इ.

लोकांची त्यांना गरज होती. सुरुवातीच्या काळात 'सेवा' नं रिक्त जागा भरण्याचं काम केलं. ''डॉ. व्ही. किंवा तुलसी यांना ज्याची म्हणून गरज भासेल ते ते आम्ही पुरवायचो. YAG लेसर, प्रशासकीय अनुभव असणारा एखादा तज्ज्ञ, मार्केटिंग व्यवस्थापक, कॉम्प्युटर किंवा नेटवर्क डिझायनर, किंवा एकूणच नियोजनाच्या कामी लागणारी मदत हे सर्व काही आम्ही देत असू.'' इति. ब्रिलिअंट.

हळूहळू परस्परसहकार्याच्या या नात्याने देशांच्या सीमा ओलांडल्या. अरविंद आणि सेवा फाउंडेशनचे संस्थापक एकमेकांच्या बोर्ड मीटिंगना हजेरी लावू लागले, एकमेकांची घरं ही त्यांची हक्काची ठिकाणं झाली, आणि अशा प्रकारे सेवा फाउंडेशनच्या स्वयंसेवकांचे ताफे मंदिरांच्या शहराकडे, अर्थात मदुराईकडे वळू लागले. पाश्चात्त्य जगात अरविंदचा बोलबाला झाला तो 'सेवा' मुळेच. एव्हाना भक्कमपणे पाय रोवलेल्या अरविंदच्या कामाशी जोडलं जाण्यासाठी अंधत्व निवारणाच्या क्षेत्रातल्या 'साईटसेव्हर्स इंटरनॅशनल', 'CBM' आणि 'जागतिक आरोग्य संघटना' यांसारख्या अनेक अग्रणी संस्था पुढे आल्या. त्यांनी अनेकविध प्रकारे अरविंदला मदतीचा हात देऊ केला. अर्थातच अरविंदनंही या संस्थांच्या कार्यात यथायोग्य हातभार लावला.

''डॉ. व्हींच्या कल्पना बाल्यावस्थेत असतानाच सेवा आणि अरविंद एकत्र आले हे सेवा फाउंडेशनचं भाग्य! हां, म्हणजे आम्हीच अरविंदला जगासमोर आणलं असं नाही म्हणता येणार, कारण बऱ्याच संस्थांशी अरविंदचे असेच स्नेहबंध आहेत. आणि गरीब-श्रीमंत, रुग्ण-डॉक्टर, पूर्व-पश्चिम, अशा सर्वांचा हा अभूतपूर्व संगम हेच अरविंदचं बलस्थान आहे,'' ब्रिलिअंट कौतुकानं सांगतात.

प्रेमभावनेतून प्रेरणा घेऊन केल्या जाणाऱ्या कामात त्याची स्वतःची अशी एक शक्ती असते असा डॉ. व्हींचा ठाम विश्वास होता. सर्वांच्या प्रती आपल्या मनात प्रेमभाव, कारुण्यभाव जोपासणं हे त्यांचं उद्दिष्ट होतं. वरवर पाहता सहज वाटलं तरी अमलात आणायला तितकंच कठीण. एखाद्या डॉक्टरचे उदात्त हेतू मनाच्या जागरूकतेअभावी लक्ष्यापासून ढळायला कसे कारणीभूत ठरतात हे विषद करणारी एक नोंद त्यांच्या दैनंदिनीत आढळते :

'समोरचा रुग्ण तुमच्या गावातून आलेला, तुमच्या परिचयाचा असेल तर तुमच्या मनात त्याच्याबद्दल आपोआपच एक प्रकारची आपुलकी निर्माण होते आणि तुम्ही त्याच्यासाठी शक्य तेवढं सगळं करण्याचा प्रयत्न करता. पण कधी कधी तो रुग्ण जरासा आग्रही होतो, आपल्याला इथे खास वागणूक मिळावी अशी त्याची मागणी असते. 'डॉक्टर, मला नेमकं काय झालंय हे मला माहीत आहे. या

सगळ्या औपचारिकता पाळायलाच हव्यात का? मला जरा आधी तपासा ना!' पण त्याच्या या मागणीनं तुम्ही मात्र अस्वस्थ होता, आणि काहीश्या नाराजीनंच तुम्ही त्याला तपासता. रुग्ण म्हणून तुमची त्याच्याशी असलेली जवळीक आणि त्याचा आग्रही स्वभाव यात तुमची गल्लत होते.

एकदा रमण महर्षींना कुणीतरी विचारलं की कुणाही व्यक्तीला पाहिल्यानंतर तुमच्या मनात काय येतं? त्यावर ते म्हणाले, 'कुणाकडेही पहायचं झालं तरी मी त्याच्या अंतरात्म्याकडे पाहण्याचा प्रयत्न करतो, त्याच्या अंत:करणाचा आदर करतो. त्या व्यक्तीच्या अंगी असणारा स्वार्थीपणा, अहंकार, हाव, मत्सर, तिरस्कार हे दुर्गुण कदाचित त्याच्या अंत:करणापेक्षा वरचढ ठरत असतील, पण मी मात्र त्याच्यात प्रेम शोधण्याचाच प्रयत्न करतो.'

जर आपणही एखाद्या व्यक्तीच्या दुर्गुणांना बाजूला ठेवून त्याच्या अंत:करणात डोकावण्याचा प्रयत्न केला, तर कदाचित त्याच्यातली प्रेमभावना आपल्यालाही गवसेल आणि मग त्या माणसासाठी शक्य ते सर्व काही करण्याची आपल्याला इच्छा होईल. पण हे जमायला हवं असेल तर तुमचं स्वत:चं मन शांत, स्थिर आणि तल्लीन असायला हवं. ही एका दिवसात जमणारी गोष्ट नव्हे. स्वत:च्या आत दडलेली ही शांत, स्थिर वृत्ती शोधायची तर त्यासाठी साधना करायला हवी. अवचित एखाद्या क्षणी तुम्हांला त्याची अनुभूती येते आणि मग तुम्ही मृगजळाप्रमाणे तिच्या मागे धावत राहता. अंतर्मनात सतत खळबळ सुरू असण्याची तुम्हांला सवयच झालेली असते. मलाही दररोज याचा प्रत्यय येतो. एकीकडे मला शांत राहावंसं वाटत असतं, पण मनातली ही खळबळ तसं करू देत नाही. कधीकधी तर मला असंही जाणवतं, की मनातून मी जितका जास्त अस्वस्थ, तितकं जास्त काम माझ्या हातून घडतं. मग मी आरडाओरडा करतो, हाताखालच्या लोकांवर डाफरतो. हे सगळं करण्यानं मी माझ्या मनातली खळबळ शांत करण्याचा प्रयत्न करत असतो. तुमच्या मनाला शांती, स्थैर्य हवं असतं पण ते व्यक्त करणं महाकर्मकठीण.

या वरकरणी जाणिवेच्या पार जाऊन थेट अंत:करणाला भिडायला हवं. आत्म्याशी एकरूप व्हायला हवं, त्याच्या आज्ञेनुसारच मार्गक्रमण करायला हवं.'

डॉ. व्हींना 'त्या' दृष्टीची आस आहे. लोकांच्या मनात डोकावून पाहण्याची, त्यांचे प्रश्न समजून घेण्याची, आणि स्वत:ला पारखण्याची दृष्टी. आपल्या चंचल मनाला जरासं सैल सोडलं, की नकोश्या गोष्टी आपल्या त्या दृष्टीला झाकोळून टाकू शकतात याची त्यांना जाणीव आहे आणि म्हणूनच मनाला काबूत ठेवण्याचे

प्रयत्न जरुरीचे आहेत हे त्यांना ठाऊक आहे. योगी अरविंदांच्या समग्र योगाची बांधणीच संतुलित व स्व-सामर्थ्याची जाणीव असलेल्या मनावर आधारलेली आहे. तरुण वयापासूनच डॉ.व्हींनी आपल्या दैनंदिन कारभारातूनच हे पैलू स्वत:त बाणवण्याचा प्रयत्न केला. आणि त्यांच्या दृष्टीनं हा जाणीवपूर्वक केलेला परिपाठ नसून अंतर्मनानं दिलेला संदेश अमलात आणण्यासारखं होतं.

परंपरागत विचारांनुसार 'अंतरात्मा' या शब्दाला प्रत्येक सजीवाच्या ठायी असलेल्या दैवी अनुभूतीची झालर आहे; पण योगी अरविंदांच्या निरीश्वरवादी विचारसरणीत त्याला उत्क्रांतीचं, प्रगतीचं आणि विकासाचं सर्वोच्च केंद्रस्थान मानण्यात आलं आहे. हे ठिकाण म्हणजे त्या सजीवाच्या अस्तित्वाचं सार असून ते एका शक्तीला, क्षमतेला जन्म देतं. जिच्यायोगे आपण साऱ्या दृश्य घटनांचे अर्थ समजू शकतो, काय करायला हवं आणि काय नाही याचा निर्णय घेऊ शकतो, आणि याच शक्तीच्या बळावर आपलं अंतिम ध्येय गाठू शकतो. सर्वसाधारणपणे आपला अहंकार आणि नकारात्मक भावनांच्या पडद्याआड ही सुप्त शक्ती दडलेली असते; परंतु सातत्यपूर्ण तपस्येनं हे आत्मभान जागृत होऊ शकतं.

डॉ. व्हींना ही जाणीव काहीशी गुंगारा देणारी पण तरीही परिपूर्णतेची जाणीव करून देणारी वाटते. *'आज माझा माझ्या अंतरात्म्याशी सर्वार्थानं परिचय झाला. मला त्याच्या संपन्नतेचा आणि व्यापकतेचा साक्षात्कार झाला.'* अशी प्रांजळ कबुली ते त्यांच्या रोजनिशीत देतात. ही जाणीव आपल्यापुरतीच मर्यादित न राहता ती सर्वत्र पसरावी अशीही त्यांची इच्छा आहे. ते पुढे लिहितात :

'एखाद्या व्यक्तीच्या अंत:करणाची ओढ असावी, पैशाची किंवा बळाची नव्हे.'

नच्चिअर याबाबतीतला एक किस्सा सांगतात. एकदा त्यांनी अरविंदमधल्या एका सफाई कर्मचाऱ्याची लहानशा कारणावरून कानउघाडणी केली. हे सारं पाहत असलेल्या डॉ. व्हींनी नंतर डॉ. नच्चिअरना विचारलं, "नच्चिअर, मघाशी तू त्याच्या शरीरावर रागावलीस की मनावर?" गोंधळून गेलेल्या नच्चिअर निरुत्तर झाल्या. त्यावर डॉ. व्ही. म्हणाले, "तू त्याच्या शरीरावर रागावलीस तर ठीक आहे, पण मनावर मात्र रागावू नको. त्याचं मन हे दैवी आहे आणि मनावर रागावणं म्हणजे देवावर रागावण्यासारखं आहे."

प्रत्येकाच्या ठायी असणाऱ्या क्षमतेवर पूर्ण विश्वास टाकण्याच्या त्यांच्या वृत्तीमुळेच अरविंदचा सर्वांगीण विकास झाला. त्यातून जोपासला गेला व्यवहारांच्या पलीकडे जाणारा विश्वास. याच विश्वासाच्या जोरावर खेड्यापाड्यातल्या स्त्रिया इथे 'सिस्टर' बनू शकल्या, गरीब रुग्ण हेच अरविंदचे प्रचारक बनू शकले आणि व्यवसायातले स्पर्धक सहकारी बनू शकले.

संपूर्ण योगामध्ये एखाद्या कृतीला जन्म देणारी जाणीव किती गहिरी आहे यावर त्या कृतीचं यश अवलंबून असल्याचं म्हटलं आहे. सद्हेतूनं केलेल्या एखाद्या गोष्टीमागची जाणीव जर उथळ, वरकरणी असेल तर तिचा म्हणावा तितका परिणाम दिसून येत नाही. म्हणूनच आपल्या आकांक्षांची मुळं जितकी खोल आणि भक्कम, तितके त्यांचे अविष्कारही सच्चे.

योगी अरविंदांच्या त्रिसूत्री तत्त्वानुसार पहिलं सूत्र आकांक्षा, हेच आपल्याला अंतर्मनाकडे नेणारं साधन असतं. ही आकांक्षा म्हणजे स्वत:च्या पूर्ण विकासाची, स्व-सामर्थ्याच्या साक्षात्काराची ओढ आणि आपल्या ध्येयाच्या दिशेनं पावलं टाकण्याची ऊर्मी असते. शुद्ध आकांक्षा आणि अधीर महत्त्वाकांक्षा यांच्यात चालणारी ओढाताण डॉ. व्ही नेमक्या शब्दात लिहितात. सेवा करण्याच्या मोहाला बळी पडून आपलं लक्ष विचलित तर होत नाही ना असा प्रश्न त्यांना पडतो :

'अनेकदा मी लहानसहान गोष्टींमध्ये अकारण गुंतून पडतो. उदा. शिबिरांमध्ये किंवा रुग्णालयात रुग्ण तपासणीची अधिक चांगली पद्धत, डॉक्टरांचं प्रशिक्षण, रुग्णांसाठी अधिक चांगलं भोजनगृह इ. कधी सफाई कर्मचारी संपावर जातात आणि मी त्या विवंचनेत अडकतो. अशा वेळी सिंहावलोकन करणं योग्य ठरतं. बऱ्याचदा आपण अशा गोष्टींचा विनाकारण बाऊ करतो. तुमच्यातली महत्त्वाकांक्षा अधिकाधिक मागणी करत असते. मन शांत, स्थिर ठेवणं, मनात उमटणारे तरंग, प्रतिक्रिया नीट समजून घेऊन अंतर्मनाचं ऐकणं हे खरं ध्येय.'

❧

अशी दृष्टी मिळवायची तर मग चटकन येणाऱ्या प्रतिक्रिया, दुजाभाव, मनातल्या मनात उफाळणाऱ्या राग, मत्सर, अधीरता यांसारख्या भावनांवर प्रयत्नपूर्वक ताबा मिळवायला हवा. जे जसं आहे तसंच पहायचं तर आपली दृष्टीही नितळ आणि पारदर्शक हवी आणि त्यासाठी आत्मपरीक्षण करणं ओघानं आलंच. डॉ. व्ही. लिहितात :

'खरंतर तुला मनाच्या तळाशी खोलवर बुडून जायचं असतं, पण अगदी मामुली गोष्टी तुझ्या मनाचा तोल बिघडवतात किंवा वरकरणी यशानं तू हुरळून जातोस. अरविंद किंवा सेवा यांना दिशा कशी द्यावी हा खरा प्रश्न आहे. त्यासाठी सर्वप्रथम तू तुझ्या अंतरात्म्याची कास धर. पूर्वग्रहांना तुझ्या मनाचा ताबा घेऊ देऊ नको. तुझ्या अंगी असलेल्या सर्वोच्च क्षमतांना शरण जाणं आणि लहानसहान अडथळ्यांना न जुमानणं हेच तुझं ध्येय असलं पाहिजे.'

अडथळ्यांना नाकारणं ही अरविंदांची दुसरी शिकवण. तीच आपल्याला तिसऱ्या आणि कदाचित सर्वात कठीण सूत्राकडे नेते. 'समर्पण'! येथे समर्पणचा

अर्थ आत्मसमर्पण असा नसून जे जे काही सत्य आहे, चैतन्यमय आहे, अचूक आहे ते मिळवण्यासाठी सर्वस्व वेचणे असा अभिप्रेत आहे. डॉ. व्ही यावर अचूक भाष्य करतात :

'समर्पणाचा नेमका अर्थ उमगणं अवघड आहे. आपल्या मनाच्या स्वत:च्या अशा काही समजुती असतात, मतं असतात. आपल्याला जे वाटतं तेच योग्य असा आपला ठाम समज असतो. आणि जे कुणी या विश्वासाच्या आड येतात त्यांच्याशी आपला संघर्ष होतो; पण मागं वळून आपल्या कल्पना पुन्हा एकदा तपासून पाहणं जमेल का. कारण बहुतांश वेळा या कल्पना समजुतीवर आधारलेल्या असतात, त्यांना जाणिवेचा स्पर्श झालेला नसतो.'

डॉ. व्ही. सातत्यानं आत्मपरीक्षण करत राहिले आणि हे आत्मपरीक्षण त्यांना एका आगळ्याच निष्कर्षापर्यंत घेऊन गेलं. *'मला लक्षात आलं, की कार्यकारणभाव हा सत्य शोधण्यासाठी अगदीच कुचकामी ठरतो,'* ते सहजपणे लिहून जातात. आणि इथूनच डॉ. व्हींचं तत्त्वचिंतन अधिकाधिक उत्कंठावर्धक होत जातं.

अरविंदच्या कार्यपद्धतीत असणाऱ्या तांत्रिक तपशिलांचं कोणत्याही बिझनेस केस स्टडीमध्ये यथोचित वर्णन केलेलं असतं. पण अरविंदच्या अस्तित्वामागे आणि सतत उंचावत जाणाऱ्या यशोगाथेमागे नेमकं काय दडलंय याचा वेध घेणं त्यांना जमत नाही. योगी अरविंदांच्या आकांक्षा, नकार आणि समर्पण या त्रिसूत्रीचा खुबीनं वापर केल्यानं डॉ. व्हींना असं काही रहस्य गवसलं, की जे आजही भल्या भल्या बुद्धिवंतांना कोड्यात पाडतं. अहंभाव, भीती आणि पूर्वग्रह यांना अजिबात स्थान नसलेल्या अशा एका साम्राज्याची त्यांनी निर्मिती केली, की ज्यातून त्यांना हवी असलेली आणि पारंपरिक चौकटींना छेद देणारी उत्तरं, कल्पना आणि दृढ-निश्चय सहजच मिळत गेले.

अरविंदच्या बाबतीत, डॉ. व्हींनी असे अनेक महत्त्वाचे निर्णय घेतले ज्यांचं मूळ त्यांच्या ठायी असणाऱ्या चिंतनशीलतेत होतं. उदाहरणच द्यायचं तर, सर्वसमावेशक सुविधा उपलब्ध करून देणं, आत्मनिर्भर होणं, भागीदारीच्या अनेक प्रलोभनांना ठाम नकार देणं, वरवर पाहता लाभदायक वाटणाऱ्या वाढीव प्रकल्पांच्या प्रस्तावांना रद्दबातल करून टाकणं, आणि विश्वास ठेवणंही कठीण जाईल अशा लोकांना कळीच्या पदांची जबाबदारी देणं. त्यांच्या कामाची पद्धत काहीशी अजबच होती, निर्णयाचं तर्कशुद्ध स्पष्टीकरण देण्याच्या आधीच तो निर्णय सुनावला जायचा. या आगळ्या पद्धतीशी जुळवून घेणं काही जणांना जड गेलं खरं; पण अरविंदच्या चमूमध्ये एक खास बाब होती ती म्हणजे संयम आणि डॉ. व्हींवरचा गाढ विश्वास.

डॉ. व्हींच्या अजब कल्पना प्रत्यक्षात साकार करतच ही संस्था विकसित झाली आहे.

व्यावहारिक दृष्ट्या पाहायला गेलं तर डॉ. व्हींचे हे निर्णय निश्चितपणे दूरदृष्टीचे ठरले. त्यांच्या ठायी जणू एक अनोखी अंत:प्रेरणा होती. याच प्रेरणेतून त्यांनी घेतलेले निर्णय संस्थेसाठी बेहद्द फायद्याचे ठरायचे. काही वेळा पाच, दहा तर कधी कधी वीस वर्षांनंतरही या निर्णयांचे पडसाद अरविंदमध्ये उमटत राहायचे. वर्षानुवर्षं त्यांनी लिहिलेल्या रोजनिशीत या सर्वांचं प्रतिबिंब उमटलेलं दिसतं. १९७० साली पहिल्या अरविंद रुग्णालयासाठी गहाण ठेवलेली रक्कम फेडायची अजून बाकी असताना भविष्यातल्या भव्य दिव्य योजनांची स्वप्नं ते पाहत होते. देशभरात अरविंदसारखी शंभर रुग्णालयं बांधणं, खेड्यापाड्यातल्या स्त्रियांना प्रशिक्षण देऊन त्यांना सर्जन्सच्या साहाय्यक म्हणून तयार करणं, चांगले व्यवस्थापक तयार करणं, आणि वर्षाला दहा लाख शस्त्रक्रिया करण्याचं उद्दिष्ट पूर्ण करणं इ. काही ठिकाणी आत्ता जमिनीची खरेदी करून पुढच्या काही वर्षांमध्ये तिथे उभ्या राहणाऱ्या अरविंद रुग्णालयांचं चित्र त्यांच्या मनात आकार घेत होतं. तरुण कर्मचाऱ्यांच्या अंगी असलेल्या क्षमतेवर विश्वास ठेवून त्यांच्या उज्ज्वल भविष्याची स्वप्नं ते पाहत होते. आणि आज हेच सगळे जण अरविंदचं नेतृत्व समर्थपणे सांभाळत आहेत. त्यांची लिहिण्याची शैली काहीशी कथनात्मक होती : *'काल रात्री मला एक साक्षात्कार झाला... मला एक वेगळीच कल्पना, दृष्टी लाभली... मी एक वेगळीच अनुभूती घेतली...'* का, कसं याचा शोध घेणाऱ्या मनापेक्षा काहीतरी वेगळं डॉ. व्हींकडे होतं. ते नेमकं काय याची त्यांनाही नीटशी कल्पना नव्हती. *'माझ्या प्रत्येक कृतीमागे एखादा विशिष्ट कार्यकारणभाव असतोच असं नाही. कुठलीतरी अनाम शक्ती माझ्याकडून हे सगळं करून घेते आहे.'* रोजनिशीत ते या गोष्टीची कबुली देतात. कदाचित त्यांच्या ठायी असणारी प्रचंड करुणा, ममत्व हा त्या शक्तीचाच अविष्कार असावा.

योगी अरविंद आणि मदर या दोघांवरही गुरू म्हणून सारखीच निष्ठा असली तरी डॉ.व्ही यांचं मदरशी अधिक जवळचं नातं निर्माण झालं होतं. योगी अरविंदांचा अधिकांश काळ एकांतवासात गेला असल्यानं बऱ्याच शिष्यांच्या बाबतीत असंच काहीसं घडत असे. मदर हे डॉ. व्हींचं श्रद्धास्थान होतं. ते मदरना शेवटचं भेटले तेव्हा त्या चौऱ्याण्णव वर्षांच्या होत्या. एका जवळच्या शिष्यानं एक छोटीशी बैठक आयोजित केली होती. त्या वेळी आलेले अनुभव डॉ. व्हींनी रोजनिशीत मांडले ते जवळ जवळ वीस वर्षांनंतर : *'१९७२ साली मिळालेले ते शुभाशिष कायम माझ्या स्मरणात राहतील. मदरची ती नजर विलक्षण गहिरी होती. बराच वेळ त्या माझ्या नजरेला नजर भिडवून पाहत होत्या. त्या तीन-चार मिनिटांत माझ्या मनात कोणतेच*

विचार नव्हते, माझं मन जणू रिकामं झालं होतं. तो एक आगळावेगळा अनुभव होता. नक्की काय घडलं ते मला अद्याप उमगलेलं नाही.'

त्या वेळी मिळालेले मदरचे ते आशीर्वाद डॉ. व्हींच्या आयुष्यात दीर्घकाळ रुंजी घालत राहिले. मदरकडे असणाऱ्या त्या चैतन्यमय स्त्रोताशी आपलं नातं जुळल्याचा प्रत्यक्ष अनुभव त्यांनी नंतरही काही वेळा घेतला. १९९१मध्ये त्यांनी केलेली एक नोंद अशी आहे :

'मदरच्या ठायी असणारं चैतन्य माझ्याही अंगी भिनलं असल्याची अनुभूती काल मला झाली. आणि माझ्या अंतरात्म्यात एक स्फुलिंग असल्याचं स्पष्टपणे जाणवलं. त्या स्फुलिंगातून आता वणवा पेटायला हवा. त्यावेळी माझ्यात एक सुखद संवेदना जागृत झाली. एक विलक्षण ऊर्मी माझ्यात दाटून आली.'

१९९२ मध्ये हार्वर्ड स्कूल ऑफ डिव्हिनिटी मध्ये व्याख्यान देण्यासाठी डॉ. व्हींना आमंत्रित केलं होतं आणि विषय होता, 'समकालीन जगात आध्यात्मिक आयुष्य जगताना'... एका साध्याशा दुकानातून घेतलेला साधाच सूट परिधान केलेले डॉ. व्ही आपल्या दैवी अनुभवांना शब्दबद्ध करण्यासाठी उभे राहिले. ''काही वेळा तुम्हांला एक स्फूर्ती मिळते, साक्षात्कार होतो. असं म्हटलं जातं की, तुमची ही संवेदना जसजशी वाढत जाते, तसतश्या तुमच्या योजना आपोआप साकारत जातात, तुमच्या कार्याला विचारांची भक्कम बैठक मिळत जाते. या जाणिवेमुळे तुमचा अहंकार आपोआप गळून पडतो. या विश्वासाच्या आणि अंत:प्रेरणेच्या बळावर तुम्ही संपूर्ण आत्मविश्वासानं तुमचं कार्य सिद्धीस नेऊ शकता. अरविंदचा सर्व कारभार अशीच एक अनामिक शक्ती पार पाडत आहे, आम्ही फक्त निमित्तमात्र आहोत.''

सहानुभूती, समानता, निगर्वीपणा, स्व-सामर्थ्याची जाणीव आणि चातुर्य या बाबी अंगी बाणवून त्या सर्वोच्च शक्तीचं साधन होणं हीच डॉ. व्हींची अंतिम आकांक्षा आहे. अनेक आध्यात्मिक विचारधारांमध्ये नि:स्पृहपणे कार्य करण्याची शिकवण असते, परंतु डॉ. व्हींची ही दृष्टी त्याहीपेक्षा पुढे जाते. अरविंदच्या वरिष्ठ नेतृत्वापैकी सगळ्यांनाच ती प्रत्यक्षात आणणं साध्य होतं असंही नाही.

पण याच विचारांचं बाळकडू प्यायलेलेही काही जण आहेत. अशी एक सर्वश्रेष्ठ शक्ती अस्तित्वात असून डॉ. व्हींच्या माध्यमातून झालेली अरविंदची उभारणी हा तिचाच अविष्कार असल्याचं मानणारे डॉ. व्हींचे समकालीन 'राम दास'.

रिचार्ड अल्पर्ट, हे एके काळी हार्वर्डमध्ये मानसशास्त्रज्ञ म्हणून काम करत असत. मनाच्या आकलन क्षमतेत बदल घडवून आणणारी औषधं (Psychedelic drugs) आणि मनुष्यस्वभाव यांबद्दलच्या वादग्रस्त संशोधनामुळे संशोधन-क्षेत्रातून बाहेर पडलेले रिचार्ड अल्पर्ट भटकंती करत करत हिमालयाच्या पायथ्याशी वसलेल्या कुठल्याश्या गुरूंपर्यंत येऊन पोहोचले (ब्रिलियंट यांना देवी रोगाच्या उच्चाटनासाठी काम करण्याची दीक्षा देणारे हेच ते गुरू). एक शाल लपेटून बसलेले, लाघवी पण गूढ स्मित करणारे नीम करोली बाबा हे विलक्षणच प्रकरण होतं. 'ममत्वाचा झरा' असं ज्याचं वर्णन केलं जायचं अशा या गुरूची एकच शिकवण होती, 'सर्वांवर प्रेम करा, सर्वांची सेवा करा, सर्वांचं पोट भरेल असं पहा'. रिचार्ड अल्पर्ट यांच्या जाणीव, संवेदना याबद्दलच्या पुस्तकी कल्पना एका चुटकीसरशी झटकून टाकत त्यांनी खऱ्या अंत:प्रेरणेची, आत्मभानाची जाणीव करून दिली आणि 'राम दास' हे नावदेखील बहाल केलं. कालांतरानं राम दास हे स्वत: गुरू बनले आणि ६०च्या दशकात लाखो लोकांना वेडावून टाकणारं 'बी हिअर नाऊ' हे पुस्तक त्यांनी लिहिलं. हेच राम दास सेवा फाउंडेशनचे सहसंस्थापक होते.

शुभ्र पांढरे केस आणि रोखून पाहणाऱ्या निळ्या डोळ्यांचे रामदास हे एक तत्त्वज्ञानी आहेत. १९९६ साली त्यांना हृदयविकाराचा जोरदार झटका आला होता, ज्याला ते 'दैवी इच्छा' असं संबोधतात. त्या अनुभवामुळे झालेलं मृत्यूचं दर्शन आणि तीव्र वेदना हे आपल्यात आणि डॉ. व्हींच्यात असलेलं समदु:ख आहे असं ते मानतात. "एक डॉक्टर म्हणून उभारी घेण्याच्या काळात संधिवातानं त्यांना गाठलं. आणि मग ते नेत्रतज्ज्ञ झाले. या सगळ्याकडे त्यांनी आपलं पूर्वसंचित म्हणून पाहिलं, त्यांच्या याच दृष्टीनं मला माझ्या आजारावर मात करायला मदत केली. जे त्यांच्या पदरी आलं, ते त्यांनी पवित्र केलं आणि आता मीदेखील तेच करतो आहे."[३] राम दास सांगतात.

केवळ अकरा खाटांचं एक रुग्णालय हाताशी असूनही भव्य स्वप्नांचे इमले रचणाऱ्या डॉ. व्हींशी झालेल्या भेटीनं राम दासदेखील भारावून गेले. "सेवा मध्ये आम्ही 'कर्मयोगी' होण्याचं स्वप्न पाहत होतो आणि एक खराखुरा कर्मयोगी डॉ. व्हींच्या रूपात आमच्याकडे आपण होऊन चालत आला."

आपल्या विलक्षण दूरदृष्टीनं लोकांना संमोहित करण्याची डॉ. व्हींची खुबी पाहून राम दास अवाक झाले. हसत हसत ते सांगतात, "तुम्ही एका दिशेनं जात असता आणि डॉ. व्हींना भेटल्यानंतर तुमची दिशा १८०° कोनात वळून जाते." डॉ. व्हींच्या अंतर्ज्ञानाबद्दल बोलताना ते गंभीर होतात. "जेव्हा जेव्हा मी त्यांच्यासोबत असतो, तेव्हा माझ्या क्षमता, माझी भूमिका मला त्यांच्या डोळ्यात स्पष्टपणे दिसते. माझे गुरू सोडले तर इतर कुणाच्याही बाबतीत मला हा अनुभव आला

नाही. माझं व्यक्तिमत्त्व माझ्यात येऊ पाहणाऱ्या परमार्थाला दूर लोटत होतं, पण डॉ. व्हींनी ते माझ्यात पुन्हा रुजवलं.''

डॉ. व्ही हे एक माध्यम असल्याचं स्पष्टपणे कबूल करताना रामदास जराही कचरत नाहीत.. ''माझी खातरी आहे, डॉ. व्ही जे काही करत आहेत त्याची सूत्रं योगी अरविंदांच्या हातात आहेत. जसं माझी सूत्रं माझ्या गुरूंच्या हाती आहेत, तसं.'' एखादं सत्यवचन बोलावं तसं हे मानवी बुद्धीच्या कक्षेबाहेरचं विधान ते करून जातात. ''डॉ. व्हींनी जे काही केलं आहे ते कुणा साध्या-सुध्या माणसाचं काम नव्हे. त्यांनी अंधत्व निवारणाच्या क्षेत्रात एक चमत्कार घडवला. संस्था, नियम, पद्धती यांना त्यांनी हवा तसा आकार दिला. हे सगळं फार उच्च कोटीचं आहे. त्यांचा गाढ विश्वास प्रत्यक्षात येताना मी स्वत: पहिला आहे. एखाद्या परिस्थितीत आपण काय करायला हवं यावर सर्वांचं एकमत झालेलं असताना डॉ. व्हींना जणू एखादा साक्षात्कार व्हायचा आणि ते काहीतरी वेगळंच सुचवायचे. एका अनोख्या हाकेला त्यांचं मन प्रतिसाद देत होतं.''

आणि त्यांनी अरविंदलाही त्याच प्रतिसादाच्या दिशेनं नेलं. त्यांच्या अंतर्मनानं दिलेली ही ग्वाही अरविंदमध्ये झालेल्या एका नव-निर्मितीला कारणीभूत ठरली. एक अशी नवनिर्मिती जी वादग्रस्त होती, बहुमताच्या विरुद्ध जाणारी होती आणि एका छोट्याशा रुग्णालयाच्या आवाक्याबाहेरची असल्याची सर्वांचीच खातरी होती.

अकरा

एका क्रांतीची सुरुवात

मदुराईमधल्या अरविंद रुग्णालयाच्या मोफत विभागात रुग्णांची लांबलचक रांग हे दृश्य काही नवीन नाही. अशा रुग्णांमध्ये काही रुग्ण दिसतात ते दोरीनं कानामागे बांधलेला, प्रचंड जाड भिंगाचा चश्मा घातलेले वृद्ध रुग्ण. चश्म्यामुळे त्यांचे डोळे मोठे मोठे दिसतात आणि त्यामुळे या रुग्णांच्यात एक प्रकारचं अवघडलेपण येतं. हे रुग्ण असतात मोतीबिंदूचे. फेको तंत्रज्ञान अवगत नसतानाच्या काळात यांच्यावर जुन्या पद्धतीनं शस्त्रक्रिया झालेली होती. ही जुनी पद्धत अठराव्या शतकाच्या सुरुवातीला उदयास आली आणि पुढची जवळजवळ २०० वर्षं ती जगन्मान्य पावली होती. डोळ्याच्या कॉर्निया या पातळ आवरणात सूक्ष्मशी फट करून धुरकट झालेलं भिंग बाहेर काढणे अशा प्रकारची ती शस्त्रक्रिया होती. डोळ्यात भिंग नसण्याच्या या अवस्थेला अफेकिया असं म्हटलं जात असे. भिंगाअभावी दृष्टी केंद्रित करण्याचं काम पार पाडण्यासाठी या रुग्णांना तो जाड काचेचा चश्मा घालावा लागत असे. अरविंदच्या स्थापनेच्या काळात भारतात एका विशिष्ट प्रकारच्या शस्त्रक्रिया केल्या जात असत. ती पद्धत तुलनेनं सोपी, सरळ आणि कमी खर्चिक होती. शस्त्रक्रिया करतेवेळी रुग्ण अंध असल्यामुळे या शस्त्रक्रियेमुळे जी काही दृष्टी प्राप्त होत असे तीदेखील त्या रुग्णासाठी क्रांतिकारकच ठरत असे. असं असलं तरी या पद्धतीचे काही तोटेदेखील होते.

प्राथमिक अवस्थेतील मोतीबिंदूमध्ये भिंग मऊ असल्यानं बाहेर काढायला कठीण जात असे. त्यामुळे मोतीबिंदू पिकेपर्यंत शस्त्रक्रिया न करण्याचा सल्ला दिला जात असे. पुन्हा एकाच डोळ्यावर झालेल्या शस्त्रक्रियेमुळे दोन्ही डोळ्यांच्या दृष्टीतला समतोल जाण्याची शक्यता असल्याने दोन्ही डोळ्यात मोतीबिंदू होईपर्यंत थांबावं लागत असे. थोडक्यात, रुग्णाची दृष्टी जवळजवळ संपूर्णपणे नाहीशी होईपर्यंत थांबण्यावाचून काही इलाजच नसे. ही शस्त्रक्रिया झाल्यानंतर रुग्णांना एक आठवडा रुग्णालयात किंवा शिबिरात राहावं लागे, सवय नसल्याने कायम चश्मा

वापरणं हे त्यांच्या दैनंदिन कामात अडथळा निर्माण करीत असे, कधी तो फुटण्याची भीती, तर कधी हरवण्याची. बरं चश्मा न घालावा तर त्या स्थितीत दृष्टी शून्यावरच आलेली असे.

डॉ. व्हींनी ज्या काळात मोतीबिंदूच्या शस्त्रक्रिया करायला सुरुवात केली तेव्हा या प्रकाराला पर्याय नव्हता. १९८०च्या सुमारास पाश्चात्त्य जगातील मोतीबिंदू शस्त्रक्रिया क्षेत्रात काही क्रांतिकारी बदल घडू लागले होते. परंतु दुर्दैवानं भारतातलं नेत्रसेवा क्षेत्र त्यापासून अद्याप शेकडो योजनं दूर होतं.

दुसऱ्या महायुद्धानंतरच्या काळात जखमी रुग्णांवर उपचार करणाऱ्या एका हॅरोल्ड रिडले या इंग्लिश सर्जनला अभावितपणे एक शोध लागला. युद्धादरम्यान डोळ्यात कॉकपिटमधील एखादी प्लास्टिकची तीक्ष्ण वस्तू घुसल्यानं पायलटच्या डोळ्यात जंतुसंसर्ग झाल्याच्या घटना त्याला क्वचितच दिसत असत. म्हणजे प्लास्टिकचा एखादा तुकडा मानवी डोळ्यात कोणतीही इजा न पोहोचवता राहू शकतो की काय अशी त्याला शंका आली. यातूनच त्याच्या मनात कल्पना आली की अशाच एखाद्या पारदर्शक, हलक्या प्लॅस्टिकचं डोळ्यात रोपण केलं तर?

१९४९ सालातल्या नोव्हेंबर महिन्यात रिडले याने मोतीबिंदूमुळे भिंग काढलेल्या एका महिलेच्या डोळ्यात जगातल्या पहिल्या intra ocular lens (IOL) चं यशस्वी रोपण केलं.[१] आपण खूप मोठी जोखीम पत्करल्याची त्याला जाणीव होती. रिडले यांचं संशोधन म्हणजे जैव-अभियांत्रिकी क्षेत्राची पायाभरणी होती. पेसमेकर किंवा कृत्रिम किडनीचे मानवी शरीरात रोपण होण्यापूर्वी काही दशके IOLची निर्मिती झाली होती. वैद्यकीय क्षेत्राच्या इतिहासाला कलाटणी देणारं हे संशोधन होतं यात शंकाच नाही. त्यापूर्वी शरीरात असलेली गाठ अथवा विषारी पदार्थ कौशल्यपूर्णतेनं काढून टाकणे हा सर्जन्सचा प्रघात असे.[२] आणि आता मात्र त्याच्या विरुद्ध जाऊन शरीरातील सदोष भाग काढून टाकून त्या जागी कृत्रिम भाग बसवण्याचं धाडस या सर्जननं दाखवलं होतं.

जसे या शोधाचे दूरगामी परिणाम झाले तसेच याला प्रस्थापित वैद्यकीय जगतात कडव्या विरोधाचा सामनाही करावा लागला. IOL या तंत्रज्ञानाला पूर्णपणे विकसित होऊन मान्यता मिळायला जवळपास तीस वर्षं लागली. कालानुक्रमे त्याची रचना, उत्पादन, शस्त्रक्रियेचं तंत्र यात आधुनिकता येत गेली आणि त्याचे लक्षणीय फायदे सर्वमान्य होत गेले.

नेत्र आरोग्य क्षेत्रासाठी IOL हे एक अत्यंत महत्त्वपूर्ण संशोधन होतं यात शंकाच नाही. जगभरात प्रतिवर्षी एक कोटींहून अधिक IOL चा वापर केला जात

असून आजवर पाच कोटींहून अधिक रुग्णांनी त्याचा लाभ घेतला आहे.[३,४] पाश्चात्त्य जगातून होणाऱ्या विरोधाच्या सीमा पार करत हे तंत्रज्ञान विकसनशील देशांमध्ये आणण्याचं क्रांतिकारक पाऊल अरविंदकडून लवकरच उचललं जाणार होतं.

अरविंद-मदुराईमधल्या हार्मनी या विश्रामगृहाच्या पायऱ्यांवर एका छानशा वेताच्या खुर्चीत डॉ. रिचार्ड लिटविन निवांत बसले आहेत. त्यांची काळी गोल टोपी आणि आणि पांढरी शुभ्र दाढी यामुळं त्यांना कॅलिफोर्नियातल्या नेत्रतज्ज्ञाऐवजी सांताक्लॉज असं संबोधन दिलं, तर त्यात काही वावगं नाही. अरविंदशी दीर्घकाळ स्नेहबंध असणाऱ्या सर्वांप्रमाणेच डॉ. रिचार्ड लिटविन यांनीही डॉ. व्ही यांच्याशी झालेल्या पहिल्या भेटीच्या स्मृती जपून ठेवल्या आहेत. पाँडिचेरी इथं १९८१ साली एका नेत्र शिबिरात झालेल्या भेटीचं वर्णन डॉ. रिचार्ड लिटविन असं काही करतात, जणू तो प्रसंग आपल्याच डोळ्यासमोर घडतो आहे.

"एका मोठ्या सिनेमागृहाचं रूपांतर जणू एका हॉस्पिटलमध्ये करण्यात आलं होतं आणि त्या सगळ्याची सूत्रं डॉ. व्ही यांच्याकडे होती. एकाच वेळी शेकडो-हजारो माणसं असूनही अतिशय शिस्तीत सगळा कारभार चालला होता. एका वेळी एकच काम करण्याची पद्धत पाळणाऱ्या देशातून आल्यामुळे मला तर हे सगळं दृश्य संभ्रमात पाडणारं होतं. पटापट नवनवीन लोक शस्त्रक्रियेच्या टेबलवर येत होते, त्यांच्यावर शस्त्रक्रिया केली जात होती आणि यानंतर आठवड्याभरात ते लोक पुन्हा डोळस होणार होते. मला तर हे सगळं अद्भुतच भासत होतं. वैद्यकशास्त्रानं केलेल्या परिवर्तनाचं मूर्तिमंत उदाहरण!"[५] लवकरच डॉ. लिटविनसुद्धा अरविंदमध्ये येऊ घातलेल्या एका परिवर्तनाचे द्योतक ठरणार होते याची मात्र त्यांना त्या वेळी कल्पना नव्हती.

"मदुराईमध्ये आम्ही एका म्हाताऱ्या रुग्णाला तपासलं. पूर्ण पिकलेल्या मोतीबिंदूमुळे त्याचे डोळे पांढरेफटक झाले होते. आता त्या माणसाचा मोतीबिंदू काढून टाकणं आणि त्याला जाड काचांचा चश्मा देणं हाच एक उपाय होता; पण त्याचा त्या माणसाला काहीच उपयोग झाला नसता. डॉ. व्हींच्या सांगण्यावरून तो एक सुतार होता आणि या शस्त्रक्रियेमुळे मिळणारी दृष्टी त्याच्या कामासाठी कुचकामी असल्यानं त्याला परत काम मिळणं अशक्य होतं. डॉ. व्हींना प्रात्यक्षिक दाखवण्याच्या हेतूनं त्या वेळी मी त्या माणसावर IOL रोपणाची शस्त्रक्रिया केली; तेव्हा डॉ. नच्चिअर यांनी मला साहाय्य केलं होतं." लिटविन सांगतात. शितावरून भाताची परीक्षा म्हणतात तसं डॉ. व्हींनी ही शस्त्रक्रिया होताच सांगितलं, 'आता हा परत कामावर जाऊ शकेल'.

तो क्षण अरविंदच्या पुढच्या प्रवासाची दिशा बदलणारा ठरला. त्या काळी अरविंदमध्येच काय पण विकसनशील देशांतही IOL शस्त्रक्रिया ही अति दुर्मीळ बाब होती; पण या शस्त्रक्रियेचा गरजू माणसांना होणारा फायदा डॉ. व्हींनी डोळ्यांदेखत पाहिला होता. जुन्या शस्त्रक्रियेप्रमाणे या पद्धतीत मोतीबिंदू पिकण्याची किंवा दोन्ही डोळ्यांची दृष्टी जवळपास गमावण्याची वाट पाहण्याची गरज नव्हती.[६] सूक्ष्मदर्शकाच्या मदतीनं अद्ययावत तंत्रज्ञान वापरून IOLची शस्त्रक्रिया करणं शक्य होतं. जुन्या पद्धतीप्रमाणे इथेही डोळ्याला सूक्ष्म असं छिद्र पाडलं जात असे, पण डोळा पूर्ववत होण्याचा वेग या पद्धतीत अधिक होता.[७] सर्वात महत्त्वाचं म्हणजे प्रत्येक माणसाच्या डोळ्याच्या गरजेनुसार ही लेन्स बनवलेली असल्यानं, ती अतिशय परिणामकारक होतीच, शिवाय लोकांना चश्मा घालण्याच्या त्रासापासून सोडवणारी होती.[८] अरविंदच्या स्वयंसेवक असणाऱ्या, डॉ. लिटविन यांची पत्नी, ज्युडिथ सांगतात की, ''हे सगळं कसं प्रत्यक्षात येईल हे डॉ. व्हींना ठाऊक नव्हतं. ते नेहमी असंच म्हणत, की पैसा ना? येईल. तंत्रज्ञान ना? येईल. त्यांना इतकंच ठाऊक होतं की IOL ही गरीब गरजू रुग्णांसाठी जादूची कांडी होती आणि आपण ती त्यांच्यापर्यंत पोहोचवायचीच.''

१९८०च्या दशकात भारत ही IOLसाठीची किफायतशीर बाजारपेठ मानली जात नसे. त्या वेळी इथे IOL चे विश्वसनीय उत्पादकही नव्हते. त्या काळी अमेरिकेत IOLच्या शस्त्रक्रियेचा खर्च २०० $ म्हणजे १०,००० रुपयांहूनही अधिक इतका होता.[९] सतत बदलत जाणाऱ्या तंत्रज्ञानामुळे अमेरिकेतील उत्पादकांना त्याचा फारसा साठा करता येत नसे. शिल्लक साठा मामुली किंमतीला विकून किंवा विकसनशील देशांतील नेत्रसेवा कार्यक्रमांना मोफतपणे देऊन हे उत्पादक करातील सूट मिळवत असत. अमेरिकेतून या लेन्स भारतात आणणं, तेथील नेत्रतज्ज्ञांना अरविंदमध्ये बोलावून सर्जन्सना IOLचं प्रशिक्षण देणं इ. कामांत सेवा फाउंडेशननं महत्त्वाची भूमिका बजावली.

इथे येणारे शिकाऊ डॉक्टर्स किंवा स्वयंसेवक यांच्या सामानातून 'लोनली प्लॅनेट' या प्रवासी मासिकामध्ये किंवा डास प्रतिबंधक औषधांमध्ये पॅक होऊन या लेन्स अरविंदपर्यंत पोचत असत. काही काळ ही पद्धत निर्धोकपणे सुरू राहिली. पण कालांतराने मेडिकेअरने अमेरिकेत या लेन्सच्या किंमती घटवणं सक्तीचं केल्यानं उत्पादकांना मोफत लेन्स देणं परवडेनासं झालं. पण एव्हाना अरविंदमध्ये बरेचसे रुग्ण अधिक पैसा देऊन हीच शस्त्रक्रिया करून घेण्यास तयार होऊ लागले होते आणि त्यामुळे अरविंदमधील मागणी वाढीस लागली होती.

''देणगी म्हणून मिळणाऱ्या मदतीवर सार्वजनिक आरोग्याचा प्रकल्प फार काळ चालू शकत नाही. अरविंदमध्ये जेव्हा वर्षाला १०,००० शस्त्रक्रिया होत

असत तेव्हा ठीक होतं, पण आता त्यांची व्याप्ती वाढून ८०,००० वर गेली आहे. आता देणगी म्हणून मिळणाऱ्या IOL वर अवलंबून राहणं शक्य नाही. कारण इतक्या मोठ्या प्रमाणावर देणगी द्या असं त्या कंपन्यांना सांगणं योग्य नाही.''[१०] सेवा फाउंडेशनच्या सुसान गिल्बर्ट सांगतात.

अरविंदच्या व्यवस्थापकांनाही ही बाब फारशी रुचत नव्हती कारण यामुळे त्यांचं परावलंबित्व वाढून गरीब, श्रीमंत सर्वांना समान, उच्च दर्जाचे उपचार देण्याच्या तत्त्वाशी तडजोड करावी लागत होती. त्या लेन्सेसच्या किमतीमुळे मोफत उपचार घेणाऱ्या रुग्णांना त्या देणं शक्य होत नव्हतं. म्हणजेच दर्जेदार, आधुनिक पद्धतीची शस्त्रक्रिया केवळ श्रीमंत लोकांनाच परवडू शकत होती. आणि मोफत किंवा कमी पैशात उपचार घेणाऱ्यांना मात्र जुन्याच पद्धतीच्या शस्त्रक्रियांवर समाधान मानावं लागत होतं. तुलसी म्हणतात, ''आम्ही तर या मताचे होतो की, IOL सारखं तंत्रज्ञान गरीब लोकांसाठी जास्त आवश्यक होतं. त्याला दिसणं किंवा न दिसणं यावर त्याचं पोट अवलंबून असल्यानं या नव्या तंत्रज्ञानाचा त्यांनाच सर्वात जास्त उपयोग होणार होता. प्रश्न एवढाच होता की, हे तंत्रज्ञान त्यांच्या खिशाला परवडेल अशा किंमतीत उपलब्ध करून देणं आम्हांला जमणार होतं की नाही?''

अरविंदच्या व्यवस्थापकांनी आंतरराष्ट्रीय स्तरावर IOL चं उत्पादन करणाऱ्या कंपन्यांशी बोलणं सुरू केलं; परंतु त्या सर्वांचा सूर असाच होता की, भारत ही फारशी उत्साहवर्धक बाजारपेठ नसल्यानं भारतात उत्पादन करायला ते उत्सुक नव्हते. थोडक्यात, सर्वांना उपलब्ध करून देता येईल अशा किंमतीला IOL देण्यास त्या कंपन्यांनी नकार दिला. १९८९ साली या चर्चेनं एक निर्णायक वळण घेतलं. एक खळबळ माजवून टाकणारं, जोखमीचं धोरण आकार घेऊ लागलं होतं. भारतातल्या रुग्णांना परवडेल अशा किमतीत हे उत्पादन करायला जर इतर कुणीच तयार नसेल, तर अरविंदनंच या उत्पादनात उतरायला काय हरकत आहे? हलकंसं स्मित करत लिटविन सांगतात, ''मी हे असं काहीतरी पहिल्यांदाच ऐकत होतो. मूठभर डॉक्टर्स मिळून उत्पादन क्षेत्रात उतरण्याची तयारी करत होते.''

स्थानिक आणि आंतरराष्ट्रीय पातळीवर आत्तापर्यंत अरविंदला नेहमीच मदतीचे हात मिळत गेले होते; पण या वेळचा अनुभव मात्र वेगळा होता. भल्या भल्या सहकाऱ्यांची आता कसोटी लागणार होती. तुलसी सांगतात, ''राष्ट्रीय नेत्र सेवा कार्यक्रम सोडून हे भलतंच काही तरी आम्ही हातात घेतोय म्हणून सरकारनंही आमच्या विरोधी भूमिका घेतली. एके काळी आमच्या मागे ठामपणे उभ्या राहणाऱ्या अनेक संस्थांनी मात्र ऐनवेळी पाठ फिरवली.''

अरविंदच्या या निर्णयानं अंधत्व निवारणाच्या क्षेत्रात काम करणाऱ्यांमध्ये दोन गट पडले. लिटविन यांना स्मरतं, ''विकसनशील देशांत IOLचं तंत्रज्ञान वापरणं

कसं गैरलागू आहे यावर भाष्य करणारा एक लेख एका मातब्बर नेत्रतज्ज्ञानं लिहिला आणि या वादग्रस्त चर्चेला तोंड फोडलं.'' याला जोरकसपणे विरोध करणाऱ्यांच्यात आघाडीवर होते ते धोरणांची आखणी करण्याच्या नावाखाली सत्तेची सूत्रं बाळगणारे बलाढ्य नोकरशहा. या लेन्सेसची किंमत, उत्पादनासाठी लागणारं आधुनिक तंत्रज्ञान, या प्रकारच्या शस्त्रक्रिया करण्यासाठी लागणारं प्रशिक्षण, आणि या सर्व प्रकल्पांत करावी लागणारी गुंतवणूक या गोष्टींचा बाऊ केला जात होता. विकसनशील देशांमध्ये IOLचा वापर करणं अव्यवहार्य आणि बेजबाबदार आहे असं ठाम मत जागतिक आरोग्य संघटना, जागतिक बँक आणि इतरही काही संस्थांनी मांडलं. उत्पादनाचा दर्जा किंवा शस्त्रक्रियेचे परिणाम यांचं नियमन करणारी कोणतीही व्यवस्था अस्तित्वात नसल्यानं या तंत्रज्ञानाचा प्रसार करणं योग्य नव्हे असं त्यांचं म्हणणं पडलं. आपल्याला परवडत नसलेल्या अशा एका तंत्रज्ञानाचं यांना वेड लागलंय अशा प्रकारे IOL चा पुरस्कार करणाऱ्यांना हिणवण्यात आलं.

रिचार्ड लिटविन यांच्यासारख्या काही डॉक्टर्सनी या तंत्रज्ञानाचा प्रत्यक्ष वापर केलेला असल्यानं त्यांना या प्रयोगाच्या यशाची खात्री होती. ''एखादी पद्धत योग्य आहे म्हणून सतत २०० वर्षं तीच पद्धत वापरत राहायची असं नव्हे,'' लिटविन परखडपणे सांगतात. ''उच्च दर्जाचे उपचार सर्व रुग्णांना कसे देता येतील या एकाच गोष्टीला डॉ. व्हींनी प्राधान्य दिलं. IOL चं उत्पादन कसं करायचं आणि किफायतशीर किंमतीत सर्व रुग्णांपर्यंत कसं पोहोचवायचं एवढाच काय तो प्रश्न उरला होता.''

या वादग्रस्त चर्चेला उधाण आलेलं असताना अरविंदनं मौन बाळगायचं ठरवलं. त्यांनी सर्वांची मतं शांतपणे ऐकून घेतली पण प्रतिवाद मात्र केला नाही. डॉ. व्ही म्हणतात त्याप्रमाणे, ''त्यांच्याशी वाद घालण्यात काहीच अर्थ नव्हता. आम्ही शांत राहून आमचं काम करतच राहिलो.'' डॉ. व्हींचा उदारमतवादी दृष्टिकोण, अचूकतेचा व सर्वश्रेष्ठतेचा ध्यास आणि अरविंद-अंतर्गत असणारा आब या बाबी या मोहिमेला हिरवा कंदील देण्यास पुरेश्या होत्या. प्रवाहाविरुद्ध जाऊन हे आव्हान पेलणं कितीही खडतर असलं तरी आत्मनिर्भरतेचा आग्रह कसा उपयोगी पडतो हेदेखील अधोरेखित करणारं ठरलं. तुलसी म्हणतात, ''आर्थिकदृष्ट्या स्वयंपूर्ण असल्यामुळे आमचे निर्णय घेण्यास आम्ही स्वतंत्र होतो.''[११] या सगळ्यातून आपण खूप काही शिकल्याचं सांगताना लिटविन म्हणतात, ''जर तुम्हांला अवघड वाटांनी जायचं असेल तर त्या वाटेनं चालत रहाणं एवढंच तुमच्या हातात असतं. तुम्ही केलेला छोटासा पण यशस्वी प्रयत्न हे सिद्ध करतो की 'हे शक्य आहे'. नाहीतर तर्कशास्त्र लढवत बसणाऱ्या डुढ्ढाचार्यांच्या वादविवादाला विराम देणं अशक्य असतं.''

❧

तसं पहायला गेलं तर, डॉ. बाला कृष्णन यांनी कायमच साधेपणा जपलेला आहे. पण त्यांना विचाराल तर, जराश्या मिश्कीलपणे ते कबूल करतील की कोणे एके काळी आपली Porsche गाडी असणं आणि सुट्टी घालवण्यासाठी Acapulco इथं जाणं हे त्यांचंही स्वप्न होतं. कधी काळी आपण मदुराईमध्ये येऊन लेन्सेस बनवणाऱ्या कारखान्याचे संचालक होऊ असं त्यांना स्वप्नातही वाटलं नसावं. खेड्यात बालपण घालवलेल्या बाला यांनी भारतातल्या प्रतिष्ठित अशा आयआयटीमधून अभियांत्रिकीची पदवी घेतली. त्यानंतर लवकरच वरलक्ष्मी नावाच्या तरुणीशी त्यांचा विवाह निश्चित झाला. तिचं कुटुंब मदुराईमध्ये स्थायिक झालेलं होतं आणि नुकतंच तिच्या मामांनी छोटंसं पण अल्पावधीतच नाव मिळवलेलं डोळ्याचं रुग्णालय- 'अरविंद' सुरू केलं होतं.

विस्कॉन्सिन –मॅडिसन विद्यापीठातून बाला यांनी मेकॅनिकल इंजिनियारिंग मध्ये पीएच.डी. केली आणि यथावकाश बायको आणि दोन मुलींसह ते मिशिगन मधील ॲन आर्बर इथं संशोधक म्हणून रुजू झाले. तिथल्या जीवघेण्या थंडीशी जुळवून घेत त्यांनी आपलं नवं आयुष्य सुरू केलं. अमेरिकेत स्थायिक झालेल्या अनेक कुटुंबांप्रमाणेच नवं घर, नवी गाडी, अधूनमधून डिस्नेलँडची वारी असं त्यांचं आयुष्य मोठं मजेत चाललं होतं. फरक इतकाच होता, की या जगातून अंधत्व दूर करणं किती निकडीचं आहे हे अधूनमधून त्यांच्याकडे येणाऱ्या वरलक्ष्मीच्या मामांच्या बोलण्यातून त्यांच्या कानांवर पडत असे.

आयुष्यातला एक तपाहूनही अधिक काळ अमेरिकेत घालवल्यानंतर १९९० मध्ये बाला आणि त्यांच्या पत्नीनं सगळा गाशा गुंडाळून भारतात परतण्याचा आणि मदुराईत येऊन स्थायिक होण्याचा निर्णय घेतला. अरविंद रुग्णालयापासून साधारण १-२ कि.मी. अंतरावर त्यांनी घर भाड्यानं घेतलं आणि intra ocular हे ची निर्मिती कशी करतात याचा अभ्यास करण्यात बाला गढून गेले. सेवा फाउंडेशनमध्ये काम करणारे तरुण, उत्साही डेव्हिड ग्रीन त्यांच्या साहाय्याला आलेले होते. गेली अनेक वर्षं पाश्चात्त्य देशांतून देणगीद्वारे मिळणाऱ्या IOL अरविंदपर्यंत पोहोचवण्याच्या कामात डेव्हिड ग्रीन यांचा मोठा वाटा होता. बाला यांच्याप्रमाणेच डेव्हिड ग्रीनदेखील IOL बनवण्याच्या कामाविषयी अनभिज्ञ होते; पण जेव्हा अरविंदनं या लेन्सेसचं उत्पादन सुरू करण्याचा निर्णय घेतला तेव्हा आपण होऊन या कामासाठी दाखल झालेले ग्रीन हे पहिले शिलेदार होते.

प्रत्यक्ष उत्पादन सुरू करण्यापूर्वी कराव्या लागणाऱ्या सर्व कामांची जंत्री बाला आणि ग्रीन यांनी पार पाडली. यासाठी जागेची आखणी आधीच झालेली होती आणि

साधनसामुग्रीसाठी लागणारं आर्थिक पाठबळ तसंच तंत्रज्ञ आपल्याला मिळणार याची त्यांना खातरी होती. एकच कळीचा मुद्दा बाकी होता आणि तो म्हणजे या लेन्स बनवण्याची प्रत्यक्ष पद्धत. आणि ती मिळवणं काहीसं कठीण होतं. IOLचं तंत्रज्ञान तितकंसं सार्वत्रिक झालं नसल्यानं त्याच्या उत्पादनाच्या पद्धतीचं पेटंट झालेलं असून वैद्यकीय उपकरण उत्पादन क्षेत्रातील काही कंपन्यांचा त्यावर एकछत्री अंमल होता.[१२] अरविंदशी भागीदारी करून या लेन्सच्या उत्पादनासाठी उत्सुक असणारी एखादी संस्था आहे का याचा शोध घेण्यासाठी ग्रीन आणि सेवा फाउंडेशन यांनी मध्यस्थी करायला सुरुवात केली. भारतासारख्या विकसनशील देशात, कोणताही अनुभव गाठीशी नसताना या क्षेत्रात उतरलेल्या एका रुग्णालयाशी भागीदारी करायला कुणी सहजासहजी तयार होईना. या प्रकारच्या उत्पादनासाठी उत्तम यंत्रसामुग्री, संपूर्णपणे निर्जंतुक वातावरण, आणि उच्च दर्जा सातत्यानं राखला जाईल याची खबरदारी घेणं आवश्यक होतं. हे सगळं सुरळीतपणे सुरू राहण्यासाठी आर्थिक पाठबळाची आणि मुख्य म्हणजे व्यवसायातल्या मुरब्बीपणाची गरज होती. सुझान गिल्बर्ट यांचे अनुभव पुरेसे बोलके आहेत. ‘‘तुम्ही जे करताय तो शुद्ध वेडेपणा आहे असंच आम्हांला सुनावलं जायचं. अमेरिका, युरोप किंवा ऑस्ट्रेलिया सोडून इतरत्र हे असे प्रकल्प राबवणं निव्वळ अशक्य आहे. भारतातली धूळ, घाण, वीज पुरवठ्यात येणारे अडथळे आणि अकुशल कामगार या सगळ्यामुळे तुमच्या प्रयत्नांवर पाणी फिरणार आहे अशी टिप्पणी आम्हांला ऐकावी लागे.’’

या सगळ्या प्रयत्नांत दोन वर्षं गेली; पण शेवटी फ्लोरिडा मधील IOL International ही कंपनी अरविंदसोबत काम करायला तयार झाली. काहीसा उशीर झालेला असला तरी वेळ अगदी जमून आली होती, कारण IOL International ही कंपनी त्यांच्या जास्तीतजास्त उत्पादन क्षमतेपर्यंत पोहोचली होती आणि नवीन भागीदाराच्या शोधात होती. बाला सांगतात, ‘‘यंत्रसामुग्री आणि तंत्रज्ञान यांसाठी आम्ही त्यांना पावणे दोन कोटी रुपये द्यायचे आणि मग त्यांनी आमच्याकडून पंचवीस लाख रुपये किंमतीच्या लेन्सेस घ्यायच्या असं ठरलं. त्यांच्या कंपनीत आम्ही दोन आठवडे घालवले आणि त्यांनी दोन आठवड्यांसाठी इथे येऊन आम्हांला प्रशिक्षण दिलं.’’

उत्पादन प्रकल्पाच्या आखणीनं गती घेतली असली तरी अडचणी आणि शंकांचा ओघ काही शमत नव्हता. १९९० सालापर्यंत अरविंदची स्वत:ची अशी एक ओळख तयार झाली होती. सर्वांनी दिलेल्या सावधगिरीच्या सल्ल्याकडे डोळेझाक करून एक नवीन जोखीम हाती घेण्यानं आत्तापर्यंत कमावलेलं नाव गमवावं तर लागणार नाही ना? आपल्या डॉक्टरांना या शस्त्रक्रिया करण्यामध्ये असलेली आव्हानं पेलतील ना? जर आपल्या अपेक्षेइतकी मागणी निर्माणच झाली

नाही तर? आपल्या विरोधकांच्या म्हणण्यानुसार भारत हे या प्रकारच्या उत्पादनासाठी योग्य ठिकाण ठरलं नाही तर? ग्रामीण भागातल्या रुग्णांनी डोळ्यात अशा प्रकारचं रोपण करण्याची शस्त्रक्रिया करून घ्यायला नकार दिला तर? अज्ञात अशा भीतीनं सर्वांनाच ग्रासून टाकलं होतं. या आव्हानामुळे रुग्णालयाचा पैसा, प्रतिष्ठा आणि लोकांचा असलेला विश्वास, सगळंच पणाला लागणार होतं.

अशातच तत्त्वांचा आणि नैतिकतेचा प्रश्न समोर उभा ठाकला होता. डॉ. व्हींनी वैद्यकीय क्षेत्र फार जवळून पाहिलं होतं आणि त्यात चालणारी अटीतटीची स्पर्धा, आपलं काम करून घेण्यासाठी खिसे गरम करण्याची पद्धत यांचा त्यांना तिटकारा होता. गोरगरिबांच्या सेवेसाठी काम करणाऱ्या अरविंदनं या प्रवाहात पडणं म्हणजे तत्त्वांशी तडजोड करणं नव्हे का असा प्रश्न त्यांना भेडसावू लागला. शेवटी त्यांनी निर्णय घेतला आणि या प्रकल्पासाठी जिवाचं रान करणाऱ्या सदस्यांच्या एका बैठकीत जाहीर करून टाकलं की 'अरविंदचा पैसा या प्रकल्पासाठी वापरायचा नाही'.

हा निर्णय ऐकून अर्थातच सगळे जण अवाक झाले. या बैठकीत उपस्थित असणाऱ्या सुसान गिल्बर्ट सांगतात, ''अरविंद या प्रकल्पाला अर्थसाहाय्य करणार हे ऐकून मी खूप खूश झाले होते, कारण ते आमच्याच हिताचं होतं. आम्ही काय करू शकतो हे जगाला दाखवण्याची हीच संधी होती. गोष्टी खूप पुढे गेल्या होत्या, बाला त्याच्या कुटुंबाला घेऊन इथे आला होता, त्यानं आवश्यक ते प्रशिक्षण घेतलं होतं. जगाच्या काना-कोपऱ्यातून आम्ही सगळे इथे जमलो होतो ते केवळ याच एका ध्यासासाठी. आणि आता? आता डॉ.व्हींनी अचानकपणे माघार घेतली होती. बैठकीतलं वातावरण तंग होऊन गेलं होतं.''

ज्या माणसानं एखाद्या प्रकल्पाची सुरुवात केलेली असायची, त्यानंच प्रकल्प अर्ध्यावर आला असता माघार घेण्याची ही परंपरा अरविंदला नवीन नव्हती. डॉ. व्हींवर सगळ्यांचा जीव असला तरी ते कधीकधी विक्षिप्तपणे वागतात यात शंकाच नव्हती. कुठलंही ठोस कारण न देता केवळ त्यांच्या अंतर्मनाचा सल्ला म्हणून ते काही गोष्टी ठरवून मोकळे होत. नच्चिअर सांगतात, ''एखादा महत्त्वाचा निर्णय घ्यायचा असेल तर ते आम्हांला सांगत, 'मला योगी अरविंद आणि मदरना विचारू दे,' आणि मग एक-दोन दिवसांनी ते त्यांचा निर्णय सांगायचे. कधी तुम्ही त्यांना एखादा सल्ला विचारायला किंवा एखादा बदल सुचवायला गेलात की बराच वेळ ते तुमच्याकडे पाहत राहायचे, आणि मग अचानक काहीतरी अजबच उत्तर द्यायचे, उदा. 'आपण आता जेवायला जाऊ या का?', वगैरे. यातून आपण असा अर्थ काढायचा की, आपल्या कल्पनेला त्यांनी लाल झेंडा दाखवलेला आहे.''

या वेळीही अरविंदचा पैसा IOL च्या प्रकल्पात गुंतवणं ही घोडचूक ठरणार

अशी त्यांची खातरी पटली होती. सुझान सांगतात, 'चर्चा या टप्प्यावर येऊन थांबली आणि अचानक नच्चिअरनी बोलायला सुरुवात केली. आपल्या भावाशी इतक्या आवेगानं बोलताना मी तिला प्रथमच पाहत होते.' आपल्या रुग्णालयाला IOL हव्यात हा नच्चिअर यांचा ठाम निर्णय होता. अरविंदच्या गरीब रुग्णांवर जुने, कमी दर्जाचे उपचार करणं अजिबात मान्य नसणाऱ्या सर्जनने नच्चिअर यांच्यातल्या आज्ञाधारक बहिणीवर मात केली आणि त्या म्हणाल्या, "इतकी वर्षं जर मी तुमचा शब्द प्रमाण मानला नसता तर आज मी पुष्कळ पैसा आणि दागदागिने कमावले असते. आणि आज अरविंदला IOL मिळाव्यात यासाठी मी तो सगळा पैसा ओतायला तयार झाले असते."

नच्चिअर यांच्या बोलण्यानंतर बैठकीत अचानक शांतता पसरली. प्रकल्पाच्या आर्थिक बाबींवर काहीच चर्चा होऊ शकली नाही. पण नच्चिअर यांच्या बोलण्याचा परिणाम म्हणून डॉ. व्हींनी दिलेला ठाम नकार हळूहळू मवाळ होत गेला आणि प्रकल्पाचा आर्थिक भार अरविंदनं काही प्रमाणात उचलायला त्यांनी होकार दिला. उरलेला निधी बाह्य मदतीतून उभा केला जाईल असंही ठरवण्यात आलं. सेवा फाउंडेशन, साईटसेव्हर्स इंटरनॅशनल, सेवा-कॅनडा, कॉबॅट ब्लाइंडनेस फाउंडेशन अशा विविध संस्था पुढे सरसावल्या आणि अनेक हितचिंतकांनीही आपला खारीचा वाटा उचलला.

१९९२ साली म्हणजे रिडले यांच्या यशस्वी प्रयत्नानंतर त्रेचाळीस वर्षांनी एका सकाळी अव्यवहार्य आणि अशक्य वाटणारं हे स्वप्न सत्यात उतरलं. बाला आणि श्रीराम रविला (तुलसी यांचे धाकटे भाऊ) यांच्यासह इंजिनियर आणि इतर काही कर्मचारी अशा दहा जणांच्या ताफ्यानिशी अरविंद मदुराईच्या चौथ्या मजल्यावर या उत्पादन विभागाचा शुभारंभ करण्यात आला. योगी अरविंदांच्या नावावरून त्याचं नामकरण 'ऑरोलॅब' असं करण्यात आलं. विनाकारण अंधत्व हद्दपार करण्याच्या उद्देशाने नेत्र आरोग्य क्षेत्रात आवश्यक असणारी जागतिक दर्जाची उपकरणं किफायतशीर किंमतीत उपलब्ध करून देण्याचा विडा अखेरीस ऑरोलॅबनं उचलला होता.

प्रारंभी ऑरोलॅबनं दिवसाला १५० लेन्सेस या वेगानं काम करायला सुरुवात केली. अरविंदच्या रुग्णालयात आवश्यक असणारी IOLची गरज भागवण्यास ही संख्या पुरेशी होती. बाजारपेठेच्या प्रतिसादाचा अंदाज घेण्याच्या उद्देशानंच हे प्रमाण ठरवण्यात आलं होतं. ऑरोलॅबमुळे आता गरीब रुग्णांना हे आधुनिक उपचार अगदी नाममात्र किमतीत देणं शक्य झालं होतं. सर्वात सवलतीच्या दरात ही सुविधा ५०० रुपयांत उपलब्ध झाली होती. आणि त्याच वेळी आयात केलेल्या IOLची किंमत ४,००० ते २०,००० इतकी जास्त होती.[१३]

रुग्णांच्या उत्पन्नाचा आणि या शस्त्रक्रियेवर ते किती खर्च करू शकतील

याचा अभ्यास करूनच ही किंमत ठरवण्यात आली होती. रोजचे ५० रुपये रोजगार असणारे हे लोक त्यांचा १० दिवसांचा रोजगार म्हणजे ५०० रुपये दृष्टी परत मिळवण्यासाठी खर्च करायला तयार होते.

IOLच्या मागणीचा इतका प्रचंड पूर येईल याची कुणालाच कल्पना नव्हती. २००९ सालापर्यंत ऑरोलॅबमध्ये दिवसाला ७,००० आणि वर्षाला २० लाख लेन्सेस बनवण्यात येत होत्या. बर्कले येथील कॅलिफोर्निया विद्यापीठाच्या विद्यार्थ्यांनी लिहिलेल्या शोध-निबंधात असं मांडण्यात आलं होतं की, 'इतर कोणत्याही उत्पादकांच्या तुलनेत ही सामाजिक संस्था नेत्र साधनांचे अधिक किफायतशीरपणे उत्पादन करत आहे. IOLच्या जागतिक बाजारपेठेतल्या १०% लेन्सेस इथे बनवण्यात आलेल्या असून त्या १२० देशांत पोहोचल्या आहेत.[१४] २०११ साल उगवेपर्यंत जगातल्या १० लाख लोकांना ऑरोलॅबनं निर्माण केलेल्या IOLनं दृष्टिदान दिलेलं आहे.'[१५]

ऑरोलॅब करत असलेली निर्मिती केवळ लेन्सेसची नव्हती, ती होती एका क्रांतीची निर्मिती. कारुण्यभावनेच्या पायावर उभी राहिलेली क्रांती.

बारा

नफावृद्धीपेक्षा सेवावृद्धी महत्त्वाची

अरविंदच्या परंपरेला साजेशी कामगिरी करत ऑरोलॅबनं अनेक अडथळे पार करून आपले पाय रोवायला सुरुवात केली. जागतिक बाजारपेठेतील अटीतटीच्या स्पर्धेत उत्तम दर्जाची उत्पादनं निर्माण करण्याचं आव्हान पेलून दाखवलं. कोणताही पूर्वानुभव पाठीशी नसूनही केवळ गोरगरिबांना चांगले उपचार देण्याच्या जिद्दीनंच हे सगळं घडू शकलं.

तंत्रज्ञानाच्या बाबतीत ऑरोलॅब इतरांपेक्षा काही वेगळी नव्हती. जगात इतरत्र वापरली जाणारीच यंत्रसामुग्री आणि तंत्रज्ञान इथे वापरलं जायचं. वेगळेपण होतं ते किंमत ठरवण्याच्या पद्धतीत. डेव्हिड ग्रीन यांच्या मते ऑरोलॅबचा उत्पादनखर्च कमी होता आणि म्हणून ते कमी किंमतीत ही साधनं उपलब्ध करून देऊ शकत होते असं अजिबात नव्हे. यामागे एकच कारण होतं ते म्हणजे त्यांचं उद्दिष्ट, 'नफावृद्धीपेक्षा सेवावृद्धी महत्त्वाची.'[१]

ऑरोलॅबच्या धर्तीवर चालणाऱ्या व्यवसायांची सर्वच क्षेत्रांना अतिशय गरज आहे. पाश्चात्त्य जगात होणारं नवनवीन संशोधन आणि त्यावर आधारलेलं तंत्रज्ञान इतरत्र पसरणं तितकंसं सोपं नाही. 'परिणामी, सगळ्या आरोग्य सुविधांचे दोन गट पडलेले दिसतात; विकसित देशांतील सुविधा आणि विकसनशील देशांतील सुविधा.' तुलसी म्हणतात. तंत्रज्ञानाचा हा प्रवास न होण्यामागे केवळ पैसा हाच एक मुद्दा नाही, तर बाजारपेठांचा अभाव, तंत्रकुशल मनुष्यबळाचा अभाव, साचेबद्ध मानसिकता आणि प्रचंड स्पर्धा ही कारणंदेखील आहेत.

या लेन्सेसच्या उत्पादन पद्धतीत यंत्रांच्या आधारे करण्याची अनेक कामं होती. उदा. कटिंग, कॅलिब्रेटिंग, निर्जंतुकीकरण, तपासणी, आणि पॅकेजिंग इ. यासाठी कुशल तंत्रज्ञ आवश्यक होते. शस्त्रक्रिया विभागात वापरली जाणारी असेंब्ली लाईन पद्धत इथेही वापरली गेली. खेड्या-पाड्यातल्या जेमतेम शाळा शिकलेल्या मुलींना

शस्त्रक्रियांच्या कामात साहाय्य करण्यासाठी प्रशिक्षण देण्याचा गाढा अनुभव अरविंदच्या गाठीशी होताच. कौशल्यांपेक्षा तत्त्वांना झुकतं माप देऊन भरती केलेल्या महिला कर्मचाऱ्यांनाच या कामातही गुंतवण्यात आलं.[२] ऑरोलॅबच्या कार्यप्रणालीचे वाकबगार व्यवस्थापक श्रीराम रविला म्हणतात, "महत्त्वाकांक्षी लोकांपेक्षा साध्या, पण निष्ठेनं काम करणाऱ्यांना आम्ही प्राधान्य दिलं." संगणकाच्या मदतीनं चालणाऱ्या लेथ मशीनपासून ते रोबोटिक क्लीनिंग सिस्टीमपर्यंत सगळं काही या मुली अतिशय सफाईनं हाताळतात.

ऑरोलॅबला तुलनेनं कमी खर्चात कर्मचारी मिळत असल्यानं काही प्रमाणात बचत होत असली तरी, त्यांचा सर्वसाधारण उत्पादन खर्च पाश्चात्त्य उत्पादकांना येणाऱ्या खर्चाइतकाच आहे. इथे वापरली जाणारी यंत्रसामुग्री आणि कच्चा माल यापैकी ८०% गोष्टी आयात केलेल्या आहेत. कच्च्या मालाचा विचार केला तर प्रतिस्पर्धकांच्या तुलनेत ऑरोलॅबचा खर्च वाढतो तो वाहतूक-खर्च आणि आयात शुल्क यांच्या वाढीव किमतीमुळे.[३]

अरविंदमध्ये असणाऱ्या विभिन्न स्तरीय शुल्क रचनेप्रमाणेच ऑरोलॅबमध्येही किमतीचे स्तर आहेत. काही वेगळ्या ब्रँडची साधनं आणि सवलतीच्या दरातील उत्पादनं लोकहितार्थ चालणाऱ्या संस्थांना पुरवली जातात, तर अधिक खर्च पेलू शकणाऱ्या ग्राहकांना वेगळी, महागडी उत्पादनं पुरवण्यात येतात. त्यांच्या एकूण उत्पन्नापैकी ६५% उत्पन्न ना नफा तत्त्वावर चालणाऱ्या संस्था आणि सरकारी संस्था यांनी केलेल्या खरेदीतून मिळतं.[४]

बाला यांच्या शब्दात सांगायचं तर, "ऑरोलॅब हा एक पथदर्शक प्रकल्प आहे. आम्ही दाखवून दिलं की, आधुनिक तंत्रज्ञान विकसनशील देशांत आणण्यासाठी बाजारपेठ समृद्ध होण्याची वाट पाहत बसण्याची काहीच आवश्यकता नसते. मागणी निर्माण करण्याचा आपला प्रामाणिक प्रयत्नच बाजारपेठेला चालना द्यायला पुरेसा असतो."[५] खरंतर ऑरोलॅबनं अगदी नेमकी वेळ साधली होती. IOLच्या संदर्भातल्या चर्चेनं उठवलेलं वादळ जेव्हा शमलं तेव्हा अनेक संस्थांनी हे तंत्र विकसनशील देशांत पसरवण्याच्या कामात पुढाकार घ्यायला सुरुवात केली आणि ऑरोलॅब त्यांना हवी असलेली साधनं पुरवायला तयारच होती.

१९९४ साली मोतीबिंदूमुळे निर्माण होणाऱ्या अंधत्वाच्या निवारणाचा कार्यक्रम देशपातळीवर राबवण्यासाठी भारत सरकारनं जागतिक बँकेकडून साठ कोटी रुपयांचं अर्थसाहाय्य घेतलं. गरीब रुग्णांवर IOL आधारित शस्त्रक्रिया करण्यासाठी अनेक रुग्णालयांना या रक्कमेतून मदत देण्यात आली.[६,७] यामुळे अचानक वाढलेली IOLची मागणी एव्हाना उत्पादनात जम बसवलेल्या ऑरोलॅबच्या पथ्यावरच पडली.

त्या वेळी भारतातले IOLचे मूठभर उत्पादक चढ्या किमतीनं लेन्सेसची विक्री करत असल्यानं बाजारपेठ मर्यादित स्वरूपाची होती. ऑरोलॅबनं मात्र उच्च दर्जाच्या लेन्स माफक किंमतीत उपलब्ध करून लाखो ग्राहकांना या बाजारपेठेत सामावून घेतलं.

ऑरोलॅबच्या निमित्तानं अरविंदच्या सामर्थ्याची आणि क्षमतांचीही पारख झाली. ऑरोलॅब सुरू होईपर्यंतच्या पाच वर्षांच्या काळात अरविंदमध्ये मोफत किंवा अत्यंत सवलतीच्या दरात केल्या जाणाऱ्या मोतीबिंदू शस्त्रक्रियांची संख्या ६९% नी वाढली होती तर त्यापुढच्या पाच वर्षांत हीच संख्या १६२% नी वाढली.[८] गरीब आणि गरजू रुग्णांना तर IOLच्या रूपानं वरदानच मिळालं जणू. ही नव्या प्रकारची शस्त्रक्रिया परवडणारी होती, दृष्टीत सुधारणा होण्याची खात्री देणारी होती, झालंच तर आता जाड काचांचा चश्मा घालण्याची आणि आठवडाभर रुग्णालयात थांबण्याचीही गरज उरणार नव्हती. या सगळ्या कारणांमुळे IOL हे अनेक रुग्णांच्या पसंतीस उतरू लागलं.

अशा प्रकारे ऑरोलॅबमुळे अरविंदच्या रुग्णसंख्येत खूप मोठी वाढ होऊ लागली. अरविंदमध्ये असणाऱ्या IOLच्या मागणीनं तर जोर धरलाच. पण इथला एकूणच दर्जा, व्याप्ती, सुविधांचा पुरवठा यातही लक्षणीय सुधारणा होत गेल्या. १९९२ साली मोतीबिंदूच्या एकूण रुग्णसंख्येपैकी केवळ ३५% रुग्णांना ही IOL सुविधा परवडू शकत होती, तर २००३ पर्यंत हीच संख्या ९८% वर पोहोचली.[९]

किफायतशीर किमतीत उपलब्ध झालेल्या लेन्सनी शस्त्रक्रिया प्रशिक्षणावरही दूरगामी परिणाम केले. १९९०च्या दरम्यान हे तंत्रज्ञानच मर्यादित स्वरूपात उपलब्ध असल्याने त्याच्या प्रशिक्षणाचीही वानवाच होती. ऑरोलॅबमुळे ही अडचणदेखील दूर झाली. जसजशी या लेन्सेसची मागणी वाढत गेली तसतशी या शस्त्रक्रियेच्या प्रशिक्षणाचीही गरज वाढत गेली. या संधीचा फायदा घेऊन अरविंदने IOL शस्त्रक्रियांचं शास्त्रशुद्ध प्रशिक्षण देणारा कार्यक्रमही आखला. १९९३ साली यू.के.स्थित साईट सेव्हर्स या संस्थेच्या मदतीनं जगभरातल्या सर्जन्ससाठी या प्रशिक्षण-वर्गाची द्वारं खुली करण्यात आली. अफगाणिस्तान, मंगोलिया, पाकिस्तान, इंडोनेशिया, स्वित्झर्लंड, जर्मनी, इस्राईल, अमेरिका, न्युझीलंड अशा देशांतून सर्जन्सचा ओघ या प्रशिक्षण-वर्गाकडे येऊ लागला. बऱ्याच प्रतीक्षेनंतर प्रवेश मिळणाऱ्या या वर्गातून दर वर्षी १०० सर्जन्स बाहेर पडतात.[१०] आजमितीला १९०० नेत्रतज्ज्ञांना इथे प्रशिक्षण देण्यात आलं आहे. लेन्सचं उत्पादन आणि शस्त्रक्रियेचं प्रशिक्षण अशा दुहेरी मार्गांनी वाटचाल करत अरविंद-ऑरोलॅब या द्वयीनं जगभरातल्या शेकडो रुग्णालयांतून जुन्या तंत्रज्ञानाला हद्दपार करून टाकलं.

सर्वसमावेशकता आणि उच्च दर्जाचा ध्यास यांच्याच जोडीला ऑरोलॅबनं

अरविंदकडून उचललेला आणखी एक गुण म्हणजे जाणीवपूर्वक मर्यादित ठेवलेलं मार्केटिंगचं तंत्र. पहिल्या आठ वर्षांमध्ये जगभरातल्या इतक्या वेगवेगळ्या संस्था आणि रुग्णालयांना केली जाणारी लेन्सेसची निर्यात आर. दुराईसामी (तुलसी आणि श्रीराम यांचे वडील) यांनी एकहाती सांभाळली. ऑरोलॅबच्या प्रसारासाठी खर्चिक, भव्य असं काही करण्यापेक्षा कौतुकाच्या शब्दांतून होणाऱ्या प्रसाराला त्यांनी महत्त्व दिलं. अरविंदची रुग्णालयं, त्यांचे भागीदार, इथे काम करणारे डॉक्टर्स आणि समाधानी रुग्ण हेच त्यांचे खरे प्रचारक ठरले.

पहिल्या तेरा वर्षांपर्यंत भारतामध्ये IOLच्या उत्पादनाचे नियमन करणारी कोणतीही व्यवस्था अस्तित्वात नव्हती. श्रीराम म्हणतात, "तुम्ही बनवत असलेल्या उत्पादनांची कधीही कोणत्याही प्रकारची तपासणी केली जात नसे."[११] पण या गोष्टीचा ऑरोलॅबनं कधीच गैरफायदा घेतला नाही. उलट या संधीचा फायदा घेऊन त्यांनी अत्यंत उच्च दर्जाचं उत्पादन करण्याचा मानदंड घालून दिला. या काळात ऑरोलॅबमध्ये बनलेल्या लेन्सेसची चाचणी अमेरिकेतील डॉ. डेव्हिड ॲपल यांच्याकडून करून घेण्यात येत असे. रिडले यांचे स्नेही असलेल्या डॉ. डेव्हिड ॲपल यांचं IOLच्या क्षेत्रातील अधिकारी व्यक्ती म्हणून आदरानं नाव घेतलं जात असे.[१२] एका विख्यात जरनलमध्ये डॉ. डेव्हिड ॲपल यांनी ऑरोलॅबविषयी अशी टिप्पणी केली होती की, 'ऑरोलॅबमध्ये बनवण्यात आलेल्या लेन्सेसचा दर्जा अत्यंत उच्च असून अमेरिका आणि युरोपियन देशांमध्ये तयार होणाऱ्या लेन्सेसपेक्षाही त्यांचे उत्पादन अधिक दर्जेदार आहे.'[१३]

ISO प्रमाणपत्र आणि CE मार्क मिळवणारी ऑरोलॅब ही भारतातली पहिलीच कंपनी होती. (ISO हे आंतराष्ट्रीय पातळीवर दर्जेदार उत्पादनासाठी दिलं जाणारं प्रमाणपत्र असून CE मार्क हा युरोपिअन देशांमध्ये उत्पादनासाठी दिला जाणारा पुरस्कार आहे)[१४] "या प्रमाणपत्रांचे दोन फायदे झाले. एकतर आम्हांला ही उत्पादनं निर्यात करण्याची परवानगी मिळाली आणि दुसरं म्हणजे आमच्या स्पर्धक कंपन्यांना त्यांचा दर्जा सुधारावा लागला. यातून भारतात आपोआपच एक निकोप स्पर्धा सुरू झाली आणि उच्च दर्जाची साधनं माफक किंमतीत पुरवली जाऊ लागली." श्रीराम सांगतात.

आज भारत हा IOLचा जगातील सर्वात मोठा ग्राहक देश आहे. भारतात असलेल्या IOLच्या डझनभर उत्पादकांपैकी चार जणांचं उत्पादन हे CE मार्क मिळवण्याच्या पात्रतेचं आहे.[१५] ऑरोलॅब ही आज देशातली तिसऱ्या क्रमांकाची उत्पादक कंपनी असली तरी सर्वात स्वस्त मात्र नाही. बाजारात IOLची किंमत

१०० रुपयांच्या आसपास असून काही ब्रँड तर त्याहीपेक्षा कमी किमतीत उपलब्ध आहेत. कमीतकमी किमतीत या लेन्सेस उपलब्ध करून देण्याच्या स्पर्धेतून ऑरोलॅब योग्य वेळीच बाहेर पडली. तत्त्वं आणि नैतिकतेच्या मुद्द्यावर आपण नेतृत्व सांभाळायला हवं हे त्यांना चांगलंच उमजलेलं आहे.

निकोप स्पर्धेला चालना देणं, उत्तम दर्जाबाबत आग्रही राहणं आणि तरीही सर्वांना परवडेल अशाच किमती राखणं यामुळे ऑरोलॅब सतत गतिमान राहू शकली. अरविंदप्रमाणेच आर्थिक शिडीच्या दोन्ही टोकांना सुविधा देण्याच्या धोरणामुळे त्यांना प्रगती साधणंही सुरळीत गेलं. IOL तंत्रज्ञानात झपाट्यानं झालेल्या विकासाचा फायदा घेत त्यांनी आपल्या उत्पादनांचा आवाका विस्तारत नेला. आज वीस वेगवेगळी साधनं त्यांच्या हजारो उपप्रकारांसह इथे बनवली जातात. फोल्डेबल, हार्ड, सॉफ्ट, वन पीस, थ्री पीस, हायड्रोफिलिक, हायड्रोफोबिक (ज्याला अत्यंत अवघड अशा प्रकारचं उत्पादनतंत्र लागतं) अशा सर्व प्रकारच्या लेन्स ऑरोलॅबमध्ये उपलब्ध आहेत. या उत्पादनातल्या काही गोष्टी बाहेरूनही बनवून घेतल्या जातात.

उच्च उत्पन्न गटाच्या मागण्या ऑरोलॅब पुरवत असली, तरी त्यांच्या व्यवसायाचा गाभा हा दयाबुद्धीच्या तत्त्वावरच आधारलेला आहे. बालांच्या मते, "जेव्हा अरविंदला एखाद्या नव्या तंत्रज्ञानाचा शोध लागतो तेव्हा, हे तंत्र कमीत कमी किमतीत सर्वांना उपलब्ध कसे करून देता येईल याचा विचार सर्वप्रथम केला जातो. एखाद्या उपचारपद्धतीतली सर्वात खर्चिक बाब किफायतशीर दरात कशी उपलब्ध होईल हेच आमच्या कामातलं सूत्र होतं." IOL नंतर आव्हान होतं ते शस्त्रक्रियेदरम्यान घातल्या जाणाऱ्या टाक्यांचं.[१६] १९९८ साली या टाक्यांच्या एका संचाची किंमत अमेरिकेमध्ये २४०$ इतकी होती. IOL प्रमाणेच ऑरोलॅबनं या टाक्यांचंही उत्पादन करायला सुरुवात केली. जर्मनीकडून मिळालेलं हे तंत्रज्ञान इथे रुजवण्यात त्यांना डेव्हिड ग्रीन आणि इतर काही संस्थांची मदत झाली. ऑरोलॅबनं बनवलेल्या या संचाची किंमत होती फक्त १५०० रुपये. (३०$)[१७]

याआधी दोन वर्षांपूर्वी म्हणजे १९९६ मध्ये इंग्लंडमधील मूरफिल्ड आय हॉस्पिटलमधून एक पाहुणे ऑरोलॅबला भेट देण्यासाठी आले होते. इथलं कामकाज पाहून खूश झालेल्या या पाहुण्यानं एक प्रस्ताव मांडला तो असा की, नेत्रआरोग्याशी सबंधित औषधनिर्मिती क्षेत्रात ऑरोलॅबनं उतरावं आणि ते स्वत: त्यांना सहकार्य करण्यास उत्सुक आहेत. आणि अशा प्रकारे ऑरोलॅब ही, ना नफा तत्त्वावर चालणारी भारतातली पहिली औषध कंपनी म्हणून या आखाड्यात उतरली. आपल्या गुणधर्माला साजेसं काम ऑरोलॅबनं इथेही करून दाखवलं यात काही नवल नाही. श्रीराम सांगतात, "आम्ही केवळ महागड्या औषधांच्या किमती खाली आणण्यात हातभार लावतो असं नाही तर इतर कंपन्या तयार करत नसलेली

औषधंही आम्ही तयार करतो. काही औषधं प्रभावी असतात पण ती फार काळापर्यंत प्रभावी राहू शकत नाहीत. अशा औषधांच्या उत्पादनात फारसा नफा मिळत नसल्यानं भल्या भल्या कंपन्या त्यांचं उत्पादन करायला अनुत्सुक असतात. (उदा. कॉर्निअल अल्सरवर प्रभावी असणारं एक अँटिफंगल औषध) व्यावसायिकदृष्ट्या निरुपयोगी म्हणून नाकारली जाणारी ही औषधं ऑरोलॅबसाठी गरजेची तर आहेतच शिवाय त्यांच्या तत्त्वांच्या चौकटीतही बसणारी आहेत. यातल्या बऱ्याचशा औषधांवर पेटंट लागू नसल्यानं त्यांचं उत्पादन करणं सुलभ झालं आहे.''

आज ऑरोलॅबमध्ये पन्नास वेगवेगळ्या प्रकारची औषधं, मलमं, ड्रॉप्स निर्माण होतात. एकाच छताखाली औषधांच्या सर्व गरजा भागवल्या जात असल्यानं गिऱ्हाईकाच्या दृष्टीनंही हे सोयीचं होतं.[१८] त्यांनी काही नावीन्यपूर्ण संचही तयार केले आहेत, उदा. त्यांचा लोकप्रिय मोतीबिंदू संच, ज्यात मोतीबिंदूच्या पाच शस्त्रक्रियांसाठी लागणाऱ्या लेन्सेस, टाके, आणि औषधं अशा सर्व गोष्टींचा समावेश आहे. याच्याही पुढे एक पाऊल जात त्यांनी आता अनेक प्रकारची साधनं, शस्त्रक्रियेसाठी लागणारी उपकरणं, तपासणीची साधनं उदा रंगांधळेपणा, डोळ्याचा नंबर हे सर्व एकत्रितरीत्या तपासण्यासाठी रिमोटद्वारा चालणारा एलसीडी तक्ता इ. यातली काही उत्पादनांना युरोपिअन देशांमध्ये विशेष मागणी आहे.

अरविंदशी असलेली भागीदारी ऑरोलॅबला अतिशय फायद्याची ठरली यात शंकाच नाही. उच्च दर्जा कायम राखण्याचा ध्यास ऑरोलॅबनंही कायम राखला. अरविंदच्या डॉक्टरांकडून सर्व उत्पादनांच्या प्रत्यक्ष वापरासंबंधी सूचना आणि प्रतिक्रिया तातडीनं दिल्या जातात. क्वचित त्यांच्याकडून काही नवनवीन कल्पनाही सुचवल्या जातात. अरविंदच्या रुग्णालयांची गरज पूर्ण करणं हे ऑरोलॅबचं मूळ उद्दिष्ट असलं तरी आता त्यांचा आवाका जगभरात विस्तारला आहे.

उद्देश, तत्त्वज्ञान आणि नेतृत्व करणारी मंडळी हे अरविंद आणि ऑरोलॅबमधले समान दुवे असले तरी त्या दोन्ही संस्थांचं स्वतंत्र अस्तित्व आहे. इतर संस्था ऑरोलॅबकडून ज्या दराने सर्व साधनांची खरेदी करतात तोच दर अरविंदलाही लागू होतो. त्याचप्रमाणे काही विशिष्ट ब्रँडच्या परदेशी उत्पादनांची ऑरोलॅबच्या प्रतिस्पर्धी कंपन्यांकडून खरेदी करायलाही अरविंद स्वायत्त आहे. २०१० मध्ये ऑरोलॅबच्या ६५ कोटी रुपयांच्या महसुलात अरविंदच्या खरेदीचा वाटा फक्त १३% इतकाच होता.[१९] आणि त्याच वर्षी ऑरोलॅबच्या संचालक मंडळानं जगातल्या एका ख्यातनाम कंपनीच्या खरेदी प्रस्तावाला नकार दिला होता.

फुलाची खूण कोरलेला तो लोखंडी दरवाजा उघडतो आणि आपण येऊन

पोहोचतो ते एका प्रशस्त चार मजली इमारतीच्या आवारात. एकूण १,१०,००० चौ. फुटांवर पसरलेली ही ऑरोलॅबची नवीन इमारत, तिच्या मूळ घरापासून म्हणजे अरविंदपासून सात-आठ किमी अंतरावर दिमाखात उभी आहे. डोकं झाकणारी टोपी, अंगात एप्रन आणि पायात सपाता घालून मगच बाहेरच्या पाहुण्यांना इथल्या उत्पादन विभागात सोडलं जातं. काही विभागांत जाऊन त्या कामाची प्रत्यक्ष पाहणी करता येते तर काही अति-निर्जंतुक ठिकाणं काचेच्या खिडकीतूनच पहायची परवानगी आहे. इथे एकूण ४६० पेक्षा जास्त कर्मचारी काम करतात. यंत्रसामुग्रीचा एकसुरी आवाज तिथल्या वातावरणात भरून राहिलेला असतो. नजर जाईल तिकडे निळ्या गणवेशातल्या तरुणी काम करताना दिसतात. कुणी सूक्ष्मदर्शक घेऊन काही करत असतात तर कुणी संगणकाच्या साहाय्यानं चालणारी कटिंग, स्वच्छता, तपासणी अशी कामं. कुठे प्लॅस्टिकच्या चकचकीत बटणासारख्या दिसणाऱ्या या हजारो लेन्सेस पॅकबंद होत असतात. पाहणाऱ्याचं लक्ष वेधून घेणारी एक विलक्षण लय त्या सगळ्यांच्या हालचालीत दिसते.

अरविंदच्याच कुशीत रुजलेल्या ऑरोलॅबच्या रोपाचा आज भला थोरला वृक्ष झालाय. ऑरोलॅबनं घेतलेली झेप सगळ्यांच्या अपेक्षांच्या कक्षा उल्लंघून गेली आहे. सेवाभावाच्या उदात्त हेतूनं स्थापन झालेल्या एका रुग्णालयानं तीच मूल्यं जपत उत्पादनक्षेत्रातही केलेली ही घोडदौड थक्क करून सोडणारी आहे. अरविंद-ऑरोलॅबच्या नात्यातली ही संपन्नता आणि आदर्श, व्यवहारांच्या सीमा ओलांडून जाणारे आहेत याची त्या दोहोंच्या नेतृत्वाला पुरेपूर जाणीव आहे. असाध्य ते साध्य करून दाखवण्यात ही जोडगोळी यशस्वी ठरली आहे.

ऑरोलॅबच्या दर्शनी भागात ग्रॅनाईटच्या कोंदणातलं डॉ. व्हींचं प्रसन्न हसरं कृष्ण-धवल छायाचित्र आपलं लक्ष वेधून घेतं. नि:स्वार्थी हेतूनं हातात घेतलेली ही चाकोरीबाहेरची मोहीम फलद्रूप होताना पाहून जणू डॉ. व्हींच्या चेहऱ्यावर हे हसू विलसतं आहे.

त्याखाली त्यांचे शब्द कोरेलेले आहेत,

'केवळ बुद्धी आणि सामर्थ्य काय उपयोगाचं?
त्याला नवनिर्मितीचं कोंदण लाभायला हवं.'

तेरा

एका द्रष्ट्याची दुसरी बाजू

१९७०च्या दशकाचा उत्तरार्ध, जेव्हा अरविंद हे एक लहानसं रुग्णालय होतं तेव्हाची गोष्ट. रुग्णालयात एका दिवसात १०० रुग्ण तपासले गेल्याचा आनंद साजरा करण्यासाठी डॉ. व्हींनी सगळ्यांना आईस्क्रीमची पार्टी दिली; पण या पार्टीबरोबरच आता आपण दिवसाला १००० रुग्ण तपासण्याचं ध्येय ठेवायला हवं असा कानमंत्र द्यायला ते विसरले नाहीत. जवळपास सगळ्याच कर्मचाऱ्यांनी त्यांचं हे बोलणं अतिशयोक्तीचं समजून फारसं मनावर घेतलं नाही. आज जवळजवळ पाच दशकांचा काळ उलटून गेलाय आणि अरविंदमध्ये आज दिवसाला ७००० रुग्ण तपासले जातात, डॉ. व्हींनी दिलेल्या उद्दिष्टापेक्षा ७ पट जास्त. ‘‘डॉ. व्हींची दूरदृष्टी ही अशीच असायची, आपल्या कल्पनाशक्तीच्या पार पलीकडे जाणारी, अशक्य भासणारी.’’ हे सांगताना फ्रेड मुन्सॉन यांच्या शब्दातला विस्मय आणि कौतुकमिश्रित आदर लपत नाही.

‘अरविंद’ म्हणजे कमळ. अरविंदचा विकासही तसाच होत होता, संपूर्ण उमललेल्या कमळाच्या फुलासारखा. येणारं प्रत्येक वळण अरविंदच्या नवनव्या क्षमतांचा आणि सामर्थ्याचा प्रत्यय आणून देणारं होतं. अरविंदच्या संशोधनकार्यातले सहकारी डॉ. जॅक व्हिचर म्हणतात, ‘‘मी योगी अरविंद आणि त्यांच्या संकल्पना यांबद्दल थोडंफार जाणतो. सतत उन्नत होत जाणं हा मानवधर्म असल्याचं ते मानत. मला वाटतं, अरविंदच्या बाबतीतही हेच घडत असावं. इथे देवाणघेवाणीची प्रक्रिया सतत सुरू आहे.’’

‘शिखरावर जाण्याचं ध्येय घेऊन चढताना विसाव्याच्या टप्प्यालाच शिखर समजणं किंवा एखाद्या जागी गरजेपेक्षा अधिक काळ रेंगाळणं ही सर्वात मोठी चूक असते.’ असं योगी अरविंदांनी लिहिलं आहे.[१] सातत्यानं नवनवीन स्वप्नं पाहण्याच्या डॉ. व्हींच्या दृष्टीनं अरविंदला प्रवाहीपणा दिला. आपण मांडलेली गृहीतकं सत्याच्या

कसोटीवर तावूनसुलाखून घेण्याची आणि यशानं हुरळून न जाता तर्कशुद्ध प्रश्नांना सामोरं जाण्याची वृत्ती त्यांनी अरविंद परिवारातल्या सर्वांच्यात बाणवली. याचं उत्तम उदाहरण म्हणजे अरविंदच्या नेतृत्वाकडून होणारं नेत्र शिबिरांचं परखड विश्लेषण. ही शिबिरं म्हणजे अरविंदचा मानबिंदू होता. पण १९९९ साली या विश्वासाला तडा गेला तो, अरविंद आणि लंडन स्कूल ऑफ हायजीन अँड ट्रॉपिकल मेडिसिन यांनी एकत्रितरीत्या केलेल्या संशोधनामुळे.

अरविंद काम करत असलेल्या परिसरातील किती लोकांना या सुविधांचा प्रत्यक्ष लाभ होतो हे या सर्वेक्षणात पाहण्यात आलं होतं. आणि त्याचे निष्कर्ष फारच धक्कादायक होते. केवळ सात टक्के लोक या सुविधांचा फायदा घेतात असं यातून निष्पन्न झालं होतं.[२] याचा अर्थ अरविंदमुळे नेत्रसेवा घेऊ शकणाऱ्या रुग्णांची संख्या मोठी असली तरी एकूण लोकसंख्येच्या तुलनेत हे प्रमाण नगण्य होतं. "हे निष्कर्ष प्रसिद्ध होईपर्यंत आम्ही किती लोकांना सेवा दिली इतकंच आम्ही पाहत होतो पण किती लोकांपर्यंत सेवा पोहोचणं बाकी आहे याचा आम्ही विचारच केला नव्हता. अरविंदमध्ये येणाऱ्या रुग्णांच्या संख्येनं आम्हांला चकवा दिला." तुलसी कबूल करतात.

अरविंदमार्फत आठवड्याला ४० शिबिरं घेतली जातात हे खरं. पण त्यांचा विस्तार ६०० गावांमध्ये/खेड्यांमध्ये आहे ही बाब ध्यानात घेतली तर प्रत्येक वस्तीमध्ये हे शिबिर वर्षातून २-४ वेळा किंवा फारफार तर महिन्यांतून एकदाच होतं. म्हणजे सगळ्या वाड्या-वस्त्यांमध्ये वर्षभर सातत्यानं पोहोचता येईल असा एखादा कार्यक्रम हाती घेण्याची अरविंदला गरज होती.

आपल्या टेबलवरच्या नव्याकोऱ्या फ्लॅट स्क्रीन संगणकाकडे डॉ.व्ही कुतूहलानं पाहत होते. दरवाजातून डोकावणाऱ्या प्रत्येकाला ते गमतीनं सुनावत, "आत या, पण दोन रुपये दिल्याशिवाय हे पहायला मिळणार नाही बरं!" ऐंशी वर्षं पार केलेला हा वृद्ध एखाद्या लहान मुलाच्या कुतूहलानं या नव्या तंत्रज्ञानाकडं पाहत राहतो. गूगल सॅटेलाईटद्वारे नकाशे कसे पहायचे हे जेव्हा त्यांना पहिल्यांदा कुणीतरी दाखवलं तेव्हा ते कितीतरी वेळ आत्तापर्यंत भेट दिलेली सगळी शहरं त्या नकाशात शोधण्यात गर्क झाले होते. आत्तापावेतो जगाच्या दृष्टीनं अस्तित्वातही नसणाऱ्या अनेक ठिकाणांना आणि लोकांना जगाच्या नकाशावर ओळख मिळवून देणाऱ्या या तपस्वी डॉक्टरकडून दुसरं तरी काय अपेक्षित आहे? त्यांचं कुतूहल चौकसपणातून आलेलं आहे, केवळ वरवरचं नाही. आणि अंतिमतः हे सगळं येऊन पोहोचतं ते गरजूंसाठी काही करू पाहण्याच्या करुणामय दृष्टीपर्यंत. आज २००३ सालातल्या

एका सकाळी टेलीमेडिसिन या विषयाबद्दलचा अलास्कामधला एक अहवाल वाचण्यात ते गढून गेले आहेत. तो वाचून ते जाहीर करतात, ‘‘आपल्या आजूबाजूच्या गावागावात पोहोचायचं तर हे असं काहीतरी आपल्याला सुरू करायला हवं’’, जणू काही ती एक जादूची कांडीच आहे.

२१वं शतक उजाडलं तेच माहिती आणि तंत्रज्ञानाचा खजिना घेऊन. आता ही लाट भारतातल्या खेड्यापाड्यांच्या उंबरठ्याशी पोहोचली आहे. या सगळ्याचे नेत्र सेवा क्षेत्रावर काय परिणाम होतील याबाबत सर्वात जास्त उत्सुक कुणी असले तर ते होते डॉ. व्ही आणि त्यांचे मेहुणे डॉ. नाम. या दोघांच्या नेतृत्वाखाली माहिती तंत्रज्ञानाचा अधिकाधिक उपयोग करून जास्तीतजास्त लोकांपर्यंत पोहोचण्यासाठी अनेक प्रकल्पांना सुरुवात करण्यात आली; पण सर्वात लक्षवेधी ठरला तो एक अनोखा प्रकल्प.

२००४ साली कॅलिफोर्निया विद्यापीठ, बर्कले इथून अरविंदमध्ये आलेला सोनेश सुराणा हा उंच हाडकुळा तरुण एका संशोधन प्रकल्पाच्या शोधात होता. विकसनशील देशांतील आव्हानात्मक प्रश्न सोडवण्यासाठी नावीन्यपूर्ण कल्पना शोधण्याच्या हेतूनं सुरू करण्यात आलेल्या ‘टेक्नॉलॉजी अँड इन्फ्रास्ट्रक्चर फॉर इमर्जिंग रीजन्स (TIER)’ या प्रकल्पांतर्गत सोनेश काम करणार होता. अरविंद-थेनी आणि तिथपासून १५-१६ किमी अंतरावर असणारं डॉ.नाम यांचं गाव अंबासमुद्रम इथं नुकतंच सुरू झालेलं तपासणी केंद्र यांना हाय बँडविड्थ वायरलेस कॉम्प्युटर नेटवर्कद्वारा जोडणं हा या प्रकल्पाचा उद्देश होता.

छोट्या छोट्या खेड्यातल्या रुग्णांना डोळ्यांच्या तपासणीसाठी शिबिरांची वाट पहावी लागू नये या हेतूनं अंबासमुद्रम या गावी एक छोटंसं तपासणी केंद्र सुरू करण्यात आलं होतं. अशी केंद्रं गावागावात सुरू करून कॉम्प्युटरद्वारे मुख्य रुग्णालयाशी जोडून रुग्णांना थेट डॉक्टरांशी संवाद साधता यावा आणि रुग्णालयापर्यंत जाण्याची त्यांना गरजच पडू नये अशी डॉ. व्ही आणि डॉ. नाम यांची कल्पना होती. ती कितपत यशस्वी होईल, अशा प्रकारचं नेटवर्क तयार करता येईल का, आलं तरी लोकांना हा प्रकार मानवेल का, अशा अनेक मुद्द्यांवर याआधीही बराच खल झालेला होता.

अशा प्रकारची सामाजिक पार्श्वभूमी असणाऱ्या प्रकल्पात काम करण्याचा अनुभव ना सुराणाला होता ना TIER ला. शिवाय भारतात काम करण्याबद्दलही ते अननुभवीच होते. तेव्हा या नवख्या लोकांना घेऊन हे WiFi तंत्रज्ञान (जे साधारणत: व १०० मी. अंतरातच काम करण्यासाठी योग्य मानलं जातं आणि विजेच्या पुरवठ्यावर अवलंबून असतं) हाताळणं जमेल का, फारश्या पायाभूत सुविधा नसताना, विद्युत पुरवठ्याची शाश्वती नसताना आणि आर्थिक पाठबळाअभावी

हे नेटवर्क वगैरे जोडणं खरंच जमेल का, याबाबत सगळेच साशंक होते. पण डॉ. व्हींचा मात्र या नव्या तंत्रज्ञानावर ठाम विश्वास होता आणि हे यशस्वी होणार याबाबत ते नि:शंक होते. याबद्दल त्यांच्याशी वाद घालण्याची कुणाचीच प्राज्ञा नसल्यानं या कामाला सुरुवात करण्याचं सर्वांनी निमूटपणे मान्य केलं.

सुराणा आणि त्याचे मदतनीस यांच्यासाठी पुढची दोन वर्षं भन्नाट होती. वायरलेस कनेक्शन जोडण्यासाठी चांगल्यात चांगली जागा शोधण्यासाठी घराचं छप्पर, पाण्याच्या टाक्या, कारखान्यांच्या चिमण्या, कोंबड्यांची खुराडी, शाळा अशी चित्र-विचित्र ठिकाणं त्यांनी पडत-धडपडत पार केली. हे सगळं जमवण्यासाठी त्यांनी कायकाय उद्योग केले...; सॉफ्टवेअरचे प्रोटोकॉल वापरले, सिमेंट कालवलं, मनोरे बांधले, आणि वेगवेगळ्या ठिकाणी अँटेना लावले, राउटर्स लावले.

या सगळ्याचा परिपाक म्हणून सहा मेगाबाईट प्रती सेकंद एवढ्या वेगानं चौसष्ट किमीपर्यंत नेटवर्क मिळू लागलं.[३] त्यांनी केलेली सगळी जंत्री नीट जमून आली होती, ती किफायतशीर होती आणि खंडित होणाऱ्या विद्युतप्रवाहामुळे त्यात काही बाधाही येत नव्हती. केवळ सतरा महिन्यांतच हे सगळं इतकं यशस्वी झालं की, इतरही गावांमधल्या तपासणी केंद्रांमध्ये ही व्यवस्था सुरू करण्याचं अरविंदकडून जाहीर करण्यात आलं. लावेल फंड फॉर ब्लाइंड आणि इतर काही सहकाऱ्यांच्या मदतीनं हे काम चाळीस केंद्रांमध्ये सुरू करून त्याद्वारे वर्षभरात तीस लाख लोकांपर्यंत पोहोचण्याचा त्यांचा मानस होता. यातलं प्रत्येक केंद्र अरविंदच्या एका रुग्णालयाशी जोडलं जाऊन त्याद्वारे रुग्ण आणि डॉक्टर जोडले जाणार होते.

ही तपासणी केंद्रं प्राथमिक स्तरावरची होती. अरविंदमध्ये कामाचा अनुभव घेऊन प्राथमिक तपासणी करणं, डोळ्यांचा नंबर काढणं यात तरबेज झालेल्या परिचारिका ही केंद्रं चालवत असत. तिथे कुणीही डॉक्टर्स प्रत्यक्ष उपस्थित नसत. व्हिडीओ कॉन्फरन्सिंगद्वारे अरविंदमधल्या डॉक्टरांशी चर्चा केली जात असे. अरविंदमधल्या प्रत्येक डॉक्टरकडे पाच केंद्रांची जबाबदारी दिलेली आहे आणि सगळ्या रुग्णांची कागदपत्रं त्यांच्यासाठी ऑनलाइन स्वरूपात उपलब्ध आहेत. या केंद्रांमध्ये कुठलीही कागदपत्रं न ठेवता सर्व माहिती संगणकीय स्वरूपात साठवली जाते.

या तपासणी केंद्रांमुळे नेत्र तपासणी करणाऱ्या आणि या सेवेचा फायदा घेणाऱ्या लोकांच्या संख्येत कमालीची वाढ झाली आहे. वानगीदाखल सांगायचं तर अलगनल्लूर या तामिळनाडूतल्या छोट्याश्या शहरात पूर्वी अरविंदतर्फे वर्षातून दोन शिबिरं होत असत. या शिबिरांमधली रुग्णसंख्या १००० पेक्षाही कमी असे; पण आता याच गावात सुरू झालेल्या तपासणी केंद्रात वर्षभराच्या कालावधीत ५००० नवे रुग्ण तपासणीसाठी आले. ८०० हून अधिक जणांना चश्मे देण्यात आले, २५० रुग्णांना मोतीबिंदूसाठी आणि ४०० रुग्णांना इतर काही उपचारांसाठी

अरविंद-मदुराईला पाठवण्यात आलं.[४]

२०११ सालापर्यंत अशी छत्तीस तपासणी केंद्रं कार्यरत झाली असून त्याद्वारे दिवसाला ५५० रुग्ण डॉक्टरांशी सल्ला-मसलत करतात. वर्षभरात मिळून १,६०,००० रुग्ण या केंद्रांचा लाभ घेतात.

या केंद्रांना येणाऱ्या खर्चापैकी ९०% खर्च तिथे आकारण्यात येणाऱ्या शुल्कातून भागवला जातो. दर तीन भेटींमागे प्रत्येक रुग्णाकडून वीस रुपये घेण्यात येतात. जवळच्या रुग्णालयात जाऊन तपासणी करण्यासाठी येणाऱ्या प्रवास-खर्चापेक्षाही ही रक्कम कमी आहे.

या तपासणी केंद्रांमुळे जवळच्या शहरातल्या रुग्णालयात जाण्याची गरज न पडल्याने या सर्व लोकांची प्रवासावर खर्च होणाऱ्या जवळजवळ १० लाख रुपयांची दर वर्षी बचत होऊ लागली.[५] सर्वात महत्त्वाचं म्हणजे पहिल्या वर्षभरातच नेत्रसेवांची गरज असणाऱ्या तीस टक्के लोकांपर्यंत पोहोचणं शक्य झालेलं आहे. (जास्त काळ कार्यरत असणाऱ्या केंद्रांमध्ये ही संख्या ७५% इतकी आहे)[६]

पहिल्या एक-दोन वर्षांमध्ये या प्रकल्पाच्या कामकाजावर डॉ. व्ही किती बारकाईनं लक्ष ठेवून होते यासंबंधीच्या आठवणी सुराणाकडून ऐकायला मिळतात. "एकदा भारतात आलो असताना मदुराईत उतरल्यावर मी तडक जाऊन डॉ. व्हींची भेट घेतली होती. मी त्यांच्या खोलीत शिरतोय न शिरतोय तोच ते म्हणाले, 'मला तुला काहीतरी दाखवायचं.' मग त्या तपासणी केंद्रांची माहिती समोर ठेवून ते म्हणाले, 'हे बघ, या एका केंद्रात अगदीच थोडे लोक येत आहेत असं दिसतंय. तुला काय वाटतं? काय अडचण असेल?' या प्रकल्पाबाबत ते किती आग्रही होते आणि आम्ही दोघे मिळून हा प्रश्न सोडवू शकतो याची त्यांना किती खातरी होती हे मला कळलं."[७]

सुराणा तर जणू डॉ. व्हींमुळे भारावूनच गेला होता. तो म्हणतो, "डॉ. व्ही, डॉ. नाम यांच्यासारख्या लोकांकडून मिळणारी प्रेरणा ही पाण्यावर उमटणाऱ्या तरंगांसारखी असते, वाढत वाढत जाणारी. त्यांनी ज्या प्रकारे लोकांशी ऋणानुबंध निर्माण केले आहेत त्यांची फार चांगल्या रीतीनं परतफेडही होते आहे. मला याचा थेनीमध्ये अनुभव आला. एक टॉवर उभा करण्यासाठी आम्ही जागेची शोधाशोध करत होतो. तर एक नारळाच्या बागेचा मालक पुढे येऊन म्हणाला, 'मी डॉ. नाम आणि अरविंद यांना ओळखतो, त्यांनी आमच्यासाठी फार भलं काम केलं आहे. मी माझ्या शेतात ६ फूट खोल खड्डा खणून देतो, तुम्ही तिथे टॉवर उभा करा.' हे अरविंदच्या सत्कार्याचं फलित आहे, नाहीतर आजकाल कोण कुणासाठी इतकं करतो? खरोखर या पुण्यकर्माची मोजदाद करणं अशक्य आहे."

डॉ. व्हींसोबत दीर्घकाळ काम केलेल्यांना हे ठाऊकच आहे की, अरविंदच्या विकासामागे आणि यशामागे डॉ. व्हींच्या मन:शक्तीचा मोठा वाटा आहे. पण माणूस म्हणून त्यांच्याही हातून चुका होऊ शकतात हेदेखील ते ओळखून आहेत. शंका, भीती, काळजी या मनुष्यसुलभ भाव-भावनांनी ग्रासून गेलेलं डॉ. व्हींचं अंतरंग त्यांच्या रोजनिशीतून खुलं झालं आहे. अरविंदच्या दिमाखदार यशाला वादविवाद, दुरावा आणि कसोटी पाहणारे प्रसंग यांची अदृश्य किनार होतीच. आरंभीचा काळ खडतर आव्हानांनी ग्रासलेला होता.

तामिळनाडूच्या इतर शहरांमध्ये रुग्णालयं सुरू करताना स्पर्धा, नेतृत्वाचा अभाव, लोकांचा अल्प प्रतिसाद अशा अनेक अडचणींचा सामना करावा लागला होता. प्रत्येक रुग्णालयाला स्वत:ची ओळख निर्माण करण्यासोबतच अरविंद परिवाराशी असलेलं नातं सांभाळणं हेदेखील महत्त्वाचं होतं.

अरविंदच्या पदव्युत्तर महाविद्यालयाला मान्यता मिळवण्यासाठी शासकीय अडथळे पार करावे लागले तर IOLच्या उत्पादनात उतरताना सहकारी संस्थांचा विरोध पत्करावा लागला. या सगळ्याबद्दल डॉ. व्हींनी त्यांच्या रोजनिशीत लिहिलं आहे. कर्मचारी हा सातत्यानं उद्भवणारा प्रश्न होताच. १९८० सालातली त्रोटक पण वैफल्यग्रस्त आशयाची एक नोंद आहे, *'सहा डॉक्टर्स अरविंद सोडून जात आहेत...'* आणखी एक नोंद तर फारच गमतीशीर आहे, *'सद्य:स्थितीतील आव्हाने, १. डॉक्टर्स २. परिचारिका ३. साहाय्यक कर्मचारी ४. व्यवस्थापक ५. ऑप्टिकल तंत्रज्ञ'*

'मनात येणाऱ्या नकारात्मक विचारांवर मात करायला हवी, कधी कधी असंयमामुळे कर्मचाऱ्यांवर निघणारा राग आवरायला हवा, हे कळतंय पण वळत नाही' अशी खंत त्यांनी रोजनिशीत स्पष्टपणे मांडली आहे. 'काहीतरी चुकतंय हे नक्की. मी माझी मतं आणि पूर्वग्रह गरजेपेक्षा जास्त जपतोय की काय. कधीकधी हा राग, हा ताणताणाव असह्य होतो. कधीकधी ते कौटुंबिक पातळीवर होणाऱ्या वाद-विवादांचाही उल्लेख करतात. एकाच कुटुंबातल्या एकाहून अधिक पिढ्या एकत्र काम करणार म्हणजे संघर्ष अटळच होता; पण अरविंदच्या सुदैवानं त्या कुटुंबात असे काही दुवे होते की ज्यांनी या नात्यांची वीण घट्ट बांधून ठेवली होती.

डॉ. व्हींची बहीण जानकी रामस्वामी हा असाच एक दुवा होता. त्या आणि त्यांचे पती डॉ. व्हींच्या मूळ घराशेजारी म्हणजे अरविंदच्या पहिल्या रुग्णालयाशेजारीच राहत असत. सगळ्यांसाठी गरम वाफाळती कॉफी घेऊन रुग्णालयात सर्वत्र वावरणाऱ्या जानकी अम्मा हे तिथलं नेहमीचं दृश्य होतं. प्रेमळ, नि:स्वार्थी स्वभावाच्या जानकी अम्मांशी या रुग्णालयात काम करून थकून जाणाऱ्या तरुण डॉक्टरांचं मायेचं, आपुलकीचं नातं होतं, अगदी आईच्या मायेची आठवण करून देणारं.

स्वत:च्या चार मुलांसोबत कितीतरी लहान मुलांना त्यांनी प्रेमानं संभाळलं.

जानकी नेमकं काय काम करायच्या हे सांगणं कठीण असलं तरी त्यांची भूमिका फार महत्त्वाची होती हे सगळेच जण मान्य करतात. रोज सकाळी आपल्या भावाला म्हणजे डॉ. व्हींना भेटून येणं हा त्यांच्या दिनचर्येचाच एक भाग होता. भावंडांमध्ये काही कुरबुर झाल्याचं कळायचा अवकाश, जानकी मध्यस्थी करून ते मिटवायच्या. सगळं वातावरण पूर्ववत व्हायला जानकीअम्मांचं असणं आवश्यक ठरत असे. दुर्दैवानं १९९८ साली त्यांचं कॅन्सरनं निधन झालं.

अरविंदच्या सगळ्या संस्थापकांची घरं एकमेकांच्या घरांपासून काही मिनिटांच्या अंतरावर आहेत आणि सर्वांमध्ये अतिशय खेळीमेळीचे, घरगुती संबंध आहेत. कामाच्या ठिकाणी असणारी मतभिन्नता आणि लहानसहान वाद यांवर मात करणारी एकनिष्ठता आणि गाढ प्रेम त्या सर्वांना एकत्र धरून ठेवतं. ही सगळी कुटुंबं छोट्या-छोट्या गोष्टींनी जोडलेली आहेत आणि ही नाती जपण्यात आघाडीवर असतात ते डॉ. व्ही. कुणी आजारी पडलं तर विचारपूस करायला सर्वात आधी हजर होणारे आणि छोट्या -छोट्या गमती आणून नातवंडांना खूश करणारे सगळ्यांचे लाडके आजोबा. ते लिहितात, *'एकत्र कुटुंबासारखं पाठबळ दुसऱ्या कशातही नाही. एकट्याने माझा निभावच लागला नसता.'* त्यामुळेच क्वचितप्रसंगी निर्माण होणारा दुरावा त्यांना अस्वस्थ करून सोडत असावा.

या सर्वांच्यात स्नेहभाव असला तरी काही कटू प्रसंगात प्रत्येक जणच ताठ भूमिका घेत असे. १९९० च्या दरम्यान घडलेल्या अशाच एका प्रसंगाची नोंद डॉ. व्हींनी केली आहे :

'मी त्याच्या प्रशिक्षण कार्यक्रमांत फेरफार केल्यानं ऊ खूप नाराज झाला आहे. आणि T नाराज आहे म्हणून R नाराज आहे. तिनं सुचवलेला बदल केला नाही म्हणून N ला वाईट वाटत आहे. आपली इच्छा पूर्ण न झाल्यानं P अस्वस्थ आहे. प्रत्येकाच्या वेगळ्या कल्पना आणि मतप्रवाह आहेत. सगळेच जण इतके जवळचे आहोत की, संघर्ष टाळता येणं शक्य नाही. माझ्या मतांवर मी ठाम असल्याने वादात आणखीच भर पडते. मी लोकांना पुढे जायला प्रवृत्त करत नाही अशी T ची तक्रार आहे, R लाही असंच वाटतं. एक नेता म्हणून हा गुंता सोडवण्याची आणि यातून मार्ग काढण्याची जबाबदारी माझी आहे. कधीकधी मी या विचारांनी थकून जातो. या सगळ्यापासून दूर निघून जाण्याची इच्छा होते.'

डॉ. व्हींना येणारी उद्विग्नता रास्त असली तरी त्यांच्याबद्दल केली जाणारी तक्रारही खरी आहे. त्यांच्याकडे असणारी विशेष जाणीव, त्यांच्या अंतर्मनाकडून त्यांना मिळणारे संकेत हे सगळं ठीक आहे; पण त्याची दुसरी बाजू अशी आहे की,

ते आपल्या भूमिकेत बदल करायला, इतरांना स्वतंत्रपणे निर्णय घेण्याची परवानगी द्यायला सहसा उत्सुक नसतात. काही वेळा दोन पिढ्यांच्या विचारांत फरक पडतो, आपले विचार काळानुसार बदलायला डॉ. व्ही तयार होत नाहीत. मार्गदर्शकाच्या भूमिकेबाहेर जाऊन ते आपल्यावर अधिकार गाजवत आहेत असं इतरांना वाटू लागतं. अर्थात, हे सगळं डॉ. व्हींपर्यंत पोहोचवण्याचं काम त्यांची भावंडं किंवा भाचेमंडळी क्वचितच करतात. मांजराच्या गळ्यात घंटा बांधायचं काम बहुतेक वेळा सोपवलं जातं ते फ्रेड मुन्सॉन यांच्यावर. एका झंझावाताशी खरंखरं बोलणं आणि आपल्या कल्पना त्याच्या गळी उतरवणं हेच मुन्सॉन यांचं महत्त्वाचं काम आहे.

१९८० मध्ये मुन्सॉन मिशिगन विद्यापीठात रुग्णालय व्यवस्थापन विषयाचे प्राध्यापक होते. त्या वेळी विद्यापीठाला भेट द्यायला गेलेल्या डॉ. व्हींची आणि त्यांची भेट झाली. या वाकबगार सर्जनची रुग्णालय व्यवस्थापन नीट समजून घेण्याची तळमळ पाहून खूश झालेल्या मुन्सॉन यांनी पुढील वर्षी अरविंदला भेट देण्याचं आमंत्रण स्वीकारलं. जणू पूर्वजन्माचे काही बंध असावेत तसे फ्रेड आणि त्यांची पत्नी मेरी अरविंदच्या परिवारात आणि संस्थेत अगदी सहजपणे सामावून गेले. त्यांच्या पहिल्या भेटीला आता तीस वर्षं उलटून गेली आहेत. आजही ते दर वर्षी इथे येऊन महिन्याभराचा काळ अरविंदमध्ये घालवतात.

मुन्सॉन दांपत्य हे डॉ. व्ही आणि त्यांच्या भावंडांच्या बरोबरीचे असल्याने साहजिकच त्यांच्यात काही साम्यस्थळं आहेत, उदा. कष्टांची सवय, व्यवहारचातुर्य, आणि साधी राहणी. फ्रेड हेदेखील शेतीत रमणारे असून आज ऐंशीव्या वर्षीही ते ट्रॅक्टर चालवण्याचं आणि भट्टीसाठी लाकडं फोडण्याचं काम करतात. मेरी या आनंदी स्वभावाच्या आणि समोरच्याशी चटकन नातं जोडून त्याला आपलंसं करून घेणाऱ्या आहेत. आपल्या स्वभाव-वैशिष्ट्यांमुळे लवकरच त्यांची अरविंदच्या संस्थापक मंडळींशी गट्टी जमली. उत्तम श्रोता आणि उदारमतवादी असलेले फ्रेड हे अरविंद परिवारातल्या तरुणांचेही लाडके दोस्त बनले आहेत.

मुन्सॉन म्हणतात. ''या कुटुंबातल्या सदस्यांचे परस्पर-संवाद ही एक गहन आणि गूढ गोष्ट आहे. जुन्या पिढीमध्ये परस्पर आदराची भावना इतकी प्रबळ होती की, त्यामुळे काही वेळा संवादालाही खीळ बसते हे त्यांच्या लक्षात यायचं नाही. तरुण पिढीनंही असंच करावं अशी त्यांची अपेक्षा होती; पण मग त्यांची अशी तक्रार सुरू झाली की, ही तरुण मुलं आम्हांला काही सांगतच नाहीत, आमच्याशी बोलत नाहीत. मग काही काळ त्यांच्यात जरा मोकळेपणाने संवाद होऊ लागला. पण मग अशी पंचाईत झाली की, प्रज्ञसारख्या तरुणांच्या अती स्पष्टवक्तेपणामुळे

या संवादालाही खीळ बसायला लागली.''

तुलसी सांगतात, ''फ्रेड हे आमच्यातला पूल आहेत. ते इतकी वर्षं इथं येत असल्याने त्यांना सगळ्या परिस्थितीची पारख आहे; पण त्याच वेळी प्रत्यक्ष कुटुंबाचा हिस्सा नसल्याने ते त्रयस्थपणे विचारही करू शकतात. एखाद्या परिस्थितीवर तोडगा काढण्यासाठी काही वेळा स्पष्ट बोलण्याची गरज असते आणि हे काम फक्त फ्रेडच करू शकतात.'' उदा. जी. एस. यांच्याशी पगारवाढीबद्दल बोलणं, परिचारिका आणि शिकाऊ डॉक्टर्स यांच्याशी बोलताना आपल्या फटकळपणाला काहीसा लगाम घालण्याची नच्चिअर यांना सूचना करणं इ. नवीन पिढीकडं सूत्रं सोपवण्याचा नाजूक विषय डॉ. व्हींच्या कानावर घालण्याचं कामही त्यांनीच पार पाडलं. कर्मचारिवर्गातल्या तरुण लोकांच्या काही समस्याही त्यांनी खुबीनं हाताळल्या आहेत.

१९९० मध्ये फ्रेड यांनी डॉ. व्हींना एक सविस्तर पत्र लिहिलं. नातवंडांची ख्याली-खुशाली आणि सगळ्या चौकश्या झाल्यानंतर त्यांनी विषयाला हात घातला. 'या खेपी मी अरविंदमध्ये आलो असता महत्त्वाच्या पदांवरच्या अनेक जणांनी माझ्यापाशी बोलून दाखवलं की, सगळे महत्त्वाचे निर्णय आपणच घ्यायचे असा तुझा अट्टाहास आहे. मला काही हे योग्य वाटलं नाही. सगळे निर्णय योग्यच असावेत या आग्रहापायी तू लोकांना स्वतंत्रपणे निर्णय घेण्यापासून परावृत्त करत आहेस.' डॉ.व्हींशी इतकं स्पष्ट बोलू शकणारे फार कमी जण होते आणि फ्रेड त्यांच्यापैकी एक होते.

या पत्राला उत्तर देताना डॉ. व्ही लिहितात, 'तुझे मनापासून आभार. मी योग्य निर्णयांचा दुराग्रह धरत होतो हे खरं आहे; पण आता मी बदलायचं ठरवलंय. आता मी मनुष्यबळ विकासावर भर देतो आहे आणि सर्वच पातळ्यांवर लोकांना त्यांचे निर्णय स्वतंत्रपणे घेण्याला प्राधान्य दिलं जाईल.' आणि खरोखरच डॉ. व्हींनी आपल्या कार्यशैलीत बदल केला. पण काही बाबतीत मात्र ते आपल्या मतांवर ठाम होते.

डॉ. व्ही रोजनिशीत आपल्या इच्छा-आकांक्षा व्यक्त करतात :

'आम्ही सगळी भावंडं, आमचं कुटुंब यांनी संकुचित जगात, छोट्या-छोट्या गोष्टीत अडकून राहू नये असं मला वाटतं. आमचं विश्व विस्तारत जायला हवं.'

बाह्य जगात त्यांनी केलेल्या उन्नतीबद्दल ते समाधानी होते; पण त्यांच्या लिखाणातून एक टोचणी व्यक्त व्हायची :

'आमची आंतरिक प्रगती झाली आहे की नाही याबाबत मी साशंक आहे.'

आपल्या कुटुंबातील सदस्यांनी योगी अरविंद किंवा मदर यांच्यावर श्रद्धा ठेवावी असा त्यांचा कधीच आग्रह नव्हता. पण प्रत्येकाचं त्यांच्या या गुरूंशी कमीजास्त प्रमाणात काहीतरी नातं आहेच. याबद्दल डॉ. व्हींची काहीच तक्रार नाही. त्यांचे

विचार ते इतरांवर कधीच लादत नाहीत. पण त्यांचा असा आग्रह आहे की, संपूर्ण परिवर्तन आणायचं असेल तर त्याला आत्मिक पाठबळ हवं.

डॉ. व्हींच्या मते कोणतंही कार्य हाती घेण्यापूर्वी आपल्या मनाची आणि विचारांची बैठक पक्की तयार असायला हवी आणि ती आपोआप घडत नाही तर जाणीवपूर्वक जोपासावी लागते. जेव्हा एखादं काम नि:स्वार्थी हेतूनं उभं राहतं, लोक त्यांच्या कामाचं सखोल अध्ययन करून त्याला जगाशी जोडण्याचा प्रयत्न करतात तेव्हाच मूलभूत बदल घडू शकतात. हे काम झटपट पुरं होत नाही. सगळं आयुष्य त्यासाठी वाहून घ्यावं लागतं. आपल्याला या कामाचे दृश्य परिणाम पहायला मिळणार नाहीत याबद्दल वाईट वाटून न घेता आपण जमिनीची मशागत केलेली आहे हे कायम लक्षात ठेवलं पाहिजे. तुमच्या मनातल्या दयाबुद्धीला स्मरून, शिस्तीचं पालन करून, वैयक्तिक स्वार्थ दूर ठेवून आणि ध्येयापासून अविचल राहून जर तुम्ही कार्य करत राहिलात तर तुमचं कार्य ही एका परिवर्तनाची आणि नवनिर्मितीची नांदीच आहे यावर विश्वास ठेवायला हवा. डॉ. व्हींचे हे विचार त्यांच्या अनुभवांचं फलित आहेत.

'बाह्य जगात दिसणारं कार्य हे अंतर्मनाचं प्रतिबिंब आहे.' डॉ. व्ही लिहितात : *'कार्य ही तुमची साधना व्हायला हवी. या इमारती, ही उपकरणं, पैसा यात काही राम नाही, जाणीवजागृती हेच सत्य आहे.'* अरविंद परिवारातल्या सर्वांनी याच प्रवृत्तीनं काम करावं असं त्यांना वाटतं.

१४ फेब्रुवारी १९९४ या दिवशी डॉ. व्हींनी 'सावित्री'मधल्या काही ओळी त्यांच्या रोजनिशीत लिहिलेल्या आहेत. त्यांच्या मनात चाललेली ही खळबळ त्यातून नेमकी व्यक्त होते :

> 'In me the spirit of immortal love stretches its arms out to embrace mankind.
> *Imperfect is the joy not shared by all.'*

> अवघ्या मानवजातीला कवेत घेणारं ममत्व माझ्या आत दाटून आलंय. सगळ्यांसोबत वाटून घेतला नाही तर तो आनंद काय कामाचा?

In me the Spirit of immortal love
Stretches its arms out to embrace
mankind

Imperfect is the joy not shared by all

भाग चार

स्पर्धात्मकतेचे प्रशिक्षण

पुन:र्निर्मिती आणि स्व-जागृती

याधुम् ऊरे यावरूम् केलिर
(सारे विश्वच माझे घर आहे, सारे जण माझे कुटुंबीय आहेत)

– 'पुराननूरू' : प्राचीन तामिळ साहित्यकृती

चौदा

आम्ही करू शकतो तर तुम्ही का नाही?

विसाव्या शतकातल्या अंधत्व निवारणाच्या मोहिमेशी काही कर्मयोगी मंडळींची नावं जोडली गेली. अंधत्वाला हद्दपार करण्याचं व्रत घेऊन ही मंडळी जगाच्या काना-कोपऱ्यात जाऊन पोहोचली, शेकडो लोकांना त्यांनी या प्रवासात सामावून घेतलं. आपलं आयुष्य वाहून घेणारे हे ध्येयवादी लोक होते जर्मन मिशनरी अर्न्स्ट ख्रिस्तोफेल, ज्यांनी तुर्कस्तानातल्या अंध मुलांवर उपचार करण्याचं कार्य सुरू केलं; आणि न्युझीलंड येथील फ्रेड हॉलो, ज्यांनी उपचारांनी बऱ्या होणाऱ्या अंधत्वावर उपचार करण्यासाठी आफ्रिका, आशिया आणि ऑस्ट्रेलिया पालथे घातले; ब्रिटनमधले जॉन विल्सन, ज्यांनी देशांच्या सीमा उल्लंघून अंधत्व निवारणासाठी आंतरराष्ट्रीय संघटनेची स्थापना केली; फ्रेंच-स्विस डॉक्टर निकोल ग्रासेट, ज्यांनी लॅरी ब्रिलियंट यांच्यासह दृष्टिदानाच्या मोहिमेत सक्रिय सहभाग घेतला; आणि टेक्सास येथील डेव्हिड पॅटन, ज्यांनी फ्लायिंग आय हॉस्पिटलची निर्मिती केली. या मांदियाळीत एक नाव असं आहे की ज्याचा आपल्या सर्वांना अभिमान वाटावा – मॅकडोनाल्डच्या धर्तीवर नेत्र रुग्णालयं उघडण्याचा चंग बांधलेले, निवृत्त नेत्रतज्ज्ञ डॉ. गोविंदाप्पा वेंकटस्वामी.

यातल्या प्रत्येकाचं काम हा जरी एक बिंदू भासत असला, तरी त्या सर्वांना जोडल्यानंतर एक अर्थपूर्ण चित्र उभं राहतं ते सार्वत्रिक दृष्टिदानाचं. प्रत्येक देशातील सरकार, सामाजिक संस्था, वैद्यकीय तज्ज्ञ, व्यवस्थापन क्षेत्रातील तज्ज्ञ, स्वयंसेवक अशा अनेक पातळ्यांवर याची पाळंमुळं सर्वदूर पसरलेली आहेत आणि या सर्वांच्या कठोर साधनेचं फलित म्हणून एकविसाव्या शतकात उपचारांनी बऱ्या होऊ शकणाऱ्या अंधत्वाचं अस्तित्व मिटवून टाकण्याचं उद्दिष्ट आवाक्यात आल्याचं जाणवतं. असं असलं, तरी दर पाच सेकंदाला जगातील एक व्यक्ती अंध होत असल्याची आणि दर एका मिनिटाला एक मूल अंध होत असल्याची आकडेवारी सुन्न करून सोडणारीच आहे.[१]

यातले ९०% लोक विकसनशील देशांमध्ये आहेत. इथे माणूस अंध होणं म्हणजे त्यानं आपली रोजीरोटी, स्वातंत्र्य आणि स्वाभिमान गमावणं, त्याचं आयुष्य कमी होणं.[२] एका तरुण संशोधकानं या दुर्दैवी परिस्थितीचं नेमकं वर्णन केलेलं आहे, 'सहज-सोप्या प्रश्नाची शोकांतिका'.[३] ज्या रोगांवर किफायतशीर, परिणामकारक आणि व्यवहार्य अशी उपचारपद्धती अस्तित्वात आहे अशा रोगांनी आजही लाखो लोक ग्रस्त आहेत. यात मोतीबिंदूची शस्त्रक्रिया अग्रक्रमांकावर आहे. या शस्त्रक्रियेला सार्वजनिक आरोग्य क्षेत्रातील सर्वात प्रभावी आणि किफायतशीर असा शेरा जागतिक बँकेच्या २००८ सालातील एका अहवालानं दिला आहे. त्यांच्या आकडेवारीनुसार ही शस्त्रक्रिया झालेल्या माणसाची उत्पादकता पहिल्याच वर्षात शस्त्रक्रियेच्या खर्चाच्या १५०० पट इतकी वाढते.[४]

या प्रश्नाचा वाढता आवाका पाहून डॉ. व्हींचा दृष्टिकोनही विस्तारत गेला. अरविंदमध्ये होणाऱ्या शस्त्रक्रियांनी हा प्रश्न सुटण्याची शक्यता नव्हती. अरविंदच्या या मॉडेलची राज्या-राज्यात, देशांत आणि अवघ्या विश्वात पुनरावृत्ती करण्याचं स्वप्न त्यांच्या डोळ्यात आकार घेऊ लागलं.

ते लिहितात : *'या जाणिवेला वैश्विक परिमाण द्यायला हवं. या छोट्याश्या प्रयत्नातून जगभरात मोतीबिंदूनं येणाऱ्या अंधत्वावर मात करता येईल का.'* त्यांच्या या विचारात काहीसा विरोधाभास आहे, छोटासा प्रयत्न आणि जागतिक प्रश्नावर मात. अरविंदच्या अस्तित्वाला त्यांना वैश्विक पातळीवर पोहोचवायचं होतं. १९८० मध्ये त्यांच्या दैनंदिनीत नोंद आहे : *'अरविंदसारखं काम इतरत्रही उभं करण्याविषयी मला काल दृष्टान्त मिळाला. इतर राज्यं आणि देशातल्या अनेकांना आता यात सहभागी करून घ्यायला हवं.'* त्यांच्या या दूरदृष्टीनं अरविंदचं कार्यक्षेत्र अधिकाधिक विस्तारत नेलं आणि जागतिक स्तरावर एक महत्त्वपूर्ण भूमिका बजावण्याची संधी अरविंदला मिळाली.

आपण पाहत असलेल्या गोष्टीचं चित्र आपल्या दृष्टिपटलावर १/२५ सेकंद इतक्या कमी काळासाठी टिकतं, त्यानंतर ते नाहीसं होतं. या संकल्पनेला 'दृष्टिसातत्य' असं म्हटलं जातं. पण डॉ. व्हींसारख्या द्रष्ट्या डॉक्टरसाठी या कल्पनेचा अर्थ त्यापेक्षा कितीतरी आशयघन आहे. डॉ. व्हींना भेटणारे सर्वच जण त्यांच्या स्वप्नांना कमी लेखण्याची चूक आपल्या हातून घडल्याचं कबूल करतात. सेवा फाउंडेशनच्या सुझान गिल्बर्टही याला अपवाद नाहीत, "मी त्यांना पहिल्यांदा भेटले ते १९७८ साली, तेव्हा मी मिशिगन स्कूल ऑफ मेडिसिनमध्ये होते. वैद्यकीय प्रशिक्षण या विषयांतलं अधिकाधिक जाणून घेण्याची त्यांची कळकळ मला भावली. पुढे ते

म्हणाले, ‘असंच एक केंद्र उभं करायचं माझं स्वप्न आहे.’ मी मनातल्यामनात विचार करू लागले की, केवळ ११ खाटांचं रुग्णालय असणारा हा माणूस अमेरिकेत येतो काय, ४०,००० चौरस फुटांवर पसरलेलं हे प्रशिक्षण केंद्र पाहतो काय, आणि असंच एक केंद्र उभं करण्याचं स्वप्न पाहू लागतो? हे कसं शक्य आहे?”

नुकतेच निवृत्त होऊन अरविंदची धुरा खांद्यावर घेतलेले, समोर दिसणाऱ्या अपूर्ण कामांच्या डोंगराशी आपल्या वेड्या-वाकड्या बोटांनिशी झगडणारे द्रष्टे डॉ. व्ही हे स्वप्न कसं पाहू शकत होते याची कल्पना आपण करू शकतो. सुझान गिल्बर्ट हसत हसत पुढे सांगतात, “पुढच्या १४ वर्षांमध्ये त्यांनी हे स्वप्न सत्यात उतरवून दाखवलं.”

त्यांच्या बोलण्याचा रोख आहे तो Lions Arvind Institute of Community Opthalmology कडे, १९९२ साली शुभारंभ झालेली आणि LAICO या नावानं ओळखली जाणारी अरविंदची प्रशिक्षण संस्था. मदुराईमध्ये अरविंद रुग्णालयापासून हाकेच्या अंतरावर उभी असलेली LAICOची घुमटाकार इमारत रंगीबेरंगी बोगनवेलीनं झाकून टाकलेल्या दगडी भिंतीनं वेढलेली आहे. प्रवेशद्वारातच उभ्या असलेल्या महात्मा गांधींच्या चित्राकडे पाहून असं वाटतं की, जणू तेही LAICOमध्ये प्रवेशण्यासाठी उत्सुक आहेत. कारण अशा अनोख्या पाहुण्यांची LAICO ला सवयच आहे.

गूगलचे सहसंस्थापक लॅरी पेज एकदा त्यांच्या चार्टर्ड विमानातून थेट LAICO ला भेट देण्यासाठी दाखल झाले होते. नामांकित अशा व्हार्टन स्कूल आणि रॉस स्कूल ऑफ बिझिनेसचे विद्यार्थी त्यांच्या प्रकल्पांच्या कामासाठी इथे नियमित भेटी देत असतात. सध्या टांझानियाचा एक चमू कॉन्फरन्स रूममध्ये लोकाभिमुख धोरणांबद्दल चर्चा करतोय, तर चीनहून आलेले पाहुणे परिसराची पाहणी करण्यात दंग झालेले आहेत. LAICO ही अरविंदची प्रशिक्षण आणि सल्लागार संस्था आहे. नेत्र सेवा क्षेत्राच्या सक्षमीकरणासाठी अरविंदची पुनरावृत्ती जगभर व्हावी हा यामागचा मूळ हेतू. २०११ सालापर्यंत ६९ देशांतल्या ६००० लोकांना इथे प्रशिक्षण देण्यात आलं आहे.[५] चिकाटी, योग्य त्या साहाय्यकांची जोड आणि योगायोग यांच्या पायावर उभ्या असलेल्या LAICOचं ‘अंधत्व निवारण क्षेत्रातील संयुक्त राष्ट्रे’ हे नामाभिधान तिची ओळख पटवून द्यायला पुरेसं आहे.

१९८०च्या सुमारास सेवा फाउंडेशनच्या मदतीनं अरविंदसारखीच व्यवस्था उभी करण्याचा पहिला प्रयत्न करण्यात आला. मोतीबिंदूमुळे निर्माण होणाऱ्या अंधत्वाचा नेपाळमधील प्रश्न सोडवण्याच्या हेतूनं सेवातर्फे लुम्बिनी आय इन्स्टिट्यूटची निवड करण्यात आली होती. लुम्बिनी या गौतम बुद्धांच्या जन्मगावाजवळील हे एक

छोटंसं नेत्र रुग्णालय होतं. डॉ. व्ही लिहितात : *'२००० वर्षांपूर्वी बुद्धानं दया आणि करुणेचा संदेश जगाला दिला तो नेपाळमधूनच. लुम्बिनी हे एक पवित्र ठिकाण आहे, बुद्धाचा संदेश सार्थ ठरेल असं काहीतरी तिथे घडवायला हवं.'* त्या वेळी अरविंदमध्येही सगळं काही आलबेल नव्हतं, आर्थिक अडचणी होत्या, कर्मचारी टिकत नव्हते, नुकतंच सुरू झालेलं अरविंदचं दुसरं रुग्णालय अद्याप स्थिरस्थावर व्हायचं होतं; पण यामुळे हा नवीन भागीदारी प्रकल्प नाकारायचा हे डॉ. व्हींच्या स्वभावात बसणारं नव्हतं. यथावकाश लुम्बिनीतील सर्व डॉक्टर्स अरविंदमध्ये प्रशिक्षण घेण्यासाठी हजर झाले. आणि नेपाळमधील त्या रुग्णालयात इमारतीच्या ढाच्यापासून ते शुल्क रचनेपर्यंत आणि रुग्णव्यवस्थापनापासून ते शिबिरांपर्यंत सर्व काही अरविंदच्या पावलावर पाउल टाकून सुरू करण्यात आलं.[६]

धीम्या गतीनं पण सातत्यपूर्ण प्रगती करत हळुहळू या रुग्णालयानं मोठ्या संख्येनं रुग्ण तपासणारं, स्वयंपूर्ण आणि दर्जेदार सेवा देणारं भारताबाहेरचं पहिलं रुग्णालय अशी ख्याती मिळवली. २०१० साली लुम्बिनी रुग्णालयात १,७२,००० रुग्ण तपासले गेले आणि ३२,५०० शस्त्रक्रिया करण्यात आल्या.[७] मात्र या रुग्णालयाच्या निमित्ताने आपण उन्नतीच्या एका नव्या टप्प्यावर येऊन पोहोचल्याची जाणीव ना अरविंदला होती ना सेवा फाउंडेशनला.

१९९० मध्ये लायन्स इंटरनॅशनलतर्फे 'साईट-फर्स्ट' ची स्थापना करण्यात आली, याद्वारे उपचारांनी बरं होणारं अंधत्व दूर करण्यासाठी १२०० कोटी रुपयांचा निधी गोळा करण्याचं उद्दिष्ट ठेवण्यात आलं होतं.[८] त्याच वर्षी त्यांनी अरविंदला एका वेगळ्या कारणासाठी भेट दिली. लायन्सतर्फे विकसनशील देशांतील नेत्र-रुग्णालयांना याआधीही आर्थिक साहाय्य देण्यात आलं होतं, पण यातली बरीचशी रुग्णालयं पूर्ण क्षमतेनं काम करण्यात अपयशी ठरली होती. तुलसी म्हणतात, "असं असूनही यातल्या बऱ्याच रुग्णालयांकडून अधिक मदतीची मागणी केली जात होती. अशा परिस्थितीत आपल्या निधीचा योग्य वापर होतोय की नाही याबाबत लायन्स साशंक होती." थोडक्यात, या रुग्णालयांना अरविंदच्या तालमीत तयार करता येईल का अशी त्यांची विचारणा होती. आणि नुसती विचारणाच होती असं नाही तर त्यासाठी ते काही कोटी रुपयांची प्रत्यक्ष मदत द्यायलाही तयार होते. हा प्रस्ताव नाकारणं कठीण होतं, आर्थिक बाबींसाठी नव्हे तर अशा प्रकारे जगभरातील नेत्र सेवांशी अरविंदचा मेळ घालण्याचं डॉ. व्हींचं स्वप्न पूर्ण करण्याच्या चालून आलेल्या संधीसाठी.

लायन्स इंटरनॅशनल ही २०२ देशांमधील ४५,००० संघटना आणि एकूण

१० लाखांपेक्षा अधिक सभासद असणारी सेवाभावी संस्था आहे. सर्वत्र पाळंमुळं रोवलेल्या अशा एका संस्थेशी जोडलं जाणं ही अरविंदच्या कार्याचा अनेक पटींनी विस्तार करण्याची नामी संधी होती. असं असलं तरी प्रत्यक्ष निर्णय घेण्यापूर्वी अरविंदमध्ये या विषयावर बरीच डोकेफोड करण्यात आली. सेवा फाउंडेशनचे राम दास आणि सुझान गिल्बर्ट यांच्यासह सर्व महत्त्वाच्या व्यक्ती या चर्चेत सहभागी झाल्या होत्या. या सगळ्याबद्दल लिहिताना राम दास म्हणतात, ''डॉ. व्हींनी मांडलेल्या कल्पनेबद्दल माझ्या मनात अजिबात शंका नाहीत. उपचारांनी बऱ्या होणाऱ्या अंधत्वावर आपण मात करू शकतो हे मला पटतंय. परिस्थिती आपल्याला अनुकूल आहे आणि संधी अगदी अचूक वेळी चालून आली आहे.''[१]

अरविंदच्या स्थापनेपासून ते १९९० पर्यंतच्या या एका दशकात डॉ. व्हींनी केलेल्या साधनेला मूर्त स्वरूप यायला सुरुवात झाली होती. हा अरविंदच्या यशाचा सुवर्णकाळ होता. तामिळनाडूमध्ये तीन ठिकाणी अरविंदची रुग्णालयं उभी राहिली होती, अरविंद-मदुराईचा व्याप वाढत चालला होता. नेत्रतज्ज्ञांसाठी एका औपचारिक प्रशिक्षण कार्यक्रमाची सुरुवात झाली होती आणि ऑरोलॅबच्या पायाभरणीला आरंभ झाला होता. याच वेळी हार्वर्ड बिझिनेस स्कूलची केसस्टडी आकार घेत होती आणि एव्हाना अरविंदच्या कार्यपद्धतीवर शिक्कामोर्तब होऊ लागलं होतं. अशातच लायन्सच्या मदतीनं निर्माण होणारी अरविंदची प्रशिक्षण आणि सल्लागार संस्था हा एक पुढच्या वाटचालीचा शुभसंकेतच ठरला.

तुलसी यांच्या कार्यालयातली कपाटं फ़ाईल्सनी भरून गेलेली दिसतात. तुलसी रविला, LAICO चे कार्यकारी संचालक आहेत. आज त्यांच्या कार्यालयाचा दरवाजा उघडा आहे याचा अर्थ ते इथे, अरविंदमध्ये हजर आहेत. रुग्णालय व्यवस्थापन आणि नियोजन यावर तुलसी यांचं प्रभुत्व असल्यामुळे त्यांना देशापरदेशातून सतत बोलावणी येत असतात. २०१० सालच्या पुढच्या काही महिन्यांत स्टॉकहोम कॅरोलिन्स्का विद्यापीठात भाषण, इंटरनॅशनल एजन्सी फॉर द प्रिव्हेन्शन ऑफ ब्लाइंडनेसची वार्षिक परिषद, जागतिक आरोग्य संघटनेची स्वित्झर्लंड इथे होणारी पहिली जागतिक परिषद, सामाजिक उद्यमशीलता या विषयावर ऑक्सफर्ड इथं होणाऱ्या परिषदेची जबाबदारी आणि चीनमधल्या शेनयांग इथल्या, 'हे आय हॉस्पिटल'शी सल्लामसलत असा त्यांचा भरगच्च कार्यक्रम आत्ताच आखलेला आहे. आज तुलसी इथं आहेत ते त्यांच्या कारकिर्दीला प्रारंभीच्या काळातच मिळालेल्या एका अनपेक्षित वळणामुळे.

भारतातल्या एका नामांकित बिझिनेस स्कूलमधून एम.बी.ए. झालेल्या तुलसी

यांना १९८१ साली कोलकाता इथं ब्रिटिश पेंट्स या कंपनीत उत्तम नोकरी मिळालेली होती. डॉ. व्ही म्हणजे तुलसी यांच्या पत्नीचे मामा. अरविंदला एका उत्तम व्यवस्थापकाची अतिशय गरज आहे असं त्यांच्या बोलण्यात नेहमी येत असे. त्यावरून तुलसी यांनी अंदाज बांधला की, ते आपल्याला अरविंदमध्ये रुजू होण्याविषयी आडून आडून सुचवत असावेत. पत्नी आणि मुलीची जबाबदारी असताना इतका मोठा आणि काहीसा जोखमीचा निर्णय घेण्यापूर्वी तुलसी यांनी काही काळ चिंतनात घालवला. सध्याच्या नोकरीत त्यांना उत्तम वेतन होतं, क्लबची मेंबरशिप, घर, शिवाय आणखीही काही सुविधा होत्या. आणि अरविंदमधली नोकरी तुलनेनं कमी पगाराची, आव्हानात्मक आणि डॉ. व्ही म्हणतात त्याप्रमाणे आत्मिक प्रगतीची संधी देणारी होता. शेवटी तुलसींच्या अंतर्मनानं आणि चाकोरीबाहेरच्या वाटांवरून जाण्याच्या ऊर्मीनं उचल खाल्ली. सध्याची नोकरी सोडून अरविंदमध्ये रुजू होण्याचा निर्णय त्यांनी डॉ. व्हींना कळवला. ''माझी कल्पना होती की, ते मला सांगतील ये आणि काम सुरू कर, पण तसं नाही झालं. मला सगळ्या औपचारिकता पूर्ण कराव्या लागल्या.'' तुलसी मिश्कीलपणे सांगतात.

लॅरी ब्रिलियंट सांगतात, ''मला डॉ. व्हींचा फोन आला. ते म्हणाले, 'अरविंदच्या व्यवस्थापक पदासाठी योग्य असा एक मुलगा माझ्या पाहण्यात आलाय. आणि तुम्ही त्याची मुलाखत घ्यावीत अशी माझी इच्छा आहे'. हा मुलगा म्हणजे दुसरा तिसरा कुणी नसून त्यांचा भाचेजावईच होता, तुलसी.'' त्यावेळी टाटा इंडस्ट्रीज लि. या भारतातल्या बहुराष्ट्रीय कंपनीचे संचालक असलेल्या सुजित गुप्ता यांच्यावर ब्रिलियंट यांनी ही मुलाखत घेण्याची जबाबदारी सोपवली. टाटा कंपनीत मुलाखतीसाठी येण्याबद्दल तुलसी यांना कळवण्यात आलं, पण ही मुलाखत नक्की कोणत्या हेतूनं घेतली जाणार आहे याची कल्पना नसलेल्या तुलसी यांनी काहीशा उत्तेजित मन:स्थितीतच ही मुलाखत दिली. ''त्यानंतर मला सुजित यांचा फोन आला. 'हा मुलगा एका पेंट कंपनीत काम करतो, त्याला रुग्णालय व्यवस्थापनाचा गंधही नाही' असं काहीतरी ते म्हणत होते. पण मी त्यांना सांगितलं, डॉ. व्हींची निवड चुकणार नाही, त्यांना माणसांची विलक्षण पारख आहे.'' ब्रिलियंट पुढे सांगतात.

नंतर ब्रिलियंट यांनी स्वत: तुलसी यांची मुलाखत घेतली. या तरुणावर बेहद्द खूष होऊन व्यवस्थापक पदासाठी तो संपूर्णत: योग्य असल्याचा त्यांनी निर्वाळा दिला आणि अशा प्रकारे तुलसी अरविंदच्या परिवारात दाखल झाले. कामाला सुरुवात करण्यापूर्वी डॉ. व्हींच्या सांगण्यानुसार ते मिशिगन विद्यापीठात एक वर्षाच्या प्रशिक्षणासाठी गेले. तिथे त्यांना रुग्णालय व्यवस्थापन विषयाचा प्रात्यक्षिकासह अभ्यास करण्याची आणि फ्रेड मुन्सॉन यांच्या हाताखाली धडे गिरवण्याची संधी मिळाली.अरविंदमध्ये आल्यानंतर वेगवेगळ्या व्यवस्थांची बांधणी आणि अंमलबजावणी

करण्याची जबाबदारी तुलसी यांच्यावर सोपवण्यात आली.

तुलसींनी अरविंदमध्ये एकट्यानेच प्रवेश केला असला तरी पुढच्या काही वर्षांमध्ये त्यांचं पूर्ण कुटुंबच या ना त्या मार्गाने अरविंद परिवारात सामावलं गेलं. चार भावंडांमध्ये सर्वात वडील असणाऱ्या तुलसी यांचा भावंडांवर विलक्षण प्रभाव होता, अगदी डॉ. व्ही आणि त्यांच्या भावंडांची आठवण करून देईल असा. तुलसी यांचे धाकटे भाऊ रवी आणि त्यांच्या धाकट्या बहिणीचे, शारदाचे पती रामकृष्णन अरविंद-मदुराई येथे ऑप्थॅल्मॉलॉजीचं प्रशिक्षण घेण्यासाठी दाखल झाले. दरम्यानच्या काळात रवी यांचा विवाह तुलसी यांच्या पत्नीच्या बहिणीशी कन्नम्माशी झालेला असल्यानं त्यांचंही डॉ. व्हींशी भाचे-जावयाचं नातं जुळलं होतं. कालांतरानं, ऑरोलॅब सुरू झाल्यानंतर तुलसी यांचे वडील आर. दुराईसामी आणि कनिष्ठ बंधू श्रीराम हे ऑरोलॅबच्या कामात रुजू झाले. तुलसी यांची मोठी मुलगी LAICO मध्ये प्राध्यापक असून धाकटी मुलगी व जावई अरविंदमध्ये नेत्रतज्ज्ञ म्हणून रुजू झाले आहेत. (त्यांच्या भावंडांच्या मुलांपैकी आणखी तिघे जण आणि त्यांचे जोडीदारही अरविंद परिवारात सामावून गेलेले आहेत.) 'रविला परिवार' या टोपणनावानं परिचित असणाऱ्या या सर्वांशिवाय आता अरविंद अधुरं आहे. नर्मविनोदी, सुस्वभावी असे हे सगळे 'रविला', कौटुंबिक स्नेह-समारंभात कधीही वेळेवर न पोहोचण्याच्या सवयीसाठी प्रसिद्ध आहेत.

पण अरविंदचे आधारस्तंभ म्हणून तुलसी यांचं नाव अग्रक्रमानं घेण्यावाचून पर्यायच उरणार नाही इतकी महत्त्वपूर्ण जबाबदारी त्यांनी पार पाडली आहे. डॉ. व्ही अरविंदला शिस्तशीर आणि तत्त्वाधारित व्यवसायाचं स्वरूप देऊ इच्छित होते आणि तुलसी यांच्या रूपानं नेमकं हेच सगळं प्रत्यक्षात आणणारा व्यवस्थापक अरविंदला मिळाला होता. तुलसी सांगतात, "नेत्र सेवा क्षेत्रातील व्यवस्थापन ही त्यावेळी अगदीच कोरी पाटी होती. त्यामुळे मी जे काही छोटे छोटे प्रयत्न करत गेलो, त्याला सगळीकडेच खूप महत्त्व प्राप्त होत गेलं." अनेक आंतरराष्ट्रीय समित्यांचं अध्यक्षस्थान ज्यावर सर्वसाधारणपणे एखाद्या नेत्र-तज्ज्ञाची नेमणूक केली जाते ते तुलसी यांना सन्मानपूर्वक देऊ करण्यात आलं ते त्यांच्या वकुबामुळेच. आज LAICO चे कार्यकारी संचालक या नात्यानं ते जागतिक स्तरावर अरविंदचे प्रतिनिधी आहेत आणि मार्गदर्शकही. अरविंदच्या यशस्वी रचनेतील बारकाव्यांचे धडे जगभरातल्या रुग्णालयांना देण्याची जबाबदारी आता त्यांच्या खांद्यावर आहे.

"इतक्या वर्षांत अरविंदमध्ये काम करताना आम्ही जे काही शिकलो, त्या सगळ्याची सुसूत्र मांडणी LAICO मध्ये करण्यात आली. उत्तम नेत्र सेवा

देण्यासाठी तीन मूलभूत नियम पाळणं गरजेचं आहे, मोठ्या संख्येनं रुग्ण तपासणं, उपचारांचा उच्च दर्जा कायम राखणं आणि हे सगळं चिरंतन ठेवणं," तुलसी समजावतात. हेच तीन नियम सर्वत्र राबवण्याचा LAICOचा प्रयत्न आहे.

१०० रुग्णालयांना त्यांच्या व्यवस्था चिरस्थायी करण्यासाठी आणि त्यांची उत्पादकता वर्षाला ५००० उच्च दर्जाच्या शस्त्रक्रिया करण्यापर्यंत वाढवणं हे LAICO चं उद्दिष्ट होतं. २०११ पर्यंत २९ देशांतल्या २७३ रुग्णालयांसाठी LAICO नं सल्लागार म्हणून काम केलं आहे तर ७० देशांतल्या नेत्र सेवा व्यावसायिकांना प्रशिक्षण दिलं आहे. जगात दर वर्षी होणाऱ्या दृष्टी-दानाच्या शस्त्रक्रियांपैकी ५,००,०००-७,५०,००० शस्त्रक्रिया हे LAICO च्या प्रयत्नांचं यश आहे.

तुलसी म्हणतात, "अरविंदच्या तज्ज्ञांचा सर्वत्र वरचष्मा राहील असं काहीतरी आम्ही करू शकलो असतो, पण आम्ही तसं केलं नाही. कारण आपलं ज्ञान, प्रभुत्व हे सतत नवनवीन माणसांकडे पोहोचलं पाहिजे हे अरविंदचं एक तत्त्व आहे. त्यामुळेच प्रशिक्षण हा आपली कौशल्यं योग्य 'व्यक्तीकडे सुपूर्त करण्याचा उत्तम मार्ग असतो." यामुळेच आज भारतातल्या १० नेत्र-तज्ज्ञांपैकी एक अरविंदमधून तयार होऊन बाहेर पडलेला आहे. अरविंद आणि LAICO मध्ये आज ३१ विविध प्रकारचे वैद्यकीय अभ्यासक्रम, डझनभर व्यवस्थापकीय अभ्यासक्रम याचबरोबर शस्त्रक्रिया विभाग, नेत्र-रुग्णालयांची बांधणी अशाबद्दलच्या कार्यशाळा असे विविधांगी कार्यक्रम राबवले जातात. नामांकित रुग्णालयं आणि संस्थांतील तज्ज्ञ अतिथी प्राध्यापक म्हणून येतात. दर वर्षी ३५० नेत्र व्यावसायिकांना इथून प्रशिक्षित केलं जातं.

"अरविंदचं नाव होतं ते यातूनच. फक्त खूप मोठ्या रुग्णसंख्येनं नाही तर अशा देवाणघेवाणीतून. जे करणं गरजेचं आहे ते तुम्ही सच्चेपणानं करत राहिलात की या सगळ्या चांगल्या गोष्टी आपोआप घडत जातात." इति तुलसी.

LAICO च्या कार्याला वाहून घेतलेल्या सहा जणांच्या टीमचं नेतृत्व तुलसींकडे आहे. प्रत्यक्ष शिकवणं, कार्यशाळा आयोजित करणं, अभ्यास-साहित्य तयार करणं याखेरीज भारतातल्या आणि भारताबाहेच्या काही रुग्णालयांशी वैयक्तिक पातळीवर सल्लामसलत करणं हेदेखील एक काम असतं. याची सुरुवात होते ती LAICO टीमनं त्या रुग्णालयाच्या प्राथमिक गरजा आणि सद्यःस्थिती जाणून घेण्यासाठी दिलेल्या भेटीतून. त्यानंतर त्या रुग्णालयाच्या विविध विभागांच्या प्रतिनिधींचा गट अरविंदला भेट देतो. सहा महिन्यांनंतर LAICOची टीम कामाचा आढावा घेण्यासाठी

पुन्हा त्या ठिकाणी भेट देते.

अरविंदच्या भेटीतून संबंधित रुग्णालयाच्या प्रतिनिधींना प्रत्यक्ष पाहणी करता येते आणि मग LAICOच्या साहाय्यानं काही विशिष्ट बाबींची आखणी करता येते. सद्य:स्थितीतील रुग्णसंख्या आणि दर्जा यात लक्षणीय वाढ करण्याचा सल्ला त्यांना दिला जातो. "जर आपण १०० शस्त्रक्रिया करत असू तर १००० करा असं सांगण्यात येतं. आपल्याला सतत नवनवीन पायऱ्या चढत जायला प्रवृत्त करण्यात येतं आणि हे कसं साध्य करायचं हे अत्यंत शास्त्र-शुद्ध पद्धतीनं शिकवलं जातं," पुण्यातील देसाई रुग्णालयातील डॉ. मदन देशपांडे याला पुस्ती जोडत सांगतात. "इथं येण्यापूर्वी आम्ही आर्थिक गणितं कधी मांडलीच नव्हती." आंध्रप्रदेशातील एका रुग्णालयातील व्यवस्थापक सांगतात, "जसं लहान मुलाला वाटतं ना की आपण चॉकलेट मागितलं की मिळणार, तसं आपल्या देणगीदारांकडे मागणी करायची आणि वाट पाहत बसायचं एवढंच आम्ही करायचो.[१०] LAICO मध्ये आल्यानंतर असं वाटतं की, जणू आपल्याला व्यवस्थापनाचा मोतीबिंदू झाला होता, आणि इथं त्याची शस्त्रक्रिया झाली."

२०११ पर्यंत LAICO काम करत असलेली ७८% रुग्णालयं भारतातच आणि त्यातली काही अरविंद रुग्णालयांच्या परिसरातलीच होती. "तुम्ही तुमच्या स्पर्धकांनाच प्रशिक्षण देण्यावर इतके परिश्रम का घेताय? बरेच लोक आम्हांला विचारत असत." तुलसी हसत हसत सांगतात. "पण नीट विचार केला तर असं लक्षात येतं की, जेव्हा मागणीपेक्षा पुरवठा जास्त असतो तेव्हा स्पर्धा निर्माण होते. आत्ता वरकरणी जरी असंच चित्र असलं तरी सध्या दिसणारी मागणी ही प्रत्यक्ष गरजेच्या हिमनगाचं टोक आहे."

भारतात जवळपास २० कोटी लोकांना कोणत्या ना कोणत्या प्रकारच्या नेत्रसेवेची गरज आहे. यापैकी खूप मोठ्या हिश्श्यापर्यंत अद्याप आरोग्य सेवा पोहोचलेल्याच नाहीत. "ही गरज मागणीमध्ये परावर्तित होणं हेच अरविंदचं उद्दिष्ट आहे. त्यासाठी जागृती व्हायला हवी, लोकाभिमुख सेवा निर्माण व्हायला हव्यात. खरं तर कामाचा आवाका प्रचंड आहे की, स्पर्धेला जागाच नाहीये. उलट जितके जास्त लोक या कामात उतरतील तितकं चांगलं." तुलसी सांगतात.

LAICOच्या कॉन्फरन्स रूममध्ये बसलेल्या नायजेरियन डॉक्टरांना डॉ. व्ही प्रश्न करतात, "२००२ च्या फुटबॉल विश्वचषक सामन्यात सेनेगलनं फ्रान्सला कसं पराभूत केलं ठाऊक आहे?"

कोड्यात पडलेले ते डॉक्टर्स त्यांच्याच नकळत हसत असतात. आदल्याच वर्षी झालेला तो रोमहर्षक सामना सर्वांच्याच स्मरणात असतो. त्यात डॉ. व्ही तर खेळांचे विशेष शौकीन. बास्केटबॉल, टेनिस, क्रिकेट अगदी कुस्तीचे सामनेसुद्धा

ते आवडीनं पाहतात. त्या खेळाडूंच्यात असणारी जिद्द, चिकाटी आणि संघभावना त्यांना प्रेरित करते. नेत्र सेवेबद्दल शिकवत असताना खेळाडूंचे दाखले देऊन ते हे शिकवणं रंजक करतात. "आफ्रिका खंडातल्या एका लहानशा देशानं जगातल्या एका बलाढ्य देशाला कसं बरं नमवलं असेल?" खोलीत पसरलेल्या शांततेला छेद देत डॉ. व्ही खुशीनं आपला हात टेबलवर वाजवत म्हणतात, "याचा मथितार्थ एवढाच की, जी गोष्ट त्यांनी फुटबॉलच्या सामन्यात करून दाखवली, ती तुम्ही नेत्र सेवा क्षेत्रात नक्की करू शकता आणि जगात सर्वोत्कृष्ट बनू शकता."

रवांडामधील किगली येथील टेकडीवर वसलेल्या एका छोट्याश्या इमारतीत अरविंदमधून आलेली चार जणांची टीम तिथल्या डॉक्टरांशी चर्चा करत आहे. विषय आहे, राष्ट्रीय पातळीवर नेत्र सेवांचा कार्यक्रम सुरू करणेबाबत. खरंतर याआधी कधी एखाद्या देशाच्या नेत्रसेवेबाबत अशा प्रकारची योजना आखण्याचा अनुभव त्यांना नाही, पण अशा गोष्टींसाठी आपल्या कामापासून मागं हटणं हा त्यांचा स्वभाव नाही. रवांडामध्ये समोर आलेल्या आकडेवारीपेक्षा कितीतरी मोठ्या प्रमाणावर काम करण्यात ते पटाईत आहेत. अरविंदमध्ये हाताळली जाणारी रुग्णसंख्या ही रवांडामध्ये असणाऱ्या एकूण रुग्णसंख्येपेक्षाही जास्त आहे. "आमच्या एकेका रुग्णालयाचं नियोजन करणं म्हणजे एखाद्या लहानशा देशाचं नियोजन केल्यासारखंच आहे. त्यामुळेच आमच्या लोकांना रवांडासारखी परिस्थिती हाताळणं अजिबात कठीण जात नाही." तुलसी अभिमानानं सांगतात. रवांडामध्ये उपचारांनी बरं होऊ शकणारं अंधत्व असलेले ६५,००० लोक आहेत, आणि भारतात सव्वा कोटी. रवांडामध्ये यासाठी वर्षाला १९,००० शस्त्रक्रिया करण्याची गरज आहे,[११] तर भारतात ३,००,०००. अरविंदच्या थेनी येथील १६३ खाटांच्या छोट्याश्या रुग्णालयातसुद्धा वर्षाला १,०७,००० शस्त्रक्रिया केल्या जातात.[१२]

"हे पहा, सध्या तुम्ही वर्षाला २८५ शस्त्रक्रिया करत आहात. योग्य व्यवस्थापन आणि नियोजन केलं तर हीच संख्या २००० पर्यंत जाऊ शकते." तुलसी रवांडा येथील डॉक्टरांना उद्देशून सांगतात. सुरुवातीला हे अशक्य कोटीतलं वाटलं तरी पुढच्या दोनच दिवसात ते डॉक्टर याचं पद्धतशीर नियोजन करायला शिकतील. अर्थात संख्या, दर्जा आणि शाश्वतता या तीन तत्त्वांची पुनरावृत्ती करताना त्या त्या ठिकाणच्या काही मुद्द्यांचा विचार करावाच लागतो. भूगोल, सामाजिक-राजकीय परिस्थिती, लोकांची आर्थिक स्थिती, आरोग्याच्या समस्यांचा आवाका या सर्व गोष्टी नियोजन करताना महत्त्वाच्या ठरतात. स्थानिक मुद्द्यांनुसार आपल्या धोरणात काय बदल करायला हवेत याचा साद्यंत विचार अरविंदची टीम आणि रवांडाचे

डॉक्टर्स एकत्रितपणे करतील. .

उदा. रवांडाच्या आरोग्य मंत्रालयानं काही अनावश्यक वैद्यकीय उपकरणांवर कर लावलेला आहे आणि चश्मे व इंट्रा ऑक्युलर लेन्सेसचा त्या यादीत समावेश आहे. रवांडामधील नेत्रसेवा भारतापेक्षा काहीशी खर्चिक असण्यामागे हे एक कारण आहे. जागतिक स्तरावर LAICO चा असणारा दबदबा इथं कामी आला. आरोग्य मंत्रालयाच्या प्रतिनिधींशी चर्चा करून तुलसींनी त्यांना हा कर आणि त्याचे नेत्रसेवेवरील परिणाम यांची कल्पना दिली. काहीच दिवसांत, रुग्णालयांवरचा कराचा बोजा कमी करण्याच्या उद्देशानं आरोग्य मंत्रालयामार्फत आवश्यक वैद्यकीय उपकरणांची सुधारित यादी तयार करण्यात आली.

या व्यवहार्य उपायांखेरीज सर्वात कठीण आव्हान असतं ते वर्षानुवर्षं गंज चढलेल्या मानसिकतेला हलवून जागं करण्याचं. अरविंद टीमला त्यांना सतत स्फूर्ती द्यावी लागते, त्यांच्यातल्या उत्साहाला जागं ठेवावं लागतं. तुलसी आणि त्यांचे सहकारी एक कळकळीचं आवाहन करतात, ''तसं पाहिलं तर हा एक जुगारच आहे, संकटांशी खेळायचा जुगार. अशक्य ते शक्य होऊ शकतं, जसं सेनेगलनं फ्रान्सला हरवलं, तसं. विकसनशील देशांतलीच एक संस्था अपुऱ्या निधीनिशी, जेमतेम मनुष्यबळानिशी जर नेत्रसेवा देणारी जागतिक दर्जाची व्यवस्था निर्माण करू शकते, तर तुम्ही का नाही?''

'अरविंद हा अपवाद नाही, सर्वत्र पुन:पुन्हा घडू शकेल अशी ही किमया आहे.' या पथदर्शक सूत्रावर डॉ. व्हींचा गाढ विश्वास आहे.

कोलकाता, सव्वा कोटी लोकसंख्येच्या या महानगरातून जीपचा रस्ता आपल्याला रायचाक या लहानशा गावात घेऊन येतो. चैतन्यपूरला जायचं तर इथून पुढं फेरीबोटीतून जायला हवं. कोलकाता ते रायचाक हा साधारण दीड तासाचा रस्ता हिरव्यागार शेतातून आणि लहान-लहान खेड्यांतून जातो. मग अचानक निळसर पाण्याकाठी पसरलेल्या पेट्रोकेमिकल्स आणि ऑइल रिफायनरी कंपन्यांच्या चिमण्या आणि सिमेंटच्या उंच इमारती दृष्टीत भरतात, हा इथला प्रमुख उद्योगधंदा. तलावाचा किनारा कोळ्यांच्या छोट्या-छोट्या झोपड्यांनी व्यापून गेलेला दिसतो. चैतन्यपूरची बहुतेक लोकसंख्या या कोळ्यांची, गरीब शेतकऱ्यांची आणि मजुरांची आहे. पश्चिम बंगालच्या एका कोपऱ्यातल्या या वैराण गावात अरविंदच्या तोडीची नेत्रसेवा देणारं रुग्णालय असू शकतं यावर विश्वास बसणं तसं कठीणच.

चैतन्यपूरच्या विवेकानंद मिशन आश्रमाचे अध्वर्यू स्वामी विश्वनाथानंद उंचपुरे, भगवी वस्त्रं परिधान केलेले आहेत. नेत्र रुग्णालयासोबतच त्यांनी शाळाही सुरू

केली आहे, जिथे आज ५०००हून अधिक मुलं शिक्षण घेत आहेत. शिवाय त्यांनी अंध पुनर्वसन केंद्र आणि देशातलं एक मोठं ब्रेल ग्रंथालयही उभं केलं आहे. आजूबाजूच्या खेडो-पाड्यातल्या ६० लाख लोकांना चैतन्यपूरच्या रुग्णालयात नेत्रसेवा पुरवली जाते. लोक इथे बसने प्रवास करून येतात, तर कधी बस-भाड्याची बचत करण्यासाठी पायी किंवा सायकलवरून येतात. डॉ. असीम सिल हे विश्वनाथानंद यांचे जवळचे सहकारी आहेत.

बांगलादेशाच्या सीमेजवळ वसलेल्या एका छोट्याश्या खेड्यात सिल यांचं बालपण गेलं. आपल्या अंध आजोबांमुळे लहान वयातच त्यांनी अंधत्व अगदी जवळून पाहिलं होतं.[१३] ते म्हणतात, "आजोबांना एकटं वाटू नये म्हणून माझी आई मला अभ्यास करताना किंवा वाचन करताना कायम आजोबांच्या खोलीत बसायला सांगायची. मला मोठ्यानं वाचायची सवय होती ना! नकळत ही गोष्ट माझ्या मनात रुजली होती, आपणही अंध लोकांसाठी काही करायला हवं ही प्रेरणा मला त्यातूनच मिळाली असावी."

वैद्यकीय शिक्षण पूर्ण झाल्यानंतर काही वर्षं जनरल प्रॅक्टिस केल्यानंतर सिल यांनी ऑप्थॅल्मॉलॉजीमधील अभ्यासक्रमाला प्रवेश घेण्याचं ठरवलं आणि अरविंद-मदुराई मध्ये त्यांना प्रवेशही मिळाला. अरविंदमध्ये काम करता करता सगळ्या संस्थापकांचे ते लाडके बनले. कदाचित त्यांची परिश्रम घेण्याची वृत्ती आणि साधं, प्रेमळ वागणं सर्वांना भावलं असावं. तिथे असताना एके सकाळी सिल यांना निरोप मिळाला की, 'चीफ' म्हणजे डॉ. व्ही थेनीच्या रुग्णालयाला भेट द्यायला जाणार आहेत आणि सिल यांनी त्यांच्यासोबत जावं अशी त्यांची इच्छा आहे.

"थेनीला जात असताना रस्त्यात त्यांनी मला विचारलं, "सिल, बाहेर बघ आणि मला सांग, की तुला जास्त माणसं पायी जाणारी दिसत आहेत की गाडीतून जाणारी?" मी म्हणालो, "सर पायी जाणारी." मग त्यांनी विचारलं, "हे लोक किती अंतर चालू शकतील असं तुला वाटतं?" मी म्हणालो "सर, पाच-सहा किलोमीटर चालतील पण मग त्यांना विश्रांतीसाठी थांबावं लागेल."

"आणि गाडीतून जाणारे लोक? ते किती अंतर काटू शकतील?"

"सर ते कितीतरी जास्त अंतर जाऊ शकतील"

"बरोबर. एक लक्षात ठेव, जर तुला खरंच इतरांसाठी काही करायचं असेल तर जे चालणारे लोक आहेत ना त्यांच्यासाठी कर,"

हे ऐकून सिल भारावून गेले. "ते शब्द माझ्या मनात कुठेतरी खोलवर रुतून बसले आहेत," ते सांगतात.

१९९५मध्ये अरविंदमधला अभ्यासक्रम पूर्ण झाल्यानंतर सिल चैतन्यपूरला येऊन पोहोचले. ते इथं पोहोचले ती पावसाळ्यातली एक कुंद संध्याकाळ होती.

रस्त्यांवर दिवे नाहीत, पावसानं केलेला चिखल, अशा त्या वातावरणात आश्रमात प्रवेश करतानाच सिल यांनी लवकरच इथून परत जाण्याचा निर्धार केलेला होता. दुसऱ्या दिवशी भोजनानंतर बिस्वनाथानंद यांच्या मोठ्या भावाशी त्यांची भेट झाली. त्या प्रसंगाबद्दल सिल सांगतात, ''मला पाहताच त्यांनी माझ्या हातात काही सुगंधी फुलं ठेवली आणि म्हणाले, 'डॉक्टर, मला वाटतं की तुम्ही आता इथेच राहणार.' त्यांचा चेहरा विलक्षण तेजस्वी होता. मी माझ्याही नकळत त्यांना हो म्हणालो आणि जणू माझ्या मनावरचं एक मोठं ओझं उतरलं.''

मोठ्या शहराच्या तुलनेत चैतन्यपूरला मिळणारं कमी वेतन ही बाब सिल यांच्यासाठी क्षुल्लक होती. ''अरविंदमध्ये काही काळ घालवल्यानंतर पैसा वगैरे गोष्टींबाबतच्या माझ्या कल्पनांमध्ये क्रांतिकारक बदल झाले होते,'' ते कबूल करतात. खरं आव्हान होतं ते उत्तम नेत्र सेवा देण्यासाठी आश्रमाच्या व्यवस्थेत करावे लागणारे बदल, त्यामागची तत्त्वं हे सगळं इथल्या व्यवस्थापकांना समजावून सांगण्याचं. ''अर्थात त्यासाठी मला फार काही झगडावं लागलं नाही. लवकरच आम्ही LAICO सोबत एक कार्यशाळा घेण्याचं नक्की केलं.'' स्मित करत सिल सांगतात. यथावकाश स्वामी विश्वनाथानंद, सिल, एक व्यवस्थापक आणि एक साहाय्यक नेत्रतज्ज्ञ असा ताफा मदुराईमध्ये सल्लामसलतीसाठी दाखल झाला. LAICOचा अनुभव असं सांगतो की, एखाद्या रुग्णालयातल्या विविध विभागाच्या प्रतिनिधींना यात सहभागी करून घेणं महत्त्वाचं असतं. नियोजनाच्या प्रत्येक टप्प्यावर सर्वांना सहभागी करून घेणं हे मोजक्या लोकांनी निर्णय घेण्यापेक्षा अधिक प्रभावी ठरतं. त्यामुळे इथे सल्ला-मसलत करण्यासाठी येणाऱ्या टीममध्ये रुग्णालयाचे संचालक, वैद्यकीय अधिकारी, मुख्य परिचारिका आणि काही वेळा माहिती-तंत्रज्ञान आणि आर्थिक कामकाज विभागाचे प्रतिनिधी यांचा समावेश असतो.

त्या सात दिवसांत अरविंदकडे उत्कृष्ट असं जे जे काही होतं ते सगळं चैतन्यपूरच्या टीमसमोर सादर झालं. वैद्यकीय आणि व्यवस्थापकीय अशा दोन्ही स्तरांवरील वरिष्ठ संचालकांशी चर्चा करण्याची त्यांना संधी मिळाली. जे करण्यासाठी सिल प्रयत्नशील होते, ते अगदी सहजरीत्या त्यांच्या पदरात पडलं. आपल्या व्यवस्थांमध्ये काय बदल करायला हवेत आणि हे बदल कसे घडवून आणायचे याचं सुस्पष्ट चित्र चैतन्यपूर आश्रमाच्या संचालकांसमोर मांडण्यात आलं. या कार्यशाळेचा सिल यांच्या सहकाऱ्यांवर अभूतपूर्व परिणाम झाला. रेल्वेनं परतीचा प्रवास करताना त्यांच्या मनात नवनवीन कल्पनांचा जणू पूरच आला होता, इतका की रात्रभर जागूनही त्यांची चर्चा संपेना. सिल सांगतात, ''स्वामी विश्वनाथानंद यांनी तर नव्या रचनेमध्ये रुग्णांचे कक्ष कसे असतील हे ठरवण्यासाठी कितीतरी चित्रं काढून दाखवली.''

रुग्णालयातल्या एकूण व्यवस्थेसोबतच कर्मचाऱ्यांची भरती आणि प्रशिक्षण यांतही मूलभूत बदल करण्याची त्यांना गरज होती. साईटसेव्हर्स इंटरनॅशनल त्यांना या कामी आर्थिक मदत करणार होती; पण सर्वात जास्त गरज होती ती– धोरणांमध्ये व्यापक बदलांची. थोडक्यात, चैतन्यपूर रुग्णालयाला हवे होते अधिकाधिक डॉक्टर्स, परिचारिका आणि रुग्ण.

अरविंदच्या धर्तीवर स्थानिक नेते आणि संस्थांच्या मदतीनं नेत्र शिबिरं आयोजित करून रुग्णसंख्या वाढवण्यात सिल यांना लवकरच यश आलं. परिचारिकांच्या बाबतीत काहीशी अडचण होती. सिल जेव्हा इथं दाखल झाले तेव्हा केवळ एकच प्रशिक्षित परिचारक होता, जो सरकारी नोकरी मिळाल्यानंतर ही नोकरी सोडून गेला. परिचारिकांना प्रशिक्षण देण्याचं काम त्यांनी स्वत:च सुरू करावं असा सल्ला त्यांना LAICO कडून मिळाला होता. त्याप्रमाणे १९९६ साली सिल यांच्या नेतृत्वाखाली परिचारिका प्रशिक्षण सुरू करण्यात आलं आणि त्यातूनच परिचारकांची भरती करण्यात येऊ लागली.

चांगले डॉक्टर्स येणं आणि टिकणं हे खरं आव्हान होतं. चैतन्यपूरला आल्यानंतर वर्षभरातच सिल त्यांची वाग्दत्त वधू, शुभ्रा यांच्याशी विवाहबद्ध झाले. शुभ्रा या लहान मुलांच्या नेत्रतज्ज्ञ असून त्यांनीही अरविंदमध्येच प्रशिक्षण घेतलं होतं. शहरातील आरामदायक जीवनशैली सोडून आश्रमात येऊन राहण्यास शुभ्राही स्वखुशीनं तयार होत्या; पण चैतन्यपूरच्या रुग्णालयात मिळणारं वेतन अतिशय कमी होतं आणि गोरगरिबांच्या सेवेसाठी आयुष्य वाहून घेऊन अशा ठिकाणी येऊन राहण्यास तयार होणारे सिल-शुभ्रा यांसारखे डॉक्टर्स मिळणं तसं दुर्मीळच. चांगले डॉक्टर्स टिकवायचे तर त्यांना आर्थिकदृष्ट्या सक्षम होण्याची गरज होती. विविध स्तरांत विभागलेली शुल्करचना, सल्ला केंद्र आणि IOLचा वापर होणाऱ्या शस्त्रक्रियांच्या संख्येत वाढ अशा उपाययोजना करून उच्च आर्थिक स्तरांतल्या रुग्णांना सामावून घेण्यात आले जेणेकरून उत्पन्नात वाढ होत गेली. LAICOमध्ये झालेल्या कार्यशाळेनंतर तीन वर्षांतच चैतन्यपूरच्या रुग्णालयाचं उत्पन्न १५० टक्क्यांनी वाढलं.[१४] या आर्थिक मजबुतीकरणामुळे भविष्यात सेवांचा विस्तार करणं, कर्मचाऱ्यांची भरती करणं आणि त्यांना टिकवून ठेवणं सुकर होत गेलं.

दीपा कृष्णन ही डॉ. व्हींच्या कुटुंबातल्या तिसऱ्या पिढीची प्रतिनिधी. कॉम्प्युटर इंजिनिअर आणि एम.बी.ए. असणारी दीपा LAICOच्या व्यवस्थापन विभागात काम करते. चैतन्यपूरच्या रुग्णालयाच्या व्यवस्थांचा अभ्यास करण्यासाठी आणि त्यांची कार्यक्षमता व उत्पादकता वाढवण्यासाठी काही सूचना करण्यासाठी ती एक

महिना तिथे जाऊन राहिली होती. ''तिनं असं एक निरीक्षण नोंदवलं की, इथे जास्तीतजास्त रुग्ण सकाळी आठ वाजता येतात. तिनं असं सुचवलं की, सकाळच्या वेळात सगळ्या डॉक्टरांनी बाह्य रुग्ण विभागातच काम करावं आणि दुपारच्या वेळात शस्त्रक्रिया कराव्यात. ही सूचना खूपच परिणामकारक ठरली.'' सिल सांगतात.

दीपाच्या मते ''चैतन्यपूरचं रुग्णालय ही अरविंदची प्रतिकृती आहे. सगळं अगदी इथल्यासारखंच आहे, केसशीट्स, पावत्या यांवरचं फक्त रुग्णालयाचं नाव सोडलं तर बाकी तेच. शस्त्रक्रिया कक्षातली कार्यपद्धत, पूर्वतयारी, निर्जंतुकीकरण करण्याची पद्धत हेही तसंच आहे. शिबिरांची पद्धतही तीच. सगळं तेच फक्त छोट्या स्तरावर.''[१५]

या वरवरच्या साम्यस्थळांव्यतिरिक्त या दोन संस्थांमध्ये एक नातं आहे, ते म्हणजे कर्तव्यनिष्ठेचं आणि जास्तीतजास्त गरजूंसाठी काहीतरी करण्याच्या कळकळीचं. चैतन्यपूरला वारंवार भेट देणारे तुलसी म्हणतात, ''तिथं जाऊन आलं की मलाही खूप स्फूर्ती मिळाल्यासारखं वाटतं.''

''रुग्णकेंद्रित सेवा कशी असावी याचा उत्तम दंडक सिल आणि त्यांच्या टीमनं घालून दिला आहे. त्यांना असं लक्षात आलं की, इथे येणारे रुग्ण बऱ्याच लांबलांबच्या गावांतून येतात, सोबत त्यांचे नातेवाईकही असतात. त्यांची राहण्याची इथे काहीच सोय नाही हे पाहून त्यांनी सरळ एक वसतीगृह बांधलं. असे निर्णय घ्यायला काही धोरणं वगैरे आखण्याची गरज नसते, गरज असते ती रुग्णांच्या गरजा समजून घेण्याची आणि त्यांना योग्य तो प्रतिसाद देण्याची.'' तुलसी कौतुकानं सांगतात.

स्वामी विश्वनाथानंद यांना पाठीच्या दुखण्यानं ग्रासलं असलं तरीही त्यांचं काम मात्र अजूनही सुरू आहे कारण ते म्हणतात, ''देवानं मला बेड-रेस्ट घेण्याची परवानगी दिलेली नाही.'' सिल यांच्याप्रमाणंच स्वामींनाही अरविंदबद्दल काय बोलू आणि काय नको असं होतं. ''अरविंद आणि LAICO नं आम्हांला खूप मदत केली. त्यांनी इतकं केलंय आमच्यासाठी की मी शब्दात व्यक्त करू शकत नाही.[१६] स्वामी विश्वनाथानंदांना महंत झाल्याला तीस वर्षांचा काळ उलटून गेला आहे. त्यांच्या जोशपूर्ण बोलण्यात एका वाक्याचा पुन्हा पुन्हा उल्लेख येत असतो, 'त्या दिव्य शक्तीच्या चरणांशी कोटी कोटी प्रणाम.' त्यांच्या ठायी सचोटी आणि दृढनिश्चयाचा संगम झालेला आहे. त्यांच्या बोलण्यातून जणू डॉ. व्हीं‌चे विचारच प्रतिध्वनित होतात. 'मानवी सेवाभावाला प्रेमाच्या ओलाव्याचा आधार असावा लागतो. एकदा तुमच्या अंत:करणात हा ममतेचा झरा वाहू लागला की मग पुढचं सगळं 'त्याच्या' इच्छेनं घडून येतं.''

पंधरा

अरविंद आणि किलीमांजारो

टांझानियामधील मोशी विमानतळ चहूबाजूंनी मक्याच्या शेतांनी वेढलेला आहे. हे उभं पीक म्हणजे जणू सलामीसाठी खडे असलेले जवानच. मंद अशा चांदण्यात चमकणारे घरांचे पत्रे आणि खिडक्यांमधून लुकलुकणारे दिवे. सगळं कसं एखाद्या पेटीत बंद केल्यासारखं, गूढ. डॉ. सुसान लेवॅलन आणि त्यांचे पती डॉ. पॉल कोर्टराईट यांचं हे गाव. नेत्रतज्ज्ञ असलेल्या सुसान आणि सार्वजनिक आरोग्य विषयातले पदवीधर असलेले पॉल आपल्या दोन मुलांसह इथे राहत असून गेली पंधरा वर्षं नेत्रसेवेच्या प्रसारासाठी आफ्रिकेत कार्यरत आहेत. २००२ साली त्यांनी अरविंदला भेट दिली ती एका महत्त्वाकांक्षी प्रकल्पासाठी मार्गदर्शन घेण्यासाठी. LAICO सारखी संस्था मोशीमध्ये उभी करण्याचा प्रकल्प.

लेवॅलन आणि कोर्टराईट हे किलीमांजारो सेंटर फॉर कम्युनिटी ऑप्थॅल्मॉलॉजी (KCCO) चे संस्थापक आणि सहसंचालक आहेत. पूर्व आफ्रिकेतील सार्वजनिक नेत्रसेवा, हे २००१ साली सुरू झालेल्या या संस्थेचं कार्यक्षेत्र आहे. इथे चालणाऱ्या प्रशिक्षण कार्यक्रमांचा आणि सुविधांचा लाभ अठरा देशांतील कोट्यवधी रुग्णांपर्यंत पोहोचवला जातो. KCCO ला विविध देणगीदारांचं आर्थिक पाठबळ मिळत असून किलीमांजारो ख्रिस्तिअन मेडिकल सेंटरशी (KCMC) ती संलग्न आहे.[१] KCMCशी असलेल्या संलग्नतेमुळे त्या परिसरात काम करणाऱ्या इतर नेत्र रुग्णालयांपर्यंत पोहोचणं KCCOला सुलभ झालं आहे.

आफ्रिकेच्या बऱ्याच भागांमध्ये LAICO चं काम पोहोचलेलं आहे. त्यांनी मालावीच्या डॉक्टर्स आणि परिचारिकांसाठी प्रशिक्षण कार्यक्रम घेतले आहेत, कैरोच्या एका रुग्णालयाला लोकाभिमुख कार्यक्रम राबवायला मदत केलेली आहे, आणि रवांडा सरकारला नेत्र सुविधांसंदर्भात मार्गदर्शन केलं आहे.

त्यांच्या मदतीनं डेमोक्रॅटिक रिपब्लिक ऑफ काँगो मधल्या एका रुग्णालयानं अस्थिर राजकीय वातावरण असूनही शून्यातून सुरुवात करून वर्षभरातच १०००

शस्त्रक्रियांचा टप्पा गाठला. LAICOमधून प्रशिक्षण घेतलेला एक डॉक्टर आज त्याच्या शहरात एक उत्तम नेत्रसेवा केंद्र चालवत असून वर्षाला ३००० शस्त्रक्रिया करत आहे.[२] या सगळ्या यशस्वी प्रयोगांचा आवाका तुलनेनं छोटा असला तरी प्रतिकूल परिस्थितीत अरविंदच्या तत्त्वांची झालेली पुनरावृत्ती महत्त्वाची आहे.

२००६मध्ये LAICO टीम मोशीमध्ये दाखल झाली. KCMCच्या नेत्र विभागाच्या कामकाजाचा लेखाजोखा घेणं आणि त्यांच्या प्रशिक्षण कार्यक्रमांसाठी काही सल्ला देणं असा त्यांचा हेतू होता. अवघ्या काही महिन्यांतच त्यांच्या प्रयत्नांचं चीज झालेलं दिसून आलं. इतके दिवस अनामिक असणाऱ्या KCMCच्या कार्यालयांच्या दरवाजांवर नावांचे फलक झळकले. गोष्ट छोटीशीच, पण तीही LAICO टीमच्या नजरेतून सुटली नव्हती. या टीमचं वैशिष्ट्य म्हणजे ते कोणतीही बाब ग्राह्य धरत नाहीत, सर्व बाबींचं ते सूक्ष्मपणे विश्लेषण करतात. आताही त्यांच्या अनेक सूचना KCMC मध्ये अमलात आणल्या गेल्या आहेत. उदा. संगणकीकृत नोंदणी, समुपदेशन केंद्राची स्थापना, रुग्णांच्या निवास-व्यवस्थेच्या स्तरांनुसार शुल्क आकारणी, तपासणी केंद्रांचे छोटे छोटे भाग करणं, शस्त्रक्रियाकक्षासाठी विशिष्ट कार्यपद्धत पाळणं, इ. शिस्तशीर कारभार आणि योग्य व्यवस्थांचं महत्त्व अधोरेखित करणं हा LAICOच्या कामाचा एक महत्त्वाचा भाग आहे, मग ते रुग्णालय बांगला देशाचं असो, भूतानचं असो वा रवांडाचं.

एडसन एलिहा हे KCCOचे संयोजक आहेत. ते अभिमानानं सांगतात, “नियोजनाचं हे तंत्र मला अरविंदमध्ये शिकायला मिळालं. अर्थात हे सगळं अमलात आणणं तितकंसं सहजसाध्य असतंच असं नाही. ख्ण्णमध्ये सगळ्यात पहिलं आव्हान होतं ते इंन्व्हेंटरी आणि इतर हिशेब यांचं नियोजन करून खर्चाचा ताळमेळ घालण्याचं. दुसरं म्हणजे ही व्यवस्था कायम टिकवायची तर आपल्याला कमीतकमी खर्चात हे सगळं चालवायला हवं हे इथल्या संचालकांना पटवून देण्याचं.[३] अरविंदमध्ये हे सर्वांच्या अंगवळणी पडलेलं होतं, पण इथे काही जणांना असं वाटायचं की, हे करणं खूप जड जाईल आणि त्यामुळे आपले कामाचे व्याप वाढतील.” एलिहा हे प्रांजळपणे कबूल करतात पण एक निरीक्षण म्हणून, कुणावर दोषारोप न करता; आणि ही बाब इथेच असं नव्हे तर इतरही ठिकाणी घडताना दिसते.

KCMCच्या रुग्णालयात दिवसाला सरासरी १२९ रुग्ण तपासले जातात आणि साधारण १२ रुग्ण रोज भरती होतात. रुग्णांच्या तपासणीपासून ते रोग निदानापर्यंत सगळ्या गोष्टी अरविंदसारख्याच, पण काहीशा धीम्या गतीनं चालणाऱ्या. परिचारिका विभागाच्या प्रमुखांच्या मते परिचारिकांच्या पुरेशा संख्येअभावी जलदगतीनं रुग्ण तपासणं कठीण आहे; पण एलिहा आणि LAICO यांचं मत काहीसं वेगळं

आहे. कारण अरविंद-थेनीमधल्या छोट्याशा रुग्णालयातही KCMC पेक्षा चौपट जास्त रुग्ण पाहिले जातात.

टांझानियातील एक व्यवस्थापक सांगतात; "आपली जुनी मतं बदलायला तयार नसणारे कर्मचारी हा एक अडथळा असतो. इथल्या पाच परिचारिका मिळून जेवढं काम करतात, तेच काम अरविंदच्या दोन परिचारिका करू शकतात. आम्ही त्यांच्यासमोर नेहमीच अरविंदचा आदर्श ठेवतो; पण कार्यतत्परता आणि कष्ट यात आमचे लोक कमी पडतात." मोशीतल्या लोकांच्या कामात एक प्रकारचा संथपणा आहे आणि अरविंदमधल्या कामाच्या झपाट्यापुढे तर तो फारच ठळकपणे जाणवतो. स्वाहिली भाषेत 'पोले-पोले' असा एक वाक्प्रचार आहे, ज्याचा अर्थ आहे हळू-हळू. इथल्या सगळ्या लोकांच्या वागण्या-बोलण्यातून हा शब्द सतत प्रतीत होत असल्याचा भास होतो. जिथे-तिथे रेंगाळण्यात, उगाच गप्पा मारण्यात वेळ घालवणं हे त्यांच्यासाठी नित्याचंच आहे. बऱ्याच भारतीय लोकांमध्येही ही प्रवृत्ती आढळून येते, जी वरकरणी मौजेची वाटली तरी एखाद्यासाठी अत्यंत निराशाजनक असू शकते.

मोशी रुग्णालयातल्या सिस्टर इव्हान्जेलीन पन्नाशीच्या आहेत, अरविंदमधल्या विशीतल्या परिचारिकांपेक्षा वयानं बऱ्याच मोठ्या. वयानुरूप कामाचा उरक कमी झाला असला तरी इव्हान्जेलीन आपल्या प्रेमळ स्वभावानं त्यावर मात करतात. एका शेतकरी कुटुंबात वाढलेल्या इव्हान्जेलीन यांना लहानपणापासूनच सगळ्या लोकांसाठी काहीतरी करण्याची तळमळ होती. दिलखुलासपणे हसत त्या म्हणतात, "उत्तम आरोग्य ही देणगी आहे, आणि दृष्टिहीनांना पुन्हा दृष्टी देण्यासाठी झटण्याची संधी मिळणं हे पुण्यकर्म!"

आफ्रिकेतलं सर्वोच्च शिखर किलीमांजारो, रुग्णालयाच्या आवारातूनही दिसतं. फक्त त्यासाठी वातावरण स्वच्छ असायला हवं. इतक्या भव्य शिखराला काही झाकोळू शकत असेल यावर विश्वास बसणं कठीण असलं तरी आज मात्र हे शिखर धुक्यात बुडून गेलंय आणि गूढरम्य भासतंय. डॉ. अँथनी हॉल म्हणतात, "अरविंद हे किलीमांजारोसारखं आहे. प्रत्यक्ष दर्शनाविना विश्वास ठेवायला कठीण." उंच, शिडशिडीत बांध्याचे डॉ. हॉल KCMC च्या नेत्र विभागाचे मुख्य आहेत. सतत कोणत्यातरी विचारात गढल्यासारखे वाटणारे डॉ. हॉल आफ्रिकेतल्या अनेक सर्जन्सचे गुरू आहेत. ते म्हणतात, "अरविंदमध्ये इतके रुग्ण येतात, तिथं इतक्या शस्त्रक्रिया होतात असं काहीबाही आपण लोकांकडून ऐकतो, पण ते प्रत्यक्ष पाहिल्याशिवाय त्याच्या व्याप्तीची कल्पना येऊ शकत नाही."

काही गोष्टींमुळे आफ्रिकेत अरविंदची पुनरावृत्ती करणं कठीण आहे; नेत्रतज्ज्ञांची अपुरी संख्या हे त्यापैकी एक कारण. अख्ख्या टांझानियामध्ये फक्त ३० नेत्रतज्ज्ञ आहेत, म्हणजे दहा लाख लोकांमागे एक. भारतात हेच प्रमाण दहा लाखांमागे बारा आणि अमरिकेत दहा लाखांमागे अठ्ठावन्न इतकं आहे.[४]

भारत आणि आफ्रिकेतल्या नेत्रविकारांमध्येही फरक आहे. "इथे मोतीबिंदू वयस्कर लोकांमध्ये अधिक प्रमाणात आढळून येतो. सरासरी ६०-७० या वयात. या वयाच्या लोकांना असणाऱ्या आरोग्याच्या इतर समस्यांमुळे त्यांच्यावर उपचार करणंही कठीण जातं. आमचे नवशिके डॉक्टर्स हे करू शकतातच असं नाही." डॉ. हॉल म्हणतात. त्यामुळे शस्त्रक्रियांच्या संख्येवर बंधनं येतात. डॉ. हॉल पुढे सांगतात, "याउलट इथे काचबिंदू (Glaucoma) अधिक प्रमाणात असून तो कमी वयातही होण्याची शक्यता अधिक असते. आमच्याकडे मधुमेहामुळे होणाऱ्या रेटिनाच्या विकाराने ग्रस्त (Dibetic Retinopathy) लोकही बरेच येतात." मोतीबिंदूच्या तुलनेत काचबिंदू आणि मधुमेहामुळे होणाऱ्या रेटिनाच्या विकाराचे उपचार दीर्घ काळ चालणारे आणि अधिक गुंतागुंतीचे आहेत.

भारतातल्या खाजगी रुग्णालयांच्या तुलनेत आफ्रिकेतील रुग्णालयांच्या कामकाजात सरकारी हस्तक्षेप काहीसा जास्त आहे. तिथल्या आरोग्य मंत्रालयाचं आरोग्य सुविधांवर बऱ्याच प्रमाणात नियंत्रण असल्यानं काही बदल करायचे असल्यास लाल फितीला टाळून पुढे जाता येत नाही. अरविंदमध्ये असलेली भिन्नस्तरीय शुल्क रचना इथे निर्माण करता आलेली नाही. नेत्र सुविधांच्या क्षेत्रात काम करणाऱ्या सामाजिक संस्थांच्या आणि सरकारकडून मिळणाऱ्या सवलतींच्या अभावामुळे या सुविधा घेणाऱ्या लोकांची संख्याही कमी आहे. त्यामुळे या रुग्णालयांना मोफत उपचार देणं शक्य होत नाही. कोर्टराईट यांच्या मते, "शुल्क निश्चित करणं हा अतिशय कठीण टप्पा आहे. लोकांच्या रोजगारावर आधारित शुल्क ठरवणं शक्य नाही कारण इथले बरेचसे शेतकरी अजूनही धान्याच्या बदल्यात काही वस्तूंची देवाणघेवाण करतात. शेवटी आम्ही १५% हा दर ठरवला आणि आता तो योग्य आहे असं वाटतंय."

जे रुग्ण त्यांच्या गावच्या प्रमुखाकडून ते गरीब असल्याचं प्रमाणपत्र आणतील त्यांना मोफत उपचार देण्याचं KCMCचं धोरण आहे, पण फार कमी लोक हा नियम पाळतात. इथे समुपदेशक असला तरी शस्त्रक्रियेबद्दल वाटणारी भीती, दारिद्र्य आणि अंधश्रद्धा यामुळे लोक उपचार घेणं टाळतात.

गरिबी, आडमुठी नोकरशाही आणि लोकांच्या समजुती हे अडथळे पार करून प्रत्यक्ष शस्त्रक्रिया करून घेणाऱ्या रुग्णांचं प्रमाण साठ टक्के इतकंच आहे. लोकांपर्यंत या सुविधांचा प्रसार करणं ही त्याहूनही कठीण कामगिरी. कोर्टराईट

● डॉ. व्ही त्यांच्या कार्यालयात : आपले गुरू मदर आणि योगी अरविंदांच्या सान्निध्यात असलेले डॉ. व्ही.

छायाचित्रकार : राज कुमार २००६

● लष्करी गणवेशात, १९४० : संधिवातानं ग्रासण्यापूर्वी डॉ. व्हींनी लष्करात वैद्यकीय अधिकारी म्हणून काम केले होते.
छायाचित्र : अरविंद आय केअर सिस्टीम (AECS)

● टॉर्चच्या उजेडात शस्त्रक्रिया करताना डॉ. व्ही, १९७० : दुर्दम्य इच्छाशक्ती आणि निष्ठेच्या बळावर त्यांनी स्वतः १००,००० हून अधिकांना दृष्टिदान दिलं आहे.
छायाचित्र : अरविंद आय केअर सिस्टीम

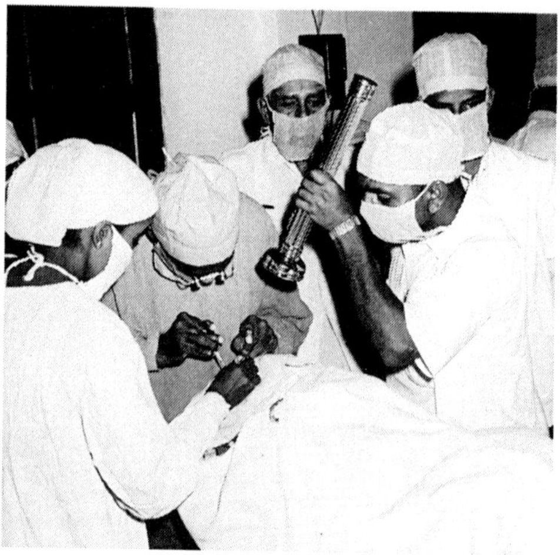

● डॉ. व्ही आणि सर जॉन विल्सन : १२ व्या वर्षीच अंधत्व आलेले विल्सन उत्तरायुष्यात डॉ. व्हींचे सुहृद आणि गुरू बनले. या द्वयीनं अंधत्व निवारणाचं कार्य जागतिक पातळीवर पोहोचवलं.
छायाचित्रकार : रामेश्वर दास

● अरविंद नेत्र रुग्णालय, १९७६ : डॉ. व्ही आणि त्यांच्या भावंडांनी सुरू केलेलं ११ खाटांचं मूळ रुग्णालय, जे आज जगातलं सर्वात मोठं नेत्र रुग्णालय म्हणून परिचित आहे.
छायाचित्रकार : मुरुगन

● डॉ. व्ही आणि डॉ. नच्चिअर, १९७७ : डॉ.नच्चिअर (उजवीकडे) यांच्या ठायी असलेला दयाबुद्धी आणि संघटन कौशल्यांचा मेळ अचंबित करणारा आहे. त्यांचे थोरले बंधू असलेले डॉ. व्ही हे त्यांचे नेत्र शस्त्रक्रियांमधले गुरू होते
छायाचित्र : AECS

● अरविंदचं बांधकाम सुरू असताना, १९८० : जी श्रीनिवासन यांनी बसवलेली आर्थिक घडी अरविंदसाठी महत्त्वाची ठरली. गोठ्या प्रमाणावर मोफत उपचार देऊनही अरविंदचं खातं नेहमीच शिल्लक दाखवत राहिलं.
छायाचित्रकार : तुलसी रविला

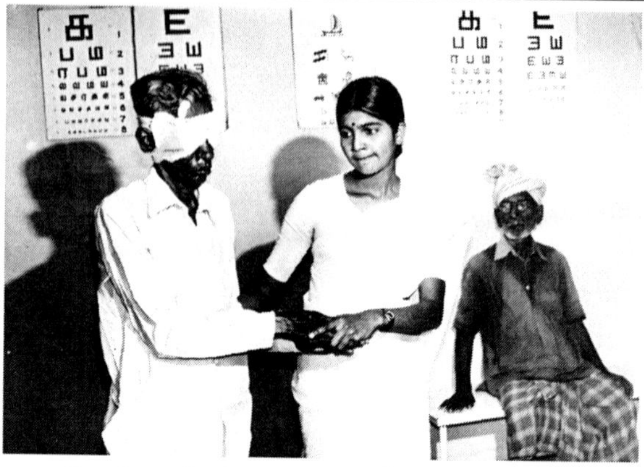

● अरविंदमधील परिचारिका एका रुग्णासोबत, १९७०च्या दशकात : माध्यमिक शिक्षण पूर्ण केलेल्या खेड्या-पाड्यातल्या मुलींना उत्तम प्रशिक्षण देऊन भरती केलेल्या परिचारिका अरविंदच्या आधारस्तंभ होत्या. नच्चिअर म्हणतात, 'रुग्णाला हाताला धरून घेऊन जाणारी परिचारिका ही खरी मूल्यवृद्धी'
छायाचित्रकार : मुरुगन

● संस्थापक, १९८० : जास्त काम कमी दाम हे यांचं ब्रीदवाक्य होतं. डावीकडून बसलेले डॉ. नच्चिअर, डॉ. व्ही, डॉ. विजी
डावीकडून उभे जी. श्रीनिवासन, डॉ. नाम, डॉ. एमएस, तुलसी
छायाचित्रकार : मुरुगन

- गर्दीने फुलून गेलेले नेत्रशिबीर : नेत्रसेवेची गरज असणाऱ्या रुग्णांच्या शोधात अरविंदचा चमू ग्रामीण भारतातल्या घराघरांत जाऊन पोहोचला होता.
  छायाचित्रकार : डेव्हीड हेडन १९९४

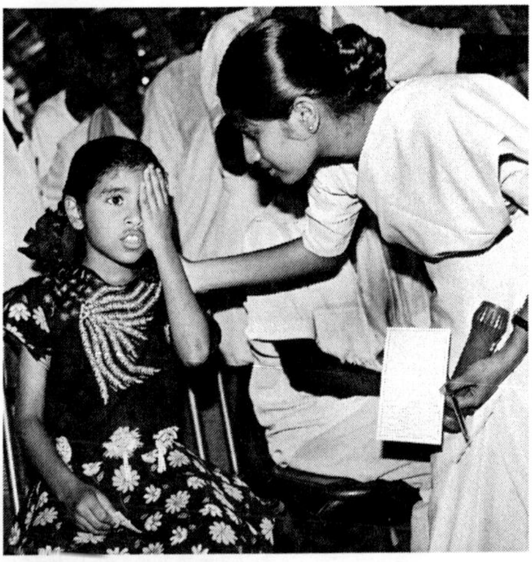

- तक्ता वाचन : डोळे तपासणीसाठी रांगेत उभे रुग्ण आणि एका लहान मुलीची तपासणी करणाऱ्या वरिष्ठ परिचारिका कविता.
  छायाचित्रकार : मोझेस सीझर, २००३

- डोळ्यांच्या नंबरची तपासणी : वरिष्ठ परिचारिका पोधुमणी एका वृद्ध स्त्रीच्या डोळ्यांचा नंबर काढताना.
  छायाचित्रकार : मोझेस सीझर, २००३

● अरविंद नेत्र रुग्णालय, मदुराई : ही पाचमजली इमारत म्हणजे अनेक वर्षांच्या मेहनतीचं फलित आहे. आज अरविंद रुग्णालयांमध्ये दर दिवशी ७५०० रुग्ण तपासले जातात.
छायाचित्रकार : राजकुमार, २०११

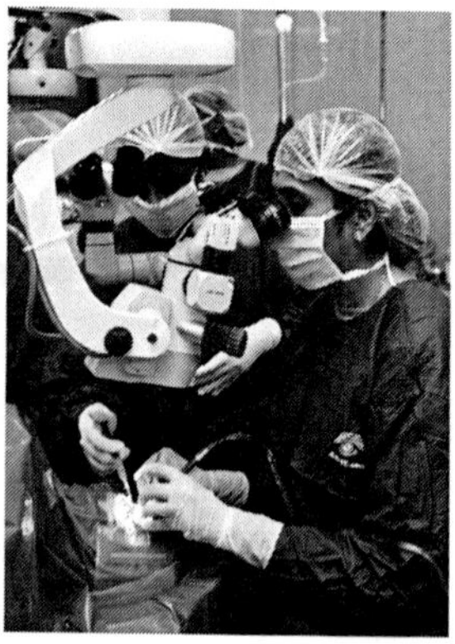

● डॉ. हरिप्रिया मोतीबिंदूची शस्त्रक्रिया करताना : मोतीबिंदू म्हणजे डोळ्यातील भिंग धूसर होणं. विकसनशील देशांत अंधत्वाला कारणीभूत असणारी महत्त्वाची समस्या.
छायाचित्रकार : राजकुमार, २०११

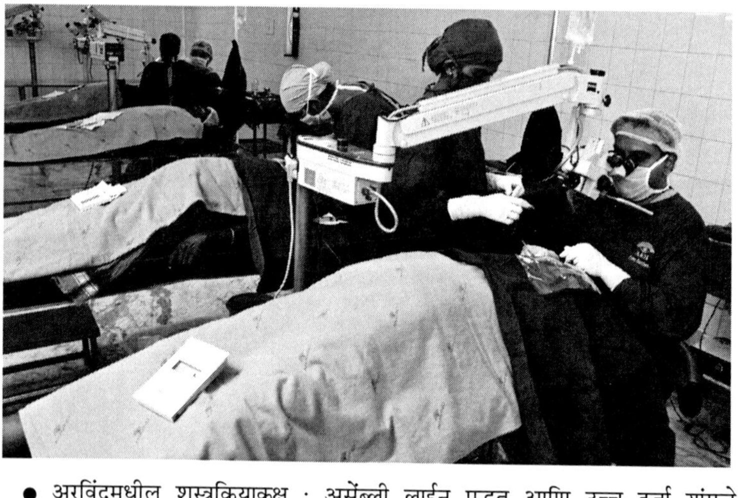

● अरविंदमधील शस्त्रक्रियाकक्ष : असेंब्ली लाईन पद्धत आणि उच्च दर्जा यांमुळे इथल्या शस्त्रक्रियांचे परिणाम पाश्चात्त्य देशांच्या तोडीचे ठरले.
छायाचित्रकार : राजकुमार, २०११

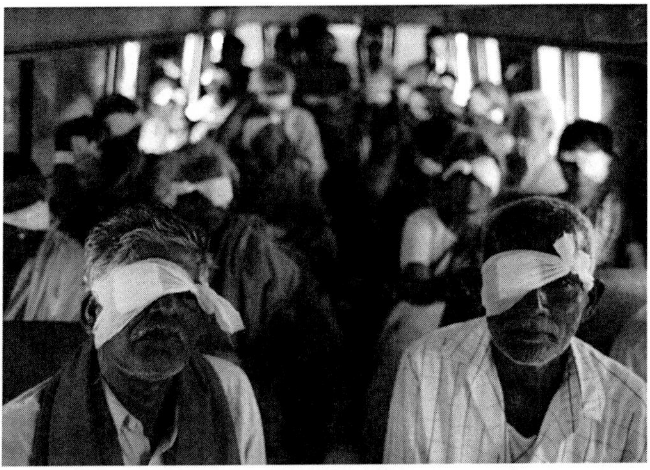

- निः शुल्क शस्त्रक्रियेनंतर : अरविंदच्या शिबिरांत येणाऱ्या रुग्णांचं जेवण, राहण्याची सोय, प्रत्यक्ष शस्त्रक्रिया, येण्याजाण्याचा खर्च हा सगळा खर्च संस्थेकडून उचलला जातो. यामुळे हजारो लोकांना हे उपचार पोहोचू शकले.
  छायाचित्र : रायन पाईल, २०११

- घराच्या वाटेकडे : मोतीबिंदूची शस्त्रक्रिया झाल्यांनतर आपल्या गावी परतताना बसच्या खिडकीतून बाहेर पाहणारा एक रुग्ण.
  छायाचित्र : रायन पाईल, २०११

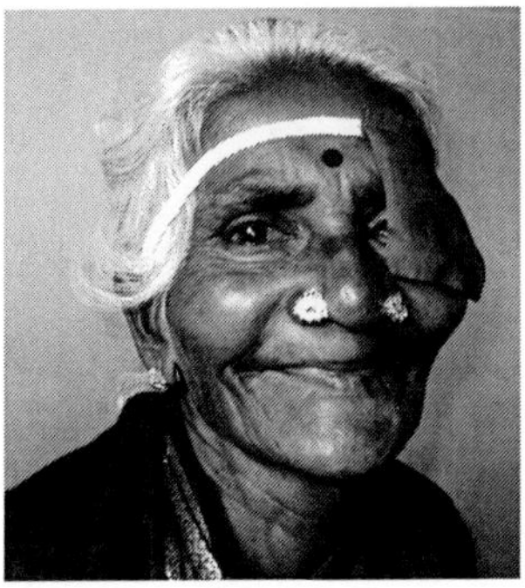

- दृष्टीचं दान : निःशुल्क उपचारांनी आपली दृष्टी परत मिळालेले रुग्ण अरविंदचे कट्टर समर्थक झाल्यावाचून राहत नाहीत.
  छायाचित्र : पवित्रा मेहता, २०११

● मिशिगन ते मदुराई : मिशिगनमध्ये दहा वर्षं घालवल्यानंतर डॉ. बाला कृष्णन भारतात परतले ते अरविंदच्या 'ऑरोलॅब' या उत्पादन विभागाची जबाबदारी उचलण्यासाठी.
छायाचित्र : राज कुमार, २०११

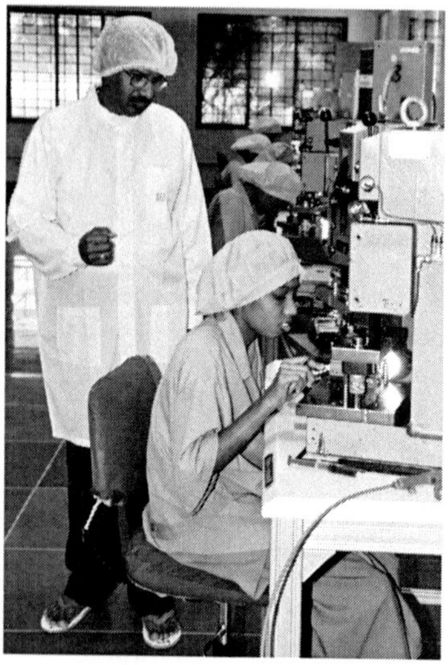

● IOL उत्पादन विभाग: ऑरोलॅबमुळे IOLची किंमत १०,००० रुपयांवरून २५० रुपयांवर येऊ शकली ती ऑरोलॅबमुळेच. डावीकडे IOLचे उत्पादन विभागप्रमुख आर. डी. श्रीराम कामाची पाहणी करताना.
छायाचित्र : राज कुमार, २०११

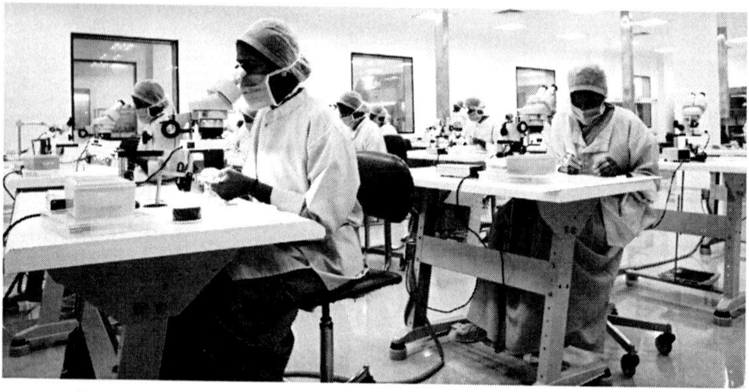

● ऑरोलॅबमधील शस्त्रक्रियेसाठी लागणाऱ्या टाक्यांचं उत्पादन करणारा ऑरोलॅबमधला विभाग : आज ऑरोलॅबमध्ये उच्च दर्जाची, किफायतशीर किमतीची नेत्रविषयक उत्पादनांची निर्मिती होत असून जगातल्या १२० देशांमध्ये त्यांची निर्यात होते.
छायाचित्र : जॅक जे व्हेकेमन्स, २००९

* लायन्स अरविंद इन्स्टिट्यूट ऑफ कम्युनिटी ऑप्थॅल्मॉलॉजी (LAIC) : अरविंदचं मॉडेल जगभरात यशस्वी करण्यासाठी अरविंदनं सुरू केलेलं प्रशिक्षण आणि मार्गदर्शन केंद्र.
छायाचित्र : माईक मायर्स, २०११

* अरविंदचे धडे गिरवताना : LAICO च्या एका कार्यशाळेत मार्गदर्शन घेतल्यानंतर जेविअर ऑखुयसन (डावीकडे) आणि कार्लोस ओर्लेना यांनी मेक्सिकोमध्ये अरविंदच्या धर्तीवरचं रुग्णालय सुरू केलं.
छायाचित्र : २०११

* निवासी डॉक्टरांशी चर्चा : डॉ. प्रज्ञ (सर्वात उजवीकडे) काम आणि वैयक्तिक आयुष्य यात समतोल साधण्यासाठी आग्रही आहेत.
भारतातल्या पंधरा टक्के नेत्रतज्ज्ञांनी अरविंदमध्ये कोणत्या ना कोणत्या प्रकारचं प्रशिक्षण घेतलेलं आहे.
छायाचित्र : राज कुमार, २०११

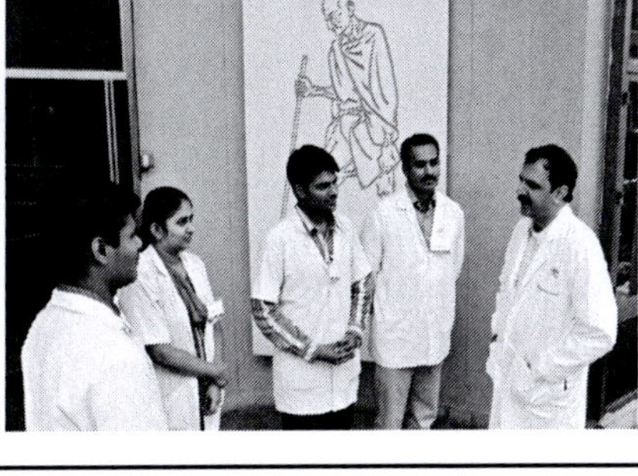

- सेवा फाउंडेशनची स्नेही मंडळी, १९९८ : जगभरातले काही झपाटलेले डॉक्टर्स, कार्यकर्ते यांनी एकत्र येऊन सेवा फाउंडेशनला जन्म दिला. आज पाश्चात्त्य जगतात सेवा हा अरविंदचा खंदा भागीदार आहे.
डावीकडून, बसलेले : राम दास, जेम्स-ओ डे, उभे : डी. नागराजन, ॲमी शेर्ट्स, डॉ. सुझान गिल्बर्ट, डॉ. लॅरी ब्रिलियंट, डॉ. व्ही, डेव्हिड ग्रीन, डॉ. नच्चिअर, वेव्ही ग्रेव्ही. *छायाचित्र : AECS*

- डॉ. व्ही आणि फ्रेड मुन्सॉन, १९९० : फ्रेड आणि त्यांची पत्नी मेरी हे गेली तीस वर्षं अरविंदमध्ये स्वयंसेवक म्हणून काम करण्यासाठी येत आहेत. अरविंदच्या दोन्ही पिढ्यांसाठी फ्रेड हे अत्यंत जवळचे आणि विश्वासू मित्र आहेत.
छायाचित्र : AECS

- देशांच्या सीमा ओलांडून जाणारी भागीदारी : डॉ. ख्रिस्तीन मेल्टन यांनी १९८०च्या दशकात अरविंदला भेट दिली आणि त्या इथे गुंतूनच पडल्या. आज त्या अमेरिकेमध्ये असलेल्या अरविंद आय फाउंडेशनच्या अध्यक्ष आहेत. डावीकडून, डॉ. नाम, डॉ. ख्रिस्तीन मेल्टन आणि डॉ. रवी.
छायाचित्र : सुझान गिल्बर्ट, २००८

● विस्तारित कुटुंब : आज अरविंदमधील महत्त्वाच्या पदांवर डॉ. व्हींच्या कुटुंबाबाहेरचे अनेक डॉक्टर्स असले तरी अरविंदच्या विकासातला त्यांचा वाटा उल्लेखनीय आहे. डावीकडून, डॉ. इलेंगो, शुक्ला, दास, शेट्टी, रविचंदर, कृष्णदास, बानुश्री, रथीनाम, पामोना, शर्मिला, रविचंद्रन, महेश, रूपा.
छायाचित्र : राज कुमार, २०११

● चालतं बोलतं उदाहरण : डॉ. अरविंद श्रीनिवासन, अरविंद-मदुराईचे व्यवस्थापक. अरविंदच्या यशाचं रहस्य संस्थेच्या मूलभूत रचनेतच दडलं असल्याचा मंत्र ते तरुण उद्यमशील व्यावसायिकांना देतात.
छायाचित्र : आशेष शाह, २०१०

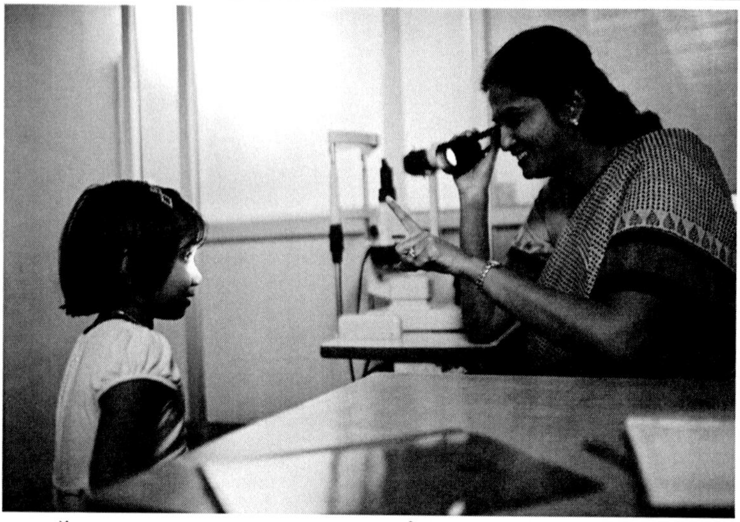

● डॉ. उषा एका बाल रुग्णाला तपासताना : मोतीबिंदू शस्त्रक्रियांव्यतिरिक्त बालनेत्ररोग, कॉर्निया, काचबिंदू, रेटिना, आणि डोळ्यांचा कर्करोग अशा अनेक व्याधींवर अरविंदमध्ये उपचार उपलब्ध आहेत. *छायाचित्र : विली डेव्हीस, २०११*

● बदलत्या काळाची पावलं : (डावीकडे) डॉ. रवी रविला हे अरविंद आय केअर सिस्टीमचे विद्यमान प्रमुख असून त्यांचे बंधू तुलसी रविला LAICO चे कार्यकारी संचालक आहेत. भारताची गतिमान वृद्धी हे अरविंदसाठी आव्हानही आहे आणि संधीही. *छायाचित्र : राज कुमार, २०११*

● अरविंदचा खांदेपालट : अरविंदच्या नव्या नेतृत्वफळीत आता संस्थापक सदस्यांबरोबरच दुसरी पिढी म्हणजे डॉ. व्हींची भाचेमंडळी आणि त्यांचे जोडीदारही सामील झालेले आहेत.
डावीकडून : पुढची ओळ : तुलसी, डॉ. प्रज्ञ, कन्नम्मा, डॉ. विजी, वरलक्ष्मी, डॉ. उषा, डॉ. ललिता, मधली ओळ : डॉ. नच्चिअर, डॉ. बाला, डॉ. रवी, डॉ. किम, चित्रा आर, डॉ. अरविंद, मागील ओळ : डॉ. नाम, जी श्रीनिवासन, डॉ. एम.एस. डॉ. हरिप्रिया, (येथे नसलेले, डॉ. आर.के., शारदा, डॉ. कल्पना, डॉ. नरेंद्रन, विष्णू, चित्रा पी.) *छायाचित्र : माईक मायर्स, २०११*

● द न्यू एज ग्रुप, १९९४ : दर रविवारी तिसऱ्या पिढीतल्या सगळ्या छोट्या मुलांनी पूर्ण कुटुंबासोबत येऊन काही ना काही सादरीकरण करायचे असा डॉ. व्हींचा शिरस्ता होता. डावीकडून पुढची ओळ : सत्या, विवेक आर, डॉ. व्ही, दीपा, मागील ओळ : पवित्रा, कार्तिक, गौतम, विवेक एस., आर. दुराईसामी, दिव्या आर, रम्या.
छायाचित्र : AECS

● तिसऱ्या पिढीचा अरविंदमध्ये प्रवेश : डॉ. व्हींच्या कुटुंबातले एकूण पस्तीस जण अरविंदमध्ये काम करत असून ही संख्या वाढतच आहे. न्यू एज ग्रुपचे सभासद आता विशी/तिशीच्या घरात असून डॉक्टर किंवा व्यवस्थापक म्हणून अरविंदमध्ये रुजू झालेले आहेत.
डावीकडून पुढील ओळ : दिव्या आर, सत्या, दीपा, जननी, विवेक एस. मागील ओळ : विवेक आर, शंकर, दिव्या के., कार्तिक, अशोक
छायाचित्र : राज कुमार, २०११

- पस्तीस वर्षांनंतर : अरविंदचे संस्थापक सदस्य आणि पार्श्वभूमीला अरविंदच्या गगनचुंबी इमारती. त्यांनी जन्म दिलेल्या या संस्थेत ते आजही सक्रिय आहेत. डावीकडून : डॉ. नाम, तुलसी, डॉ. विजी, डॉ. एम.एस. जी. श्रीनिवासन, डॉ. नम्बिआर
छायाचित्र : राज कुमार, २०११

- मीनाक्षी अम्मन मंदिर, मदुराई : अनेक शतकांपूर्वी बांधलं गेलेलं हे भव्य मंदिर मदुराईच्या मधोमध वसलेलं आहे. डॉ. व्ही नेहमी म्हणत, 'संस्था या मंदिरांप्रमाणे पवित्र असाव्यात. कालातीत आणि मनुष्यजातीच्या कल्याणासाठी उभ्या राहिलेल्या.'
छायाचित्र : माईक मायर्स, २००५

● डॉ. गोविंदाप्पा वेंकटस्वामी : या सेवानिवृत्त नेत्र शल्यविशारदानं अल्पशा आर्थिक पाठबळावर कोणताही व्यावसायिक पूर्वानुभव नसताना आपल्या दूरदृष्टीच्या जोरावर लाखो लोकांना दृष्टीचं दान देऊन त्यांचं आयुष्य प्रकाशमान केलं.
छायाचित्र : रामेश्वर दास, १९८६

सांगतात, ''ग्रामीण टांझानिया हा ग्रामीण भारतापेक्षाही अधिक दुर्गम आहे. खोटं वाटत असेल तर 'किलेमा'ला जाऊन पहा.''

हिरव्यागार डोंगराच्या कुशीत वसलेलं किलेमा. केळ्याच्या बागा, पाईन वृक्ष, जांभळ्या रंगाची छोटी छोटी सुंदर फुलं, कॉफीचे मळे आणि मक्याच्या शेताकडे जाणाऱ्या मातीच्या पाउलवाटा पार करत आपण जीप रस्त्यानं किलेमाला पोहोचतो. शेतात काम करणाऱ्या रंगीबेरंगी कपडे घातलेल्या स्त्रिया आपल्याकडे पाहून हात हलवत 'हबारी', म्हणजे 'कसं काय बरं आहे ना?' असं म्हणत आपलं स्वागत करतात. भारतातल्या एखाद्या छोट्याशा खेड्याची आठवण करून देणाऱ्या या मनोहर दृश्यामागे दडलेलं असतं एक खडतर आयुष्य. इथे रस्ते असे नाहीतच, म्हणूनच तर इथे हवी, कुठेही जाऊ शकणारी जीप. एका चढापाशी जीप थांबते आणि आपण येऊन पोहोचतो ग्रामीण रुग्णालयाच्या इमारतीजवळ. जवळच शेताची नांगरणी सुरू असल्यानं हवेत ओल्या मातीचा आल्हाददायक सुगंध पसरलेला असतो. आजूबाजूला काही मुलं पळापळी खेळण्यात दंग झालेली असतात.

सकाळचे नऊ वाजून गेले आहेत आणि अद्याप या रुग्णालयात कुणीच उगवलेलं नाही, अगदी डॉक्टर्ससुद्धा नाहीत. काही वेळानं डॉक्टर येतात आणि तपासणीसाठी लागणारा दिवा गायब झाल्याचं त्यांच्या लक्षात येतं. मग हळूहळू रुग्ण येऊ लागतात, मोठ्या मोठ्या हॅट घातलेले म्हातारे पुरुष आणि रंगबिरंगी स्कार्फ गुंडाळलेल्या, कानात डूल घातलेल्या स्त्रिया. रुग्णालयाच्या पडवीत मुळाक्षरांचा तक्ता आणि बोटांच्या मदतीनं एक तरुण परिचारिका रुग्णांच्या डोळ्यांची प्राथमिक चाचणी घेण्यात मग्न आहे. मध्येमध्ये लुडबूड करून आपल्या आजी-आजोबांपेक्षा आपण मुळाक्षरं ओळखण्यात कसे पटाईत आहोत हे दाखवू पाहणाऱ्या लहान मुलांना तिला दटावावं लागतं. इथली नेत्र शिबिरं सुगीच्या दिवसात आयोजित करावी लागतात कारण तेव्हाच लोकांकडे खर्च करायला थोडे पैसे गाठीशी असतात. सकाळी सुरू झालेला रुग्णांचा ओघ संध्याकाळी साडेपाच वाजता संपतो तो ब्याऐंशी रुग्णांची तपासणी करून झाल्यावर. पाच जणांना शस्त्रक्रिया करून घेण्याचा सल्ला देण्यात आला असला तरी त्यासाठी फक्त एकच स्त्री तयार झाली आहे.

छोट्याशा शिबिरातसुद्धा नऊ ते तीन या वेळात ३०० रुग्ण तपासले जाणाऱ्या अरविंदशी या सगळ्याची तुलनाच होऊ शकत नाही. शिवाय तपसणी केलेल्यापैकी २०% रुग्ण शस्त्रक्रियेसाठी अरविंदच्या मुख्य रुग्णालयात परत येतात.[५] भीती, गरिबी आणि मोतीबिंदूचं मुळातच कमी असलेलं प्रमाण यांशिवाय आणखीही काही

गोष्टी याला कारणीभूत आहेत. टांझानियामधली खेडी फार लांब लांब पसरलेली असून त्यांना मुख्य शहराशी जोडणारी दळणवळण व्यवस्था अगदी तुटपुंजी आहे. खेड्यापाड्यांना जोडणाऱ्या रस्त्यांचं तर नामोनिशाणसुद्धा नाही. भारतात यापेक्षा खूपच चांगली स्थिती आहे. इथली खेडी दाट लोकवस्तीची आहेत, आणि रस्ते, बस-वाहतूक यांनी चांगल्यापैकी जोडलेली आहेत. त्यामुळे अरविंदला या वाड्या-वस्त्यांपर्यंत पोहोचणं तुलनेनं सुकर झालं. यामुळे शिबिरांच्या आर्थिक गणितात कमालीचा फरक पडतो. अरविंदमध्ये एका रुग्णाला शस्त्रक्रियेसाठी आणण्याचा खर्च असतो सरासरी २५० रुपये, पण आफ्रिकेत हाच खर्च पोहचतो २०००-३००० रुपयांवर.[६]

सक्षम व्यवस्थापक आणि प्रशासकांचा अभाव हेदेखील टांझानियाच्या नेत्र रुग्णालयांसमोर असलेलं आव्हान आहे. इथल्या बहुतेक डॉक्टरांना त्यांच्या वैद्यकीय कामकाजाच्या जबाबदारीतून इतर कामांसाठी वेळ काढणं कठीणच, आणि सगळा कारभार सुरळीत चालवण्यासाठी हवे असलेले कुशल व्यवस्थापक उपलब्ध नाहीत अशा दुहेरी कात्रीत ही रुग्णालयं अडकलेली दिसतात. यातून मार्ग काढण्यासाठी KCCO नं वर्षभराच्या कालावधीचे प्रशिक्षण कार्यक्रम, कार्यशाळा यांच्या माध्यमातून असे व्यवस्थापक घडवण्याचा प्रयत्न केला आहे. त्यांच्या स्वत:च्या रुग्णालयात संस्थापक वगळता जवळजवळ १०-१२ प्रशासकांचा ताफा अशाच प्रकारे त्यांनी तयार केला आहे. यातले बहुतेक जण मूळचे पूर्व आफ्रिकेतलेच आहेत. अशा प्रकारे स्थानिक मनुष्यबळ सक्षम करणं हे निश्चितच कौतुकास्पद आहे.

लेवॅलन या काहीशा संवेदनशील,सचिंत आणि स्पष्टवक्त्या आहेत तर कोर्टराईट व्यावहारिक परंतु प्रेमळ, आणि उपहासात्मक शैलीत विनोद करणारे आहेत. प्रत्येक समस्येची दुसरी बाजू समजून घेण्याकडे त्यांचा कल असतो. या दोघांचेही स्वभाव परस्परपूरक आहेत. आफ्रिकेतील नेत्र सुविधांसाठी त्यांनी त्यांचं आयुष्य वाहून घेतलेलं आहे आणि या प्रवासात 'अरविंद'ची साथ अत्यंत महत्त्वाची असल्याचं ते दोघेही कबूल करतात. अनेक अडथळ्यांची शर्यत पार करत आता हळूहळू त्यांच्या कार्याचं फलित जगासमोर येऊ लागलं आहे.

पहिल्या सहा वर्षांमध्ये KCCOमुळे मोतीबिंदूच्या शस्त्रक्रियांमध्ये ३०० टक्के वाढ झाली.[७] आजवर त्यांनी १५०० डॉक्टर्सना प्रशिक्षित केलेलं आहे. मादागास्कर, इथिओपिया, बुरुंडी आणि झाम्बिया यांसारख्या नऊ देशांतील रुग्णालयांशी आणि नेत्र सुविधा कार्यक्रमांशी ते संलग्नपणे काम करत आहेत. २००८मध्ये त्यांनी एका नव्या प्रशिक्षण केंद्राचा शुभारंभ केला आणि त्याच वर्षी त्यांना अमेरिकन अॅकॅडमी ऑफ ऑप्थॅल्मॉलॉजीच्या इंटरनॅशनल ब्लाइंडनेस प्रिव्हेन्शन पुरस्कारानं सन्मानित करण्यात आलं. या मानाच्या पुरस्काराचे पहिले मानकरी होते

डॉ. व्ही. कोर्टराईट म्हणतात, "डॉ. व्ही हे आमचा आदर्श आहेत. त्यांच्या त्यागाचा आणि कार्यनिष्ठेचा काही अंश जरी आमच्या हातून घडला तरी आम्ही धन्य होऊ."

'वर्तमान म्हणजे भविष्यकाळ नव्हे आणि वर्तमान म्हणजे भूतकाळही नव्हे'. हे उद्‌गार आहेत ख्गश्ण तील एक परिचारिकेचे. आणि ते खरे आहेत. संकटांवर मात करत करत ही ध्येयवादी माणसं कणाकणानं बदल घडवत चालली आहेत.

LAICOच्या धर्तीवर सुरू करण्यात आलेल्या KCCO सारख्या संस्थांची संख्या हळूहळू वाढत आहे. २०१० सालापर्यंत चैतन्यपूरच्या स्वामी विश्वनाथानंदांची संस्था आणि लुम्बिनी आय इन्स्टिट्यूट आता त्यांच्या परिसरातील काही रुग्णालयांसाठी सल्लागार म्हणून काम करू लागल्या आहेत. अरविंदकडून घेतलेले धडे आणि त्यांचे स्वत:चे अनुभव या क्षेत्रातल्या नवीन संस्थांना देण्यात आता या संस्था गुंतलेल्या आहेत.

सर्व स्तरांतल्या रुग्णालयांना मार्गदर्शन करण्याचं LAICOचं कामही अव्याहतपणे सुरूच आहे. छोट्या रुग्णालयांना रुग्णसंख्या वाढवण्यासाठी, उच्च दर्जाच्या शस्त्रक्रिया करण्यासाठी आणि आर्थिकदृष्ट्या स्वयंपूर्ण होण्यासाठी प्रवृत्त केलं जातं तर मध्यम आकाराच्या संस्थांना सुविधांचा विस्तार वाढवण्यासाठी, प्रशिक्षण कार्यक्रम सुरू करण्यासाठी उद्युक्त केलं जातं. अधिक मोठ्या आणि सुस्थापित संस्थांना अरविंदसारख्या प्रयत्नांची पुनरावृत्ती करण्यासाठी, आसपासच्या परिसरातील इतर संस्थांच्या सक्षमीकरणासाठी साहाय्य करण्याची जबाबदारी दिली जाते.

यातल्या प्रत्येक ठिकाणी नवनवीन व्यक्तिमत्त्वांचा परिचय होतो, त्यांच्या इच्छा, आकांक्षा, कुणाची बलस्थानं, तर कुणाच्या काही कमतरता समोर येतात. बऱ्याचदा जुन्या व्यवस्थांचा कायापालट करून त्यांना नवं रूप द्यावं लागतं. उदा. पराग्वे इथल्या एका रुग्णालयात उपचारांचं शुल्क ठरवण्यासाठी काही समुपदेशकांची मदत घेतली जात असे. प्रत्येक रुग्णाशी बोलून, त्याला किती खर्च परवडण्याजोगा आहे याचा विचार करून मग हे शुल्क आकारलं जात असे. या किचकट पद्धतीमुळे रुग्णालयाला बराच तोटा सहन करावा लागत होता. LAICO च्या एक सदस्य शशिप्रिया करुमांची सांगतात, "आम्ही आमच्या काही व्यवस्थापकांना एक महिन्यासाठी तिथे पाठवलं, आणि भिन्नस्तरीय शुल्करचना कशी अमलात आणावी याचं त्यांना प्रशिक्षण दिलं. आता तिथले समुपदेशक रुग्णांना ही रचना नीट समजावून सांगतात आणि त्यांना स्वत:ला निर्णय घेण्याची संधी देतात. तिथे होणाऱ्या शस्त्रक्रियांची संख्या दिवसेंदिवस वाढत चालली आहे."[८]

"चीनमधल्या एका रुग्णालयात एक वेगळाच प्रश्न होता," शशिप्रिया सांगतात.

तिथल्या निवासी डॉक्टर्ससाठी त्यांनी एक प्रशिक्षण कार्यक्रम तयार केला होता. त्या रुग्णालयाची अशी पद्धत होती की, एखादा डॉक्टर जितक्या शस्त्रक्रिया करेल त्या प्रमाणात त्याला वेतन दिलं जात असे. त्यामुळे सहाजिकच कुणी वरिष्ठ डॉक्टर आपल्या वाट्याच्या शस्त्रक्रिया निवासी डॉक्टरकडे सोपवायला तयार होत नसे. त्यामुळे पुरेशा शस्त्रक्रियांचा अनुभव मिळत नसल्यानं त्यांचं प्रशिक्षण तितकंसं प्रभावी ठरत नसे; पण अशा वेळी संचालकांचं मतपरिवर्तन करून त्यांना नव्या व्यवस्था अंगिकारण्यासाठी तयार करणं तितकंसं सोपं नसायचं. अशा प्रयत्नात अनेक वेळा LAICO ला आपल्या मर्यादांची जाणीव होत असे.

आत्तापर्यंत LAICO नं ज्या संस्थांसोबत काम केलं होतं अशा ४० संस्थांचा २००० साली अभ्यास करण्यात आला. त्यातून असं लक्षात आलं की, LAICO शी सल्लामसलत केल्यानंतरच्या दोन वर्षांच्या काळात या रुग्णालयांच्या शस्त्रक्रिया संख्येत ७५ टक्क्यांची घसघशीत वाढ झाली होती. वरकरणी ही आकडेवारी उत्साहवर्धक वाटली तरी प्रत्यक्षात मात्र काही मोजक्याच संस्थांमध्ये हा प्रयोग खऱ्या अर्थानं यशस्वी झालेला होता तर उर्वरित रुग्णालयांमध्ये अगदी जेमतेमच वाढ झालेली होती. अरविंदची पुनरावृत्ती करणं कितीही सोपं वाटत असलं तरी ते सत्यात उतरवणं तितकंच कठीण होतं.

LAICO टीमनं या आकडेवारीचं पुन्हापुन्हा सखोल अवलोकन केलं. अरविंदच्या यशस्वी पद्धती इतरत्र राबवण्यात नेमक्या काय अडचणी आहेत ते शोधण्याचा प्रयत्न केला. त्यातून असं पुढे आलं की एकूण वातावरण, आर्थिक स्थिती, किंवा कार्यसंस्कृती या महत्त्वाच्या मुद्द्यांपैकी कोणतीच गोष्ट रुग्णालयाच्या प्रगतीत बाधा आणत नव्हती, तर त्या त्या रुग्णालयाच्या व्यवस्थापन पद्धतीतच त्याच्या यशाचे मार्ग दडलेले होते.

संस्थेच्या नेतृत्वात वारंवार होणारे बदल, अर्धवेळ काम करणारे डॉक्टर्स, कामाच्या प्रमाणात वेतन देण्याची पद्धत, आणि रुग्णालयाच्या एकूण कामकाजापासून अलिप्त राहणारे किंवा आर्थिक व्यवहारांमध्ये पारदर्शकता न बाळगणारे व्यवस्थापक असे काही कळीचे मुद्दे अरविंदच्या यशस्वी पद्धती राबवण्यात अडथळा निर्माण करत होते. बऱ्याचशा मिशनरी संस्थांचे अध्यक्ष वर्षातून एक-दोनदाच रुग्णालयाला भेट देतात. अशा वेळी त्यांनी घेतलेले निर्णय रुग्णालयाच्या हिताचे असतातच असं नाही; पण याशिवाय अद्याप लक्षात न आलेले असे आणखीनही काही बारकावे होते.

आपलं ज्ञान आणि अनुभव इतर संस्थांशी वाटून घेण्यात LAICOची टीम वाकबगार झाली होती. शस्त्रक्रियांची पद्धत, कामाची विभागणी कशी करायची हे सगळं ते इतर संस्थांना सहजपणे शिकवू शकायचे. शिबिरं कशी आयोजित करावी,

रुग्णांना तपासण्याच्या खोल्यांची रचना कशी असावी हे अगदी बारकाव्यांनिशी समजावून सांगणं ही आता त्यांची हातोटी झाली होती : पण अरविंद परिवारात रुजलेले गुण, सारासार विचार करण्याची बुद्धी, आणि तत्त्वं हे सगळं इतरांपर्यंत कसं पोहोचवायचं? ते करत असलेलं काम कार्यशाळा आणि प्रशिक्षण कार्यक्रमातून शिकवणं ठीक होतं, पण या सगळ्याच्या मागे असलेली प्रेरणा, स्फूर्ती त्याचं काय?

"शेवटी आम्हांला कळून चुकलं की, दृश्य स्वरूपात जे काही होतं ते आम्ही इतरांना देऊ शकत होतो; पण त्याहीपलीकडे काही अज्ञात, अदृश्य गोष्टी अरविंदमध्ये होत्या. त्या आमच्या मानसिकतेत, विचारांत खोलवर मुरलेल्या होत्या. आणि या सगळ्याची आम्हांलाही नीटशी उकल झालेली नव्हती," तुलसी म्हणतात. ही कबुली अतिशय महत्त्वाची होती.

अरविंदच्या नेतृत्वाला तत्त्वं, मूल्यं, आकांक्षा आणि निष्ठेची लाभलेली देणगी नकळत त्यांच्या कार्यात प्रतिबिंबित होत होती. मात्र LAICOच्या माध्यमातून ती व्यक्त होणं आणि त्यांची पुनरावृत्ती करणं शक्य नव्हतं; पण एका व्यक्तीकडून या जाणवणाऱ्या पण छुप्या शक्तीला दिलं जाणारं आव्हान नजीकच्या भविष्यकाळात दडलेलं होतं.

सोळा

व्यवसाय,राजकारण आणि प्रल्हाद यांचं आव्हान

वर्ष २००३. अरविंद मदुराईच्या कॉन्फरन्स रूममध्ये, सी. के. प्रल्हाद अरविंदच्या नेतृत्व फळीतल्या दुसऱ्या पिढीच्या प्रतिनिधींशी बातचीत करण्यासाठी आले होते. अरविंदच्या नेतृत्व फळीतले दुसऱ्या पिढीचे प्रतिनिधी सी. के. प्रल्हाद यांच्याशी बातचीत करण्यासाठी तयार होते. आपली मुलं काय आणि कशी उत्तरं देतील याची उत्सुकता खोलीच्या दुसऱ्या बाजूला बसलेल्या त्यांच्या आई-वडिलांच्या चेहऱ्यावर स्पष्ट दिसत होती. प्रल्हाद यांचा पहिला प्रश्न होता, ''तुम्ही परमार्थाची व्याख्या कशी कराल?'' भिंतीवर लावलेल्या फोटोतला मदरचा चेहरा जणू त्यांचं उत्तर आधीच ठाऊक असल्याप्रमाणे हसत होता.

कोइम्बतूर कृष्णराव प्रल्हाद हे जाणते व्यवस्थापन तज्ज्ञ होते. गरीब लोकांकडे केवळ लाभार्थी म्हणून न पाहता अर्थव्यवस्थेतले ग्राहक म्हणून पाहिलं जाईल अशा नावीन्यपूर्ण व्यवसाय पद्धतींवर प्रकाश टाकण्याचं श्रेय प्रल्हाद यांच्याकडे जातं. अरविंदच्या कार्याचं त्यांना पहिल्यापासूनच अप्रुप होतं आणि, ''त्यांना मिळालेल्या यशामुळे मी आनंदानं वेडा व्हायचा बाकी होतो'' असं ते म्हणत. आपल्या लिखाणातून अरविंदचा जागतिक स्तरावर पुरस्कार करणारे प्रल्हाद, अरविंदच्या सेवेचं वर्णन 'पिरॅमिडचा पाया' असं करायचे; पण आज मात्र ते अरविंदमध्ये केवळ कौतुकाचे शब्द ऐकवण्यासाठी आले नव्हते. ते आले होते नेतृत्व फळीतल्या नव्या, ताज्या दमाच्या शिलेदारांच्या आवाक्याची चाचपणी करण्यासाठी आणि त्यांच्यात खोलवर दडलेल्या स्फुलिंगाला चेतवण्यासाठी. ''हे पहा, अरविंदचे संस्थापक त्यांच्या यशाचं गमक परमार्थात असल्याचं सांगतात. पण हा परमार्थ नक्की आहे कुठे? आणि तुम्ही तो इतर देशांमधल्या रुग्णालयांत कसा पोहोचवणार आहात?'' त्यांच्या या प्रश्नाला शांततेचं उत्तर मिळालं. नव्या पिढीच्या या संचालकांसाठी परमार्थ ही कल्पना त्यांच्या वैद्यकीय किंवा व्यवस्थापकीय वर्तुळात सापडण्यासारखी

नव्हती जणू.

प्रल्हाद यांच्यासमोर बसलेले बहुतेक जण तिशीच्या आसपास होते आणि डॉ. व्हींच्या नात्यातलेच होते. साधारण दहा वर्षांपूर्वी नेत्रवैद्यक शास्त्रातले पदव्युत्तर विद्यार्थी म्हणून त्यांनी अरविंद परिवारात प्रवेश केला होता. त्या काळात अरविंदनं पुरेसा जम बसवून नवनवीन क्षेत्रं पादाक्रांत करायला सुरुवात केलेली असल्यानं आरंभीच्या काळातली अनिश्चितता, जोखीम आणि आर्थिक चणचण यांची झळ या पिढीला सोसावी लागलेली नव्हती; पण त्यांच्यासमोर आव्हान होतं ते स्वत:ला टिकवून ठेवण्याचं. कठोर शिस्तीची कार्यसंस्कृती आणि संस्थापक सदस्यांचा संस्थेत कायम असलेला वावर यांच्या कोषातून बाहेर पडून स्वतंत्र भरारी घेणं तितकंसं सोपं नव्हतं. आपल्या वैयक्तिक आयुष्याकडे दुर्लक्ष न करता स्वत:ची नवी ओळख निर्माण करण्यासाठी नव्या वाटा धुंडाळण्याची तारेवरची कसरत त्यांना करावी लागत होती.

टेबलाशी बसलेल्या डॉ. व्हींच्या भाचेकंपनीत पहिले होते डॉ. किम रामस्वामी. प्रेमळ स्वभावाचे डॉ. किम रेटिना विभागाचे प्रमुख असून उपकरणांवर असलेल्या त्यांच्या विशेष प्रेमामुळे अरविंदच्या माहिती-तंत्रज्ञान प्रकल्पांमध्येही ते गुंतलेले होते. त्यांच्या पत्नी उषा या ऑक्युलोप्लॅस्टिक विभागाच्या मुख्य असून परिचारिका विभागाच्या व्यवस्थापक होत्या. नंतर होते डॉ. प्रज्ञ. विलक्षण मनस्वी असलेल्या डॉ. प्रज्ञ यांच्याकडे निवासी डॉक्टर्सच्या अभ्यासक्रमाची जबाबदारी सोपवण्यात आली होती आणि सर्व कर्मचाऱ्यांच्या पगारवाढीची मागणी संचालकांपुढे मांडण्यात ते आघाडीवर होते. त्यांच्यानंतर होते रुग्णालयातल्या नित्याच्या कामात अडकून पडायला काहीसे नाखूश असलेले डॉ. अरविंद आणि आपलं शस्त्रक्रियेतलं आणि एकूणच वैद्यकीय कौशल्य वाढवण्यावर लक्ष केंद्रित असणारी त्यांची पत्नी हरिप्रिया.

आपली कामं आणि जबाबदाऱ्या पार पाडण्यात व्यस्त असलेल्या या सगळ्यांनी अरविंदला मिळालेल्या यशाचा परमार्थाच्या संकल्पनेतून गंभीरपणे विचारच केलेला नसल्यानं प्रल्हाद यांच्या आकस्मित प्रश्नानं ते गोंधळून गेले. त्यांची ही अडचण ओळखून प्रल्हाद यांनी प्रश्नाचा रोख बदलला. "तुम्हांला काम करण्यासाठी एक असाधारण असं व्यासपीठ तयार मिळालं आहे. हो ना? आता प्रश्न असा आहे की, जे आहे ते अशाच स्थितीत राखण्यात तुम्ही धन्यता मानणार की त्याला याहीपेक्षा अधिक उच्च पातळीवर नेण्याचा प्रयत्न करणार?"

प्रचंड परिश्रम करणं ही अरविंदची परंपराच आहे. त्यांनी कल्पनेपेक्षा जास्त खूप काही अगोदरच केलेलं असल्यामुळे आता इथून पुढे तुम्ही कोणती उंची गाठणार असं बाहेरच्या एखाद्या व्यक्तीनं विचारणं तसं दुर्मीळच. पण प्रल्हाद यांच्याकडे असं विचारण्याचा अधिकार होता. आणि हे विचारताना प्रल्हाद यांना

[illegible] आणि त्या अनुषंगानं अरविंदशी जोडली गेलेली जगभरातली शंभर एक रुग्णालयं यांच्यापेक्षा वेगळं काहीतरी अपेक्षित होतं. त्यात मिळालेलं यश निर्विवादच असलं तरी, मुळात अपेक्षित असलेली अरविंदची संपूर्ण पुनरावृत्ती अद्याप घडलेली नव्हती. अरविंदचं मॉडेल सर्वत्र राबवण्याचे अनेक प्रयोग होऊनही आजच्या घडीला जगात अनेक अरविंद का निर्माण झालेले नाहीत असा त्यांचा खरा प्रश्न होता. अरविंदसारख्या संस्था उभ्या करण्याचे जे जे प्रयत्न झाले त्यांचा आवाका आणि विस्तार यांच्यात राहिलेल्या त्रुटींवर प्रल्हाद यांनी बोट ठेवलं होतं.

प्रल्हाद यांनी अचानकपणे उषा यांना प्रश्न केला, "जर तुला सांगितलं की, इथला बाडबिस्तरा उचल आणि एका रुग्णालयाची घडी बसवून देण्यासाठी आफ्रिकेत जा, तर तू तयार होशील?"

अर्थातच त्या या प्रश्नानं भांबावून गेल्या. अरविंदमधल्या शस्त्रक्रियांच्या जबाबदारीव्यतिरिक्त उषा यांच्यावर प्राध्यापकपदाचीही जबाबदारी होती. ज्या लहान मुलांना डोळ्यांचा कर्करोग होण्याची शक्यता आहे अशांवर उपचार करण्याच्या हेतूनं भारतातलं पहिलं ऑक्युलर ऑंकोलॉजी सेंटर उभं करण्यासाठी त्या प्रयत्नशील होत्या. त्याखेरीज त्यांचा दहा वर्षांचा मुलगा आणि एकूणच काही कौटुंबिक जबाबदाऱ्या उषा-किम यांच्यावर होत्याच. तेव्हा अचानक उठून आफ्रिकेला जाण्याची कल्पना हा शुद्ध वेडगळपणाच ठरला असता. अगदी या शब्दात नाही, पण असंच काहीसं उत्तर उषा यांनी देऊन टाकलं.

जवळपास सगळ्यांच्या अशाच प्रकारच्या उत्तरातून हे स्पष्ट होतं की, अधिक रुग्णालयं उभी करण्यात अरविंदच्या नव्या संचालकांना रस नव्हता. डॉ. व्हींचं स्वप्न असलेलं अरविंदचं पाचवं रुग्णालय पाँडिचेरीत तयार होत आलं होतं आणि नवनवीन रुग्णालयं उभी करण्याच्या कामाला पूर्णविराम देण्याची हीच सुसंधी होती. "अरविंदनं त्यांची रुग्णालयं चालवावीत अशी विनंती भारतातल्या अनेक संस्थांकडून केली जाते; पण त्यांना आम्ही सांगतो की, काय आणि कसं करायचं हे आम्ही तुम्हांला सांगू, पण पुढे हे तुमचं तुम्हांलाच चालवावं लागेल. खरंतर इथेच आमच्यासमोर कामांचे इतके डोंगर आहेत की नव्या ठिकाणी जाऊन काम करणं शक्यच वाटत नाही." डॉ. अरविंद यांनी मांडलेल्या या विचारांना बहुतेक सर्वांचा पाठिंबा मिळाला.

प्रल्हाद यांचं काही या उत्तरानं समाधान झालं नाही. अरविंदकडे आणि पर्यायानं त्याच्या नेतृत्वाकडे असलेल्या क्षमता त्यांना ठाऊक होत्याच, फक्त त्या तरुण शिलेदारांना आपल्यात लपलेल्या या ठिणगीचा शोध लागावा यासाठी ते धडपडत होते. त्यांच्यातल्या निष्णात आणि धोरणी व्यवस्थापकाला अरविंदच्या भविष्याचा मार्ग कळून चुकला होता आणि त्यांची खातरी पटली होती की, पुढं

जाण्यापूर्वी अरविंदच्या नव्या दमाच्या नेतृत्वाला अंत:करणात डोकावून पाहणं आणि आत्मचिंतन करणं गरजेचं होतं.

या बैठकीतून नेमकं असं काहीच निष्पन्न झालं नाही; पण तेव्हा अनुत्तरित राहिलेले प्रश्न सर्वांच्याच मनात घोळत राहिले आणि पुढच्या दोन वर्षांत त्यांची योग्य उत्तरं सर्वांनी मिळून शोधली. दोन वर्षांच्या या आत्मचिंतनानं अरविंद परिवाराच्या विचारसरणीत आणि कृतीत आमूलाग्र बदल घडवून आणला.

प्रल्हाद यांच्या भेटीआधी काही वर्षं म्हणजे २००० सालातला तो नाताळ असेल. सुमारे सत्तर वर्षं वयाच्या एक प्रेमळ आजीबाई, प्रियंवदा बिर्ला अरविंदच्या भेटीवर आल्या होत्या. आपल्या चाकांच्या खुर्चीत बसून त्यांनी अरविंदची दिवसभर पाहणी केली. त्यादरम्यान अरविंदच्या भविष्यातील वाढीव योजना, भागीदारी प्रकल्प, आर्थिक स्थिती यांबद्दलचे चौकस प्रश्न त्यांनी विचारून घेतले. सगळ्या बाबी अगदी बारकाईनं पाहण्यात त्यांना रस होता आणि शेवटी त्यांनी सर्वांसमोर एक प्रस्ताव ठेवला आणि तो मान्य झाल्याविना तिथून बाहेर न पडण्याचा निर्धार त्यांनी जाहीर केला. तो प्रस्ताव होता, नेत्र रुग्णालय उभारणीसाठी अरविंदनं त्यांच्या कंपनीसोबत भागीदारी प्रकल्प मंजूर करण्याचा.

एम. पी. बिर्ला ग्रुप हा कोट्यवधी रुपयांची उलाढाल असणारा उद्योगसमूह म्हणजे भारतातलं बडं घराणं होतं. दूरसंचार क्षेत्रापासून ते वस्त्रोद्योगापर्यंत आणि कोळशापासून सिमेंटपर्यंत अनेक उद्योगधंदे सांभाळणारा बिर्ला समूह लोककल्याणपर उपक्रम राबवण्यातही आघाडीवर असे. श्रीमती बिर्ला यांच्या पतींचं निधन झाल्यानंतर त्या आपल्या कंपनीची वाटणी करून मोकळ्या होतील अशी सर्वांची अटकळ होती; पण व्यवसायाचा कोणताही पूर्वानुभव नसणाऱ्या या गृहिणीनं उद्योगसमूहाची सगळी सूत्रं आपल्या हातात घेऊन सर्वांनाच थक्क करून सोडलं. ज्या हिकमतीनं त्यांनी हा डोलारा सांभाळला होता त्याच हिकमतीनं आज त्यांनी बेसावध क्षणी अरविंदला हा प्रस्ताव मान्य करण्याच्या कात्रीत पकडलं होतं.

१९९५मध्ये एका आंतरराष्ट्रीय विमान प्रवासात बिर्ला कंपनीचे एक वरिष्ठ लेखापाल राजेंद्र लोढा आणि अमेरिकेतील नॅशनल आय इन्स्टिट्यूटचे संचालक डॉ. कार्ल कूफर हे सहप्रवासी होते. संपूर्ण प्रवासात कूफर अरविंद नावाच्या आश्चर्याविषयी बोलत राहिले. या संभाषणानं भारावून गेलेल्या लोढा यांनी ही कहाणी जेव्हा प्रियंवदा बिर्ला यांना ऐकवली तेव्हा पश्चिम बंगालमध्ये असंच नेत्र रुग्णालय का उभारू नये अशी कल्पना त्यांच्या मनात डोकावून गेली.

भारताच्या आर्थिक आणि सामाजिक विकासात बिर्ला ग्रुपनं नि:संशय महत्त्वाची

भूमिका बजावली होती; परंतु अशा उद्योगसमूहांशी रुग्णालय उभारणीच्या कामात भागीदारी करणं अरविंदनं कायमच टाळलं होतं. कोणत्याही परीस्थितीत आपल्या तत्त्वांशी तडजोड करण्याची वेळ येऊ नये हा त्यामागचा विचार होता. याआधी जेव्हा जेव्हा असे प्रस्ताव समोर आले होते तेव्हा तेव्हा त्यांना नम्रपणे नकार देण्यात आला होता; पण आज अरविंदमध्ये आलेली ही कृश, वृद्ध स्त्री मात्र तिचा प्रस्ताव मान्य झाल्याखेरीज इथून बाहेरसुद्धा न पडण्याचा चंग बांधून आली होती. आता काय करावं हे कुणालाच सुचेना.

डॉ. व्हीं इतक्याच निग्रहानं बोलणाऱ्या प्रियंवदा बिर्ला यांचं वय, अधिकार पाहता त्यांना स्पष्ट नकार देणं सर्वांनाच कठीणच झालं होतं. डॉ. व्हीसुद्धा काहीच बोलायला तयार होईनात. परिस्थितीचं गांभीर्य ओळखून अरविंदच्या वरिष्ठ संचालकांनी काही तडजोडीचे मार्ग सुचवण्याचा प्रयत्न केला खरा, पण त्याचीही मात्रा चालली नाही. अखेरीस जवळजवळ मध्यरात्री त्या करारावर स्वाक्षऱ्या करण्यात आल्या. प्रकल्पाला अरविंदचं नाव वापरण्याचा अधिकार मात्र राखून ठेवण्यात आला. (जो आणखी काही वर्षांनी मागे घेतला गेला) या नव्या मोहिमेची धुरा तुलसी आणि नुकतेच मिशिगन विद्यापीठातून एम.बी.ए. होऊन आलेले डॉ. अरविंद यांच्या खांद्यावर सोपवण्यात आली.

लहानपणापासूनच आपल्या काकांचं बोलणं डॉ. अरविंद यांच्या मनात कोरलं जात होतं. ''ते मला नेहमी टाटा, बिर्ला अशा कंपन्यांची उदाहारणं द्यायचे. या कंपन्यांच्या उत्तुंग यशानं तेही अचंबित होत. आपण या कंपन्यांकडून काय धडे घेऊ शकतो याचा ते सतत विचार करत असत.'' अरविंद सांगतात. तेव्हापासूनच या उद्योगसमूहांविषयी डॉ. अरविंद यांच्या मनात एक कुतूहल आणि आकर्षण पेरलं गेलं होतं. आपल्या इतर भावंडांप्रमाणेच त्यांनीही वैद्यकीय शिक्षणाचा मार्ग पत्करला. एक उत्तम सर्जन होण्याच्या ध्यासापेक्षाही आपल्या व्यावसायिक क्लृप्त्यांचा वैद्यकीय क्षेत्राशी मेळ घालून काही धाडसी प्रयोग करून पाहण्याचा त्यांचा मानस होता.

सर्वात वेगवान मोतीबिंदू सर्जन म्हणून अरविंदमध्ये चार वर्षं घालवल्यानंतर डॉ. अरविंद यांनी आपली एम.बी.ए. करण्याची मनीषा बोलून दाखवली. डॉ. व्हींसकट सर्वांनीच या कल्पनेला कसून विरोध केला. ''त्यांनी मला प्रश्न केला, 'आम्ही गेली चाळीस वर्षं या शस्त्रक्रिया करत आहोत. तू चारच वर्षांत यापासून पळ काढतो आहेस?' कदाचित मला नेमकं काय म्हणायचं होतं ते मी त्यांना योग्य प्रकारे समजावू शकलो नसेन.'' काहीशा वैषम्यानं डॉ. अरविंद सांगतात. पण त्यांनी आपला निग्रह कायम ठेवला. हा मुलगा खरंच काहीतरी वेगळं करू पाहतो आहे हे लक्षात येताच डॉ. व्हींचं मतपरिवर्तन झालं आणि ते डॉ. अरविंद यांच्या मागे ठामपणे उभे राहिले. दोन वर्षांनी मिशिगनमधल्या रॉस स्कूल

ऑफ बिझिनेस इथून एम.बी.ए.ची पदवी संपादन करून डॉ. अरविंद मदुराईला दाखल झाले.

"परत आल्यानंतर शस्त्रक्रिया करण्याबरोबरच मी बाह्य रुग्ण विभाग, शिबिरं, मनुष्यबळ नियोजन अशा वेगवेगळ्या कामांमध्ये भाग घेऊ लागलो. एखादं उद्दिष्ट गाठायचं तर संस्थेच्या सर्व अंगांना एकत्र का आणावं लागतं हे मला त्या वेळी नीट उमगलं." अरविंद सांगतात.

पण त्यांच्यातली उद्यमशीलता त्यांना स्वस्थ बसू देत नव्हती. काहीतरी नवीन, जोखमीचं काम शोधण्याची त्यांच्यातली ऊर्मी तुलसी यांनी हेरली आणि बिर्ला प्रकल्पाची जबाबदारी त्यांच्यावर सोपवली. अरविंद या संधीची वाटच पाहत होते. "सुरुवातीचे दिवस मंतरलेले होते. बिर्ला ग्रुपचा प्रकल्प म्हणजे काहीतरी भव्य-दिव्य अशी माझी कल्पना होती. पण मी कलकत्त्याला गेलो आणि पाहिलं तर काय, एका इमारतीतला छोटासा फ्लॅट रुग्णालयासाठी राखून ठेवण्यात आला होता." डॉ. अरविंद हसत हसत सांगतात.

सत्य परिस्थितीशी झालेल्या या सामन्यानं अरविंद यांचा अभिमान आणि ऊर्मी अधिकच जागृत झाली. शून्यातून सगळं काही घडवण्याची कठीण जबाबदारी आपल्यावर येऊन पडली आहे याची त्यांना जाणीव झाली. त्यांनी झपाटल्यागत कामाला सुरुवात केली. "पहिल्याच दिवशी मी माझ्या टीममध्ये जोश निर्माण केला. त्यांनी खूप जाहिरात केली होती आणि आम्हांला चौकशीचे जवळ-जवळ पाचशे फोनसुद्धा आले होते. मी त्यांना म्हटलं, 'आता फक्त बघत रहा, रुग्णांची कशी रीघ लागते.' आम्ही वाट पाहत राहिलो, मी संपूर्ण दिवस तिथे बसून राहिलो पण फक्त एक रुग्ण आला." हे सांगताना डॉ. अरविंद हसण्यात बुडून जातात.

पहिल्या अनुभवातून शहाणपण घेऊन डॉ. अरविंद यांनी पटापट पावलं टाकली. अरविंदमधून काही परिचारिकांना कोलकात्याला पाठवण्यात आलं आणि तिथल्या प्रशिक्षित परिचारिकांना प्रत्यक्ष अनुभव घेण्यासाठी मदुराईला पाठवण्यात आलं. कोलकाता आणि मदुराई या दोन्ही ठिकाणी पुरेसं लक्ष देता यावं या उद्देशानं त्यांनी स्वत:चं वेळापत्रक आखलं. बाहेरच्या एखाद्या रुग्णालयाच्या कारभारात अशा प्रकारे प्रत्यक्ष लक्ष घालण्याची ही पहिलीच वेळ होती. अरविंदची पुनरावृत्ती करताना केवळ सल्ला-मार्गदर्शन यांवर न थांबता थेट अंमलबजावणी करण्याचा पायंडा अशा प्रकारे घातला गेला.

रुग्णांना निवड करण्याचा पर्याय देणारी भिन्नस्तरीय शुल्करचना, नेत्र-शिबिरं हे अरविंदचे हुकमी एक्के कोलकात्यातही वापरले गेले. कर्मचाऱ्यांचे पगार इ. काही बाबी मात्र स्थानिक परिस्थितीनुसार ठरवण्यात आल्या होत्या. कोलकात्याच्या टीमला अरविंदचा दृष्टिकोण नेमका समजावून देण्यासाठी डॉ. अरविंद यांनी तुलसी

आणि अरविंद-थेनीचे संचालक डॉ. दत्ता यांना प्रत्यक्षात कोलकात्याला नेऊन LAICOच्या धर्तीवर एक कार्यशाळाही आयोजित केली होती.

या सगळ्या प्रयत्नात डॉ. अरविंद इतकं जीव ओतून काम करत होते ते, आपलं वैद्यकीय आणि व्यवस्थापकीय कौशल्य पणाला लावून काहीतरी नवं घडवण्याच्या उद्देशानं. पण यामागं त्यांचा आणखीही एक हेतू होता, काही मिथ्यं ही मिथ्यंच आहेत हे जगाला पटवून देण्याचा. डॉ. व्हींसारखा द्रष्टा संस्थापक आणि आणि डॉक्टर म्हणून निष्णात असणाऱ्या त्यांच्या कुटुंबाच्या काही पिढ्या यांनी आपलं आयुष्य नेत्रसेवेसाठी वाहून घेतलं म्हणूनच अरविंद उभं राहू शकलं हा एक सर्वमान्य समज होता. आणि या दोन गोष्टी इतरत्र कुठेही घडणं अशक्य असल्यानं दुसरं अरविंद उभं राहणंही शक्य नाही यावर बहुतेकांचा विश्वास होता; पण डॉ. अरविंद यांच्या मते संस्थेचं यश 'डॉ. व्ही' या नावाभोवतीचं वलय आणि इतरांचं त्यांच्याशी असलेलं नातं यांच्याशी जोडणं हा फार संकुचित विचार होता. ते कठोरपणे विचारतात, "म्हणजे तुम्हांला असं म्हणायचं आहे का की, संधीवातानं ग्रासलेल्या, सेवानिवृत्त झालेल्या त्या ५८ वर्षांच्या माणसाकडे काम करण्याची तुमच्या-माझ्यापेक्षा जास्त संधी होती?'' बिर्ला रुग्णालयाची जबाबदारी घेताना डॉ. अरविंद यांना इतरांइतकंच स्वत:लाही पटवून द्यायचं होतं की, मदुराईपासून हजारो कि.मी. अंतरावरच्या एका महानगरात कुणा एका व्यक्तीच्या प्रभावाविना, 'अरविंद' या नावाच्या छत्रछायेविना असंच एक आश्चर्य प्रत्यक्षात येऊ शकतं.

चारच वर्षांत लहानशा बिर्ला रुग्णालयात दिवसाला ७० रुग्ण तपासले जाऊ लागले, वर्षाला ३५०० शस्त्रक्रिया होऊ लागल्या.[१] २००६मध्ये कोलकात्याच्या मधोमध बांधण्यात आलेल्या 'प्रियंवदा बिर्ला अरविंद आय हॉस्पिटल' या पाच मजली इमारतीत रुग्णालयाचा पसारा हलवण्यात आला.

बिर्ला रुग्णालयाचा अनुभव अरविंदच्या पुनरावृत्तीसंबंधी खूप काही शिकवून गेला, असं काही, जे प्रल्हाद यांना अरविंदच्या तरुण नेतृत्वाकडून अपेक्षित होतं. यातलं कुणी उठून आफ्रिकेला जरी गेलं नसलं तरी त्यांनी नवनव्या रुग्णालयांच्या बांधणीत रस घ्यायला सुरुवात केली होती. आत्तापर्यंत डॉ. व्हींची मॅकडोनाल्ड कल्पना प्रत्यक्षात आणण्याच्या दृष्टीनं कोणतेच प्रयत्न झालेले नव्हते परंतु २००५मध्ये अरविंद आय केअर सिस्टीमनं एक नवं उद्दिष्ट जाहीर करून टाकलं. २०१५ सालापर्यंत विविध भागीदारी प्रकल्पांतून भारतात १०० रुग्णालयं उभी करण्याचं आणि वर्षाला १० लाख शस्त्रक्रिया करण्याचं उद्दिष्ट.

या नव्या धोरणानुसार भागीदार संस्था आर्थिक बाजू, पायाभूत रचना आणि स्थानिक पातळीवर लागणारी मदत यांची जबाबदारी घेणार होती तर प्रकल्पाचं नियोजन, प्रशिक्षण आणि रुग्णालयांचा कारभार चालवणं हे अरविंदचं काम

असणार होतं. या कामासाठी अरविंद काही विशिष्ट रकमेचं वार्षिक शुल्क आकारेल असंही ठरवण्यात आलं. बिर्ला रुग्णालय ही या नव्या प्रयोगातली पहिली-वहिली संधी ठरली. त्यातून अनेक उपयुक्त धडे मिळतच होते. अशातच एक अनपेक्षित भागीदारी प्रकल्प अरविंदच्या दिशेनं पावलं टाकू लागला होता.

डॉ. व्ही यांची भाची कन्नम्मा रवीन्द्रन यांना जेव्हा 'आपण राहुल गांधींच्या वतीने बोलत आहोत' असं सांगणारा फोन आला, तेव्हा कुणीतरी मस्करी करतंय असं वाटून त्यांनी फोन ठेवून दिला. काही वेळाने पुन्हा फोन आला, या वेळी मात्र त्या व्यक्तीनं आपण राहुल गांधींचे जवळचे मित्र कनिष्क सिंग बोलत असल्याचं सांगितलं. कन्नम्मा यांचा पूर्ण विश्वास बसला नसला तरी समोरच्या व्यक्तीला एक संधी द्यावी या हेतूनं त्या ऐकत राहिल्या.

'गांधी' या नावाला भारतात एक वेगळंच स्थान आहे. राहुल गांधींचे वडील, आजी, आणि पणजोबा तिघांनीही भारताचं पंतप्रधानपद भूषवलेलं आहे. त्यांच्या आजीची आणि वडिलांची झालेली हत्या, त्यांच्या इटालियन आईचं काँग्रेस पक्षातलं महत्त्वाचं स्थान, त्यांच्या बहिणीनं – प्रियांकानं – राजकारणापासून दूर राहण्याचा घेतलेला निर्णय आणि स्वत: राहुल यांनी तळागाळात जाऊन केलेलं कार्य या सर्वांमुळेच ते सतत चर्चेत असतात. आता कनिष्क सिंग यांनी फोनवर सांगितल्याप्रमाणे राहुल गांधी अरविंदला भेट देऊ इच्छित होते. त्यांचा मतदारसंघ असणाऱ्या अमेठी इथं असं रुग्णालय उभं करण्याची कल्पना त्यांच्या मनात होती.

राहुल गांधींच्या अरविंद भेटीविषयीच्या कल्पनेला अरविंदच्या नेतृत्वाकडून मिश्र प्रतिसाद मिळाला. बड्या उद्योगघराण्यांप्रमाणेच राजकारण्यांशी संबंध वाढवण्यासाठीही ते नाखूशच होते.

डॉ. व्हींची मात्र या भेटीला काही हरकत नव्हती. उलट या भेटीमुळे आपण खूश झालो असून यातून नक्की काहीतरी चांगलं घडणार अशी आपल्याला खातरी असल्याचं त्यांनी सांगितलं. डॉ. व्ही सरकारी सेवेत असताना तत्कालीन पंतप्रधान इंदिरा गांधी यांनी ग्रामीण नेत्रसेवा कार्यक्रम देशपातळीवर यशस्वी करण्यात मोलाची भूमिका बजावलेली होती आणि आज त्यांच्या नातवाने अरविंदला भेट देण्याची इच्छा व्यक्त करून जणू या वर्तुळाला पूर्णत्व आणलेलं होतं.

२००५ साली राहुल गांधी यांच्या भेटीची तारीख ठरली आणि इथं तरुण नेत्याचं स्वागत करण्यासाठी डॉ. व्हींसकट अरविंदचा पूर्ण चमू अरविंद-पाँडिचेरी इथं दाखल झाला. जांभळा टी शर्ट आणि जीन्स परिधान केलेले राहुल गांधी आणि कनिष्क सिंग हे अरविंदच्या संचालकांच्या घोळक्यात कॉलेज युवकांसारखे दिसत

होते.

रुग्णालयाला धावती भेट दिल्यानंतर तुलसी यांनी या पाहुण्यांसमोर उत्तर प्रदेश आणि विशेषत: अमेठीतल्या नेत्र सुविधांच्या सद्य:स्थितीवर सादरीकरण केलं. या सादरीकरणाला अचूक आकडेवारीची जोड दिलेली असल्यानं ते अधिकच प्रभावी झालं. उत्तर प्रदेशात अंधत्वाचं प्रमाण १.१५ टक्के असून ते तामिळनाडूपेक्षा अधिक होतं. तिथे होणाऱ्या मोतीबिंदूच्या शस्त्रक्रियांपैकी केवळ ५७% शस्त्रक्रियांमध्ये IOLचा वापर केला जात होता, तामिळनाडूत मात्र हेच प्रमाण ९७% होतं. अमेठीमध्ये २,३०,००० लोकांना मोतीबिंदूची शस्त्रक्रिया करून घेण्याची गरज होती. उत्तर प्रदेशातल्या नेत्र सुविधांचा दर्जा वाढवण्याची गरज असल्याचं दाखवायला ही बोलकी आकडेवारी पुरेशी होती.

नेत्र सुविधांची गरज, कामाची संधी आणि नव्या रुग्णालयाची व्याप्ती या मुद्द्यांवर गांधी आणि अरविंदच्या संचालकांनी सखोल चर्चा केली. प्रत्यक्ष गरज लक्षात घेता तिथे एक सुसज्ज रुग्णालय सुरू करण्याची आवश्यकता होती; पण छोटी सुरुवात करणं शहाणपणाचं होतं. गांधी आणि सिंग यांनी कर्मचाऱ्यांची भरती, प्रशिक्षण, नेतृत्व याबाबत अनेक शंका उपस्थित केल्या. त्यांचं समाधान झाल्यानंतर अखेरीस मोतीबिंदूच्या शस्त्रक्रिया करण्याची आणि डोळ्यांचा नंबर काढून चश्मे देण्याची सुविधा असलेलं छोटं रुग्णालय सुरू करण्याचा निर्णय घेण्यात आला. डॉ. व्हींनी त्या तरुण राजकारण्याच्या नजरेला नजर भिडवत त्याला वडिलकीचा सल्ला दिला, ''काहीतरी करून दाखवण्यासाठी जे काही लागतं ते तुझ्यापाशी आहे. तू ते सहज करू शकशील, आम्ही आमच्या परीनं तुला सदैव साहाय्य करू.''

या भेटीनं ते दोघेही पाहुणे भारावून गेले होते. ''ही एक औपचारिक बैठक असेल अशी आमची अपेक्षा होती, पण प्रत्यक्षात मात्र आम्हांला खूप काही मिळालं तिथे.''[२] कनिष्क सिंग सांगतात.

या बैठकीतून निर्माण झालेल्या ऊर्जेतून प्रत्यक्ष कामाला सुरुवातही झाली, पण पुढचा प्रवास तितकासा सोपा असणार नव्हता.

कर्मचाऱ्यांच्या शिस्तीबद्दल उद्भवलेले प्रश्न हळूहळू इतके गंभीर झाले की, रुग्णालयाच्या उद्घाटनानंतर काही महिन्यांतच त्याचं पर्यवसान अनेक परिचारिकांनी एकदम नोकरी सोडण्यात झालं. शांतपणे विचार केल्यानंतर लक्षात आलं की, हे कधी ना कधी होणारच होतं.

नव्या रुग्णालयासाठी परिचारिकांची भरती करण्याच्या कामी साहाय्य करण्यासाठी

डॉ. उषा किम अमेठी इथं गेल्या होत्या. प्राथमिक पातळीवर निवड झालेल्या उमेदवार तिथे हजरच होत्या. अरविंदमध्ये जेमतेम दहावी पास झालेल्या, आसपासच्या खेड्यांमधल्या, स्थानिक भाषेत बोलू शकणाऱ्या तरुणींना भरती करून घेण्याची परंपरा होती. इथे मात्र पदवीधर असलेल्या, इंग्रजी बोलणाऱ्या आणि शहरी वातावरणात वाढलेल्या युवतींचा भरणा होता.

त्यांच्या उच्च शिक्षणामुळे भरपूर वेतनाची अपेक्षा असणाऱ्या या मुली अरविंदच्या चौकटीत बसणं काहीसं कठीणच होतं. मदुराईमध्ये प्रशिक्षणासाठी आल्यानंतर वक्तशीरपणा, शिस्त, गणवेश यांबाबतचे काटेकोर नियम पाळण्यात त्यांच्याकडून ढिलाई होऊ लागली; पण खरा प्रश्न निर्माण झाला तो रुग्णांशी वागताना त्या करत असलेल्या भेदभावामुळे.

दुर्दैवानं आजही भारतात समाजमनावर जाती-पातींचा घट्ट पगडा आहे. अमेठीमध्ये भरती करून घेण्यात आलेल्या बहुतेक परिचारिका स्वतःला उच्च समजणाऱ्या जातीतून आलेल्या होत्या. शस्त्रक्रिया करण्यापूर्वी रुग्णांच्या पायात निर्जंतुक केलेले मोजे घालणं आवश्यक असतं. इतर जातीतल्या गरीब रुग्णांसाठी हे काम करायला या परिचारिकांनी नकार दिला. अशा प्रकारे रुग्णाच्या पायाला स्पर्श करणं हे त्यांच्या आत्मसन्मानाला ठेच पोहोचवणारं आहे असं त्यांना वाटत होतं.

कुणीही रुग्ण समोर आला आणि त्याच्यासाठी कुठलंही काम करावं लागलं तरी ते समानता आणि सेवाभाव मनात ठेवूनच करायचं ही अरविंदची शिस्त आहे. अरविंदचा मानवी चेहरा आणि दयाबुद्धी जपण्यासाठी ही तत्त्वं अतिशय महत्त्वाची आहेत आणि हे साध्य करायचं तर अमेठीच्या रुग्णालयाला अशा मनोभूमिकेतून काम करू शकणाऱ्या परिचारिकांची निवड करणं गरजेचं होतं.

त्याप्रमाणे पुन्हा एकदा मुलाखती घेतल्या गेल्या आणि रुग्णालयाच्या तत्वांशी प्रामाणिक राहू शकतील अशा परिचारिकांची निवड करण्यात आली.

नव्या परिचारिकांच्या ताफ्यासह काम करायला सुरुवात केल्यानंतर अरविंदच्या प्रशिक्षक टीमनं काही नियमांमध्ये शिथिलता आणली. हळूहळू सर्व काही स्थिरस्थावर होत गेलं आणि रुग्णालयाचं कामकाज सुरळीतपणे सुरू झालं. अमेठी रुग्णालयाशी भागीदारीत काम सुरू केल्यानंतर वर्षभरातच अमेठीच्या मुख्य डॉक्टरांकडून अरविंदच्या संचालकांचे आभार मानणारं पत्र मिळालं. त्यांनी लिहिलं होतं, 'आमच्या रुग्णालयाची सचोटी आणि प्रामाणिकपणा सर्वांना भावली आहे. फक्त आमच्याच जिल्ह्यातून नव्हे तर आजूबाजूच्या जिल्ह्यांमधले रुग्णही इथे येत आहेत. इथल्या परिचारिकांनाही आता परिश्रमाची आणि निष्ठापूर्वक काम करण्याची सवय झाली आहे. अरविंदनं वेळोवेळी केलेल्या मार्गदर्शनासाठी आम्ही ऋणी आहोत.'

अमेठीमध्ये सगळं आलबेल असलं तरी कोलकात्याला मात्र सावळा गोंधळ

निर्माण झाला होता. श्रीमती प्रियंवदा बिर्ला यांनी मृत्युपश्चात आपले सर्वाधिकार लेखापाल लोढा यांच्याकडे सोपवून सर्वांनाच बुचकळ्यात पाडलं होतं आणि परिणामी श्रीयुत लोढा हे कोट्यवधींच्या कायदेशीर खटल्यांमध्ये गोवले गेले होते. अशा प्रकारची गुंतागुंत आणि भानगड टाळण्यावरच अरविंदच्या संचालकांचा कटाक्ष होता. कोलकाता रुग्णालयाच्या व्यवस्थापनातही असेच काही मतभेद निर्माण होऊन एकूणच दुरावा आणि गैरसमज यांचे वारे वाहू लागले होते. तणावाची स्थिती लक्षात घेऊन अरविंदनं याकडे काहीसं दुर्लक्ष केलं. १०० रुग्णालयांचं स्वप्न साकारायचं असेल तर परिस्थितीतून मार्ग काढून पुढे जाणं महत्त्वाचं हे त्यांना कळून चुकलं होतं.

नव्या सहस्त्रकाच्या पहिल्या दशकात विविध संस्थांच्या साहाय्यानं अरविंद आय केअर सिस्टीमनं अनेक प्रकल्पांची उभारणी करायला सुरुवात केली. कोलकाता आणि अमेठीनंतर राहुल गांधींच्याच मदतीनं लखनौमध्ये आणि गुजरातेतल्या अमरेलीमध्ये एका औषधनिर्माण कंपनीच्या भागीदारीत अशाच रुग्णालयांची उभारणी करण्यात आली. पण दशक संपता संपता म्हणजे २००९ सालापर्यंत अशी एक स्थिती आली की ही रुग्णालयं तर उत्तम सुरू होती, पण दोन संस्थांचा एकत्रितपणे असलेला सहभाग कुठेतरी कमी झाल्याचा जाणवू लागला होता.

तुलसी, डॉ. अरविंद आणि इतरांचंही असंच मत झालं होतं की, या संस्थांशी करण्यात आलेली भागीदारी आणि अरविंदचं मूळ उद्दिष्ट परस्परविरोधी जाऊ लागलं आहे. त्यांनी असा निष्कर्ष काढला की, परस्परपूरक काम करण्याचा काळ हा सुरुवातीच्या २-३ वर्षांनंतर संपुष्टात येत होता. एकदा का सर्व कर्मचाऱ्यांची भरती पूर्ण झाली, सर्व व्यवस्था काम करू लागल्या आणि कळीचे प्रश्न निकाली निघाले की, अरविंदच्या बाजूने केले जाणारे प्रयत्न हे त्या रुग्णालयाच्या संचालकांच्या दृष्टीनं हस्तक्षेप ठरू लागत. आणखी काही काळानंतर तर अरविंदचं मार्गदर्शन आणि मागण्या त्यांना जाचक ठरू लागत.

जनसंपर्काच्या पद्धती हा मतभेदांचा एक प्रमुख मुद्दा होता. मार्केटिंगच्या बाबतीत आजवर अरविंदनं कायमच लोकांमार्फत होणाऱ्या प्रसाराला महत्त्व दिलं होतं. नव्या रुग्णांशी विश्वासाचं नातं निर्माण करण्यात अरविंदमधल्या सुविधांनी समाधानी झालेल्या रुग्णांचा मोठा वाटा होता. चमकदार, लक्षवेधी जाहिराती करून स्वत:ची प्रसिद्धी करणं अरविंदला मानवणारं नव्हतं. तुलसी यांच्या शब्दांत सांगायचं तर ''अशी जाहिरातबाजी म्हणजे आपण काहीतरी करतो आहोत असं दाखवण्याचा आटापिटा करणाऱ्या व्यवस्थेच्या आहारी जाणं.'' पण त्यांचा हा दृष्टिकोण काही

बड्या संस्थांच्या पचनी पडण्यासारखा नव्हता.

अरविंदच्या सुदैवानं भागीदारी करणाऱ्या या संस्था फक्त आर्थिक बाजू आणि इतर स्थानिक मुद्दे सांभाळत असत. त्या वेळी अरविंदची आर्थिक स्थिती इतकी मजबूत होती की, स्वत:च्या हिमतीवर नव्या रुग्णालयांची उभारणी करणं त्यांना सहज शक्य होतं. आणि स्थानिक लोकसहभागाचं म्हणाल तर एव्हाना दक्षिण भारतात अरविंद हे नाव सर्वदूर पोहोचलेलं असल्यानं नव्या प्रकल्पांना स्थानिक जनतेचा पाठिंबा मिळवणं सहज शक्य होतं.

रुग्णकेंद्रित सेवा, सर्वसमावेशकता आणि उपेक्षितांपर्यंत या सुविधा पोहोचवणं याला अरविंदच्या नेतृत्वानं कायमच प्राधान्य दिलं होतं. भागीदार संस्थांची स्वत:ची काही उद्दिष्टं आणि गरजा होत्या, स्पर्धात्मक वातावरणाचा प्रभाव होता. त्यामुळे नव्या ठिकाणी, नव्या माणसांसोबत काम करताना या गोष्टी साध्य करणं कठीण असल्याचं कालांतरानं सिद्ध झालं. या कटू सत्याची जाणीव झाल्यानंतर अरविंदच्या संचालकांनी त्यांच्या १०० रुग्णालयांच्या महत्त्वाकांक्षी प्रकल्पाला स्थगिती देण्याचा निर्णय घेतला. सुरुवातीपासून भागीदारी प्रकल्पांचं कट्टर समर्थन करणाऱ्या आणि यातल्या अनेक प्रकल्पांमागे अविरत कष्ट घेतलेल्या डॉ. अरविंद यांच्यासाठी मात्र हा काळ अत्यंत कसोटीचा ठरला.

ते म्हणतात, ''सुरुवातीला मला हा निर्णय पचवणं खूप जड गेलं; पण मागे वळून पाहिल्यानंतर लक्षात आलं की, या कामानं मला अतिशय अनुभवसंपन्न बनवलं. नवनवीन जागा, नवनव्या संस्था यांच्यासोबत काम करताना मी बरंच काही शिकलो. हे काम अंतिम टप्प्यापर्यंत पोहोचू शकलं नसलं तरी आम्ही आज अशा काही रुग्णालयांची निर्मिती करू शकलो आहोत की, जी भारतात दर वर्षी ५०,००० शस्त्रक्रिया करून दृष्टिदानाचं कार्य करू लागली आहेत. आणि ही निश्चितच अभिमानास्पद बाब आहे.''

एवढं बोलून डॉ. अरविंद थांबत नाहीत, ते पुढे सांगतात, ''अर्थात आम्ही जे काही केलं त्यावर समाधान मानणं योग्य नाही. काही रुग्णालयांची बांधणी करण्याच्या कामात आम्ही मदत केली हे ठीक आहे, पण इतरांना साहाय्य करण्याचं हे काम अव्याहतपणे सुरू ठेवायचं असेल तर त्यासाठी आम्हाला चार पावलं पुढे राहणं गरजेचं आहे. आमच्या हातून काहीतरी नवीन, पथदर्शक असं घडलं पाहिजे. स्थित्यंतर हा आमचा गुणधर्म झाला पाहिजे.'' बोलता बोलता डॉ. अरविंद यांचा स्वर अधिकाधिक चैतन्यमय होत जातो, ''डॉ. व्ही आणि इतरांनी जे काही केलं ती पायाभरणी होती, आता त्यावर कळस चढवण्याची जबाबदारी आमची आहे.''

डॉ. अरविंद आणि इतर तरुण संचालकांचं मन कशाचा तरी कौल देत होतं.

अरविंदचा सध्याचा डोलारा सांभाळणं हे आपलं एकमेव उद्दिष्ट नाही याची त्यांना जाणीव झाली होती. २०१० साली आपल्या १०० रुग्णालयांच्या प्रकल्पाला पूर्णविराम दिल्यानंतर त्यांनी एक नवीन निर्णय घेतला. असा निर्णय ज्यासाठी सी. के. प्रल्हाद त्यांना उद्युक्त करत होते पण त्या वेळी त्यांना तो स्वीकारार्ह वाटत नव्हता. आज सात वर्षांनतर स्वत:च्या हिकमतीवर नव्या रुग्णालयांची उभारणी करण्याचं आव्हान पेलण्यासाठी अरविंद आय केअर सिस्टीम सज्ज होती.

त्या वेळी सुरू असलेल्या बऱ्याच भागीदारी प्रकल्पांतला सहभाग अरविंदनं हळूहळू कमी केला असला तरी तुलसी यांच्या नेतृत्वाखाली LAICOचं सल्ला-मार्गदर्शनाचं काम सुरूच होतं. ज्या ज्या ठिकाणी मूलभूत तत्त्वांच्या बाबत एकमत होत असे अशा ठिकाणी मात्र अरविंदची टीम उत्स्फूर्तपणे सहभागी होत होती. यापैकीच एक होतं ते नोबेल विजेते मोहोम्मद युनुस यांच्या ग्रामीण बँकेद्वारे चालवल्या जाणाऱ्या रुग्णालयांचं काम.

काही वर्षांपूर्वीच LAICO च्या मार्गदर्शनाखाली ग्रामीण व सेवा फाउंडेशनच्या संयुक्त विद्यमाने बांगलादेशात दोन रुग्णालयांची स्थापना करण्यात आली होती, आणि अशी आणखी पाच रुग्णालयं सुरू करण्याचा त्यांचा मानस होता. तिथले डॉक्टर्स अरविंदमध्ये येऊन एक वर्षाचं प्रशिक्षण घेत असत आणि अरविंदमधले तज्ज्ञ तीन महिन्यांसाठी बांगलादेशात जाऊन त्यांना साहाय्य करत असत. युनुस यांच्या लघु-अर्थव्यवस्था क्षेत्रातील पायाभूत कामगिरीचं फलित म्हणून ग्रामीण हे नाव बांगलादेशातल्या घराघरांत पोहोचलं होतं; पण LAICOचं नातं दर वेळीच अशा नामांकित संस्थांशीच जोडलं जायचं असं नाही. काही नवशिके उमेदवारही त्यांच्याकडे दाखल होत असत.

एल साल्व्हाडोरचा कार्लोस ओर्लेना आणि मेक्सिकोचा जेविअर ऑखुयसन हे दोघे मुळात उत्पादन अभियंता असलेले तरुण २००५ मध्ये माद्रिद इथं एका बँकेच्या गुंतवणूक विभागात एकत्र काम करत होते. एकदा सी. के. प्रल्हाद यांचं *'द फॉर्च्युन अॅट द बॉटम ऑफ पिरॅमिड'* हे पुस्तक त्यांच्या वाचनात आलं. त्यात अरविंदविषयी वाचल्यानंतर त्यांची उत्सुकता चाळवली गेली. 'आपणही असं काहीतरी करू शकू का?' असा विचार त्यांच्या मनात डोकावून गेला. पण त्या वेळी ते होते वयाच्या पंचविशीत. अद्याप त्यांच्या कारकीर्दीचा मार्ग त्यांना आखायचा होता. अशात ही जोखीम उचलणं शक्य नसल्याचं मान्य करून दोघांनी आपापली वाट निवडली.

पाच वर्षं गेली. एव्हाना जेविअरला लंडनमधल्या एका खाजगी बँकेत उत्तम

नोकरी मिळाली होती. दरम्यानच्या काळात कॅलिफोर्नियामधल्या बर्कले विद्यापीठातून सार्वजनिक आरोग्य या विषयात पदव्युत्तर शिक्षण आणि एम.बी.ए. पूर्ण केलेल्या कार्लोसनं एके दिवशी जेविअरला फोन करून विचारलं, "तुला आपली 'अरविंदची' कल्पना लक्षात आहे ना? आता ती प्रत्यक्षात आणण्याची वेळ आली आहे. येत्या काही महिन्यात मी मेक्सिको शहरात एक नेत्र रुग्णालय सुरू करतोय, तू येशील?" जेविअरला मनात क्षणभर आपल्या उत्तम नोकरीचा विचार आला पण अद्याप कुटुंबाची जबाबदारी नसल्यानं ती सोडणं काही कठीण नव्हतं. फेसबुकवर आधारित असलेला 'द सोशल नेटवर्क' या नुकत्याच पाहिलेल्या चित्रपटामुळं त्याला हा विश्वास वाटू लागला होता की, भन्नाट कल्पनांच्या जोरावर आपण काहीही करू शकतो. ही संधी सोडायची नाही असं पक्कं ठरवून त्यानं कार्लोसला कळवलं, "हो, मी येतोय." नेत्ररुग्णालय सुरू करण्यासाठी जे काही आवशयक आहे ते सर्व काही आत्मसात करण्याच्या निश्चयानं पुढच्या एक-दोन महिन्यांतच ही जोडगोळी मदुराईमध्ये दाखल झाली. (त्या वेळेपर्यंत जेविअरनं Phacoemulsification हा शब्द ऐकलेलासुद्धा नव्हता.)

नेत्र सेवा व्यवस्थापनाच्या कार्यशाळेसाठी त्या दोघांनी आपलं नाव नोंदवलं. दिवसा वर्गात टिपणं काढणं आणि रात्रभर ते वाचून समजून घेणं हा त्यांचा परिपाठ होता. जेविअर गमतीनं म्हणतो, "कार्यशाळा संपली, तेव्हा आमच्या सुजलेल्या डोळ्यांत यशस्वी व्यवसायाची स्वप्नं होती."[३]

त्यानंतरचे दोन आठवडे त्यांनी अरविंदच्या संचालकांशी चर्चा करण्यात घालवले. तुलसी आणि इतर मंडळी या पोरांची जिद्द आणि सच्चेपणा पाहून थक्क होऊन गेले. चुणचुणीत, वागायला नम्र अशी ही लॅटिन अमेरिकन जोडगोळी आपलं सर्वस्व ओतून काम करत होती. आत्तापर्यंतची सगळी जमापुंजी हे स्वप्न साकारण्यासाठी खर्ची टाकण्याची त्यांची तयारी होती. मदुराईत असतानाच लोकजागृती कार्यक्रमांसाठी त्यांनी एक संयोजकही शोधला. हा संयोजक म्हणजेच जेविअरची आई. ती लगोलग प्रशिक्षण घेण्यासाठी अरविंदमध्ये दाखलसुद्धा झाली. मिश्कीलपणे हसत जेविअर म्हणतो, "शेवटी अरविंदसारखं काम करायचं म्हणजे तुमचं कुटुंब हवंच की, त्याशिवाय कसं होणार?"

"मी नेहमी सगळ्यांना सांगतो की, मी आजवर पाहिलेली अरविंद ही नंबर एकची संस्था आहे. मी बऱ्याच चांगल्या-चांगल्या कंपन्यांचा अनुभव घेतला आहे, पण अरविंद हे एक दुर्मीळ रसायन आहे. त्यांचा जोश, इथली व्यक्तिमत्त्वं, कामाची शिस्त, आणि सर्व काही इतरांशी वाटून घेण्याची वृत्ती हे सगळंच विलक्षण आहे. आणि या सगळ्याच्या जोरावरच ते आज इथवर पोहोचले आहेत." कार्लोस अभिमानानं म्हणतो.

LAICOला या सगळ्या गुणवैशिष्ट्यांची पूर्ण कल्पना आहे आणि हेच सगळं त्यांच्याकडे सल्ला-मसलतीसाठी येणाऱ्यांच्या गळी उतरवण्याचा ते प्रयत्न करतात. 'तत्त्वं' हा अरविंदचा कणा आहे आणि सगळ्या पद्धती, रचना यांविषयी शिकवतानाच या तत्त्वांचीही शिकवण देण्याचा LAICOचा कटाक्ष असतो. अर्थात या सगळ्याचा आग्रह धरताना समोरच्यावर आपलं मत लादल्यासारखं होऊ नये याचीही ते काळजी घेतात. उपदेशापेक्षा कृतीवर त्यांचा भर असतो. उदा. एकीकडे दयाबुद्धी दाखवत असतानाच मनुष्याचा आत्मसन्मानही कसा जपला जाईल याच्या पोकळ गप्पा मारण्याऐवजी मोफत उपचार निवडण्याचा पर्याय त्यांनी रुग्णांवर सोपवलेला आहे.

"अरविंदच्या यशामध्ये परमार्थ, सेवाभाव यांचा काय वाटा होता हे सगळं शिकवण्याचा आम्ही अयशस्वी प्रयत्न केला; पण आता आम्ही त्या सगळ्याविषयी बोलणं टाळतो. आता आम्ही अगदी व्यावहारिक झालो आहोत." तुलसी सांगतात. म्हणूनच LAICO जे काही सल्ले देतं ते व्यावहारिक पातळीवर, उरलेलं सगळं आपोआप घडेल असं गृहीत धरलं जातं.

केवळ औपचारिक भागीदारी प्रकल्पांतूनच अरविंदचे अनुभव इतरत्र पसरत होते असं नाही. कळत-नकळत जगाच्या कानाकोपऱ्यात अरविंदचे पडसाद उमटत होते आणि त्यातूनच प्रेरित होऊन कुणीतरी नवं अरविंद उभं करू पाहत होतं.

डॉ. जॉफ टॅबिन हे एक भन्नाट व्यक्तिमत्त्व होतं. बंगी जम्पिंगचा शोध लावलेले आणि जगातली सात उंच पर्वतशिखरं सर केलेले डॉ. जॉफ टॅबिन हे एक निष्णात नेत्रतज्ज्ञ होते. त्यांच्या मते जगातल्या बऱ्याच संस्थांसाठी अरविंद हे प्रेरणास्थान होतं. त्यांनी स्वत:देखील नेपाळमध्ये असाच एक उपक्रम सुरू केला होता.

१९९०च्या आरंभी डॉ. टॅबिन आणि डॉ. सँडक रूट (अरविंदमध्ये काही काळ घालवलेले नेपाळमधले एक तरुण डॉक्टर) यांनी मिळून विनाकारण अंधत्व दूर करण्याच्या हेतूनं उच्च दर्जाचे उपचार देणारं, मोठ्या संख्येनं रुग्ण तपासणारं एक नेत्र-रुग्णालय नेपाळच्या उंच पर्वतरांगांमध्ये सुरू केलं होतं. ज्या खेड्यांमध्ये वीज व पाणी नाही, जिथे अद्याप रस्ते पोहोचलेले नाहीत अशा ठिकाणी पायी जाऊन या रुग्णालयातले डॉक्टर्स शस्त्रक्रिया करत असत. त्यासाठी बऱ्याचदा गावातल्या शाळा, सभागृह यांचं रूपांतर तात्पुरत्या शस्त्रक्रिया कक्षांमध्ये केलं जात असे. इथे केलेल्या शस्त्रक्रियांचे परिणाम पाश्चात्त्य देशांतल्याइतकेच प्रभावी ठरतील इतकं कौशल्य डॉ. टॅबिन आणि डॉ. रूट यांनी आत्मसात केलेलं होतं. हिमालयाच्या दाट लोकवस्ती असलेल्या बहुतेक भागांत आता त्यांचं काम पोहोचलेलं आहे.[४]

अरविंदप्रमाणेच केवळ नेत्रसेवांवर न थांबता त्यांनी प्रशिक्षण केंद्राचीही स्थापना केली. या केंद्राद्वारे आफ्रिकेतील सहारा परिसरातल्या देशांसोबत मनुष्यबळ आणि कौशल्यं यांची देवाणघेवाण केली जाते. १९९४ साली म्हणजे ऑरोलॅबच्या स्थापनेनंतर दोनच वर्षांत त्यांनी उच्च दर्जाच्या IOLचं उत्पादन करून त्या वाजवी दरात उपलब्ध करून द्यायला सुरुवात केली.

डॉ. टॅबिन आणि डॉ. रूट यांचा हिमालयीन मोतीबिंदू उपक्रम अरविंदच्या तत्त्वांवर आणि डॉ. व्हींच्या प्रेरणेवर आधारलेला होता. डॉ. टॅबिन म्हणतात त्याप्रमाणं, ''अरविंद हा भारतातल्या मोतीबिंदू शस्त्रक्रियांसाठी पथदर्शक उपक्रम ठरला. जास्तीतजास्त गरीब रुग्णांसाठी उच्च दर्जाचे उपचार कसे दिले जाऊ शकतात याचं मूर्तिमंत उदाहरण. नेत्रसेवा क्षेत्रात काम करणाऱ्यांसाठी डॉ. व्ही हे जणू आध्यात्मिक गुरु बनले आहेत.''[५]

आज चाळिसाव्या दशकात पदार्पण करणारी डॉ. व्हींची ही निर्मिती जगातल्या एका बलाढ्य आणि श्रीमंत देशातही चर्चेचा विषय ठरू लागली आहे.

सतरा

अरविंद अमेरिकेत

२०१०मध्ये अमेरिकेत इन्स्टिटट्यूट ऑफ मेडिसिन ऑफ द नॅशनल अॅकेडमीची पहिली बैठक भरली होती; विषय होता आरोग्य क्षेत्रातलं नावीन्यपूर्ण संशोधन. अरविंद-मदुराईचे मुख्य वैद्यकीय अधिकारी आणि एक ख्यातनाम रेटिना सर्जन असलेले डॉ. किम रामस्वामी यांना अरविंद मॉडेलविषयी सादरीकरण करण्यासाठी इथे आमंत्रित करण्यात आलं होतं. त्यांच्या व्याख्यानानंतर अरविंदची तत्त्वं पाश्चात्त्य देशांत कशी अमलात येतील यावर उत्स्फूर्त चर्चाही करण्यात आली. या चर्चेत यू.के.च्या नॅशनल हेल्थ सर्व्हिस (NHS) आणि अमेरिकेच्या डिपार्टमेंट ऑफ हेल्थ अॅण्ड ह्युमन सर्व्हिसेसचे मुख्य अधिकारी सहभागी झाले होते.

डॉ. किम यांच्या सादरीकरणात शेवटची स्लाईड थक्क करून टाकणारी होती. त्यातील आलेख असं दाखवत होता की NHSमध्ये होणाऱ्या एकूण शस्त्रक्रियांच्या निम्म्या शस्त्रक्रिया अरविंदमध्ये केल्या जात असत आणि त्याही संपूर्ण यू.के.मध्ये नेत्र सेवांवर खर्च होणाऱ्या तेरा हजार कोटी रुपयांच्या केवळ एक टक्का खर्चात. हे पाहून सर्व उपस्थित टाळ्यांचा कडकडाट करत असतानाच किम त्यांच्या जागेवर जाऊन बसले आणि त्यांच्या शेजारीच बसलेल्या NHSच्या मुख्याधिकाऱ्याकडे पाहून त्यांनी एक अर्थपूर्ण कटाक्ष टाकला. तो मनुष्य स्मित करत किम यांच्या कानात कुजबुजला, ''नशीब, तुम्ही तुमच्या आकडेवारीची तुलना अमेरिकेशी केली नाहीत, नाहीतर एव्हाना या संगणकाचा स्फोट झाला असता.''

अमेरिकेतल्या अत्यंत खर्चिक असूनही परिणामकारक न ठरणाऱ्या आरोग्य सुविधांबाबत केल्या गेलेल्या अनेक अभ्यास अहवालांनी सर्वांचंच लक्ष वेधून घेतलं होतं. २००९ साली बारा लाख कोटी रुपये इतक्या प्रचंड असणाऱ्या आपल्या राष्ट्रीय उत्पन्नाचा १७% हिस्सा अमेरिकेनं आरोग्य सुविधांवर खर्च केला होता.[१] अमेरिकेमध्ये आरोग्य सेवांवर होणारा दरडोई वार्षिक खर्च जगातल्या इतर कोणत्याही

देशापेक्षा कितीतरी जास्त आहे, पण असं असूनही अनेक आरोग्यविषयक मानदंडांमध्ये अमेरिका पिछाडीवर आहे.[२] औद्योगिकदृष्ट्या प्रगत असलेल्या या श्रीमंत देशात सर्वसमावेशक आरोग्य सेवा अस्तित्वात नाही.[३]

लोकांच्या क्रयशक्तीच्या तुलनेत झपाट्यानं वाढणारा आरोग्य सुविधांचा खर्च ही मूलभूत सुधारणा घडवून आणण्यासाठी एक सुसंधी ठरेल असं काही जाणकारांचं मत होतं. हार्वर्ड विद्यापीठातल्या व्यवस्थापन विषयाच्या प्राध्यापक आणि रुग्णकेंद्रित सर्वसमावेशक आरोग्य सुविधांच्या खंद्या पुरस्कर्त्या रेजिना हर्झलिंगर म्हणतात, "शेवटी निराशेच्या प्रत्येक क्षणाला आशेची किनार असतेच की! ही किंमतवाढ अरविंदच्या पावलावर पाऊल टाकून आमच्या व्यवस्थांची पुनर्रचना करायला भाग पाडेल." त्या पुढे सांगतात, "उच्च दर्जाची सुविधा पुरवणाऱ्या आणि सतत चांगले बदल करायला तयार असणाऱ्या उत्तम रुग्णालयांची इथे गरज आहे. अरविंदच्या रचनेचा पाया असणारा सेवाभाव आमच्या रुग्णालयांनी अमलात आणायला हवा; पण तो दिवस पहायला मी असेन की नाही देव जाणे."[४]

अमेरिकेत अरविंदची यशस्वी पुनरावृत्ती होऊ शकेल का या प्रश्नावर डॉ. डेव्हिड चँग एक दीर्घ उसासा सोडतात आणि म्हणतात, "हो, पण इथल्या आरोग्य व्यवस्थेत काही मूलभूत फरक आहेत. रुग्णांच्या सुरक्षिततेला सर्वत्र प्राधान्य दिलं जात असताना, अमेरिकेत मात्र आम्हांला अतिशय काटेकोरपणे सर्व औपचारिकता पूर्ण कराव्या लागतात. याचं कारण म्हणजे इथली जटिल न्यायवैद्यक प्रक्रिया." हे स्पष्ट करताना ते एक उदाहरण देतात. "इथल्या नियमांप्रमाणे कोणत्याही वैद्यकीय उपकरणांचा/साधनांचा फक्त एकदाच वापर करणं सक्तीचं आहे; पण अरविंदनं हे दाखवून दिलं आहे की संपूर्ण निर्जंतुकीकरण केल्यानंतर या साधनांचा पुनर्वापर करण्यात सुरक्षिततेशी काहीही तडजोड होत नाही, शिवाय खर्चात लक्षणीय बचत होते."

अरविंदविषयी कौतुकानं बोलताना ते म्हणतात, "अरविंदमध्ये नोकरशाहीचे दुर्गुण चुकूनसुद्धा शिरलेले नाहीत. इथं प्रत्येक बाब कुठल्यातरी ठोस कारणासाठीच केली जाते. आपण जे काही करू ते वाजवी असलं पाहिजे, सर्वोत्तम असलं पाहिजे, अन्यथा आपण अंधत्वावर मात करू शकणार नाही हा स्वच्छ विचार त्यामागे असतो."

'चलता है' या उदासीन दृष्टिकोनातून बाहेर पडून अरविंदची विचारसरणी आपण अमेरिकेत रुजवू शकतो याबाबत आग्रही असणाऱ्या कॅलिफोर्नियामधल्या एका गटानं या दिशेनं प्रयत्न करायला सुरुवात केलेली होती.

डॉ. सुसान डे या अमेरिकन ॲकेडमी ऑफ ऑप्थॅल्मॉलॉजीचं अध्यक्षपद भूषवणाऱ्या पहिल्या महिला होत्या. आज त्या ॲक्रिडिएशन कौन्सिल फॉर पोस्ट ग्रॅज्युएट मेडिकल एज्युकेशनच्या अध्यक्ष आहेत. ही संस्था अमेरिकेतील सर्व शाखांमधील निवासी डॉक्टरांच्या अभ्यासक्रमाचं नियमन करणारी संस्था आहे. २००७ मध्ये अरविंदसारखी एखादी संस्था अमेरिकेत सुरू करण्याच्या विचारात असलेल्या सुसान यांना डॉ. ब्रुस स्पीव्हे यांच्यासारखा उत्तम सहकारी मिळाला. डॉ. ब्रुस स्पीव्हे हे इंटरनॅशनल कौन्सिल ऑफ ऑप्थॅल्मॉलॉजीचे संचालक होते. डॉ. ब्रुस स्पीव्हे स्पष्टपणे सांगतात, "मला अनेक भल्याभल्यांनी सांगितलं की, अमेरिकेत अरविंदसारखी संस्था उभी राहणं अशक्य आहे; पण हे त्यांचं अज्ञान आहे याची मला खातरी होती. अर्थात, अरविंदची हुबेहूब प्रतिकृती इथे उभी राहू शकणार नाही याची मलाही कल्पना होती. कारण प्रत्येक ठिकाणच्या, देशाच्या विशिष्ट पद्धतींनुसार त्यात योग्य ते बदल करावे लागतात. पण ज्या मूळ तत्त्वांवर अरविंद उभं राहिलं आहे त्यांना स्थलकालाचं बंधन नाही."[५] स्पीव्हे यांच्याप्रमाणेच ही कल्पना उचलून धरणारे होते डेव्हिड ग्रीन. ग्रीन यांनी ऑरोलॅबच्या उभारणीत महत्त्वाची भूमिका तर बजावली होतीच, शिवाय LAICOच्या माध्यमातून अरविंदचं मॉडेल इतरत्र पोहोचवण्याच्या कामातही ते सहभागी झाले होते.

तर अशा प्रकारे स्पीव्हे, डे आणि ग्रीन ही नेत्रसेवा आणि सामाजिक उद्यमशीलता या क्षेत्रांतली ख्यातनाम त्रयी एकत्र आली. असं असलं तरी अरविंदच्या कल्पना आणि रचना इथे आणणं तितकंसं सोपं नव्हतं. अमेरिकेतील करपद्धती, कायदे आणि आरोग्य क्षेत्रातील नियम-अटी यांचा सखोल अभ्यास करणं आवश्यक होतं. अरविंदचं तंत्र इथे राबवणं किंवा सशुल्क आणि निःशुल्क सुविधांचा असा मेळ घालणं कायद्याला धरून होतं की नाही हे पाहणंही जरुरीचं होतं.

तीन दशकांहूनही अधिक काळ जनहित योजनांच्या क्षेत्राचा गाढा अनुभव असणारे वकील डेव्हिड रो यांना प्रस्तुत कामासाठी पाचारण करण्यात आलं. या प्रकल्पाची व्यवहार्यता तपासून पाहण्याची जबाबदारी त्यांच्यावर सोपवण्यात आली. यात असलेल्या संभाव्य अडचणींचा, हरकतींचा तपशीलवार लेखाजोखा मांडणं अपेक्षित होतं. रो यांच्या अभ्यासातून असं अनुमान निघालं की, व्यवहार्यतेच्या निकषांवर हा प्रकल्प यशस्वी होण्याची १५% शक्यता होती. रो यांच्यासाठी हे निष्कर्ष आश्चर्यचकित करणारे होते.

"माझा अभ्यास-अहवाल असं सांगत होता की, हे घडू शकेल. याला आडकाठी करू शकेल असा कोणताही कायदा अस्तित्वात नव्हता."[६] रो सांगतात.

अर्थात काही गोष्टी अमेरिकेत राबवणं शक्य नव्हतं, उदा. एका शस्त्रक्रियाकक्षात एका वेळी एकाच रुग्णावर उपचार केले जातील असा अमेरिकेत नियम होता. त्यामुळे एकाच वेळी अनेक रुग्णांवर शस्त्रक्रिया करण्याची पद्धत अमलात आणणं शक्य नव्हतं; पण इतर अनेक गोष्टीत बदल करून अरविंदच्या रचना अंगीकारणं सहज शक्य होतं आणि युरोपात काही ठिकाणी याची सुरुवातही झालेली होती.

हेलसिंकी इथल्या एका सल्लागार संस्थेनं दीर्घकाळासाठी काही प्रयोग केलेले होते. फिनलंडमधली काही रुग्णालयं आणि अरविंद यांच्यातला तो तौलनिक अभ्यास होता. त्यातून अरविंदकडे असलेली अशी अनेक तंत्रं समोर आली ज्यांमुळे कार्यक्षमता वाढवणं सहज साध्य झालं असतं. उदा. सोप्या आणि गुंतागुंतीच्या केसेस यांचं वर्गीकरण करणं, उपकरणं आणि साधनं यांच्या वापरात एकवाक्यता ठेवणं, सर्व गोष्टींची रीतसर लेखी नोंद ठेवणं इ.[७] ही तंत्रं वापरून फिनलंडमधील दोन आणि स्वीडनमधील एका रुग्णालयाला त्यांच्या रुग्णांच्या प्रतीक्षा यादीत लक्षणीय घट झाल्याचं लक्षात आलं.

सॅन फ्रान्सिस्कोच्या टीमला कोणत्याही सरकारी किंवा देणगीदारांच्या मदतीशिवाय अशी एक आरोग्य सुविधा उभी करायची होती की, जिथे गरजू लोकांना निष्णात डॉक्टर्सकडून सर्व उपचार आणि शस्त्रक्रिया मोफत उपलब्ध होतील.[८] आणि रो यांच्या अभ्यासानंतर हे स्पष्ट झालं की, हे करण्यावर कोणतंही कायदेशीर बंधन नाही.

एक सुसज्ज रुग्णालय उभं करण्याऐवजी ॲम्ब्युलॅटरल सर्जिकल सेंटर (ASC) सुरू करण्याचा त्यांनी निर्णय घेतला होता. ASCसाठीचे नियम प्रत्यक्ष रुग्णालयातील शस्त्रक्रिया सुविधांसाठी असलेल्या नियमांपेक्षा काहीसे शिथिल असतात आणि खर्चही कमी. किचकट सरकारी नियमांचा फारसा जाच नसल्यानं इथं अरविंदसारखी भिन्नस्तरीय शुल्करचना ठेवणंही सहज शक्य होतं. "२०% शस्त्रक्रिया मोफत करता येऊ शकतील असंही आमच्या आकडेवारीतून दिसून आलं." रो म्हणतात. खाजगी प्रॅक्टिस करणाऱ्या नामांकित डॉक्टर्सना या प्रकल्पात गुंतवण्यात आलं होतं. "त्याबाबतीत आम्ही अरविंदपेक्षा थोडी वेगळी पद्धत राबवली; पण आर्थिकदृष्ट्या फायद्याच्या असणाऱ्या उपचारांतून मिळणारं उत्पन्न मोफत सेवेत गुंतवण्याचा अरविंदचा पायंडा मात्र आम्ही कायम ठेवला." इति रो.

२०११मध्ये सॅन फ्रान्सिस्कोमध्ये या प्रकल्पासाठी जागाही संपादित करण्यात आली. मात्र सुमारे पस्तीस कोटी रुपयांचा निधी उभा करायला किती काळ लागेल हे मात्र सांगणं कठीण होतं. रो यांच्या शब्दात सांगायचं तर, "आम्ही काही अरविंदची प्रतिकृती उभी करू इच्छित नव्हतो, पण त्यामागच्या कल्पना, आणि उद्दिष्टं अमेरिकन वैद्यकक्षेत्रात रुजवण्याचा एक प्रामाणिक प्रयत्न आम्हांला करायचा

होता.''

मदुराईला भेट दिल्यानंतर रो विस्मयचकित झाले. ते गंभीरपणे म्हणतात, ''अरविंदमध्ये आल्यानंतर मला कळून चुकलं की, हा फक्त तंत्रज्ञानाचा किंवा व्यावसायिक गणितांचा खेळ नव्हे. ही प्रवृत्ती आहे, विचार आहे. 'आपण जे काही करत आहोत ते आपल्या सर्वांचं मिळून आहे, प्रत्येकाची एक विशिष्ट भूमिका आहे. आणि ती आपण निष्ठेनं निभावायला हवी' ही यामागची भावना इथल्या प्रत्येकाच्या मनात खोलवर रुजलेली आहे. आणि हेच अरविंदच्या यशाचं गुपित आहे, रहस्य आहे. हे वातावरण, ही भावना सर्वत्र निर्माण करा, मग बघा कार्याचं फलित तुमच्यासमोर उभं असेल.''

❧

डॉ. व्ही नेहमी मॅकडोनाल्डचं उदाहरण द्यायचे. मॅकडोनाल्डचा बर्गर तर फक्त लोकांचं पोट भरतो पण लोकांचं आयुष्यच बदलून टाकेल असं हे दृष्टिदानाचं अद्भुत काम करण्याची प्रेरणा डॉ.व्हींना या पाश्चात्त्य मॅकडोनाल्डमधून कशी काय मिळत असेल हे रहस्य सगळ्यांनाच चक्रावून टाकत असे. आज जगभरात अरविंदची पुनरावृत्ती होते आहे; कुठे रचनात्मक पातळीवर तर कुठे तत्त्वांच्या आणि मूल्यांच्या पातळीवर.

डॉ. फ्रेड मुन्सॉन स्पष्ट बोलून मोकळे होतात. ''डॉ. व्ही दुसरे तिसरे कुणी नसून एक संत आहेत. या रचना, व्यवस्था या सर्वांपेक्षा ही बाब फार महत्त्वाची आहे. ते जे काही करतात, जे काही निर्णय घेतात, त्याला त्यांच्या ठायी असणाऱ्या असामान्य आत्मबळाची, मन:शक्तीची जोड मिळते आणि हीच बाब इतर कशाहीपेक्षा वरचढ ठरते. अवघ्या मनुष्यजातीच्या कल्याणाची आस असणाऱ्या काही माणसांच्या परिसस्पर्शाविना हे सगळं अपूर्ण आहे. आणि म्हणून परमार्थ हाच अरविंदचा पाया आहे.'' हे सगळं जसंच्यातसं इतरत्र घडवणं कठीण आहे. पण जिथं जिथं हे घडतं तिथं तिथं या पैलूचे पडसाद उमटल्यावाचून राहत नाहीत. स्थळकाळाच्या, कार्यक्षेत्राच्या सर्व सीमा उल्लंघून जाणारी परमार्थाची ही पवित्र भावना नकळतपणे प्रकट होते आणि आपले अनोखे परिणाम दाखवून देते. डॉ. विल्यम स्टुअर्ट यांनी स्वत: हा अनुभव घेतलेला आहे.

''मी अरविंदला पहिली भेट दिली ती १९८३ साली. एक कुशल सर्जन म्हणून विकसनशील देशांतल्या एका रुग्णालयाला आपण मदत करू शकू असा माझा कयास होता; पण तिथे गेलो आणि माझ्या विचारांची दिशाच बदलून गेली. प्रचंड संख्येनं येणाऱ्या रुग्णांना तिथे ज्या प्रकारे अत्युच्च दर्जाचे उपचार पुरवण्यात येत होते ते पाहून मी थक्क झालो,''[१] ते सांगतात. अरविंदचा प्लास्टिक-नेत्र

पुनर्बांधणी विभाग उभारण्याच्या कामी मदत करण्यासाठी डॉ. स्टुअर्ट यांना आमंत्रित करण्यात आलं होतं. या २७ वर्षांत अरविंदमध्ये झालेल्या सर्वंकष स्थित्यंतरांचे ते साक्षीदार आहेत.

पण अरविंदची ही भेट आपल्या आयुष्याला एक अनपेक्षित वळण देणार आहे याची डॉ. स्टुअर्ट यांना पुसटशीदेखील कल्पना नव्हती. अरविंदच्या पहिल्या काही भेटींनंतर डॉ. व्हींनी एका पत्रात त्यांना लिहिलं होतं, 'तू सध्या करत असलेल्या प्रॅक्टिसपेक्षा खूप वेगळं काहीतरी लोकहितार्थ कार्य तुझ्या हातून होणार आहे असं मला वाटतंय.' या ओळी डॉ. स्टुअर्ट यांच्या मनात कोरल्या गेल्या. शस्त्रक्रिया करण्याचं आपलं काम बाजूला ठेवून एक नवी वाट चोखाळण्याचं धाडस त्यांनी दाखवलं ते डॉ.व्हींच्या या शब्दांच्या जोरावरच. ते सांगतात, "डॉ. व्ही आणि अरविंद यांनी माझा दृष्टिकोनच बदलून टाकला. आरोग्य आणि उपचार यांना विज्ञानापलीकडे जाणारी परमार्थाचीही मिती आहे हे मला पहिल्यांदाच जाणवलं."

१९९०मध्ये डॉ. स्टुअर्ट यांनी कॅलिफोर्निया पॅसिफिक मेडिकल सेन्टरच्या इन्स्टिट्यूट ऑफ हेल्थ ॲण्ड हीलिंगची (IHH) स्थापना केली. अरविंदमध्ये मिळालेली नव्या कल्पनांची देणगी त्यांनी पाश्चात्त्य जगतातल्या वैद्यकीय सेवांमध्ये रुजवण्याचा प्रयत्न सुरू केला. "सुरुवातीला मला माझे सहकारी डॉ. ओम म्हणून संबोधत असत," डॉ. स्टुअर्ट मिश्कीलपणे सांगतात. 'डीप मेडिसिन' या आपल्या ग्रंथात त्यांनी IHH मधील अनुभव शब्दबद्ध केले आहेत. दर वर्षी ५०,००० लोकांवर उपचार करणाऱ्या IHH चा अनुभवाधारित, विविध संस्कृती-परंपरांचा-कौशल्यांचा, वैद्यकीय शास्त्राशी मेळ घालणारी समकालीन उपचारपद्धती देणारी संस्था म्हणून नावलौकिक आहे.[१०, ११]

अशा प्रकारे अरविंदने अनेक जणांच्या आयुष्याला नवी दिशा दिलेली आहे. तंत्रज्ञान क्षेत्रातील अग्रणी माईक मायर्स हे सेवा फाउंडेशनचे सहसंचालक लॅरी ब्रिलियंट यांच्यासोबत एका संगणक कंपनीत काम करत होते. ब्रिलियंट यांच्या सांगण्यावरून ते अरविंदला आवश्यक असणाऱ्या संगणक रचनांच्या कामात मदत करण्यास तयार झाले आणि अशा प्रकारे त्यांचा अरविंदमध्ये प्रवेश झाला. पण अरविंदशी झालेला हा परिचय आपल्या आयुष्याला कोणती कलाटणी देणार आहे हे मात्र त्यांना ठाऊक नव्हतं. आज मायर्स सत्तरीच्या घरात आहेत आणि आजवरच्या आयुष्यातला जवळजवळ अर्धा काळ त्यांनी अरविंदमध्ये स्वयंसेवक म्हणून व्यतीत केला आहे.

मायर्स नम्रपणे म्हणतात, "डॉ. व्हींबद्दल मला जे काही वाटतं ते इतरांना पटेलच असं नाही पण माझं मत माझ्या अनुभवांवर आधारलेलं आहे. डॉ. व्हींची खासियत म्हणजे आपलं स्वप्न हे फक्त आपलं न ठेवता ते सर्वांच्या

मनात पेरत जातात आणि ते पूर्ण करण्यासाठीची ऊर्जाही. त्यांच्या जागी एखादा अमेरिकन असता तर सगळ्या कामाचा आराखडा समोरच्या व्यक्तीकडे सोपवून मोकळा झाला असता पण डॉ. व्ही तसे नव्हते. ही स्वप्नं सत्यात आणण्याचं संपूर्ण स्वातंत्र्य ते त्या व्यक्तीला देत असत. डॉ. व्ही हे स्वप्नं आणि सिद्धी यांना जोडणारा दुवा होते. ही स्वप्नं साकार व्हायची आणि या स्वप्नांशी बांधलेला प्रत्येक जण त्या आनंदात सहभागी व्हायचा.''[१२]

डॉ. व्हींच्या कर्तृत्वाच्या विविधरंगी छटांचं अचूक वर्णन दिसतं ते वैमानिक-लेखक असलेल्या अँटनी दे सेंट-एक्झुपेरी यांच्या शब्दात.[१३] 'जर तुम्हांला जहाज बांधायचं असेल तर तुमच्या सहकाऱ्यांना फक्त लाकडं गोळा करायला लावू नका, त्याआधी त्यांना समुद्राच्या अथांगतेची आस धरायला शिकवा.'

डॉ. व्ही नेमकं हेच करत होते.

भाग ५

जेव्हा संत निवृत्त होतो

अरविंदमधील नेतृत्वबदल

आपल्या रोजच्या जगण्यातच नव्हे तर सर्वदूर पसरलेली दुःखाची किनार अनुभवल्यानंतर माणसानं आपल्या आयुष्याला नीतिमत्ता आणि प्रेमभावना यांचं अधिष्ठान आणावं तरी कुठून ?
जेव्हा कधी त्याला या शोकांतिकेचा आणि विरोधाभासाचा साक्षात्कार होतो तेव्हाच त्याला या जीवनाचा खरा अर्थ उमजलेला असतो.
हे असं का याला काही उत्तर नाही.

या अनुत्तरित प्रश्नासकटच आपण जगत राहतो, आणि आपलं हे आयुष्य म्हणजे सत्याच्या शोधासाठी केलेलं आत्मसमर्पण ठरतं.

– बॅरी लोपेझ, *आर्क्टिक ड्रीम्स*

अठरा

सारखं तरीही वेगळं

अरविंद-मदुराईमधला डॉ. व्हींचा वावर नित्याचाच. रुग्णांच्या गर्दीवर आणि एकूणच कामकाजावर लक्ष ठेवण्यासाठी ते नेहमीच रुग्णालयाच्या आवारात चक्कर मारतात. आता ८० वर्षं पार झाल्यानंतर त्यांच्या हातात काठी आली आहे इतकंच. पण आजकाल त्यांना मध्येच थकवा जाणवतो आणि भिंतीचा आधार घ्यावा लागतो. अशाच एका प्रसंगी एका परिचारिकेनं चटकन पुढे होऊन काही मदत हवी का असं जेव्हा विचारलं, तेव्हा आपल्या मार्मिक विनोदी शैलीत ते उत्तरले, ''काही नाही, जरा रुग्णालयाला आधार देत होतो.'' तसं पहायला गेलं तर ही काही अतिशयोक्ती नव्हती.

डॉ. व्हींशिवाय अरविंदच्या अस्तित्वाला काहीही अर्थ नव्हता. फ्रेड मुन्सॉन म्हणतात, ''डॉ. व्ही हा अरविंदचा केंद्रबिंदू आहे. एका लहानशा रुग्णालयाचं जगातल्या सर्वात मोठ्या नेत्रसेवा केंद्रात रूपांतर झालं ते त्यांच्यामुळेच.'' असं असलं तरी अत्युच्च स्थानावर पोहोचलेल्या एखाद्या संस्थेचा प्रणेता हा त्या संस्थेची अपरिहार्यता होऊ शकतो याची डॉ. व्हींना पुरेपूर जाणीव होती.

विसाव्या शतकात एका विख्यात नेत्रतज्ज्ञानं उत्तर भारतात तीस नेत्र रुग्णालयांचं जाळं प्रस्थापित केलेलं होतं. डॉ.व्ही त्याविषयी नेहमीच आदरानं बोलत आणि त्यांचा आदर्श घेण्याजोगा असल्याचं मान्य करीत; पण दुर्दैवानं त्या संस्थापकाच्या निधनानंतर त्या सर्व रुग्णालयांची दुर्दशा झाली. एके काळी देशभरात नेत्रसेवांचा प्रचार करणाऱ्या त्या संस्थेचा मागमूसही उरला नाही.

या संस्थेचं उदाहरण समोर ठेवून डॉ.व्ही त्यांच्या सहकाऱ्यांना वेळोवेळी सावधगिरीचा इशारा देत असत. मूळ संस्थापकांच्या अस्तानंतर लयाला गेलेली संस्था हे अरविंदचं भविष्य असू नये असं त्यांचं ठाम मत होतं; पण खरी मेख अशी होती की, अरविंदच्या नेतृत्वाचं, निर्णय-प्रक्रियेचं विकेंद्रीकरण व्हावं अशी आग्रही भूमिका घेणारे डॉ. व्ही प्रत्यक्षात मात्र अरविंदची सूत्रं एकहातीच सांभाळत होते.

मुन्सॉन म्हणतात ते अगदी योग्य आहे, ''प्रत्येक संस्थेला सत्तांतराला सामोरं जावंच लागतं; पण इथे प्रश्न हा होता की, एका संत माणसाला निवृत्त कसं करायचं?'' अरविंदसाठी डॉ. व्हींनी जे काही केलं होतं ते कुठल्याही व्याख्येत बसणारं नव्हतं त्यामुळे त्यांची जागा अन्य कुणी घेणं ही कल्पना अशक्य कोटीतली वाटणं अगदी साहजिकच होतं. डॉ. व्ही करत असलेल्या प्रत्येक कामाची खास अशी एक ढब होती आणि ती साध्य करणं आपल्याला शक्य नाही याची इतरांना पूर्ण जाणीव होती. आणि याहीपेक्षा महत्त्वाचं होतं ते डॉ. व्हींचं 'कुटुंबप्रमुख' हे स्थान. सर्वात ज्येष्ठ बंधू म्हणून सर्वांच्याच मनात त्यांच्याबद्दल एक वेगळाच आदर आणि आपुलकी होती.

पण आता कुटुंबातली तिसरी पिढी अरविंदच्या कार्यात सक्रिय झाली होती. संस्थेचं हित लक्षात घेता दैनंदिन कामकाजातली निर्णयप्रक्रिया सर्वसमावेशक होणं आवश्यक होतं. प्रत्येकालाच त्याच्या नव्या कल्पनांनुसार, दृष्टीनुसार अरविंदचं भविष्य घडवायचं होतं. त्यासाठी अनुभवी संस्थापकांच्या छत्रछायेतून बाहेर पडून स्वत:च्या मनगटातलं बळ अजमावण्याची त्यांना संधी मिळणं गरजेचं होतं.

अरविंदची धुरा कोणाच्या हाती सोपवावी या नाजूक प्रश्नाबद्दल १९९७ मध्ये मुन्सॉन यांनी सर्वच संस्थापकांशी सखोल चर्चा केली. शस्त्रक्रियांचा दांडगा अनुभव आणि आपल्या नेतृत्वकौशल्याच्या जोरावर डॉ. नच्चिअर या पदासाठी योग्य ठरतील असा मुन्सॉन यांचा होरा होता; परंतु 'इतक्या महत्त्वाच्या पदावर नवऱ्याला डावलून त्याच्याऐवजी बायकोची निवड होणं हे भारतीय संस्कृतीत बसणारं नाही' असं सांगून जी.एस. यांनी त्यांना सावध केलं. ८० टक्क्यांहून अधिक महिला कर्मचारी असूनही आणि अनेक महिला जबाबदारीची पदं यशस्वीपणे सांभाळत असूनही पुरुषप्रधान संस्कृतीचे अवशेष अरविंदमध्येही टिकून होतेच. आखेरीस सर्वानुमते डॉ. व्हींचे उत्तराधिकारी म्हणून डॉ. नाम यांची निवड करण्यात आली आणि नच्चिअर यांना सह-संचालक पद देण्यात आलं.

डॉ. नाम यांची निवड होण्यामागे कारण कोणतंही असलं तरी त्यांची यशस्वी कारकीर्द त्या पदासाठी निर्विवादपणे साजेशी होती. अधू दृष्टी असणाऱ्या लोकांसाठी उपचारपद्धती देणारं भारतातलं पहिलं केंद्र सुरू करण्याचं श्रेय त्यांच्या नावे जातं. हार्वर्ड मेडिकल स्कूलमध्ये डॉ. चार्ल्स स्कीपन्स यांच्या हाताखाली प्रशिक्षण घेतलेले डॉ. नाम हे भारतात रेटिनाचे आद्य तज्ज्ञ म्हणून परिचित आहेत. उत्तम सर्जन आणि शिक्षक म्हणून नावाजल्या गेलेल्या नाम यांनी आजवर शंभराहून अधिक डॉक्टर्सना प्रशिक्षण दिलेलं आहे.

अरविंद हे डॉ. व्हींचं जीवितकार्य होतं. अविरत कष्ट, त्याग आणि स्वप्नांच्या बळावर येणाऱ्या प्रत्येक अडथळ्यावर मात करत त्यांनी ही ज्योत सातत्यानं तेवत

ठेवली होती आणि आता अरविंदपासून काहीसं दूर होणं त्यांना जड गेलं नसतं तरच नवल. डॉ. व्ही म्हणजे अरविंद आणि अरविंद म्हणजे डॉ. व्ही असं हे एक अद्वैत होतं.

१९९७ साली अरविंदमध्ये होऊ घातलेला हा नेतृत्वबदल औपचारिकरीत्या जाहीर करण्यापूर्वीचा एक महिना डॉ. व्हींनी पाँडिचेरीच्या अरविंद आश्रमात, एकांतवासात व्यतीत करण्याचं ठरवलं.

डॉ. व्हींच्या रोजनिशीतली ही नोंद :

१८ मे १९९७
वेळ : सकाळचे १०.३०
पाँडिचेरी

मी खोलीत एकटाच आहे. मला हवं तर मी वाचन करू शकतो किंवा इतरही काही.

इथं माझ्यासाठी कुठलंही काम खोळंबलेलं नाही. कुठली बैठक नाही, पत्रव्यवहार नाही, की कुणी भेटीसाठी थांबलेलं नाही. सकाळी साडे सात वाजता रुग्णांचे वैद्यकीय अहवाल तपासायचे नाहीत, दिवसभराच्या कामाचं गणित मांडायचं नाही, काही नाही.

मी इथे समुद्राकडे पाहतोय, अथांग क्षितिजापर्यंत माझी नजर पोहोचते आहे. ढग, लाटा, ये-जा करणारी माणसं, काही ओळखीची, काही अनोळखी.

काल पौर्णिमा होती, रात्री सात वाजता समुद्राकडे नजर टाकली, तो मला दूरवर असणाऱ्या बोटींवरचे दिवे दिसले.

राजकारण किंवा घरगुती प्रश्न यांनी मन विचलित करणारी दूरचित्रवाणी इथं नाही. मासिकं नाहीत, वृत्तपत्रं नाहीत, सेवामधून येणारे इ-मेल्स किंवा फॅक्सही नाहीत, कुठले निर्णय घ्यायचे नाहीत, टेलीफोन ऑपरेटरला रागवायचं नाही, कुठे कोपऱ्यात पडलेला कागदाचा कपटा उचलायचा नाही, काही नाही.

जर या क्षणी माझा मृत्यू झाला आणि मी हळूच या जगातून निघून गेलो तर,
आता मला माझी दिनचर्या नव्यानं आखायला हवी.
संपूर्ण योगसाधना आणि सावित्रीचं वाचन यांवर लक्ष केंद्रित करायला हवं.

आणि यानंतर बरोबर एक महिन्यानं ते लिहितात,

जून १७ : माझ्या मनात एक कल्पना डोकावली, पाँडिचेरीला अरविंदचं एक रुग्णालय उभारण्याची कल्पना.

हेतू : पृथ्वीवर असलेलं दैवी अस्तित्व

डॉ. व्हींना अरविंदपासून शरीरानं दूर करणं एकवेळ शक्य होतं, पण त्यांच्या चराचरात सामावलेल्या अरविंदला त्यांच्यापासून कसं दूर ठेवणार? संचालक या नात्यानं डॉ. नाम यांनी अरविंदच्या दैनंदिन कामकाजाची जबाबदारी घेतली असली तरी कार्यकारिणीनं डॉ. व्हींसाठी 'अध्यक्ष' हे पद राखून ठेवलेलं होतं. मदुराईला परत आल्यानंतर डॉ. व्ही पूर्वीप्रमाणेच भल्या पहाटे अरविंदमध्ये येऊ लागले, त्यांच्या कार्यालयात बसू लागले, वरिष्ठ संचालक मंडळाच्या कामकाजात भाग घेऊ लागले, इतकंच काय तर रुग्णही तपासू लागले. पण आता नव्या नेतृत्वाला मार्गदर्शन करण्याकडे, काही प्रकल्पांच्या निमित्तानं नवनव्या संस्थांशी नातेसंबंध प्रस्थापित करण्याकडे आणि पाँडिचेरीच्या रुग्णालयाकडे जातीनं लक्ष पुरवण्याकडे त्यांचा कल होता. अरविंदबद्दल असणाऱ्या त्यांच्या आकांक्षांचा आणि कल्पनांचा ओघ तर सुरूच होता पण अरविंदला दिशा देणारं सुकाणू आता इतरांच्या हातात होतं इतकंच.

❧

सहा फूट उंची, रुंद कपाळ आणि स्टीलफ्रेमचा चश्मा यांनी डॉ. नाम यांच्या व्यक्तिमत्त्वात अधिकच भारदस्तपण आणलं आहे. डॉ. व्हींप्रमाणेच तेही त्यांच्या भावंडांत सर्वात ज्येष्ठ आणि गावातले पहिले डॉक्टर. विद्यार्थिदशेत अत्यंत कष्टाळू, जबाबदार आणि आपल्या खेडेगावाशी घट्ट नाळ जुळलेले डॉ. नाम त्यांच्या ऑफ्थॅल्मॉलॉजीच्या शिक्षकांचे म्हणजेच डॉ. व्हींचे लाडके विद्यार्थी बनले होते. डॉ. नाम आणि डॉ. नच्चिअर हे सहाध्यायी होते आणि त्यांच्या महाविद्यालयाचे नेत्रविभागप्रमुख आणि अधिष्ठाता होते डॉ. व्ही. आपल्या धाकट्या बहिणीसाठी सुयोग्य जोडीदार म्हणून त्यांनी डॉ. नाम यांची त्याच वेळी निवड केली होती.

नाम आणि नच्चिअर यांचा विवाह निश्चित करण्यापूर्वी डॉ. व्हींनी त्या दोघांचे फोटो मदरकडे पाठवले होते, कारण या विवाहासाठी त्यांची संमती मिळणं गरजेचं होतं. (अशा प्रकारे ठरवलं गेलेलं ते पहिलं आणि एकमेव लग्न होतं.) त्या वेळी बराच काळ करावी लागलेली प्रतीक्षा नाम यांना अजूनही चांगलीच लक्षात आहे. अखेरीस मदर यांचा होकार आला तोही त्यांच्या आशीर्वादासह.

डॉ. व्हींशी नाम यांचं असलेलं दृढ नातं, अरविंदच्या पहिल्या वर्षांमध्ये करावा लागलेला संघर्ष आणि निर्विवाद व्यवसायकौशल्य यांमुळे डॉ. नाम त्यांच्या नव्या

भूमिकेसाठी सार्थ ठरले. बराच काळ दुर्लक्षित असलेल्या काही क्षेत्रांमध्ये तातडीनं लक्ष घालून त्यांनी नव्यानं हुरूप आणला. 'आपला हेतू आणि ध्येय गाठायचं असेल तर बदलत्या काळानुरूप आपल्याला स्वत:तही बदल घडवावेच लागतील,' असं डॉ. नाम यांनी जाहीर केलं होतं.

डॉ. नाम यांच्याकडे सूत्रं आल्यापासून नेत्रसेवा, माहिती तंत्रज्ञान आणि संशोधन यांचा उत्तम मिलाफ घडला आणि संस्थेची प्रगती झपाट्यानं होऊ लागली. भारतीय अवकाश संशोधन संस्थेच्या (इस्रो) साहाय्यानं डॉ. नाम यांनी अरविंदच्या पहिल्या व्हर्च्युअल ॲकॅडमीची स्थापना केली. उपग्रह तंत्रज्ञानाच्या मदतीनं अरविंदची सर्व रुग्णालयं एकमेकांशी जोडण्यात आली आणि सर्व रुग्णालयांचं कामकाज संलग्न करण्यात आलं. अशाच प्रकारे जगभरातली नेत्रसेवा केंद्रं जोडली जावीत आणि ज्ञान-अनुभवाची देवाणघेवाण सुरू व्हावी अशी डॉ. नाम यांची मनीषा होती.

मधुमेहामुळे होणाऱ्या नेत्रविकारांच्या (Dibetic Retinopathy) उपचारांना प्राधान्य देण्याचा डॉ.नाम यांनी निर्णय घेतला. जगभरात सर्वात जास्त मधुमेही रुग्ण असणारा भारत हा दुसऱ्या क्रमांकाचा देश असून आपल्या देशातील जवळजवळ पाच कोटी माणसं मधुमेहाची शिकार झालेले आहेत.[१] त्यातील जवळपास निम्म्या लोकांना कोणत्या ना कोणत्या नेत्रविकारानं ग्रासलेलं असून त्यातून अंधत्व निर्माण होण्याची बरीच शक्यता आहे. मधुमेहामुळे होणाऱ्या नेत्रविकारांतून येणारे अंधत्व हादेखील आपल्या देशाला भेडसावणारा एक प्रश्न आहे.[२] या विकारांचं वेळीच निदान करून योग्य उपचार देण्याच्या उद्देशानं डॉ. नाम यांनी विशेष प्रयत्न केले. या प्रयत्नांचं फलित म्हणून अरविंद, लायन्स इंटरनॅशनल व जागतिक मधुमेह मंडळ (World Diabetes Foundation) यांच्या विद्यमाने एका संयुक्त उपक्रमाची मुहूर्तमेढ रोवली गेली. हा उपक्रम अतिशय उपयोगी ठरत असल्याचं लक्षात आलं आणि बाह्य संस्थांकडून मिळणारा निधी संपल्यानंतर या प्रकल्पाची जबाबदारी अरविंदनं स्वत: उचलली. या उपक्रमाची रचना आणि परिणाम पद्धतशीरपणे नोंदवण्यात आल्यानं जगभरातल्या इतर नेत्रसेवा केंद्रांशी त्यांची देवाणघेवाण करणं सुकर झालं.

अरविंदच्या विस्तारात डॉ. नाम यांचा सर्वात उल्लेखनीय वाटा म्हणजे संशोधन क्षेत्राला त्यांनी दिलेली चालना. नेत्रआरोग्य क्षेत्रात जागतिक दर्जाचं संशोधन करण्याची क्षमता अरविंदकडे आहे, किंबहुना ती आपली जबाबदारी आहे असा त्यांचा विश्वास होता. आरोग्य क्षेत्रातील संशोधन हा दीर्घ काळानंतर रुग्णसेवेसाठी कमालीचा उपयुक्त ठरू शकणारा असा प्रकल्प आहे. परंतु त्यासाठी विशिष्ट काळ हा जावाच लागतो, अल्प काळात तो फायदेशीर ठरणं कठीण आहे. गतकाळात उपचार हे अरविंदच्या प्राधान्यक्रमावर असल्यानं आणि आर्थिकदृष्ट्या अशी गुंतवणूक करणं

शक्य नसल्यानं प्रत्यक्ष संशोधन क्षेत्रापासून अरविंद दूरच होतं. परंतु डॉ. नाम यांनी अरविंदची धुरा हातात घेतली तोवर काळ बदललेला होता.

डॉ. नाम सांगतात, ''अनेक वर्षं काही बड्या संस्था आमच्याकडे असणारा रुग्णांच्या माहितीचा साठा त्यांच्या संशोधनासाठी वापरत असत. आम्ही त्यांना सहकार्य करायचो, पण फक्त त्यांना हवी असलेली माहिती उपलब्ध करून देण्यापर्यंतच आमची भूमिका मर्यादित होती; पण जेव्हा अरविंदची उन्नती होत गेली तेव्हा मात्र आम्हांला स्वत:ला संशोधनाच्या क्षेत्रात सक्रिय होण्यावाचून पर्यायच उरला नव्हता. नेत्रसेवेच्या क्षेत्रात अग्रस्थानी रहायचं तर हे आव्हान पेलणं भागच होतं.''

डॉ. नाम यांच्या पुढाकारामुळं अरविंदमध्ये दडलेली संशोधन क्षमता जगासमोर आली आणि त्यातूनच एका भव्य प्रकल्पाची पायाभरणी झाली. अरविंद-मदुराईच्या जवळच असलेल्या LAICO इमारतीशेजारी आज डॉ. जी. वेंकटस्वामी आय रिसर्च इन्स्टिट्यूट दिमाखात उभी आहे. अद्ययावत प्रयोगशाळांनी सुसज्ज असलेलं हे संशोधनकेंद्र अमेरिकेतील नॅशनल आय इन्स्टिट्यूट आणि यू.के.मधील इंटरनॅशनल सेंटर फॉर आय केअरसारख्या नामांकित संस्थांच्या सहकार्यानं काम करत आहे.

हे संशोधनकेंद्र जेनेटिक्स, इम्म्युनोलोजी, आणि ऑप्थॅल्मॉलॉजी या विषयांतील पदव्युत्तर संशोधनासाठी नावाजलेलं आहे. या संशोधनाद्वारे विविध नेत्र-रोगांना कारणीभूत ठरणारी जनुके (genes) शोधून काढून दृष्टी गमावण्याला जबाबदार ठरणाऱ्या बदलांची (Mutation) दिशा बदलण्याचा प्रयत्न केला जातो. या संशोधनकेंद्रात प्रोटीओमिक्स आणि स्टेमसेल रिसर्च या क्षेत्रातही संशोधन सुरू असून भविष्यात नॅनोतंत्रज्ञान आणि नेत्र रोगांसंदर्भात महत्त्वाच्या असणाऱ्या जनुकीय बदलांवर आधारित रागुपदेशनाची गुरुवात करण्याची डॉ. नाग यांची इच्छा आहे.

अरविंदमार्फत नामांकित जर्नल्समध्ये प्रकाशित केल्या जाणाऱ्या शोधनिबंधांना या संशोधनकेंद्रानं अधिकच पुष्टी दिली. डॉ. नाम यांचे चिरंजीव डॉ. प्रज्ञ सांगतात की, २००९मध्ये अरविंदच्या डॉक्टर्समार्फत १०० शोधनिबंध प्रसिद्ध करण्यात आले.[३] संपूर्ण देशभरातून इतक्या मोठ्या संख्येनं संशोधन प्रसिद्ध करणारी अरविंद ही एकमेव संस्था आहे. ते पुढे सांगतात, ''संशोधनक्षेत्रात उतरल्यानं व्यावसायिक पातळीवरही आमचं नाव झालं, अन्यथा एक समाजसेवी संस्था एवढ्यावरच आमची ओळख मर्यादित राहिली असती. आज नेत्रसेवेशी संबंधित साधनं तयार करणाऱ्या जगातल्या अनेक नामांकित कंपन्या अरविंदसोबत काम करायला उत्सुक आहेत. आमच्या यशाचा आलेख सतत चढता ठेवण्यात या संस्थांशी केलेली भागीदारी महत्त्वपूर्ण ठरते आणि अंतिमत: रुग्णांना सर्वोत्तम सेवा देण्याच्या आमच्या लक्ष्याची पूर्तता होते.''

अरविंदमध्ये घडून आलेल्या पहिल्या नेतृत्वबदलाच्या कसोटीवर डॉ. नाम शंभर टक्के उतरले. समाजाच्या गरजा ओळखून त्यांना आपल्या कार्याच्या माध्यमातून प्रतिसाद देण्याची अरविंदची परंपरा त्यांनीही पुढे चालवली आणि अरविंदचं कार्यक्षेत्र अधिकाधिक विस्तारत नेलं. हे करताना डॉ. व्हींनी रुजवलेल्या तत्त्वांना आणि मूल्यांना त्यांनी कधीही अव्हेरलं नाही.

'वैद्यकीय पर्यटनाच्या' क्षेत्रात अरविंदला असणाऱ्या संधीविषयी छेडलं असता डॉ. नाम काहीसे नाराज होऊन स्पष्टपणे सांगून टाकतात की, ''मी त्याचा कधीही पुरस्कार करणार नाही. आर्थिकदृष्ट्या संपन्न रुग्ण महत्त्वाचे आहेत, पण त्यांना प्राधान्य देणं आमच्या तत्त्वात बसणारं नाही. हे रुग्णालय सर्वांसाठी खुलं असेल पण एका विशिष्ट वर्गाच्या गरजा भागवणं हे आमचं उद्दिष्ट असू शकत नाही. या अतिश्रीमंत व्यक्तींना सेवा देण्यात जर आमची शक्ती, साधनं, खर्ची पडू लागली तर खऱ्या गरजू रुग्णांकडे आमचं दुर्लक्ष होण्याचा धोका आहे आणि ते आमच्या मूळ उद्देशाशी प्रतारणा करण्यासारखं होईल; आणि म्हणून आम्ही ते कधीच करणार नाही, कधीही नाही.''

एकोणीस

निरोपाची अटळ वेळ

अरविंद ही आपल्या कुटुंबानं चालवलेली संस्था असल्याचं त्यांनी कधी अवडंबर माजवलं नसलं तरी, डॉ. व्हींच्या कुटुंबीयांचं अरविंदमधलं स्थान दुर्लक्षित करता येण्यासारखं नाही. आज तीन पिढ्यांचे पस्तीस प्रतिनिधी अरविंद आय केअर सिस्टीममध्ये क्रियाशील आहेत. त्यातले काही जण LAICO, ऑरोलॅब या ठिकाणी काम करत आहेत तर काही जण प्रकाशन, इतर व्यवस्थापन, खानपान विभाग इत्यादी ठिकाणी स्वयंसेवक म्हणून काम करत आहेत. २०११ या वर्षी डॉ. व्हींच्या कुटुंबातले किमान वीस जण अरविंदमध्ये वरिष्ठ सर्जन, डॉक्टर किंवा पदव्युत्तर विद्यार्थी म्हणून रुजू झालेले होते आणि शिवाय चार जण त्यांचं वैद्यकीय शिक्षण पूर्ण करत होते.

घरातील चालीरीती, परस्पर विश्वास, जिव्हाळा आणि आदर अशा संस्कारात वाढलेल्या या घरातल्या प्रत्येकानंच डॉ. व्हींचा वसा कसोशीनं जपला. संस्थापक सदस्यांची मुलं तर लहानाची मोठी झाली ती या करड्या शिस्तीच्या वातावरणातच. सुट्टीदिवशी बराच वेळ झोपून राहणं किंवा सिनेमा पहायला जाणं अशा सवयी कटाक्षानं टाळल्या जात असत. शाळेला सुट्टी लागली की, रुग्णालय किंवा नेत्र शिबिरं अशा ठिकाणी नोंदणीकक्षात स्वयंसेवक म्हणून काम करण्याला प्राधान्य दिलं जात असे. ही सर्व मुलं (आणि पुढे त्यांचीही मुलं) एक ना एक दिवस अरविंदमध्येच रुजू होणार हे गृहीतच धरलं गेलं होतं, आणि आश्चर्याची बाब म्हणजे या अपेक्षेविरुद्ध कुणीच बंडाचा झेंडा उभारला नाही. जे काही जण कामासाठी/शिक्षणासाठी अरविंदच्या बाहेर पडले ते काही काळानंतर इथे परत आले. उदाहरणच द्यायचं तर डॉ. नाम-डॉ. नच्चिअर यांचा धाकटा मुलगा विष्णू प्रसाद शिक्षण आणि नोकरीच्या निमित्तानं जवळजवळ दहा वर्षं परदेशांत होता. पण आज तो आणि त्याचं कुटुंब इथे परतलं असून विष्णू ऑरोलॅबचा आंतरराष्ट्रीय मार्केटिंग व्यवस्थापक तर त्याची पत्नी चित्रा ही LAICOच्या आर्थिक कामकाज

विभागात कार्यरत आहे.

आपल्या लहान-लहान नातवंडांची आलेल्या पाहुण्यांशी ओळख करून देण्याची डॉ. व्हींची एक खास पद्धत होती ती म्हणजे त्यांच्या नावामागे काहीतरी उपाधी लावण्याची. त्यांची भाचेनात सत्या फक्त सात वर्षांची असताना त्यांनी सांगितलं होतं, "ही सत्या, अरविंदच्या बालरुग्ण विभागाची भावी विभागप्रमुख." आज सत्या रविला अरविंद-मदुराईमध्ये सर्जन असून ती खरोखरच बालनेत्ररोग विषयांत पुढील शिक्षण घेण्याचा विचार करते आहे. तिचे नेत्रतज्ज्ञ पतीदेखील अरविंद परिवारात सामावून गेलेले आहेत.

भारतीय परंपरेनुसार घरातील वडील मंडळींनी सुयोग्य वर/वधू निश्चित करण्याच्या पद्धतीला डॉ. व्हींचं कुटुंबही अपवाद नव्हतं. उलट त्याचमुळे एकाच कुटुंबात इतक्या नेत्रतज्ज्ञांचा मेळा जमणं शक्य झालं. भविष्यात अरविंद परिवारात सहजपणे सामावून जातील असेच डॉक्टर जोडीदार आपल्या मुलांसाठी निवडण्याची खुबी डॉ. व्ही आणि त्यांच्या भावंडांकडे होती. अर्थात विवाह जुळवण्याच्या या पद्धतीला काही प्रमाणात विरोधही झाला. डॉ. व्हींच्या भाच्यांपैकी किम, प्रज्ञ आणि अरविंद यांनी आपल्याला डॉक्टर जोडीदार नको असल्याचं जाहीर करून टाकलं. आई-वडील दोघेही अरविंदमध्ये सर्जन असल्यानं त्या तिघांचं बालपण ज्या वातावरणात गेलं तेच आपल्या मुलांच्या बाबत घडू नये हा त्यामागील विचार असावा. त्या वेळी अरविंदमध्ये एक चुटका प्रसिद्ध होता. 'डॉक्टर तरुणीशी लग्नगाठ न बांधण्याचा किम, प्रज्ञ आणि अरविंद यांचा निश्चय इतका पक्का होता की, संस्थेला डॉक्टर्सची गरज असल्यास आपल्या पगाराचा काही हिस्सा द्यायलाही ते तयार होते.' परंतु त्यांच्या कुटुंबानं पसंत केलेल्या वाग्दत्त वधूंना भेटताच त्या तिघांचाही निर्धार क्षणात गळून पडला ही बाब वेगळी. आज त्या तिघांच्या पत्नी या केवळ यशस्वी डॉक्टर्सच नव्हे, तर अरविंदच्या विविध विभागांच्या प्रमुख आहेत आणि सर्व जण सुखाचा संसार करत आहेत ही बाब महत्त्वाची.

पहिल्या पिढीनं केलेले कष्ट, त्याग सर्वपरिचितच आहे परंतु त्याला तोडीस तोड असणारी नव्या पिढीची कामातली तळमळ, निष्ठा थक्क करून टाकणारी आहे. अमेरिकेतून इथे अभ्यासासाठी आलेल्या डॉ. पुलिन शाह यांना डॉ. अरविंद, त्यांची पत्नी डॉ. हरिप्रिया आणि त्यांची दोन मुलं यांच्या सहवासात राहण्याची संधी मिळाली होती. त्यांची दिनचर्या पाहून डॉ. पुलिन विस्मयचकित झाले होते. "त्यांना दोन लहान मुलं होती पण तरीही आठवड्याचे सहा दिवस ते दोघे अविरत काम करत असत. शनिवारच्या दिवशीसुद्धा शस्त्रक्रिया, मग विद्यार्थ्यांना शिकवणं, रुग्णांची तपासणी, शिबिरं, जरा म्हणून उसंत नाही. त्यांच्याकडे पाहिलं की..." अचानक गंभीर होऊन डॉ. पुलिन म्हणतात, "अरविंदमध्ये येण्यामागं माझा

आणखी एक हेतू होता. समाजसेवेसाठी वाहून घेतलेलं आयुष्य नेमकं कसं असतं ते मला पहायचं होतं, समजून घ्यायचं होतं. ती प्रेरणा, ती आस मला माझ्यात रुजवायची होती. ते सगळं मला इथे मिळालं.''

नव्या पिढीसाठी परिश्रमाला पर्याय नव्हता, पण जुन्या पिढीच्या तुलनेत त्यांच्या कामाचं स्वरूप काहीसं बदललेलं होतं. जी.एस. यांच्या कन्या डॉ. कल्पना म्हणतात, ''त्यांनी केलेल्या कष्टांच्या तुलनेत आमचं आयुष्य बरंच सुकर आहे. त्यांना रविवारीसुद्धा विश्रांती घेणं शक्य होत नसे. त्यांची कामाची धुंदी काही औरच होती. कदाचित इतकं खडतर आयुष्य जगणं आम्हांला जमलंही नसतं.''[१]

अर्थात तसं कष्टप्रद आयुष्य आता त्यांपैकी कुणालाच नको आहे. संस्थापक सदस्यांसाठी काम आणि वैयक्तिक आयुष्य हे वेगळं असण्याचा प्रश्नच नव्हता. पण आता नव्या पिढीचे विचार काहीसे वेगळे आहेत. संस्थेच्या मजबूत आर्थिक घडीमुळं अरविंदच्या नव्या पिढीचं उत्पन्न उच्च गटात मोडणारं आहे. प्रारंभीच्या वर्षांत संस्थेनं सोसलेल्या आर्थिक चणचणीचा आता मागमूसही उरलेला नाही. बदलत्या काळानुरूप या पिढीच्या गरजा, राहणीमान आधुनिक झालेलं आहे. चारचाकी गाड्या, सुखसोयींनी युक्त घरं, परदेशांतील प्रेक्षणीय ठिकाणी सुट्टी घालवण्यासाठी जाणं या बाबी त्यांच्यासाठी नित्याच्या झाल्या आहेत. नव्या पिढीची कार्यपद्धती अधिक खेळीमेळीची आणि सहकाऱ्यांना धाकात न ठेवणारी आहे. आई-वडील म्हणून आपल्या मुलांसाठी जास्तीतजास्त वेळ देण्याचा ते आवर्जून प्रयत्न करतात. आपल्या ध्येयाबरोबरच आयुष्यातील इतर आनंद आणि सुखांनाही महत्त्व देणारी ही पिढी आहे.

''प्रचंड कष्ट करणं हाच एकमेव योग्य पर्याय आहे असं मला वाटत नाही, त्यापेक्षा हुशारीनं आणि चलाखीनं काम करण्याला मी प्राधान्य देतो. अर्थात आमच्या अख्ख्या कुटुंबात कष्ट न करणारं कुणी सापडणं अशक्यच आहे'' डॉ. प्रज्ञ आपल्या खुमासदार शैलीत सांगतात. त्यांची पत्नी डॉ. ललिता या अरविंदमध्ये सूक्ष्मजीवशास्त्र विभागप्रमुख असून प्रज्ञ-ललिता यांना दोन मुलं आहेत. अरविंदमध्ये काम करणं हा आपल्या आयुष्याचा एक कप्पा असून आपण कुटुंबाला कायमच प्राधान्य देत असल्याचं ते सांगतात. ''अरविंदच्या बारीकसारीक गोष्टींत मी गुंतून पडत नाही. कशाला किती महत्त्व द्यायचं हे मला चांगलं उमगलं आहे. मी इतका अलिप्त कसा काय राहतो याबद्दल काही जणांना आश्चर्य वाटू शकेल, पण तसं नाहीये. आणि माझ्या मते तेच संस्थेच्या हिताचं आहे. या रुग्णालयासाठी मी माझ्या आयुष्याचं समर्पण केलंय किंवा करावं असं मला कधीच वाटत नाही, वाटणारही नाही.''

प्रज्ञ यांचे हे विचार अतिरेकी असल्याचं काही सदस्यांचं मत आहे, कारण अशा विचारांच्या जोरावर अरविंद उभं राहू शकलं नसतं; पण प्रज्ञ यांची टोकाची मतं संस्थेचा एकूण समतोल राखायला फायद्याची ठरतात. संस्थापक सदस्यांनी डॉ. व्हींच्या खडतर अपेक्षा पूर्ण केल्या ही बाब स्फूर्तिदायक असली तरी, त्या मागण्या आजच्या काळाशी सुसंगत नाहीत हेही तितकंच खरं आहे.

जसजशी संस्था विस्तारत गेली तसतशी कुणा एका व्यक्तीच्या झपाटलेपणापेक्षा विविधांगी महत्त्वाकांक्षांनी प्रेरित झालेल्यांचा मिलाफ महत्त्वाचा ठरत गेला.

"कष्ट करणं आणि राबवून घेतलं जाणं यातली सीमारेषा अगदी धूसर आहे," प्रज्ञ म्हणतात. अरविंदमध्ये कामाचे ठरावीक तास नेमले जावेत, अधूनमधून संस्थेतर्फे जेवणाचे कार्यक्रम आयोजित केले जावेत, पगारवाढ व्हावी, ठरावीक सुट्ट्या मिळाव्यात, लहान मुलं असणाऱ्या डॉक्टर्ससाठी कमी तासांच्या शिफ्ट असाव्यात अशा अनेक मागण्यांसाठी डॉ. प्रज्ञ आग्रही आहेत.

"इथं लोकांना अधिकाधिक काम करावंसं वाटलं पाहिजे, आणि इथे तशी वातावरणनिर्मिती करणं हे मी माझं कर्तव्य समजतो," डॉ. प्रज्ञ म्हणतात. गेल्या काही वर्षांत या तरुण मंडळींनी राबवलेल्या नवनवीन कल्पनांचा परिपाक म्हणून अरविंदचं काम सोडून बाहेर जाणाऱ्या डॉक्टरांची संख्या काहीशी घटलेली आहे.

फ्रेड मुन्सॉन यांच्या मते चांगले डॉक्टर्स टिकवून ठेवण्याचं आव्हान अरविंदसमोर कायमच राहणार आहे. ते म्हणतात, "तुम्ही त्यांना जितकं उत्तम प्रशिक्षण द्याल, त्या प्रमाणात त्यांना इतरत्र उच्च वेतनाची संधी उपलब्ध होणार. तुमची संस्था जसजशी विस्तारत जाणार तसतशी इतरांच्या डोळ्यांत अधिकाधिक भरत राहणार." मुन्सॉन आणखी एका प्रश्नाकडे लक्ष वेधून घेतात. तो म्हणजे कुटुंबातले आणि कुटुंबाबाहेरचे सदस्य यांच्यातल्या सलोख्याचा प्रश्न. अरविंदच्या बहुतांश विभागांच्या प्रमुखपदी कुटुंबाबाहेरचे सदस्य आहेत तर संस्थेच्या संचालक आणि कार्यकारी मंडळात बहुतेक जण कुटुंबातील सदस्य आहेत.

डॉ. व्हींच्या कुटुंबाचे सदस्य नसलेल्या मंडळींमध्ये याबाबत मतभिन्नता आहे. रेटिना सर्जन असणारे फटकळ स्वभावाचे डॉ. शुक्ला सांगतात, "काही डॉक्टर्सना इथं परक्यासारखं वाटतं. आपले आणि परके या विचारपद्धतीचा काही प्रमाणात तरी प्रभाव पडतोच. मलाही सुरुवातीला असं जाणवायचं, पण मी त्याकडे दुर्लक्ष करून मला जे हवं तेच करत गेलो. अर्थात सगळ्यांनाच हे जमतं असं नाही कारण या परकेपणाच्या भावनेवर ते मात करू शकत नाहीत." पण डॉ. कृष्णदास मात्र इथं कुठल्याही स्वरूपाचा आपपरभाव असल्याचं मान्य करत नाहीत. अरविंदमध्ये घडलेल्या त्यांच्या पूर्ण कारकीर्दीत काचबिंदू सुविधांचा प्रमुख, मुख्य वैद्यकीय अधिकारी, मनुष्यबळ विभागप्रमुख असे अनेक विभागांचे पदभार त्यांच्यावर सोपवण्यात

आले. तेही डॉ. व्हींच्या कुटुंबातील सदस्यापेक्षा त्यांना प्राधान्य देऊनच.

अरविंद-मदुराईमध्ये काचबिंदू विभागाचे मुख्य असणारे डॉ. जॉर्ज थॉमसही डॉ. कृष्णदास यांच्याशी सहमती दर्शवत सांगतात, "आपण डॉ. व्हींच्या कुटुंबाचे सदस्य नसण्यानं आपल्या कामकाजावर काही परिणाम होतो असं मला नाही वाटत. शस्त्रक्रियाशास्त्राची मूळ पद्धतच इतकी मजबूत आहे की, अशा दुजाभावाचा प्रश्नच येत नाही."[२] पण आणखी एका बाबीचा ते उल्लेख करतात, "माझ्या महत्त्वाच्या कामांमध्ये कधीच कोणती अडचण येत नाही; पण काही छोट्या-छोट्या कामांच्या बाबतीत मात्र कुटुंबातल्या सदस्यांच्या शब्दाला वजन असतं. वानगीदाखल सांगायचं तर, समजा मला एखाद्या शस्त्रक्रियेचा व्हिडीओ हवा असेल तर संबंधित विभागाकडून तो मिळायला बराच वेळ लागतो; पण जर मी त्या इ-मेलची एक प्रत कुटुंबातल्या एखाद्या सदस्यालाही मिळेल अशी व्यवस्था केली तर मात्र तेच काम ताबडतोब होऊन जातं."

कुटुंबाच्या वर्चस्वाची ही सूक्ष्म छटा इतर काही जणांना मान्य नसल्यामुळे डॉ. जॉर्ज आपले हे विचार बाजूला सारतात "पण मला हे आवर्जून सांगावंसं वाटतंय की, त्या सगळ्यांनी मला कायमच अतिशय प्रेमाची वागणूक दिलेली आहे. काही दिवसांपूर्वी मला खूप ताप आल्यानं मी दवाखान्यात दाखल झालो होतो. तेव्हा डॉ. नच्चिअर यांच्यापासून ते डॉ. किम, डॉ. प्रज्ञ सगळे जण आवर्जून माझी विचारपूस करून गेले. अशा प्रसंगी ते ज्या आपुलकीनं वागतात, त्याला तोड नाही." जॉर्ज यांची पत्नीदेखील अरविंदमध्येच नेत्रतज्ज्ञ म्हणून काम करते. ते सांगतात, "ती नुकतीच बाळंतपणाची रजा संपवून परत आली आहे. आता बाळाला सांभाळण्याच्या दृष्टीनं तिचे कामाचे तास कमी करता येतील का असं तिला विचारायचं होतं; पण डॉ. प्रज्ञ काय म्हणतील या कल्पनेनं ती काहीशी अस्वस्थ झाली होती; पण डॉ. प्रज्ञ यांनी तिला आश्वस्त केलं. ते म्हणाले, 'अरविंदला तुमच्यासारख्या डॉक्टर्सची गरज आहे. आपण यावर नक्की काहीतरी मार्ग काढू.' अशा प्रकारे आपल्या रचनेत बदल घडवायला आणि लोकांचे प्रश्न समजून घ्यायला फार मोठं मन लागतं, जे त्यांच्याकडे आहे."

अरविंद आय केअर सिस्टीमच्या ३००० हून अधिक कर्मचाऱ्यांच्या पसाऱ्यात ५० पेक्षा जास्त लोक असे आहेत ज्यांनी अरविंदमध्ये २० वर्षांहून अधिक काळ काम केलं आहे आणि २०० जण असे आहेत जे १० वर्षांहून अधिक काळ इथे आहेत.[३] ही माणसं टिकवून ठेवायची तर त्यांच्याशी निर्माण झालेले नातेसंबंध जाणीवपूर्वक जोपासण्याची गरज आहे याची अरविंदच्या नेतृत्वाला पुरेपूर कल्पना आहे.

मदुराई हा अरविंद आय केअर सिस्टीमचा आखाडा आहे. अरविंदचे सगळे संस्थापक आणि डॉ. व्हींच्या कुटुंबातल्या एकवीसपैकी एकोणीस नेत्रतज्ज्ञ मदुराईमध्येच स्थायिक झालेले आहेत. अरविंद-मदुराई हे सर्वात मानाचं रुग्णालय तर होतंच पण शिवाय तिथं सर्वात जास्त रुग्ण तपासण्याची सुविधा होती, पदव्युत्तर आणि निम-वैद्यकीय प्रशिक्षणाचं केंद्र होतं, तसंच ऑरोलॅब, LAICO आणि डॉ. जी.वेंकटस्वामी आय रिसर्च इन्स्टिट्यूटसारख्या संस्थाही होत्या. या सगळ्यामुळं अरविंद-मदुराईमधल्या वातावरणात एक वेगळीच जान होती, हुरूप होता. अर्थात सगळे धुरीण एकाच जागी असल्यानं इथं काम करणं तितकं सोपंही नव्हतं. सगळ्या महत्त्वपूर्ण कल्पनांना अरविंद-मदुराईमध्येच जन्म मिळाला असला तरी नवनव्या कल्पना राबवायला इथं काही फारसं उत्साहवर्धक वातावरण नव्हतं.

डॉ. व्हींनी ज्याप्रमाणं नवनव्या लोकांना नेतृत्व पेलण्यासाठी सक्षम बनवलं, तसंच त्यांच्या भावंडांनीही; पण काही वेळा आपले निर्णय दुसऱ्यावर थोपवण्याची त्या सर्वांनाच सवय होती आणि ही बाब अरविंदच्या नव्या नेतृत्वाच्या उत्साहावर विरजण फिरवायला पुरेशी ठरत असे. या सवयीमुळं गतकाळात काही वेळा तणावाची स्थितीही निर्माण झाली होती. कधी एखाद्या विभागप्रमुखाला अचानक कळायचं की, त्याच्या विभागातल्या एखाद्या कर्मचाऱ्याची बदली दुसऱ्याच विभागात करण्यात आली आहे, तीही त्यांच्या अपरोक्ष. किंवा एखाद्या प्रशिक्षण कार्यक्रमांत काही महत्त्वाचे बदल केले जायचे, तेही त्या प्रशिक्षण-विभागाच्या प्रमुखाशी चर्चा न करता. इतकंच नव्हे तर अरविंदच्या इतर रुग्णालयांच्या कारभारावरही अरविंद-मदुराईचा अंमल चालत असे.

डॉ. व्हींची भाची डॉ. कल्पना आणि त्यांचे पती डॉ. नरेन्द्रन अरविंदच्या कोइम्बतूर येथील रुग्णालयाचा कारभार सांभाळतात. त्या एक किस्सा सांगतात. एके संध्याकाळी शस्त्रक्रिया संपवून बाहेर पडताना त्यांना दिसलं की, बागेतल्या सगळ्या झाडांची छाटणी करण्यात आली होती. माळ्याकडे विचारणा केली असता उत्तर मिळालं की मदुराईहून 'मॅडमनी' (डॉ. नच्चिअर) फोन करून असं करायला सांगितलं होतं. डॉ. कल्पना म्हणतात, ''क्षणभर मला हसावं की रडावं हेच कळेना!'' तुम्ही डॉ. व्हींच्या कुटुंबातले असा अगर नसा, हा अनुभव सार्वत्रिक होता. आपण म्हणू तीच पूर्व दिशा अशी या संस्थापक सदस्यांची प्रवृत्ती बनली होती आणि नव्या पिढीला हे सहन करणं खरंच कठीण जात असे.

रिचर्ड लिटविन सांगतात, ''डॉ. व्ही मला नेहमी म्हणत, 'तुझ्या मुलाला माझ्याकडे सोपव, बघ मी त्याला कसं घडवतो'. खरं तर असं कुणाच्या मुलाला

घडवणं, त्याच्यावर संस्कार करणं हे सगळं पाश्चात्त्य विचारसरणीत बसणारं नाही; पण डॉ. व्ही सगळ्यालाच अपवाद आहेत. त्यांनी मुलांनाच काय, आम्हालाही घडवलं!'' पाश्चात्त्य देशांतल्या ज्या-ज्या लोकांशी अरविंदचे स्नेहबंध जुळले होते त्यातल्या अनेकांची मुलं अरविंदमध्ये आवर्जून येत असत, त्यात लिटविन यांचाही मुलगा होता. लोकांच्या आयुष्याला आकार देणं, त्यांना घडवणं ही डॉ. व्हींची हातोटीच होती.

अरविंदचा वसा आपल्या पुढच्या पिढ्यांनी यशस्वीपणे पेलावा यासाठी डॉ. व्ही प्रयत्नशील होते; आणि त्यासाठी फक्त दुसऱ्याच नव्हे तर तिसऱ्याही पिढीकडे म्हणजे त्यांच्या भाचे-नातवंडांवर त्यांचं जातीनं लक्ष होतं. १९९० सालच्या रोजनिशीत ते लिहितात, *'मला या पोरांसाठी वेळ काढायला हवा, त्यांना सक्षम बनवण्यासाठी, त्यांच्या व्यक्तिमत्त्वाचा सर्वांगीण विकास व्हावा यासाठी.'* आपले विचार तत्काळ कृतीत आणले नाहीत तर ते डॉ. व्ही कसले? आपल्या सगळ्या भाचे-नातवंडांसाठी त्यांनी न्यू एज ग्रुप सुरू केला; आणि नव्याची नवलाई म्हणून त्या सगळ्यांना एकेक वही बक्षीस देऊन या अनोख्या कार्यक्रमाचा शुभारंभ केला.

दर रविवारी सकाळी आठ वाजता हा बालचमू आणि त्यांचे आई-वडील एका कोणाच्यातरी घरात एकत्र जमत असत. अरविंदचे सगळे वरिष्ठ संचालक या ठिकाणी उपस्थित असल्याने सगळ्या कुटुंबाचा जणू एक स्नेहमेळावाच भरत असे. या वेळी न्यू एज ग्रुपचा प्रत्येक बालसदस्य काही ना काही सादर करत असे. त्यासाठी त्यांच्या लाडक्या आजोबांनी आधीच विषय वाटून दिलेले असत. ध्रुवीय अस्वलं, ग्रहतारे, जगभरातले धर्म, स्वातंत्र्यसैनिक यांच्या माहितीपासून ते कवितावाचन, प्रश्नमंजुषा, पौराणिक कथांमधील प्रसंगांवर आधारित नाटुकली असे विविधांगी कलाविष्कार तिथे सादर होत असत. सदस्यांची वयोमर्यादा दोन ते तेरा असल्यानं छोट्या सदस्यांची बडबडगीतंही तितक्याच कौतुकानं ऐकली जात असत.

अरविंदला भेट देण्यासाठी आलेले पाहुणेही विशेष आस्थेनं या कार्यक्रमाला हजेरी लावत आणि तिथलं आनंदाचं, खेळीमेळीचं वातावरण पाहून हरखून जात. डॉ. व्हींच्या मोठ्या कुटुंबातल्या तीन पिढ्यांचं हे संमेलन म्हणजे परस्परांच्यातली घट्ट वीण अधिकच दृढ करण्याचं एक निमित्त होतं. दर आठवड्याला एकत्र येणारं चाळीस जणांचं हे कुटुंब एकमेकांच्या मुलांचं कौतुक करण्यात, एकत्र येऊन जेवणाची लज्जत लुटण्यात आणि आपुलकीचे बंध तयार करण्यात दंग होऊन जात असे.

१९८० आणि १९९०च्या शेवटी शेवटी डॉ. व्हींना मृत्यूविषयक अशुभसूचक

संकेत मिळाले होते. त्यांच्या रोजनिशीतल्या नोंदी सूचक आहेत.

'या मातीतून उगवलेलं एके दिवशी मातीतच मिळून जातं. मनुष्यजन्माचं भविष्यही तेच आहे. जन्म घेतलेल्या सर्वांना कधी ना कधी निरोप घ्यावाच लागेल.'

'मृत्यूच्या चोरपावलांची साद ऐकू येत आहे. आता त्याचा सामना करण्याची तयारी करायला हवी.'

'या आयुष्याचं ध्येय काय होतं आणि ते प्राप्त करण्यासाठी मी काय प्रयत्न केले.'

'जन्म-मृत्यूच्या चक्रातून जाणाऱ्या आत्म्याचं अस्तित्व चिरंतन आहे.'

वर्ष २००६. अरविंद-मदुराईच्या दुसऱ्या मजल्यावरच्या खोलीत गेल्या महिन्याभरापासून लगबग सुरू आहे. सगळ्यांचे लाडके डॉ. व्ही रुग्णशय्येला खिळून एकेका श्वासासाठी झगडत आहेत.

फुफ्फुसाच्या संसर्गानं आजारी असलेले ८८ वर्षांचे डॉ. व्ही अतिशय कृश, अशक्त झालेले आहेत. या कठीण प्रसंगी नच्चिअर खंबीरपणे त्यांच्या मागे उभ्या आहेत. डॉ. व्हींचं आयुष्य एकेका दिवसानं वाढवण्यासाठी जिवाचं रान करणाऱ्या नच्चिअर यांच्या मनातल्या भावना इतरांना कळणं कठीणच. नच्चिअर यांच्यासाठी डॉ. व्ही सर्व काही होते : वडील, भाऊ, गुरु, मित्र .... ते त्यांच्यातल्या शक्तीचा उगम होते. आज त्यांच्या भूमिकांची जणू अदलाबदल झालेली होती. गेला महिनाभर नच्चिअर त्यांच्या उश्या-पायथ्याशी बसून आहेत, त्यांच्या हाकेला ओ द्यायला तत्पर. अशा कष्टप्रद स्थितीतही ते विचारतात, "आज किती रुग्ण तपासले गेले?"

डॉ. व्हींच्या वतीनं एक पुरस्कार स्वीकारण्यासाठी डॉ. प्रज्ञ सिंगापूरला रवाना झाले आहेत. जाण्यापूर्वी आपल्या भावाशी बोलताना ते म्हणत होते, "मामा हे सगळं शारीरिक बळाच्या जोरावर सोसत आहेत , पण मनानं हे सगळं सहन करणं त्यांना कठीण जात असणार. अर्थात मला माझे हे शब्द मागे घ्यावे लागतील. कारण काही महिन्यांपूर्वी आपण सर्व जण किती चिंतेत होतो; पण त्यांची तब्येत सुधारली आणि LAICOमध्ये येऊन त्यांनी एक उत्तम भाषण दिलं."

अधूनमधून जी. एस. येतात आणि नव्या रुग्णालयांच्या जागांविषयी, बांधकामांविषयी सगळ्या घडामोडींचा वृत्तान्त आपल्या भावाला ऐकवतात. "वा, छान, छान." हे डॉ. व्हींचं ठरलेलं उत्तर. त्यांना कोणत्याही बातम्या सांगा; रुग्णसंख्येत झालेली वाढ, त्यांच्या भाचा/भाचीचा एखाद्या परिषदेला जाण्याचा कार्यक्रम, शिबिरांचा वृत्तान्त, न्यू एज ग्रुपमधल्या घडामोडी, एखादा मानाचा पुरस्कार मिळाल्याचं वृत्त,

किंवा कर्मचाऱ्यांपैकी कुणाचा विवाह झाल्याची बातमी... तोंडभरून कौतुक करण्याचा त्यांचा स्वभाव नव्हता; पण त्यांचे हे कौतुकाचे दोन शब्द समोरच्याचा हुरूप वाढवायला पुरेसे असत. त्यांचं सगळं प्रेम, आपुलकी त्यात सामावलेली असे.

योगी अरविंद आणि मदर यांची चित्रं असलेल्या दोन दिनदर्शिका त्या खोलीत लावण्यात आलेल्या होत्या. मदरचा चेहरा प्रसन्न, आशीर्वाद देणारा आणि योगी अरविंद मात्र निश्चल, अलिप्त.

फोटोखाली वचन होतं, *'एका आत्म्याच्या आकांक्षेनं अवघ्या मनुष्यजातीचा उद्धार केला'*

दिवसभर नच्चिअर किंवा डॉ. व्हींची भाचेमंडळी त्यांच्यासाठी लाडक्या गुरूंच्या लेखांचं, पुस्तकांचं वाचन करतात. बऱ्याचदा ते 'सावित्री'मधला त्यांचा आवडता उतारा वाचायला सांगत. 'सावित्री'च्या सांगतेच्या या ओळी जणू ते वातावरण एका विलक्षण शक्तीनं भरून टाकत असत.

येणाऱ्या पिढ्यांसाठी त्यानं दिशादर्शक स्वप्नं पहिली होती
आणि त्याच्या कार्याची कवचकुंडलं त्यांचं रक्षण करायला समर्थ होती
त्याच्या अस्तित्वानं मनुष्यजन्माचं सार्थक केलं होतं
स्वसामर्थ्याच्या तेजानं तोही सूर्यासारखाच या भव्य आकाशात तळपत होता

एका संध्याकाळी डॉ. व्ही टी.व्ही. पाहत होते. टेनिसची मॅच खेळताना सुरेख फटकेबाजी करणाऱ्या मारिया शारापोव्हाचा खेळ पाहून मंद हसत त्यांच्याजवळ बसलेल्या छोट्या नातीला ते म्हणाले, ''पाहिलंस का ती कशी खेळते आहे, तिच्यासारखं ताकदवान व्हायला हवं....''

पुढच्या काही महिन्यांमध्ये डॉ. व्हींची भेट घ्यायला येणाऱ्या पाहुण्यांनी ती खोली भरून गेली. त्यातल्या प्रत्येकाच्या आयुष्यावर डॉ. व्हींचा ठसा होता. त्यांचे शाळासोबती, गावातले मित्र, सहकारी, विद्यार्थी, अरविंदचा कर्मचारिवृंद, रुग्ण, नेते, आणि परदेशांतले सहकारी... सगळ्यांच्या येण्यानं डॉ. व्हींच्या गतआयुष्यातल्या आठवणींना उजाळा मिळाला. खरं तर आता ते आलेल्या पाहुण्यांशी बोलण्याच्या स्थितीत नाहीत पण येणाऱ्यांचा ओघ काही आटला नाही.

लवकरच त्यांना एका मोठ्या रुग्णालयात हलवण्यात आलं; पण ७ जुलै २००६च्या दुपारी डॉक्टरांनी मृदू शब्दांत नच्चिअर यांना सांगितलं की, आता आणखी काही उपचार करणं शक्य नाही. आता निरोपाची घडी जवळ आलेली

होती. एका विलक्षण उदासीनं वातावरण भरून टाकलं होतं.

अरविंदमधल्या ज्या खोलीत डॉ. व्हींना आणण्यात येणार होतं, त्या खोलीत डॉ. नच्चिअर मूक अश्रू ढाळत होत्या. तिथल्या परिचारिकांनी साफसफाई करून खोली सज्ज करून ठेवलेली होती. उदबत्तीचा मंद सुवास आणि त्यातून निघणारी धुराची वलयं आसमंतात पसरत होती. रुग्णालयाच्या मुख्य दरवाजातून एक रुग्णवाहिका आत आली. हा डॉ. व्हींचा अरविंदमधला शेवटचा प्रवेश होता.

हळूहळू एकेक जण तिथे प्रवेश करते झाले. डॉ. व्हींचे सगळे भाचे आणि भाच्या हजर होत्या. शस्त्रक्रियेच्या पोशाखात असलेल्या डॉ. उषा, डॉ. किम आणि त्यांच्या बहिणी वरा, चित्रा आणि कन्नम्मा; प्रज्ञ, हरिप्रिया आणि आपल्या चुलत-आजोबांच्या नावावरून नामकरण करण्यात आलेला त्यांचा आठ महिन्यांचा मुलगा आर्य वेंकट; अरविंद आणि त्यांची बहीण कल्पना. जी.एस. यांच्या पत्नी ललिता यांना आपले अश्रू आवरत नव्हते, त्यांच्याच घरी वास्तव्याला असणाऱ्या डॉ.व्हींची तिनं अविरत सेवा केली होती. डॉ. व्हींच्या पायाशी उभी असलेली भाचेकंपनी, डोक्याशी डॉ. नच्चिअर, डॉ. नाम आणि शेजारी जी.एस. थरथरत्या आवाजात नच्चिअर म्हणाल्या, "दादा, मला ठाऊक आहे तू हे सगळं ऐकतो आहेस. आम्ही सगळे आहोत इथे. तुझ्या विचारांना आणि दृष्टीला आम्ही सदैव जागतं ठेवू."

तिथं उभ्या असलेल्या सगळ्यांमध्ये एक अदृश्य असा बंध होता, मृत्यू अटळ दिसत असूनही जिवंत असणारा एक बंध. डॉ. व्हींचे श्वास जड झाले, वेगात सुरू असलेल्या श्वासातून जणू ते काही बोलण्याचा प्रयत्न करत होते. अचानक खोलीत शांतता पसरली. काही क्षण गेले आणि मग डॉ. नाम यांनी हळुवारपणे डॉ. व्हींचे डोळे मिटले. लाखो डोळ्यांना दृष्टीचं दान देणारे ते डोळे अखेरीस मिटले होते.

रुग्णालयाच्या व्यस्त कारभारात मात्र कुठलाही खंड पडला नव्हता. गरीब, श्रीमंत, आबालवृद्ध रुग्णांचा ओघ तसाच सुरू होता. कितीही दु:खाचा प्रसंग आला तरी रुग्णालयाचं काम बाजूला कसं काय ठेवणार? पण हळूहळू ही बातमी सर्वत्र पसरलीच; शस्त्रक्रिया करणाऱ्या सर्जन्सपर्यंत, रुग्णांच्या डोळ्यात औषध घालणाऱ्या परिचारिकेपर्यंत, नोंदणी कक्षातल्या कर्मचाऱ्यांपर्यंत. मुख्य प्रवेशद्वाराजवळच्या म्हाताऱ्या सुरक्षा-रक्षकापासून ते शिबिरं संपवून सामानाची बांधाबांध करणाऱ्या डॉक्टर्सपर्यंत आणि LAICOच्या वर्गखोल्यांपासून ते ऑरोलॅबपर्यंत सर्वांनाच एव्हाना कळून चुकलं होतं. कानोकानी होत होत ही दु:खद बातमी वाऱ्यासारखी जगभरात पसरली.

आता स्नेही मंडळींच्या, व्यावसायिक भागीदारांच्या आणि काही अनोळखी

व्यक्तींच्या सांत्वनपर पत्रांचा ओघ सुरू झाला. अमेरिकेतल्या एका तरुण डॉक्टरनं लिहिलं होतं, *'मी त्यांना कधीही भेटलेलो नाही, पण वैद्यकशास्त्र कसं शिकवावं आणि त्याहीपेक्षा एक माणूस कसं व्हावं याचं मूर्तिमंत उदाहरण म्हणजे डॉ. व्ही.'* आणखी कुणी लिहितो, *'आपलं आयुष्य किती उदात्त असू शकतं याचा एक परिपाठच डॉ. व्हींनी घालून दिला आहे.'*

अंत्यसंस्कार होण्यापूर्वी भारताच्या राष्ट्रपतींचा, डॉ. ए.पी.जे.अब्दुल कलाम यांचा सांत्वनपर दूरध्वनी आला; आसपासचे भाजीवाले, रिक्षावाले यांच्यापासून ते प्राध्यापक, काही कंपन्यांचे अधिकारी अशा असंख्य माणसांनी अंत्यदर्शनासाठी गर्दी केली. परिचारिकांनी प्रार्थनासभा केल्या.

एक वरिष्ठ परिचारिका ए. सुंदरी सांगतात, "ही बातमी ऐकताच आम्हांला किती तीव्र दुःख झालं ते मी त्या दिवशी माझ्या रोजनिशीत लिहिलं आहे; पण अश्रू ढाळण्यासाठी आम्ही क्षणभरही थांबलो नाही. कारण आम्हांला ठाऊक होतं, डॉ. व्हींचं काम अविरत सुरू राहायला हवं."

वीस

नव्या बदलांचे वारे

कोणत्याही देशाचा किंवा एखाद्या यशस्वी संस्थेचा इतिहास पाहिला तर सुरुवातीच्या भारलेल्या, मंतरलेल्या दिवसांनंतर स्थैर्याचे दिवस येतात. जोवर नव्या आव्हानांचे वेध लागत नाहीत तोवर सगळं काही जिथल्यातिथे, सुरळीतपणे सुरू असतं; पण एकदा का नव्या स्वप्नांची आस लागली की पुन्हा एकदा तोच मंतरलेला काळ अवतरतो. असंच काहीसं सध्या घडतंय. भारतातही आणि अरविंदमध्येही.

जागतिकीकरणाची पहिली जोरदार लाट येऊन गेली तरी मदुराई अजूनही एक उमदं पण वाढीस लागलेलं गावच राहिलं होतं. आधुनिक काळातल्या महानगराचा वारा अद्याप तिथवर पोहोचलेला नव्हता; पण २१व्या शतकाचं पहिलं दशक उलटलं आणि या गावानं जणू कातच टाकली. मदुराईच्या चेहऱ्यामोहऱ्यात झालेले जाणवण्याजोगे बदल सर्वत्र दिसू लागले. वाहतूकनियंत्रकाच्या डिजिटल डिस्प्लेवर चमकणारा लाल दिवा पाहून थांबलेली बैलगाडी, मॉलमधल्या सरकत्या जिन्यांवरून कुतूहलानं ये-जा करणारे अनवाणी लोक, एकीकडे डोक्यावरच्या टोपल्यांतून वाहून नेऊन भाजी विकणारे विक्रेते तर दुसरीकडे डॉमिनोज पिझ्झा, फेसाळत्या कॅप्युचिनो कॉफीसाठी प्रसिद्ध झालेल्या कॉफीशॉपच्या बाहेर आपल्या धारदार कोयत्याने हिरवंगार शहाळं फोडून त्यातलं मधुर पाणी विकणारे शहाळीवाले. गाव आणि आधुनिक शहराचं अजब मिश्रण.

स्वातंत्र्यानंतरच्या पहिल्या काही दशकांनंतर आपण स्वीकारलेल्या खुल्या अर्थव्यवस्थेने भारतात काही मूलभूत बदल घडवून आणले. १९९१ नंतर सर्वदूर प्रगतीच्या खुणा उमटू लागल्या. पायाभूत सुविधांच्या क्षेत्रातही आमूलाग्र बदल घडून आले. नवे महामार्ग, नवी महाविद्यालयं बांधण्यात आली, विमा आणि सामाजिक सुरक्षाव्यवस्था तळागाळापर्यंत पोहोचवण्याच्या दृष्टीने पावलं टाकली गेली. गरिबांना सुविधा पुरवण्याकडे केवळ समाजसेवा म्हणून पाहण्याचा दृष्टिकोण बदलून बाजारपेठांचं लक्षही त्याकडे वळू लागलं. 'चांगलं काम, चांगला दाम' या

तत्त्वावर चालणाऱ्या कंपन्यांनी आघाडी घेतली. सर्वत्र विकासाच्या वाटा उलगडत असताना अरविंदची उन्नती होतच होती.

डॉ. व्हींच्या निधनाला चार वर्षं उलटून गेली असली तरी अरविंदची वाटचाल आजही दिमाखात सुरू आहे. दर काही महिन्यांनी ग्रामीण भारतात नवनवी नेत्र सुविधा केंद्र उघडली जात आहेत. ऑरोलॅबनं आपल्या व्यवसायात उत्तम जम बसवलेला आहे. LAICO च्या शेजारी डॉ. जी. वेंकटस्वामी आय रिसर्च इन्स्टिट्यूट या भव्य संशोधन संस्थेचा शुभारंभ करण्यात आला आहे. तिथून थोड्याच अंतरावर अरविंद रुग्णालयाची नवीकोरी सात मजली इमारत उभी राहत आहे. या सगळ्यासोबतच नवे बेत, नव्या विस्ताराच्या कल्पना आकार घेतच आहेत.

२०१० सालातली एक प्रसन्न सकाळ, मदुराईतलं तापमान साधारण ३७ अंश सेल्सियस असेल. नेहमीप्रमाणेच अरविंदचं आवार रुग्णांनी फुलून गेलं आहे. आपली पाळी येण्याची वाट पाहत रुग्ण, त्यांचे नातेवाईक बसून आहेत. कुठे कुणी डबा उघडून जेवतंय, लहान मुलं गोट्यांच्या खेळात रमली आहेत, तर डोक्यावरून पदर घेतलेली कुणी एखादी बाई बसल्याबसल्या डुलक्या घेत आहे. भारतात कुठेही गेलं तरी दृष्टीस पडणारं हे दृश्य.

अरविंद रुग्णालयाचे व्यवस्थापक डॉ.अरविंद यांच्यावर मात्र यातल्या कुठल्या गोष्टीचा प्रभाव पडत नाही. ते म्हणतात, ''हे इतकं व्यापक स्वरूपाचं काम सांभाळणं दिवसेंदिवस कठीण होत चाललं आहे. प्रचंड मोठी रुग्णसंख्या हा आमचा कच्चा दुवा बनतोय की काय असं मला कधीकधी वाटतं. बऱ्याच जणांना ही गर्दी, हा उष्मा, ही लांबलचक प्रतीक्षा नको आहे. गर्दीचं रुग्णालय ही आमची ओळख पुसून टाकायला हवी.''

त्यांचे हे विचार आणि त्यामागचा निग्रह आपल्याला बुचकळ्यात पाडणारा आहे. कारण रुग्णसंख्या हाच तर अरविंदचा कणा होता. आजवर अरविंदला मिळालेली आर्थिक स्वयंपूर्णता, यशस्वीपणे राबवण्यात आलेले प्रशिक्षण कार्यक्रम आणि इतर अशा अनेक गोष्टींमागे मोठी रुग्णसंख्या हा अतिशय महत्त्वाचा मुद्दा होता. डॉ. व्हींचं स्वप्न असलेलं अरविंद हे तमाम जनसामान्यांसाठी खुलं असलेलं रुग्णालय हेच होतं.

डॉ. अरविंद पुढे सांगतात, ''मध्यम आकाराच्या शहरांमध्ये नवी रुग्णालयं सुरू करण्याची गरज आहे. आम्ही चेन्नईमध्ये असं एक रुग्णालय सुरू करण्याच्या विचारात आहोत, छोट्या स्तरावर पण उत्तम सुविधा देणारं.'' खरं तर चेन्नईत इतर काही नामांकित रुग्णालयांनी आपले पाय भक्कमपणे रोवलेले होते. त्यामुळे

अरविंदसाठी चेन्नई हे तितकंसं योग्य ठिकाण नव्हतं; पण त्यांचा प्रयत्न सुरू होता. डॉ. अरविंद पुढे सांगतात, ''बहुधा या नव्या रुग्णालयात मोफत उपचार उपलब्ध नसतील. फक्त शिबिरांच्या माध्यमातूनच अशा रुग्णांना उपचार देण्याचा आमचा विचार आहे.''

बहुधा? मोफत उपचारांविषयी डॉ. अरविंद यांनी मांडलेले विचार ऐकून अरविंदच्या अलिखित कायद्यांचा भंग झाल्याचा भास होतो. गरीब रुग्णांसाठी अविरत प्रयत्न करणाऱ्या अरविंदकडून आपण अशा विचारांची अपेक्षाच करू शकत नाही. जास्तीतजास्त गरीब रुग्णांना उत्तम उपचार देणं हे आणि हेच अरविंदचं मूळ उद्दिष्ट होतं आणि राहील. पण मग डॉ. व्हींच्या तत्त्वांचे आणि स्वप्नांचे सर्वात जवळचे साक्षीदार असलेले डॉ. अरविंद असं का बरं म्हणत असतील?

डॉ. अरविंद स्पष्ट करतात, ''हे बघा, गेली अनेक वर्षं आपण रुग्णांची संख्या वाढवण्यावर भर देत आहोत; पण आता एकेका रुग्णालयावर येणारा रुग्णांचा ताण कमी करून सर्वत्र अधिक संख्येनं रुग्णालयं उभी करणं महत्त्वाचं आहे.'' गेल्या काही वर्षांमध्ये अर्थव्यवस्थेत होणारे बदल, लोकांचं बदललेलं राहणीमान यांचा कळतनकळत अरविंदवर परिणाम होत आहे आणि ही बदलती लय पकडायला डॉ. अरविंद उत्सुक आहेत. ''पाच वर्षांपूर्वीपर्यंत ९०% रुग्ण किंमतीच्या दृष्टीनं खालच्या स्तरांतले उपचार निवडत असत, पण आता तो आकडा ६० टक्क्यांवर आला आहे. दिवसाला ५०-६० रुपयांच्या उत्पन्नाचे दिवस आता उरले नाहीत. घरकाम करणाऱ्या महिलेचं उत्पन्नसुद्धा त्यापेक्षा जास्त आहे. स्वस्त सुविधांइतकंच विशिष्ट नावाशी जोडली गेलेली एखादी सुविधा घेण्याकडं लोकांचा कल वाढतो आहे. लोकांकडे चारचाकी गाड्या आहेत, लोक सिनेमाला जातात, वातानुकूलित घरं ही लोकांची गरज बनते आहे. मग या बदलांना आपण आपल्या रुग्णालयातून प्रतिसाद द्यायला नको का?''

''योग्य उपचार घेण्यासाठी पुरेसे पैसे नसलेल्या बहुसंख्य रुग्णांना डोळ्यापुढे ठेवून अरविंदचं कार्य सुरू झालं आणि त्या काळात ते अतिशय योग्यच होतं. पण आता आरोग्य क्षेत्रासाठी सरकारनं अनेक चांगल्या विमा योजना आणलेल्या आहेत. एकदा का योजना सर्वंकषपणे अमलात आल्या की, चांगले उपचार घेण्यात गरिबीचा असलेला अडथळा दूर होईल. अशा परिस्थितीत अरविंदच्या व्यवस्थेत जर बदल घडले नाहीत तर त्याचा फायदा रुग्णांना नाही तर विमा कंपन्यांना होईल. गेल्या तीस वर्षांत जे घडलं नाही ते आता आपल्या आजूबाजूला घडत आहे. प्रश्न एव्हढाच आहे की, त्याकडे आपण डोळे उघडून पहायला तयार आहोत की नाही? आपण पिरॅमिडच्या पायासाठी काम करायचं हे मान्य, पण जर तो पायाच स्वत:हून उभारी घेत असेल तर?''

डॉ. अरविंद यांचे हे विचार आपल्यालाही क्षणभर थांबून नव्यानं विचार करायला भाग पाडतात. त्यात असलेला आशावाद आणि उपेक्षितांचं आयुष्य अधिकाधिक संपन्न करण्याची दूरदृष्टी आपल्याला निश्चितच भावते. ते पुढे म्हणतात, ''एक संस्था म्हणून आपण बदलत्या परिस्थितीनुरूप अनुकूलन करू शकत नसू तर त्यामुळे आपल्या अस्तित्वावरच प्रश्नचिन्ह निर्माण होऊ शकतं. आपलं अस्तित्व संपुष्टातच येईल असं नव्हे पण आहे त्याच चौकटीत आपण झगडत राहू.'' मध्येच थांबून किंचितसं हसून ते म्हणतात, ''या गर्दीमुळं हे सगळं बोलायला मी प्रवृत्त झालो आहे बहुधा.''

परिस्थिती बदलते आहे हे खरंच. अर्थव्यवस्थेतील बदलांचा परिणाम अरविंदच्या कर्मचारिभरतीवरही होत आहे. मोफत महाविद्यालयीन शिक्षण, कॉलसेंटर्सचं फुटलेलं पेव या सर्वांमुळे तरुण मुलींसाठी नोकरीच्या अनेक आकर्षक संधी निर्माण झाल्या आहेत. त्यामुळे अरविंदच्या निम-वैद्यकीय प्रशिक्षण अभ्यासक्रमांना मिळणारा प्रतिसाद काहीसा मंदावला आहे. आणि त्याच वेळी वेतन, कामाचा भार, आणि अंगभूत कौशल्यं याबाबत कर्मचारिवर्गाच्या अपेक्षाही बदलत चालल्या आहेत.

डॉ. प्रज्ञ म्हणतात त्याप्रमाणे, ''नेत्रसेवा हा एक मोठा व्यवसाय होण्याच्या मार्गावर आहे.'' अनेक मोठमोठ्या कंपन्या या क्षेत्रात प्रवेश करत असून त्यांनी देशभरात वेगानं आपली मुळे रोवायला सुरुवात केली आहे. अशा ठिकाणी मिळत असलेलं भरगच्च वेतन आणि इतर अनेक आकर्षक प्रलोभनांमुळे अनेक डॉक्टर्स आणि परिचारिका अरविंदमधून बाहेर पडत आहेत. अरविंदपुढे केवळ कर्मचारी भरतीचंच नव्हे तर इतरही अनेक आव्हानं उभी ठाकली आहेत.

नेत्रआरोग्याशी संबंधित उपकरण उत्पादनाच्या क्षेत्रातही सुगीचे दिवस आलेले आहेत. काही बहुराष्ट्रीय कंपन्यांच्या जोडीला काही स्थानिक कंपन्याही वाजवी किंमत, मोठ्या प्रमाणावर उत्पादन, आणि मार्केटिंगच्या जोरकस प्रयत्नांच्या बळावर या कोट्यवधी रुपयांच्या उद्योगात उतरल्या आहेत. अशा वेळी ऑरोलॅबलाही आपल्या धोरणांचा पुनर्विचार करण्यावाचून पर्याय नाही.

LAICOच्या सल्ला-मार्गदर्शनाची नेत्र-सेवा क्षेत्राला अजूनही गरज आहे ही वस्तुस्थिती असली तरी त्यांची वाटही सोपी नाही. अनेक छोटीछोटी रुग्णालयं पुरेशा निधीअभावी LAICOचं शुल्क देऊ शकत नाहीत. दुसरं आव्हान आहे तज्ज्ञांचं. LAICOचे अनेक तज्ज्ञ मोठ्या शहरांतील इतर नेत्रसेवा केंद्रांमध्ये रुजू झाले आहेत. अरविंद आय केअर सिस्टीमकडून काही ठोस पावलं उचलली न गेल्यास LAICOचं अस्तित्व धोक्यात येऊ शकेल अशी नव्या पिढीची चिंता रास्त आहे.

डॉ. प्रज्ञ डॉ. अरविंदांच्या बोलण्याला दुजोरा देत म्हणतात, ''अरविंदच्या

संस्थापकांनी केलेल्या कष्टांचे आणि प्रयत्नांचे गोडवे गात बसण्यात आता काही हशील नाही. आम्हांला काहीतरी नवं, भरीव करून दाखवायला हवं. लोक महागड्या सेवांना प्राधान्य देऊ लागले आहेत ही वस्तुस्थिती आहे. त्यासाठी विमान कंपन्यांचं अनुकरण करायला हरकत नाही. अरविंद बिझिनेस क्लास आणि अरविंद इकॉनॉमी क्लास असं आमच्याही सुविधांचं वर्गीकरण करता येऊ शकतं.'' एवढं बोलून किंचित थबकलेले डॉ. प्रज्ञ म्हणतात, ''आजूबाजूच्या जगात वेगानं घडत असलेले बदल पाहून जुनीपिढी काहीशी सचिंत झालेली आहे हे मला कळतंय,'' आणि मग एखादा रहस्यभेद करावा अशा थाटात हळूच बोलतात, ''पण सत्य हे आहे की, या नव्या जगाशी दोन हात करायला आम्ही सज्ज आहोत.''

डॉ. प्रज्ञ यांचे वडील डॉ. नाम रुग्णांची सूचना वही बारकाईनं वाचत आहेत. प्रत्येक सूचना वाचून, ते त्यावर त्यांची टिप्पणी नोंदवतात आणि योग्य ती कारवाई करण्याच्या दृष्टीनं मनुष्यबळ विभागाकडे धाडून देतात. बदलत्या परिस्थितीबद्दलची त्यांची मतं प्रज्ञ आणि अरविंद यांच्यापेक्षा काहीशी वेगळी आहेत. ''बदलत्या परिस्थितीला प्रतिसाद द्यायचा हे ठीक, पण त्यामुळे आपल्या रचनेत काय बदल होणार आहेत याचाही विचार करायला नको का? विम्याचंच उदाहरण घ्या, जर आपण असा विचार केला की, आता शिबिरं आयोजित करण्याची काय गरज? लोकांकडे विमा आहे, जेव्हा त्यांना पैसे मिळतील तेव्हा ते इथे येऊन उपचार घेतील. त्यांना उपचार मिळतील आणि आपल्याला पैसे. पण अशानं आपल्या मूळ तत्त्वांची दिशाच बदलण्याचा धोका नाही का उद्भवणार?'' त्यांच्या म्हणण्याचा मथितार्थ असा की, अद्यापही काही नेत्रसेवा दुर्लक्षित आणि उपेक्षित आहेत, आणि अरविंदनं त्यावर लक्ष केंद्रित करायला हवं.

सत्तरीच्या उंबरठ्याशी असणारे डॉ. नाम या आठवड्यात एका नेत्रशिबिरात सहभागी होणार आहेत. रणरणत्या उन्हात दिवसभर काम करून हजारो रुग्णांना तपासण्याचा अद्याप त्यांना उत्साह आहे. गावागावांत होणाऱ्या अशा कार्यक्रमांत अरविंदचे संस्थापक सदस्य अजूनही आवर्जून सहभागी होतात. दैनंदिन कारभारांतून त्यांनी अंग काढून घ्यायला सुरुवात केली असली तरी आपल्या वारसदारांसाठी त्यांना काही आदर्श घालून द्यायचे आहेत.

नाम म्हणतात, ''नव्या जबाबदाऱ्या पेलण्यासाठी ही नवी पिढी सज्ज आहे. अरविंदच्या तत्वांशी आणि मूल्यांशी कधीही तडजोड केली जाणार नाही याची आम्हांला खातरी आहे.' असं असलं तरी होऊ घातलेल्या नेतृत्वबदलामुळं जुनी पिढी काहीशी अस्वस्थ आहे हे खरंच. अरविंदचं नेतृत्व खऱ्या अर्थानं पुढच्या पिढीकडे सोपवलं जाण्याची वेळ आता येऊन ठेपली आहे.

गाडीत बसता बसता फ्रुट-ज्यूसच्या दोन बाटल्या जी. एस. यांच्या नजरेला पडल्याच. ''आपण काय सहलीला चाललोय की काय? कुणी आणल्या या बाटल्या?'' त्यांच्या स्वरातली नाराजी काही लपत नाही. मागच्या सीटवर बसलेल्या नच्चिअर मात्र आपल्याला काही ठाऊकच नसल्याचा आव आणत होत्या. मग जी. एस. यांचा रोख वळतो गाडीच्या चालकाकडे, सुब्रमण्यमकडे. सुब्रमण्यम गेली तीस वर्षं अरविंदमध्ये काम करत असून आजकाल त्याला जरा कमी ऐकायला येतं. ''तू ठेवलंस का हे?'' जीएस विचारतात, त्यावर हसत हसत नच्चिअर म्हणतात, ''अरे तो कसा ठेवेल? तू सुद्धा कमालच करतोस. चल, आता उशीर होतोय.'' पण जी. एस यांचं काही समाधान होत नाही. दोन बाटल्यांपैकी एक बाटली आपण परत करू या अशा विचारात असलेल्या जी. एस. ना नच्चिअर म्हणतात, ''नको नको, जर कुणी प्यायलं नाही तर बघू नंतर.'' हसण्यात दंग झालेल्या नच्चिअरकडे रागानं बघत जी. एस. म्हणतात, ''मागच्या सीटवर बसली आहेस म्हणून ठीक आहे, नाहीतर तुझं काही खरं नव्हतं....''

या भावंडांच्यात असलेलं नातं हे एक अजब रसायन आहे. क्षणात भांडतात, क्षणात एक होतात. आताही तसंच झालंय. अचानक त्यांच्या संवादाची गाडी येते ती त्यांना नुकत्याच मिळालेल्या एका अनोख्या देणगीवर. उदमलपेट नावाच्या एका गावातल्या एका धनाढ्य गिरणीमालकानं एक मोठा वाडाच अरविंदला देणगी म्हणून दिला आहे आणि त्या जागेत मोतीबिंदूच्या शस्त्रक्रिया करण्यासाठी एक छोटेखानी रुग्णालय थाटण्याची योजना बनत आहे. नच्चिअर आज विनोद करण्याच्या मन:स्थितीत असाव्यात बहुधा. त्या म्हणतात,''डॉ. व्हींना एक इ-मेल पाठवून देऊ हे सगळं सांगायला. पण काय रे, ते जिथं कुठं आहेत तिथून तेच हे सगळं घडवून आणताहेत असं नाही वाटत तुला?'' यावर जी. एस. यांचं तत्पर उत्तर येतं, ''ना! लोकांना जर असा विश्वास असेल तर काय उत्तमच. उगाच मग मी हे केलं, मी ते केलं अशी कुणाची आत्मप्रौढी नको ऐकायला.'' संवादाची चव जरा कटू होतीय असं कळताच नच्चिअर डोळे मिचकावत म्हणतात, ''कोण ते एवढं गाजवतंय? जरा बघतेच मी त्याच्याकडे.''

बोलतबोलत रस्ता संपतो आणि सुब्रमण्यम त्यांना घेऊन येतो ऑरोफार्ममध्ये. अरविंद रुग्णालयापासून पंधरा मिनिटांच्या अंतरावर ऑरोलॅबच्याच आवारात ऑरोफार्म आहे. दिवसभराचं काम संपवून नच्चिअर रोज संध्याकाळी इथं येतात. प्रवेशद्वारापाशीच चाफ्याच्या झाडाचे विविध प्रकार आपलं स्वागत करतात. जाताजाता उजव्या बाजूला गुलाब आणि जाई-जुई-मोगऱ्याची बाग आहे. एका टोकाला एक छोटंसं तळं आणि भोवती बसायला दगडी बाक. काटेसावरीचं झाड, जास्वंद, पाणलिली, बोगनवेल, तेरडा, कर्दळ अशा रंगीबेरंगी वनस्पतींनी परिसर अगदी नटलेला आहे. ''मला ही

जागा आवडते कारण आम्ही सगळ्यांनी मिळून हे तयार केलंय. जवळजवळ शंभर जण खपलेत यासाठी.'' इति नच्चिअर.

२००२ साली मातीशी जुळलेल्या आपल्या नात्याची आठवण करून देत नच्चिअर यांनी आपल्या भावंडांपुढे एक प्रस्ताव मांडला, छोटी का होईना पण जमीन कसण्याचा. त्यांचा हा प्रस्ताव सुरुवातीला हसण्यावारी नेण्यात आला पण कालांतरानं तो सगळ्यांनी अमलात आणला. ऑरोलॅबसाठी मिळालेल्या ८० एकरांपैकी थोडी जागा राखून ठेवण्यात आली आणि नच्चिअर यांनी तिथं ऑरोफार्म फुलवलं. सगळ्या परिचारिका, डॉक्टर्स, विभागप्रमुख यातल्या प्रत्येकानं तिथं येऊन एकतरी रोप लावलं पाहिजे असा नच्चिअर यांचा कटाक्ष होता. जाताजाता डॉ. व्हींनी लावलेल्या एका वडाच्या झाडापाशी त्या रेंगाळतात. ''ते रोज संध्याकाळी इथं येऊन या झाडाची खबरबात घेत असत. एकदा त्यांनी मला विचारलं 'की मी वडाचं झाड लावावं असा आग्रह तू का धरलास?' तेव्हा मी त्यांना म्हणाले, कारण तू आणि मी या जगातून निघून गेलो ना तरीही आपण लावलेलं झाड असंच अविरत उभं राहायला हवं.''

अजून हे झाड तसं बाल्यावस्थेतच आहे, पण वडाच्या झाडाची ही खासियतच आहे की जसजसं झाड मोठं होतं तसतश्या त्याच्या फांद्या मुळांच्या रूपात पुन्हा जमिनीकडं झेपावतात आणि त्यांची नवी झाडं होतात. एका मूळ झाडापासून अशी अनेक झाडं तयार होऊन विस्तीर्ण जागेवर पसरत राहतात. त्याचमुळं वडाचं झाड हे शतकानुशतकांचं संचित घेऊन अविचल उभं असतं.

तयार भाताच्या ओझ्यानं वाकलेल्या सोनसळी ओंब्यांकडे नच्चिअर पाहत राहतात. ''कवी लोक भाताच्या वाकलेल्या ओंब्यांना ज्ञानी माणसांची उपमा देतात ते किती सार्थ आहे. तेही आपल्या ज्ञानाच्या भारानं वाकून विनयशील झालेले असतात, नाही?'' यंदा आलेल्या पिकानं त्या अगदी खूश झाल्या आहेत. ''२०० पोती तांदूळ, हे आमचं विक्रमी पीक आहे. पुन्हा शंभर टक्के सेंद्रिय पद्धतीनं केलेलं.'' त्या अभिमानानं सांगतात.

गेल्या काही वर्षांत 'अरविंद' हे नाव सर्वतोपरी झालेलं आहे. गेट्स अॅवॉर्ड फॉर ग्लोबल हेल्थ आणि क्लिंटन ग्लोबल इनिशिएटिव्हकडून मान्यता मिळाल्यानंतर वर्ल्ड इकॉनॉमिक फोरम, श्वॉब फाउंडेशन फॉर सोशल आंत्रप्रिनरशिप, स्कोल फाउंडेशन, अॅक्युमेन फंड, गुगल.ऑर्ग यांसारख्या दिग्गजांशी अरविंदचं नात प्रस्थापित झालं आहे. २०१०मध्ये जगातील १०० सर्वात प्रभावशाली व्यक्तींच्या यादीत डॉ. नाम यांचं नाव झळकलं होतं. या सगळ्यामुळं अरविंदचं आजवरचं

प्रसिद्धीपराङ्मुख वातावरण मानसन्मानानं भरून गेलं आहे.

ते काटकसरीचे, अपुऱ्या वेतनाचे, आणि तुटपुंज्या साधनांनिशी झुंजण्याचे दिवस आता मागे पडले होते; पण हे सगळं जवळून अनुभवलेले अरविंदचे संस्थापक सदस्य मात्र या मान-मरातबाकडे, प्रसिद्धी आणि आर्थिक सुबत्तेकडे काहीशा सावधगिरीनेच पाहत होते. अरविंदच्या कार्यसंस्कृतीवर याचा विपरीत परिणाम तर होणार नाही अशी त्यांची चिंता होती.

डॉ. नच्चिअर सांगतात, "डॉ. व्ही आम्हांला एकामागून एक स्वप्नं दाखवत गेले आणि आम्ही भारावून जाऊन त्यांची पूर्तता करण्यासाठी झटत गेलो. नव्या पिढीलाही अशी ऊर्जा मिळायला हवी, "...त्यांनीही नव्या क्षितिजांना गवसणी घालायला हवी. अडचण फक्त ही आहे की, त्यांना आर्थिक ओढाताणीची सवयच नाही. या आर्थिक सुबत्तेमुळं काटकसर करण्याची सवय अस्तंगतच होईल की काय अशी मला भीती वाटते. आम्ही साधा एक पंखा जरी घ्यायचा असला तरी दहा वेळा विचार करायचो."

याबाबत तुलसी यांचे विचार अधिक व्यवहार्य आहेत. ते म्हणतात, "मी या सगळ्याला सरावलो आहे. आर्थिक बाजू स्थिर झाल्यानंतर काही धाडसी निर्णय घेऊन काम करण्यात काहीच गैर नाही; मात्र आपण उधळपट्टी करत नाही ना यावर कटाक्ष असला पाहिजे. जोखीम आणि उधळपट्टी यातली रेष धूसर आहे हे मान्य, पण नव्या पिढीतलं नेतृत्व ही सीमा पार करणार नाही याची मला खात्री आहे."

असं असलं तरी अकारण खर्च ही व्यक्तिसापेक्ष कल्पना आहे. २०१०च्या उन्हाळ्यात गावोगाव शिबिरं घेण्यासाठी जाणाऱ्या डॉक्टरांनी वातानुकूलित गाड्यांची मागणी केली. उन्हाळ्याची तीव्रता लक्षात घेता ही मागणी गैर होती असं नव्हे. त्यांची मागणी मान्य झाली पण संस्थापक सदस्य मात्र यामुळे काहीसे अस्वस्थ झाले. डॉ. विजी म्हणतात, "आता यावर काय म्हणायचं? मला या तरुण पोरांना एवढंच सांगायचं आहे की आरामापेक्षा कामाला आणि तत्त्वांना प्राधान्य द्या."

डॉ. विजी फक्त १८ वर्षांच्या असतानाची गोष्ट. नेहमीसारख्या त्या त्यांच्या आईबरोबर शेतात काम करत असताना त्यांचे वडील बंधू डॉ. नाम हातात एक कागद फडकावत धावत आले. तो कागद म्हणजे वैद्यकीय महाविद्यालयाचा प्रवेश-अर्ज होता. डॉ. व्हींच्या मदतीनं मिळालेल्या त्या प्रवेशअर्जानं विजी यांचं आयुष्यच बदलून टाकलं; पण आज इतक्या वर्षांनीही विजी यांची आपल्या गावाशी, शेतांशी असलेली नाळ तुटलेली नाही. त्या आयुष्यानं त्यांना दिलेले साधेपणाचे आणि काटकसरीचे धडे त्या विसरलेल्या नाहीत. "म्हणूनच मी मुलांना खेडेगावातलं आयुष्य पहायला, अनुभवायला सांगते. नाही तर तुम्हांला तुमच्या कृत्रिम जगाच्या बाहेर काय काय आहे याची कल्पनासुद्धा येणार नाही."

गरिबातल्यागरीब रुग्णाच्या भल्याचा विचार करण्याची शिकवण संस्थापकांच्यात आपोआपच भिनली होती. त्यासाठी त्यांना काही विशेष वेगळा विचार, प्रयत्न करावेच लागत नसत. "इथे काम करताना आपण समोरच्या माणसाच्या नजरेतून पहायला शिकलं पाहिजे. लोकांना दृष्टी परत मिळवून देण्यावरच आपलं काम संपत नाही, आपण त्यांना त्यांचा आत्मसन्मान, प्रतिष्ठा परत मिळवून देत असतो. अरविंदचे डॉक्टर म्हणून ही वृत्ती तुमच्यात असणं भागच आहे. आणि मला असं वाटतं की हे सगळं बाहेरचं कुणी नाही शिकवू शकत. घरात तुमच्यावर होणारे संस्कार इथं महत्त्वाचे ठरतात." नच्चिअर सांगतात. "पण खरं सांगू का, डॉ. व्ही असताना सगळेचजण एका वेगळ्या पद्धतीनं काम करायचे." काहीशा नाराजीनं विजी म्हणतात. "तामिळमध्ये एक म्हण आहे, 'बांधलेली पण मोकाट गाढवं'. आमचं तसंच झालंय. अरविंदची भरभराट होते आहे, पण त्यावर कुणाचा वचक राहिलेला नाही." त्यांच्या पिढीनं डॉ. व्हींच्या आठवणीत रमणं अगदी साहजिक आहे, पण या आठवणी काही दुःखद नव्हेत. विजी हसतात आणि प्रामाणिकपणे कबूलही करतात, "खूपशा चांगल्या गोष्टीही घडत आहेत, नाही असं नाही."

अरविंदची तत्त्वं आणि आदर्श ज्या प्रकारे संस्थापक सदस्यांच्या रोमारोमांत भिनले आहेत, तितके ते त्यांच्या मुलांच्यात नाहीत ही वस्तुस्थिती आहे. याबाबत नच्चिअर सांगतात, "बऱ्याचदा असं होतं की, काही गोष्टी या अरविंदच्या पठडीतल्या नाहीत हे आम्हांला पक्कं कळलेलं असतं; पण जेव्हा नवी पिढी आम्हाला 'असं का' म्हणून विचारते तेव्हा त्यांचं समाधान होईल असं नेमकं उत्तर आमच्याकडे नसतं आणि आम्ही ते त्यांच्यापर्यंत पोहोचवू शकत नाही." त्यांचे पठडीतले विचार प्रत्येक वेळी संस्थेच्या हिताचे ठरतीलच असं नाही याची त्या सर्वांनाच आता जाणीव झाली आहे. नच्चिअर म्हणतात, "सगळं खूप झपाट्यानं बदलत चाललं आहे. फक्त हे सगळं योग्य दिशेला जाईल ना एवढीच आम्हांला चिंता आहे. योग्य वेळी, योग्य प्रकारे सगळ्याच गोष्टींचं हस्तांतरण व्हायला हवं हे तर अगदी खरंच आहे." आणि मग काहीशा मिश्कीलपणे त्या म्हणतात, "पण शेवटी प्रत्येक बाबीत नाक खुपसण्याची आम्हांला गरज पडणारच."

हा संस्थापक सदस्यांचा अधिकारच आहे असं डॉ. उषा यांचं ठाम मत आहे. "त्यांनी अरविंदला जन्म दिलाय, त्याला कसं घडवायचं हे ठरवणं हा त्यांचा हक्कच आहे. मतभेद तर होणारच. सुरुवातीच्या खडतर दिवसांना त्यांनी तोंड दिलंय, त्यामुळे काहीही वाया जाण्याबाबत त्यांना वाटणारी चिंता रास्तच आहे. आमची पिढी तुलनेनं सुबत्तेत वाढली आहे. 'पैसा आहे, मग तो खर्च करा' अशी आमची मानसिकता आहे. आम्ही चुकलो तर सावरून घ्यायला ही मंडळी आहेतच की. त्यांनी आम्हांला थोडं स्वातंत्र्य द्यायला हवं आणि आमच्या पिढीनं त्यांच्या

सल्ल्यांचा मान राखला पाहिजे. दोन्ही बाजूंनी थोडंथोडं समजून घेण्याची गरज आहे, बस्स!''

न्यू एज ग्रुपचे मूळचे सभासद, म्हणजे डॉ. व्हींच्या कुटुंबातली तिसरी पिढी वयाच्या विशी-तिशीत पोहोचली असून त्यांचाही अरविंद परिवारात प्रवेश झालेला आहे. त्यातले पाच-सहाजण वैद्यकीय पेशातच असून डॉक्टर म्हणून आपापली कारकीर्द घडवण्यात व्यस्त आहेत. त्यांच्यापुढे दोन आव्हानं आहेत : एकतर पदव्युत्तर अभ्यासक्रमात उत्तम कामगिरी करून एक कुशल डॉक्टर होणं आणि दुसरं म्हणजे आपले आई-वडील आणि आजी-आजोबा यांच्याशी होणाऱ्या अनिवार्य तुलनेला तोंड देणं. त्यातल्या काही जणांनी आपली स्वतंत्र वाट निवडून कामाला सुरुवातही केलेली आहे. दोन जण एम.बी.ए. होऊन व्यवस्थापनाच्या कामकाजात सहभागी झालेले आहेत.

ही मंडळी सालाबाद एकत्र येऊन गप्पा मारतात, अनुभवांची, इच्छा-आकांक्षांची देवाणघेवाण करतात, आणि अरविंदचे आदर्श आपल्यात अधिकाधिक कसे मुरवता येतील यावर चर्चाही करतात. अशाच एका प्रसंगी तुलसी यांची कन्या डॉ. सत्या रविला सांगत होती, ''मी लहानपणी ऐकलं होतं की, त्या काळात कुणीही आपल्या गावी जाऊन आलं की तिथून जे काही आणलं असेल ते सगळ्या परिचारिकांमध्ये वाटलं जायचं. त्या काळात सगळ्यांचे एकमेकांशी खूप जवळचे, घरगुती संबंध होते; पण आता सगळाच पसारा इतका वाढला आहे की मला सगळ्या परिचारिकांची नावंसुद्धा मुश्कीलीनंच माहीत असतील.''[१]

या कुटुंबात सून म्हणून आलेली डॉ. दिव्या कार्तिक सांगते की, आठवड्यातून एकदातरी हाताखालच्या सगळ्या परिचारिकांसोबत एकत्र जेवण करण्याचा तिचा प्रयत्न असतो. ''मला वाटतं, प्रत्येकानं जर अशी छोटीशी सुरुवात केली तर नक्की चांगले बदल घडू शकतात.'' डॉ. विवेक रामकृष्णन आणि शंकर रविला हे तुलसी यांचे भाचे. (या दोघांचेही वडील अरविंदमधले यशस्वी सर्जन आहेत.) त्या दोघांच्या मते इथलं वातावरण अधिक मोकळं, चुका झाल्या तरी सुधारण्याची संधी देणारं आणि जरा कमी शिस्तीचं हवं. डॉ. कार्तिक श्रीनिवासन, डॉ. विजी आणि डॉ. एम. श्रीनिवासन यांचा मुलगा, खरं तर दुसऱ्या पिढीतला; पण वयामुळं त्याचं तिसऱ्या पिढीशी जास्त जमतं. तो विवेक आणि शंकर यांना मित्रत्वाच्या नात्यानं सल्ला देतो, की ''हे असंच असतं; पण एकदा का तुम्ही स्वत:ला सिद्ध करून दाखवलंत ना की तुम्हांला त्याचं दडपण येणार नाही.''

तुलसी यांची मोठी मुलगी दिव्या यांच्याकडे आता न्यू एज ग्रुपची जबाबदारी

आहे. चौथ्या पिढीतली छोटी मुलं त्यात सहभागी होतात. हल्ली डॉ. व्ही कुटुंबासोबत अरविंद परिवारातल्या इतर लोकांच्या छोट्या मुलांनाही यात सहभागी करून घेतलं जातं. अरविंद परिवार आता विस्तारत चालल्याचं हे लक्षण आहे. कामाचा व्याप, व्यक्तिगत जबाबदाऱ्या यातून वेळ काढून पूर्वीइतक्या सातत्यानं भेटणं, एकत्र वेळ घालवणं या नव्या पिढीच्या सदस्यांना जमतंच असं नाही, पण असं असलं तरी त्या सगळ्यांना एकमेकांविषयी खूप प्रेम, आपुलकी मात्र आहे.

अमेरिकेतल्या इन्स्टिटट्यूट ऑफ फॅमिली बिझिनेस या संस्थेच्या अभ्यास-अहवालाचे निष्कर्ष सांगतात की, 'कुटुंबानं चालवलेल्या मूळ व्यवसायाचा एक तृतीयांश हिस्साच दुसऱ्या पिढीकडे जातो आणि त्याच्याही निम्मा तिसऱ्या पिढीकडे.'[२]

हे वाचून अनेक प्रश्न मनात उभे राहतात. डॉ. व्हींच्या माघारी एका पिढीकडून दुसऱ्या पिढीकडे जाताना अंतर्गत मतभेद, हेवेदावे यामुळं अरविंदचा पाया खिळखिळा तर होणार नाही? विस्तार, नेतृत्वबदल, स्पर्धा, काळानुसार बदलत जाणारी व्यवस्थापन तंत्रं या सगळ्यांच्या दडपणाखाली कुटुंबाची घट्ट वीण कशी काय टिकाव धरणार?

दिवसेंदिवस वाढत जाणारा अरविंदचा व्याप मूळ तत्वांशी तडजोड करायला तर भाग पाडणार नाही? स्वार्थी विचार व्यापक समाजहिताच्या उद्दिष्टांवर मात तर करणार नाहीत? निर्णय प्रक्रियांमध्ये आर्थिक बाजू वरचढ तर ठरणार नाही? वर्षानुवर्षं गावांशी, तिथल्या मातीशी असलेले बंध सैल तर होणार नाहीत?

या आणि अशा अनेक अनिष्टसूचक प्रश्नांची तलवार अरविंदच्या भविष्यकाळावर लटकते आहे. एके काळी काळ्या दगडावरची रेघ असणाऱ्या बऱ्याचशा गोष्टींचे रंग बदलायला सुरुवात झाली आहे. अरविंदची नेतृत्वरचना, संस्थात्मक रचना, प्राधान्यक्रम, आणि पायाभूत तत्त्वं यांची भक्कम चौकटही आजकाल अस्थिर होऊ लागली आहे. संस्थेचं हित लक्षात घेता, कशाशी प्रामाणिक राहायचं, कशात बदल करून मग ते स्वीकारायचं आणि कशाचा संपूर्णतः त्याग करायचा याचा सोक्षमोक्ष लावण्याची वेळ आलेली आहे.

डॉ. व्हींच्या ठायी असणाऱ्या कारुण्यमय, प्रेममय दृष्टीचा खोलवर जाऊन शोध घेण्याची वेळ अरविंदच्या नेतृत्वावर प्रथमच येऊन पडली आहे.

एकवीस

जिथे सत्य आचरणात येते

डॉ. नाम आणि इतर संस्थापक सदस्यांनी जेव्हा दैनंदिन कामकाजाच्या जबाबदारीतून मुक्त होण्याचा निर्णय घेतला, तेव्हा अरविंद आय केअर सिस्टीमसाठी नवा कार्यकारी संचालक नियुक्त करणं आणि एकूणच प्रशासन रचनेत काही मूलभूत बदल करणं अपरिहार्य झालं होतं; पण हे सगळं नक्की कशा प्रकारे व्हावं याबद्दलच्या कोणत्याच ठोस कल्पना समोर दिसत नव्हत्या.

डॉ. किम रामस्वामी हे दुसऱ्या पिढीतल्या भावंडांच्यातले सर्वात ज्येष्ठ डॉक्टर. अरविंदमध्ये अपेक्षित असलेला नेतृत्वबदल जर योग्य वेळी योग्य प्रकारे घडला नाही तर, त्याचा संस्थेच्या कामावर विपरीत परिणाम होईल अशी त्यांना चिंता वाटू लागली होती. या परिस्थितीत योग्य सल्ला देऊ शकेल अशी एकमेव व्यक्ती होती ती म्हणजे फ्रेड मुन्सॉन. फ्रेड आणि अरविंद यांचं नातं अगदी जुनं आणि विश्वासाचं होतं. अरविंदमध्ये होऊ घातलेला खांदेपालट सुरळीतपणे व्हावा या हेतूनं डॉ. किम यांनी फ्रेड यांना मदुराईला येण्याचं निमंत्रण धाडलं. या घडीला अरविंदचा नेतृत्वबदल हा निर्णायक ठरणार होता आणि कोणत्याही परिस्थितीत कुटुंबातल्या नाजूक धाग्यांना त्यातून धक्का पोहोचू नये अशी किम यांची प्रामाणिक इच्छा होती.

"तुला खरंच असं वाटतं की मी येण्याची गरज आहे?" मुन्सॉन यांनी काहीशा साशंकतेनं किम यांच्याकडे विचारणा केली. आपल्या जाण्यानं या कौटुंबिक पातळीवरच्या निर्णयप्रक्रियेत ढवळाढवळ तर होणार नाही अशी त्यांना शंका असावी; पण मुन्सॉन यांची उपस्थिती अनिवार्य आहे हे सगळ्या संस्थापकांचं आणि इतराचंही मत होतं. त्यानुसार किम यांनी उत्तर दिलं, "हो तुम्ही यायलाच हवं."[१]
८०च्या घरात असलेल्या मुन्सॉन दांपत्याला अमेरिका-भारत हा प्रवास करणं आता पूर्वीइतकं सुकर राहिलं नव्हतं. फ्रेड आणि मेरी या दोघांसाठी बिझिनेस क्लासच्या तिकिटांची व्यवस्था केलेली आहे असं सांगताच फ्रेड यांनी त्यावर आक्षेप घेतला. "आम्हां दोघांची तिकीटं तुम्ही काढायची हे काही मला मान्य नाही." त्यावर किम

उत्तरले, "ठीक आहे, मग आम्ही फक्त मेरी यांचं तिकीट काढतो." 'या कुटुंबाशी वाद घालणं निरर्थक असतं' असं म्हणत शेवटी मुन्सॉन यांनी नाद सोडून दिला.

२०१०च्या सुरुवातीला मुन्सॉन दांपत्य त्यांची मुलगी मेग यांच्यासह अरविंदमध्ये डेरेदाखल झालं. दुसऱ्या दिवशी अरविंदच्या संस्थापक सदस्यांशी जेव्हा त्यांचा सामना झाला तेव्हा थट्टा-मस्करीला अगदी ऊत आला होता. नच्चिअर म्हणाल्या, "फ्रेड, मला ठाऊक आहे, मला सेवानिवृत्त कसं करायचं याचेच बेत तू आखत असशील... पण त्याचा काही उपयोग नाही, मी ते आधीच जाहीर करून मोकळी झालेय." त्यांचे हास्यविनोद इतक्या टिपेला पोहोचले होते की, कसला गोंधळ चाललाय ते पहायला डॉ. अरविंदना त्यांच्या कार्यालयातून बाहेर डोकावावं लागलं. काही वेळानं जी.एस.ही त्यात सामील झाले. नैराश्याचा आव आणून डोक्यावर हात मारून घेत ते म्हणाले, "अरेरे! फ्रेड, तुला काय वाटलं, इतक्या सहजासहजी तू मला इथून डच्चू देऊ शकशील? शक्यच नाही!"

हे त्यांचं नेहमीचंच आहे. एका संताला निवृत्त करण्याचं काम जेव्हा फ्रेड यांनी विनासायासपणे करून दाखवलं, तेव्हापासून ते विनोदानं असंच म्हणतात, की 'अरविंदमधल्या म्हाताऱ्यांना पायउतार करण्यासाठीच फ्रेड अरविंदमध्ये येतो.' सगळेच जण या चेष्टामस्करीत खुशीनं सहभागी होतात.

मेग यांच्या मदतीनं फ्रेड यांनी अरविंदच्या पाचही रुग्णालयांचे प्रमुख, तसंच LAICO आणि ऑरोलॅबच्या संचालकांशी प्रदीर्घ चर्चा करून त्यांची मतं जाणून घेतली. नव्या-जुन्या पिढीच्या सगळ्या सदस्यांशीही अगदी मोकळेपणानं बातचीत केली. त्यातून काही गोष्टी स्पष्टपणे समोर यायला मदतच झाली. नव्या पिढीत पूर्वीइतका एकोपा नसल्यानं ते हा सगळा व्याप कसा काय सांभाळू शकतील ही वडीलधाऱ्यांची काळजी होती; तर आपल्याकडे केवळ नावादाखल नेतृत्व सोपवून ही वरिष्ठ मंडळी सगळ्या कामात हस्तक्षेप करत राहतील की काय अशी तरुण लोकांना धास्ती होती.

अरविंद आय केअर सिस्टीमचा 'मुख्य कार्यकारी संचालक' या पदासाठी, दुसऱ्या पिढीच्या योग्य सदस्यांचं नामांकन करण्यात यावं असं फ्रेड यांनी सुचवलं. सद्य:स्थितीतील खडतर आव्हानांचा विचार करता अरविंदचा कार्यकारी संचालक होणं हे काटेरी सिंहासनावर बसण्यासारखं होतं. त्यामुळं ही जबाबदारी उचलण्यासाठी कुणीच स्वत:हून पुढे येईना.

मुन्सॉन यांच्या शब्दात सांगायचं तर, "मी नाही मी नाही चा खेळ सुरू झाला होता. किम, प्रज्ञ, अरविंद, रामकृष्णन आणि नरेंद्रन या पाचही जणांनी स्पष्ट नकार

दिला.'' आपण या पदासाठी अद्याप अननुभवी आहोत किंवा सध्या असलेल्या जबाबदाऱ्यांच्या ओझ्यातून मुक्त होणं शक्य नाही असंच या सर्वांचं मत पडलं. थोडक्यात, दुसऱ्या पिढीतल्या सगळ्यात वरिष्ठ डॉक्टरांच्या नावांवर फुली मारली गेली होती. याच पिढीतल्या कुणा महिला प्रतिनिधी या पदावर बसण्यास तयारही नव्हत्या आणि इतरांनीही तसा विचार केलेला नव्हता. तुलसी हे खरे तर दोन पिढ्यांमधला दुवा म्हणून म्हणून अतिशय योग्य, पण या पदावर बसणारी व्यक्ती नेत्रतज्ज्ञच असावी असा काही जणांचा आग्रह असल्यानं तुलसी यांनी आपण होऊनच दूर होण्याचं ठरवलं होतं.

अशा प्रकारे प्रत्येक जण स्वत:ला या स्पर्धेतून बाद करत गेला; पण मुन्सॉन यांच्या मते हे पळ काढणं नसून परस्पर आदर, स्पष्ट विचार आणि सार्वमताचा आदर ठेवणं होतं. अनेक प्रदीर्घ चर्चा, विचारविनिमय यांनंतर अखेरीस संचालकपदाची माळ पडली ती तुलसी यांचे कनिष्ठ बंधू डॉ. आर.डी. रवीन्द्रन यांच्या गळ्यात.

या सगळ्या प्रक्रियेत खरंतर डॉ. रवी यांचं नाव तसं अनपेक्षितच होतं. आजवर जगासमोर आलेल्या अरविंदच्या चेहऱ्यांमध्ये त्यांचा कधीच समावेश नव्हता, उलट अशा प्रसिद्धीपासून अलिप्त राहणंच ते पसंत करत असत; पण आजवर जेव्ह जेव्हा अरविंदच्या नव्या रुग्णालयांची उभारणी करण्याचं काम सुरू झालं तेव्हा तेव्हा कोणतीही खळखळ न करता आपल्या कुटुंबासकट नव्या ठिकाणी जाऊन, नव्या रुग्णालयाची जबाबदारी उचलायला तयार झालेलं दुसरंतिसरं कुणी नसून डॉ. रवीच होते. त्यामुळेच एक निष्णात डॉक्टर असण्याबरोबरच रुग्णालयाचं काम शून्यातून कसं उभं करायचं याचा त्यांना गाढा अनुभव होता. खरंतर आपल्या कुटुंबातल्या माणसांच्या कामाचं कौतुक करण्याचा डॉ. व्हींचा स्वभाव नव्हता, पण तरीही १९८९ सालच्या रोजनिशीत त्यांनी रवीन्द्रन यांच्याबद्दल आवर्जून उल्लेख केलेला आहे : *'आंतरराष्ट्रीय पातळीवर वाखाणलं जाईल असं काहीतरी काम करून दाखवण्याची डॉ. रवी यांच्यात पात्रता आहे.'*

रवी यांची कारकीर्द सुरू झाली ती मदुराईत. त्यानंतरच्या तीस वर्षांत बारा नव्हे पण चार गावांचं पाणी मात्र त्यांनी जोखलं होतं. थेनी नावाचं लहानसं खेडं, गजबजलेलं शहर असलेलं तिरुनेलवेली, कारखान्यांचं शहर कोइम्बतूर आणि सांस्कृतिक वारसा सांगणारं पाँडिचेरी असा त्यांचा प्रवास झाला होता. प्रत्येक रुग्णालयाची जडणघडण अगदी जवळून पाहिलेली असल्यानं सर्व रुग्णालयांची त्यांना खडानखडा माहिती होती. सर्व ठिकाणच्या कर्मचाऱ्यांशी उत्तम, खेळीमेळीचे संबंध राखून असलेल्या रवी यांनी प्रत्येक ठिकाणी आपले नेतृत्वगुण नि:संशयपणे

सिद्ध केलेले होते. आणि आता जणू आपल्या कर्तृत्वाचं एक वर्तुळ पूर्ण करण्यासाठी मदुराईमध्ये अरविंद आय केअर सिस्टीमचे संचालक म्हणून त्यांची नियुक्ती झालेली होती. खरंतर आदल्याच दिवशी फ्रेड यांच्याशी बोलताना आपण ही जबाबदारी पेलू शकणार नाही असं मत त्यांनी मांडलं होतं.

पण शेवटी लोकशाही पद्धतीनं झालेल्या त्या प्रामाणिक, निर्भेळ चर्चेनंतर आणि त्यांच्या नावाला एकमुखानं मिळालेल्या पाठिंब्यानंतर त्यांचं मतपरिवर्तन झालं. जी काही आव्हानं त्यांच्यासमोर उभी होती, त्यांचा सामना करताना संपूर्ण कुटुंब भक्कमपणे आपल्यामागे उभं आहे याची त्यांना खातरी पटली. फ्रेड मुन्सॉन म्हणतात, ''नाम यांचे वारसदार म्हणून रवी यांची निवड झाल्यानं वरिष्ठ मंडळीही खूश झाली. रवी यांच्या कर्तबगारीवर सर्वांचाच विश्वास होता आणि सर्व बाबतीत त्यांना संपूर्ण सहकार्य करण्यासाठी ते तयारच होते. शिवाय सगळ्या तरुण मंडळींची या मुद्द्यावर एकवाक्यता झाल्यानं ते अधिकच समाधानी होते.''

अरविंदच्या एकूणच व्यवस्थापन-प्रश्नासन पद्धतीत अधिकाधिक विकेंद्रीकरण करण्याचीही गरज होतीच. त्यानुसार शिक्षण-प्रशिक्षण, आर्थिक बाबी, माहिती-तंत्रज्ञान, मनुष्यबळ, प्रकल्पविस्तार, अशा विविध विभागांचे प्रमुख म्हणून नव्या पिढीच्या सदस्यांची नेमणूक करण्यात आली. सर्व निर्णय प्रक्रिया मदुराईकेंद्रित न राहता सर्वसमावेशक व्हावी या हेतूनं सर्व रुग्णालयांच्या प्रमुखांची मिळून व्यवस्थापन समिती बनवण्यात आली. एकूण निर्णयप्रक्रियेत कुटुंबाबाहेरील सदस्यांचाही सहभाग राहील या दृष्टीनेही काही बदल करण्यात आले.

नव्या व्यवस्थेत शिक्षण आणि अर्थ या विभागांचे मुख्य असणारे प्रज्ञ म्हणतात, ''पायाभरणी झालेलीच होती, आता आम्ही त्यापुढची बांधणी करू. अधिकाधिक लोकांनी यात सहभागी व्हावं, अरविंद हे आपल्या सर्वांचं आहे अशी भावना प्रबळ व्हावी असं मला वाटतं. कुटुंबातल्या तीन-चार जणांच्या हातात सगळी सूत्रं एकवटलेली आहेत असं चित्र निर्माण होणं योग्य नाही. त्यासाठी बऱ्याच गोष्टींवरचा आपला ताबा सोडून द्यायला हवा.' आणि मग प्रज्ञ एकदम जाहीर करतात, ''हे असं ताबा सोडून देणं मला प्रचंड आवडतं.''

''मला विचाराल तर आमच्यासमोरचं सर्वात मोठं आव्हान म्हणजे आजूबाजूला वाढत चाललेली गर्दी. तीस वर्षांपूर्वीच्या तुलनेत तर त्यात फार प्रचंड वाढ झाली आहे, आणि इतक्या गोंधळात आपल्या कामावर लक्ष केंद्रित करणं फार जिकिरीचं आहे.'' डॉ. अरविंद म्हणतात. नव्या रचनेत अरविंद यांच्यावर नवे प्रकल्प आणि त्यांच्या विस्ताराची जबाबदारी देण्यात आलेली आहे.

डॉ. अरविंद ज्या 'गर्दी'बद्दल बोलत आहेत ती म्हणजे नेत्रसेवा क्षेत्रात व्यावसायिकरीत्या उतरलेल्या कंपन्यांची गर्दी. गेल्या काही वर्षांत वासन आय केअर या खाजगी रुग्णालय समूहानं भारतातल्या ६०हून अधिक मोक्याच्या शहरांत आपलं बस्तान बसवलं आहे. आर्थिकदृष्ट्या संपन्न गटातल्या रुग्णांना डोळ्यासमोर ठेवून सुरू करण्यात आलेलं हे रुग्णालय सेकवोइया कॅपिटल आणि इतर काही गुंतवणूकदारांच्या पाठबळावर उभं आहे. २०११मध्ये त्यांनी जाहीर केलेल्या योजनेनुसार ५५० कोटी रुपयांचा निधी उभारून भारतात ५० व इतर काही देशांमध्ये १० नवी रुग्णालयं विकसित करण्याचा त्यांचा मानस आहे. आय-क्यू हीदेखील अशीच एक कंपनी भारतात १०० नेत्र रुग्णालयं उभारण्याच्या प्रयत्नात आहे.[२] अरविंदनं एके काळी निर्माण केलेल्या या बाजापेठेत आता या दिग्गज कंपन्यांनी चंचूप्रवेश केलेला आहे.

या रुग्णालयांची अरविंदला स्पर्धा आहे ती दोन स्तरांवर. एक म्हणजे तिथे मिळणाऱ्या आकर्षक वेतनासाठी अरविंदचे कर्मचारी तिकडे ओढले जाण्याची शक्यता आणि त्याहूनही महत्त्वाचं म्हणजे चांगल्या उपचारांसाठी पैसे मोजायला तयार असणाऱ्या रुग्णांनी अरविंदऐवजी या रुग्णालयांना प्राधान्य देण्याची शक्यता. अरविंदच्या नेतृत्वाला या संभाव्य धोक्यांची जाणीव आहे, पण दडपण नाही. डॉ. अरविंद म्हणतात, "या स्पर्धेत आम्ही ओढले गेलो आहोत; पण हे विसरून चालणार नाही की, या स्पर्धेला पोषक अशी वातावरणनिर्मिती करण्याचं श्रेय हे आमच्याच संस्थेचं आहे."

वर्षभरापूर्वी अरविंद यांच्या मनात असणारी नैराश्याची छटा आता कुठल्याकुठे दूर पळून गेली आहे. पुन्हा एकदा नव्या कल्पना, नव्या आशा यांनी त्यांना भारून टाकलंय. फक्त वेगात धावण्यापेक्षा योग्य दिशेला धावणं महत्त्वाचं असतं हे त्यांना नीटपणे उमजलं असल्यानं ते म्हणतात, "स्पर्धेत नुसतं धावणं हे आपलं काम नाही, स्पर्धेला आणि स्पर्धकांनाही योग्य दिशा देणं हा अरविंदचा शिरस्ता आहे."

२०११ सालच्या आगमनाबरोबरच अरविंदमध्ये झालेल्या नेतृत्वबदलाचे प्रत्यक्ष परिणाम हळूहळू दृश्य होऊ लागले. रवी आणि त्यांच्या नव्या सहकाऱ्यांची संस्थेच्या प्रशासनावर खऱ्या अर्थानं पकड येऊ लागली आणि वर्षभरापूर्वीपर्यंत अरविंदच्या विकास धोरणांबाबत जुन्या-नव्या पिढीत होणाऱ्या संघर्षालाही पूर्णविराम मिळाला. गरीब आणि श्रीमंत अशा दोन्ही रुग्णांची एकत्र सांगड घालण्याच्या पद्धतीला पर्याय नाही यावर पुन्हा एकदा एकमतानं शिक्कामोर्तब करण्यात आलं. मोठ्या शहरांमध्ये केवळ श्रीमंत रुग्णांसाठी सेवा सुरू करण्याचा आणि सशुल्क

आणि नि:शुल्क सेवांचे विभाजन करण्याचा प्रश्नही निकालात काढण्यात आला. याबाबत डॉ. रवी यांचे विचार अतिशय स्पष्ट आणि निग्रही आहेत. ते म्हणतात, "सर्व आर्थिक स्तरांतील रुग्णांना सेवा देणं हेच आपल्या यशाचं गमक आहे. अरविंदमध्ये येताना कुणाच्याही मनात परकेपणाची भावना नसणं हे आपलं वैशिष्ट्य आहे आणि ते जपलंच पाहिजे."

भारतात वीस कोटी लोकांना कोणत्या ना कोणत्या प्रकारच्या नेत्रसेवांची गरज पडते. मोतीबिंदूच्या शस्त्रक्रिया करणाऱ्या सुविधा सर्वत्र मोठ्या प्रमाणात उपलब्ध झाल्या आहेत; परंतु अद्याप काचबिंदू, मधुमेहानं होणारे रेटिनाचे विकार, अत्यंत अधू दृष्टी किंवा साध्या डोळ्यांच्या नंबरच्या तक्रारी यांनी ग्रस्त असलेले लाखो लोक आहेत. ज्याप्रमाणे मोतीबिंदूच्या शस्त्रक्रिया अल्प शुल्कात केल्या जातात तसे या सुविधांचे नाही, आणि नजिकच्या भविष्यकाळात तसे घडण्याची शक्यताही नाही. या पार्श्वभूमीवर अरविंद नेमकं कशाला प्राधान्य देईल हे रवी नेमकेपणानं सांगतात. "जिथे खरी गरज आहे, तिथे आम्ही पुढे होणार." हाच विचार पुढे नेत तुलसी म्हणतात, "या क्षेत्रांमध्ये फारसे आर्थिक लाभ नसल्यानं त्यात उतरायला इतर कुणी तितकंसं उत्सुक नाही. मात्र अरविंदकडे पुरेशी आर्थिक स्वयंपूर्णता असल्यानं आपण हे आव्हान पेलू शकतो." याच उद्देशानं अरविंदनं शाळा आणि कारखान्यांमध्ये नेत्र तपासणी शिबिरांचे कार्यक्रम मोठ्या स्तरावर राबवण्याचं सत्र सुरू केलं आहे. काचबिंदू आणि मधुमेहानं निर्माण होणाऱ्या विकारांविषयी जागृती निर्माण करण्यासाठीही अशा उपक्रमांचं आयोजन केलं जातं.

विविध ठिकाणांच्या गरजांनुसार लहान-मोठ्या आकाराची नेत्ररुग्णालयं सुरू करण्याचा अरविंद आय केअर सिस्टीमचा इरादा आहे. अगदी प्राथमिक नेत्र तपासणीपासून ते पूर्णवेळ प्रशिक्षण केंद्रं आणि सर्व प्रकारच्या सुविधा पुरवणाऱ्या रुग्णालयांचा यात समावेश असेल.

जिथं मोठी रुग्णसंख्या उपलब्ध आहे अशा ठिकाणांवर आता लक्ष केंद्रित करण्यात येत आहे. तुलसी सांगतात, "मदुराईला येणाऱ्या रुग्णांपैकी १० टक्के रुग्ण दिंडीगल या अदमासे ६५ किमी अंतरावरच्या गावातून येतात हे लक्षात येताच दिंडीगल येथे एक स्वतंत्र केंद्र उभे करण्याचा निर्णय घेण्यात आला."

त्या योजनेबरहुकूम २०१० मध्ये दिंडीगल इथे ५० खाटांचं रुग्णालय सुरू झालं. त्यानंतर काहीच महिन्यांत असंच एक रुग्णालय तिरुपूर या गावीही उभारण्यात आले. २०११ सालापर्यंत तामिळनाडू राज्यातच आणखी दोन रुग्णालयं आणि दोन शस्त्रक्रिया केंद्रं उघडण्यात आली. 'स्थानिक सुविधा' हा अरविंदचा नवीन मंत्र झालेला होता. संपूर्ण तामिळनाडू राज्यात आजवर ५० ठिकाणी विविध आकारांच्या लहान-मोठ्या रुग्णालयांचं जाळं पसरलेलं आहे.

आश्चर्याची बाब म्हणजे शेजारील आंध्रप्रदेश या राज्यातून मजलदरमजल करत अनेक रुग्ण अरविंदमध्ये आवर्जून येत असत. रंगासामी नामक एक मनुष्य आंध्रप्रदेशातील आपल्या गावातून ५०० किमी प्रवास करून आपल्या जवळजवळ अंध झालेल्या वृद्ध आई-वडिलांना घेऊन अरविंदमध्ये दाखल झाला. त्या दोघांवरही मोतीबिंदूची यशस्वी शस्त्रक्रिया होऊन त्यांची दृष्टी पूर्ववत झाली. या गोष्टींनं अत्यंत आनंदी झालेल्या रंगासामीनं एक अनोखा उपक्रम सुरू केला. दर आठवड्याला तो आणि त्याचे ५-१० कार्यकर्ते त्यांच्या परिसरातल्या गरीब रुग्णांना उपचारांसाठी अरविंदमध्ये घेऊन येऊ लागले.

''गेल्या १५ वर्षांत रंगासामीच्या प्रयत्नांतून आंध्रप्रदेशातल्या १५०००० रुग्णांना अरविंदच्या सुविधांचा लाभ झाला.'' तुलसी म्हणतात. या गोष्टीचा तोंडातोंडी प्रचार होऊन अधिकाधिक रुग्ण अरविंदमध्ये येऊ लागले. ''आता तिथेच एक रुग्णालय बांधण्याच्या दृष्टीनं आम्ही जागा मिळवण्याच्या प्रयत्नात आहोत, म्हणजे या लोकांना इतकं लांब अंतर पार करत येण्याची गरज पडणार नाही. अर्थात ते प्रत्यक्षात कधी येईल हे सांगणं कठीण आहे.''

डॉ. अरविंद सांगतात, 'या व्यवसायातल्या प्रतिस्पर्धी कंपन्यांच्या तुलनेत आमचा वेग काहीसा कमी आहे हे मान्य; पण आमच्या परंपरांना तडा जाणार नाही याची काळजी घेत घेत आम्ही धीम्या गतीनं पुढे जात आहोत.'' अनेक लहान-मोठ्या शहरांत अरविंद मूळ धरत असले तरी, त्यांच्या तत्त्वांच्या चौकटीत बसू शकणाऱ्या मनुष्यबळाचा अभाव विकासाच्या वेगाला खीळ घालत आहे.

डॉ. अरविंद सांगतात, ''नव्या ठिकाणी बांधण्यात येणाऱ्या रुग्णालयांसाठी लागणाऱ्या कर्मचाऱ्यांपैकी पैकी ८०% कर्मचारी जुन्या रुग्णालयांतून पाठवले जातात, नव्या ठिकाणी नव्या कर्मचाऱ्यांची भरती कधीच करण्यात येत नाही.'' अरविंदमध्ये काम करताना झालेली जडणघडण आणि अनुभव या गोष्टी कर्मचाऱ्यांच्या निवडप्रक्रियेत किती महत्त्वाच्या ठरतात हे यातून अधोरेखित होतं. रवी सांगतात, ''आम्हांला अभिप्रेत असणारी गुणवैशिष्ट्यं अंगी बाणवलेल्या सहकाऱ्यांची फौज हाताशी असणं महत्त्वाचं आहे, त्यासाठी काही काळ जावा लागला तरी बेहत्तर.''

तुलसी म्हणतात, ''बरेच लोक आम्हांला विचारतात की, अरविंदचा झपाट्यानं विस्तार होताना का दिसत नाही? खरं तर आमची आर्थिक बाजू पुरेशी सक्षम आहे. आमच्या स्वत:च्या जोरावर निधी उभा करून नवनवी रुग्णालयं बांधणं काही अशक्य नाही. पण हा ससा-कासवाच्या गोष्टीतल्या वृत्तीचा प्रश्न आहे. सावकाशपणे पण दर्जाची हमी देणारी विस्तारप्रक्रिया आम्हांला सर्वांना अधिक भावते आहे.''

रवीदेखील हे कबूल करतात. ''आम्हांला हव्या असलेल्या प्रकारे हाताखालच्या लोकांना प्रशिक्षित करण्याच्या प्रक्रियेला वेग देणं शक्य होईल की नाही ते आत्तातरी

आम्हांला ठाऊक नाही. मग विनाकारण ही जोखीम कशासाठी उचलायची?'' नच्चिअरही याबाबत उत्तर द्यायला तत्पर आहेत, ''आपल्याकडे असलेल्या मनुष्यबळाची संख्या वाढवणं हे उद्दिष्ट असू शकत नाही. केवळ आपल्याला दहा नवी रुग्णालयं हवीत म्हणून ढीगभर कर्मचाऱ्यांची भरती करून घेणं हा अरविंदचा शिरस्ता नाही.''

कोणत्याही कामात जराही शैथिल्य खपवून न घेता आपल्यात कमालीची कार्यक्षमता आणणं यावर संस्थापक सदस्यांचा कटाक्ष असे. यातूनच किफायतशीरपणा आणि उच्च दर्जाची सांगड घालणं शक्य झालं हे खरं असलं तरी काही वेळा कामाचा अतिरेकही होत असे. अरविंदचं काम करता करता आपल्या आयुष्यात दुसरं काही उरलंच नसल्याची खंत काही जणांना वाटत असे. ही परिस्थिती बदलण्यासाठी नव्या नेतृत्वानं काही पावलं उचलली. इथलं वातावरण अधिकाधिक उत्साहवर्धक, कामाचा ताण न येऊ देणारं होईल या दृष्टीनं डॉ. प्रज्ञ डॉक्टरांसाठी तर डॉ. उषा इतर कर्मचाऱ्यांसाठी नवनवीन कल्पना लढवत आहेत. चांगल्या वेतनासोबतच यशस्वी कारकीर्द घडवण्याची खात्रीशीर संधी देणं आणि त्यासाठी संगणक, सफाईदार इंग्रजी, संभाषणकौशल्यं आदींचं प्रशिक्षणही उपलब्ध करून देणं हा त्याच प्रयत्नाचा एक भाग होता.

डोळ्यांचा कर्करोग हे डॉ. उषा यांचं कार्यक्षेत्र आहे. रेटिनोब्लास्टोमा हा डोळ्यांच्या कर्करोगाचा प्रकार भारतातही आढळत असला तरी, हा प्रचंड रुग्णसंख्येचा विकार नाही. डॉ. उषा यांच्याकडे वर्षभरात या प्रकारच्या १०० केसेस येतात. यातले बहुतांश बालरुग्ण असत आणि तेदेखील गरीब घरांतील. भारतातल्या गरीब घरांमध्ये लहान मुलांच्या डोळ्यांची किंवा एकूणच आरोग्याची नियमित तपासणी होणं ही बाब दुर्दैवानं दुर्मीळच आहे. परिणामी डॉ. उषा यांच्याकडे येणाऱ्या बालरुग्णांचा कर्करोग अंतिम टप्प्यात पोहोचला असल्यानं जीवघेणा ठरण्याची शक्यता निर्माण होत असे. रोजंदारी करून कशीबशी गुजराण करणारे हे पालक याबाबत अनभिज्ञ असत आणि कालांतरानं आपल्या मुलांची परिस्थिती कळल्यानंतर अतिशय हताश होत असत. अशा वेळी उषा आणि त्यांचे सहकारी हेच त्यांच्यासाठी शेवटचं आशास्थान ठरत असत.

या कर्करोगावर ठोस अशी उपाययोजना नाही. अशा वेळी जीव वाचवण्याच्या हेतूनं रुग्णांचे डोळे काढण्याचा निर्णय नाइलाजानं घ्यावा लागत असे. उषा सांगतात, ''सुरुवातीला इथे केमोथेरपीची सुविधा उपलब्ध नव्हती. त्या वेळी इतर कर्करोगतज्ज्ञांच्या मदतीवर अवलंबून राहणं भाग पडत असे.'' पण सतत बाह्य मदतीवर थांबून रहायचे नाही असा निर्धार करून डॉ. उषा यांनी २००४ साली या

सर्व सुविधा अरविंदमध्ये सुरू केल्या. त्यासाठी त्यांनी 'रिंग ऑफ होप फंड' या नावानं देणगीनिधी उभारायला सुरुवात केली. उषा यांच्याकडे येणाऱ्या कर्करोगाच्या रुग्णांची शस्त्रक्रिया, रुग्णालयात राहण्याचा खर्च, जेवण इ. खर्च अरविंदमार्फत तर केमोथेरपी आणि रेडीएशनचा खर्च रिंग ऑफ होप फंडमधून केला जाऊ लागला.

या प्रयत्नाचा परिपाक म्हणून शेकडो लहान मुलं व प्रौढ रुग्णांचे डोळेच नाही तर जीवही बचावला आहे. मोठी रुग्णसंख्या, उच्च दर्जाचे उपचार आणि माफक शुल्क या चौकटीत हे काम बसत नसलं तरी गरजू लोकांना सर्व प्रकारच्या नेत्रसुविधा पुरवण्याच्या अरविंदच्या विशाल दृष्टिकोनानं हे कार्यदेखील सामावून घेतलं आहे.

अरविंदच्या क्षमतांचा पूर्ण आवाका आल्यानंतर आर्थिक बाबतीत आत्मनिर्भर राहण्याचा निग्रह अडचणीचा ठरत असल्याचं नव्या दमाच्या नेतृत्व फळीला जाणवू लागलं. ख्रिस्तीन मेल्टन यांच्या मते "एकीकडे अरविंदच्या वाढत्या विस्तारासोबत निर्माण होणाऱ्या नवनवीन संधी आणि दुसरीकडे इतक्या वर्षांचा स्वयंपूर्णतेचा बाणा अशा द्विधा स्थितीत ते अडकले होते."

१९८३मध्ये शिकाऊ डॉक्टर म्हणून अल्प काळासाठी अरविंदमध्ये आलेल्या ख्रिस्तीन मेल्टन स्वयंसेवक म्हणून इथे सातत्यानं येत राहिल्या. डॉ. व्हींच्या सान्निध्यात मिळालेल्या प्रेरणेतून त्यांनी अमेरिकेमध्ये अरविंद आय फाउंडेशनची (AEF) स्थापना केली. अमेरिकेतील संसाधनं, प्रशिक्षण, आणि भागीदारीच्या संधी यांची अरविंदशी सांगड घालण्याचे काम AEF करत आहे. बाह्य जगतातून मिळणाऱ्या आर्थिक मदतीबाबत अरविंदमध्ये असलेली संभ्रमावस्था ख्रिस्तीन यांनी जवळून पाहिली होती. खरंतर त्यामळे AEFच्या कामावरही अप्रत्यक्षपणे निर्बंध येतच होते. त्या म्हणतात, "खूप काही करणं शक्य होतं पण नेमका निर्णय घेण्याची गरज होती."

संस्थापक सदस्यांच्या काळात बाह्य आर्थिक मदतीच्या साहाय्यानं काही प्रकल्प यशस्वीपणे राबवण्यातही आले होते, परंतु निधी उभा करण्यासाठी जाणीवपूर्वक प्रयत्न करणं त्यांनी कायम टाळलं होतं. जणू काही निधीसंकलन हा शब्द संस्थापक सदस्यांना निषिद्धच होता. २०११मध्ये मात्र अरविंदचं नवं नेतृत्व आणि AEF यांच्यात देणगी निधी संकलनाविषयी चर्चेला सुरुवात झाली.

"आपले महत्त्वाचे कारभार आणि नव्या रुग्णालयांची बांधणी याबाबत आर्थिकदृष्ट्या स्वायत्त राहण्याची गरज सर्वमान्य होती," तुलसी सांगतात. रुग्णांकडून मिळणारं

शुल्करुपी उत्पन्न फक्त यांसाठीच राखून ठेवणं महत्त्वाचं होतं; पण अंधत्व-निवारणाच्या क्षेत्रातील नवे प्रयोग आणि ऑरोलॅबमार्फत केले जाणारे नव्या उत्पादनाचे प्रयोग यांसाठी देणगीद्वारा उभ्या राहू शकणाऱ्या निधीचा वापर करण्याविषयी कुणालाच हरकत नव्हती. अखेरीस अशा प्रायोगिक तत्त्वांवर चालणाऱ्या आणि अरविंदच्या कार्यक्षेत्राच्या सीमा रुंदावण्यासाठी आवश्यक असणाऱ्या प्रकल्पांसाठी निधी संकलन करण्याचं काम AEFकडे सोपवण्याचा निर्णय सर्वसहमतीनं घेण्यात आला.

आज नव्या नेत्रकेंद्रांच्या उभारणीसाठी आणि नव्या क्षेत्रांतील उपचारपद्धतींसाठी (उदा. मधुमेहामुळे निर्माण होणारे रेटिनाचे विकार) AEFमार्फत निधी संकलन केलं जातं. या क्षेत्रात संशोधनासाठी शिष्यवृत्ती देण्यासाठी तसंच विकसनशील देशांतील रुग्णालयांपर्यंत LAICOची सेवा पोहोचवण्यासाठी या निधीचा वापर करण्यात येऊ लागला. अर्थात आजही निधी संकलन करण्याच्या हेतूनं सामाजिक कार्यक्रमांत सहभागी होणं, प्रसारमाध्यमांतून जाहिरात करणं किंवा देणग्यांची अकारण मागणी करणं या गोष्टी कटाक्षानं टाळून अरविंदच्या संस्थापकांचे मूळ हेतू कायम ठेवण्यात आले आहेत.

ज्या काही बाबतींतले निर्णय संस्थापक सदस्यांनी त्यांच्या सद्सद्विवेकबुद्धीच्या हवाल्यावर सोडले होते त्यांना नव्या नेतृत्वानं प्रशासन कौशल्यांच्या चौकटीत आणलेलं आहे. मात्र आजही इथल्या सर्वच गोष्टी नेमक्या व्याख्येत बसणाऱ्या किंवा आखीवरेखीव नाहीत. जुन्या सदस्यांच्या ठायी असलेलं अनुभवसिद्ध शहाणपण आणि समज आजही महत्त्वाची ठरते. नच्चिअर म्हणतात तसं, "इथे असा कुठलाच नियम वगैरे नाही. हे एक अजब रसायन आहे. इथं आधुनिकता आहे आणि परंपरांचा पगडाही. स्वातंत्र्य आहे आणि सहकार्यही, कुठे सावधगिरी आहे तर कुठे जोखीमही. आमच्या जाणिवा, संवेदना आणि अशा बऱ्याच गोष्टी इथं एकमेकांत मिसळून गेलेल्या आहेत; आणि गतिमानतेचं म्हणाल तर ती पाहणाऱ्याच्या दृष्टीवर अवलंबून आहे. आम्ही कधी वेग घेतो, कधी धीमी पावलं टाकतो. निर्णय घेणाऱ्याचं मन आणि बुद्धी कोणता कौल देते यावर ते ठरतं."

डॉ. व्हींचे गुरू सर जॉन विल्सन यांच्याबाबतीत एक किस्सा सांगितला जातो तो असा. रुग्णसंख्या या मुद्द्यावर अकारण वादविवाद घालणाऱ्या एका तरुण आरोग्यतज्ज्ञानं त्यांना प्रश्न केला की, 'जगात नक्की किती अंध लोक आहेत?' आपल्या दृष्टिहीन नेत्रांनी प्रश्नकर्त्याकडे काही काळ रोखून पाहत विल्सन उत्तरले, 'मित्रा, एका वेळी एकच माणूस अंध होता. लक्षात ठेव, एका वेळी एकच!'

शुक्रवारची संध्याकाळ आहे. अरविंदच्या इतर कर्मचाऱ्यांशी संचालकांचा नियमितपणे संवाद व्हावा यासाठी डॉ. रवी आग्रही असतात. त्याचाच एक भाग म्हणून आज काही परिचारिका, नेत्रतपासणी साहाय्यक, समुपदेशक आणि इतर निमवैद्यकीय कर्मचारी अशा ४०० जणांच्या समूहासमोर आज ते त्यांच्या रुग्णांच्या अनुभवांविषयी बोलत आहेत.

''शैलजा ही तुमच्यासारखीच एक तरुणी आहे. तिच्या लहानपणीच तिच्या आई-वडिलांचं एका अपघातात निधन झालं. आता ती एका वीटभट्टीत कामगार म्हणून काम करत तिच्या आजीसोबत राहते.''[३] पुढे ते सांगतात की, कामाच्या ठिकाणी नुकत्याच झालेल्या एका अपघातात शैलजानं तिची दृष्टी गमावली. आता उदरनिर्वाहाचं काहीच साधन नसल्याने त्यांच्यावर अत्यंत कठीण परिस्थिती गुदरली होती. उपासमारीचे दिवस काढण्यापेक्षा हे जीवनच संपवून टाकावं अशा विचारात या आजी-नाती होत्या.

''योगायोगानं दुसऱ्याच दिवशी तिच्या गावात आपल्या एका नेत्रतपासणी शिबिराची घोषणा करणारी रिक्शा पोहोचली.'' ते पुढे सांगतात की, ''शिबिरातल्या डॉक्टरांनी तपासणी केल्यानंतर आघातामुळे उत्पन्न झालेल्या मोतीबिंदूचं निदान झालं. इतर रुग्णांसोबत शैलजालादेखील मुख्य रुग्णालयात आणलं गेलं आणि आठवड्याभरात तिच्यावर शस्त्रक्रिया करण्यात आली, आणि अर्थातच या यशस्वी शस्त्रक्रियेनंतर तिची दृष्टी पूर्ववत झाली. या घटनेनंतर तिचं आयुष्य कसं बदलून गेलं असेल याचा जरा विचार करा. ही शस्त्रक्रिया करणाऱ्या डॉक्टरांचे आणि परिचारिकांचे किती आभार मानू आणि किती नको असं तिला व तिच्या आजीला झालं होतं. लक्षात ठेवा, त्यांचे हे धन्यवाद तुमच्या सर्वांसाठी होते.''

अरविंदमध्ये दिवसाला अक्षरश: हजारो रुग्ण तपासले जात. लोकांच्या डोळ्यांची तपासणी करणं, त्यांना औषधं देणं, त्यांना पुन्हा-पुन्हा शुल्करचना समजावून सांगणं, रुग्णपात्रकांची अचूक नोंद करणं, अशा कामात हे डॉक्टर्स आणि परिचारिका इतके गढून जातात की, आपण करत असलेल्या कामांमुळं कोणाच्यातरी आयुष्याला नवी दिशा लाभत आहे याचा विचार करायलाही त्यांना फुरसतच मिळत नाही. म्हणूनच रवी त्यांना आवर्जून सांगतात, ''आपले छोटे छोटे प्रयत्न एका खूप मोठ्या परिवर्तनात बदलत आहेत याची तुम्ही सदैव जाणीव ठेवा.''

डॉ. व्हींनी अरविंद उभं केलं ते उपचारांनी बरं होणारं अंधत्व दूर करण्याच्या हेतूनं. या रचनेच्या केंद्रस्थानी मोठी रुग्णसंख्या, शाश्वती आणि किफायतशीरपणा यांच्यासोबतच एक मानवी चेहरा दडलेला होता. डॉ. नच्चिअर म्हणतात त्याप्रमाणे, ''माणसानं माणसाशी माणसासारखं वागणं हा अरविंदचा मूलमंत्र होता.''

अरविंदच्या सर्वोच्च पदाची जबाबदारी स्वीकारताना रवी यांच्या मनात काही विशिष्ट कल्पना होत्या. या पदाची जबाबदारी आणि समोर उभी असलेली आव्हानं यांची त्यांना कल्पना होतीच. अरविंदच्या भविष्याबद्दल आणि ज्या तत्त्वांच्या आधारावर ते साध्य करायचं त्यांविषयी ते अतिशय प्रांजळपणे बोलतात. त्यांच्या विचारांतून अधोरेखित होणाऱ्या परमार्थाच्या संकल्पना आपल्याला आश्चर्याचा सुखद धक्का देणाऱ्या आहेत.

ते म्हणतात, ''डॉ. व्हींच्या सदिच्छा फक्त कुटुंब किंवा अरविंदच्या कर्मचाऱ्यांपर्यंतच मर्यादित होत्या असं नाही, त्याहीपलीकडे जाऊन सगळ्या समाजालाच त्यांनी एक दिशा दिली होती. त्यांची सत्प्रवृत्ती आणि सद्विचार यांचं अदृश्य कवच अरविंदभोवती आजही आहे. ते चिरंतन टिकवून ठेवण्यासाठी आम्ही स्वत: काही प्रयत्न केले नाहीत तर कधी ना कधी ते विरूनच जाणार आहे.

येणारा काळ हा व्यावहारिक विचारांना आणि ऐहिक सुखांना प्राधान्य देणारा असणार यात शंकाच नाही. अशा परिस्थितीत आपण आपल्या परंपरागत मूल्यांची आणि आधुनिकतेची सांगड कशी काय घालणार आहोत? संस्थेचे प्रणेते म्हणून आपल्या तत्त्वांशी प्रामाणिक राहणं हे आमचं कर्तव्य आहे. लोकांच्या गरजा पूर्ण करण्याच्या प्रयत्नात आपण आपल्या आदर्शांशी प्रतारणा तर करत नाही ना याचं भान आपण बाळगलं पाहिजे. बदलत्या काळानुरूप योग्य ते बदल घडायलाच हवेत. अधिक वेतन, संशोधनाची संधी हे सगळं योग्यच आहे; पण आपल्या मूळ आकांक्षांची कास कधी सुटता कामा नये.''

अरविंद-मदुराईमधल्या डॉ.व्हींच्या खोलीत दिवा लावलेला दिसत आहे, दारही उघडं आहे. त्यांच्या निधनानंतर पाच वर्षं ही खोली अशीच आहे. नीट पाहिलं तर ओळखीच्या सगळ्या खुणाही दिसतील. पुस्तकांनी भरलेलं कपाट, भिंतीवर पसरलेला जगाचा नकाशा, आरामात बसता यावं यासाठी त्यांच्या खुर्चीत ठेवलेली उशी, सावित्रीची भलीथोरली पानं उलगडताना ते वापरत असलेला पेपरवेट... सगळं जिथल्यातिथे आहे. बुद्धाच्या दगडी मूर्तीला घातलेल्या ताज्या टवटवीत फुलांनी वातावरणात प्रसन्नता आणली आहे. टेबलवर हात ठेवून सुहास्य वदनानं पाहणाऱ्या डॉ. व्हींचं एक छायाचित्र आपलं लक्ष वेधून घेत आहे.

खोलीत शांतता असली तरी तिथं एका चैतन्यमय अस्तित्वाची सूक्ष्म छटाही आहे. डॉ. व्हींचं स्मृतिस्थळ होऊन राहणं हेच या खोलीचं प्रारब्ध नाही. नव्या संचालकांनी याच खोलीतून आपलं कामकाज पहावं असा नच्चिअर यांचा आग्रह आहे. सुरुवातीला या गोष्टीसाठी काहीसे अनुत्सुक असलेले डॉ. रवीही आता इथं यायला तयार झाले आहेत.

दुसऱ्या आणि तिसऱ्या पिढीनं डॉ. व्हींचा वारसा यशस्वीपणे पुढे चालवला

आहे यात शंकाच नाही. मात्र या कार्याकडे आत्मपरिवर्तनचं एक माध्यम म्हणून पाहण्याचा डॉ. व्हींचा दृष्टिकोन त्या सर्वांच्यात तितकासा भिनलेला नाही. आणि तरीही अरविंदच्या सर्वोच्च पदावर त्यांनी अशा एका व्यक्तीची निवड केली आहे, जिला या विचारांचा कार्याशी मेळ घालणं उत्तमरीत्या साधलं आहे.

''एक यशस्वी व्यवसाय म्हणून जे लोक अरविंदकडे पाहतील त्यांना इथली प्रचंड रुग्णसंख्या, हजारो शस्त्रक्रिया, आर्थिक स्वयंपूर्णता यांचा विस्मय वाटतो. पण या सगळ्यामागे आहे ती एक मानवी शक्ती.'' रवी म्हणतात. ''कसं कोण जाणे पण रुग्णांना ती निश्चितपणे जाणवते. रुग्ण तपासत असताना 'या माणसाकडून आपल्याला किती पैसे मिळतील' हा विचार आमच्या मनाला शिवतही नाही आणि आमची ही प्रामाणिक भावना रुग्णांच्या मनाला भिडते.'' ते पुढे म्हणतात, ''अंधत्वाचं काय, आज आहे उद्या राहणार नाही; पण 'अरविंद'मध्ये रुग्णांना असं काही गवसतं की जे इतर कुठेही नाही. जे काही खरंखरं, कुठल्याही मुखवट्यामागे न दडलेलं आहे ते तसंच्यातसं अस्तित्वात आणण्याची अरविंद ही एक संधी आहे. डॉ. व्हींनी अरविंदच्या माध्यमातून आपल्या आकांक्षांना मूर्त स्वरूप दिलं. सगळ्या रुक्ष, निर्जीव गोष्टींत त्यांनी आपला जीव ओतला होता.''

''केवळ अंधत्वनिवारण हे अरविंदचं लक्ष्य कधीच नव्हतं आणि पुढेही राहणार नाही हे नव्या नेतृत्वाला कायम लक्षात ठेवावं लागेल. अंधत्वनिवारण या वरपांगी हेतूमागे एक गहिरी आकांक्षा आहे. हे वरपांगी लक्ष्य साध्य करताना आपल्या अंतर्गत आकांक्षेचा बळी जाणार नाही याची त्यांनी दक्षता घ्यायला हवी. अरविंदमध्ये लोकांना त्यांच्या खऱ्याखुऱ्या अस्तित्वाचा पूर्ण साक्षात्कार व्हायला हवा आणि याची आपण मनाशी पक्की खूणगाठ बांधायला हवी.'' डॉ. व्हींच्या विचारांशी जवळचं नातं सांगणारे डॉ. रवींचे हे शब्द किती दिलासादायक, आश्वस्त करणारे आहेत.

समारोप

मृत्यूचा प्रश्न

मला वाटतं, ती २००४ सालच्या उन्हाळ्यातली एक सकाळ असावी. आमच्या लाडक्या डॉ. व्ही आजोबांसाठी योगी अरविंदांच्या सावित्री या रचनेचं वाचन करणं हा आम्हां नातवंडांचा परिपाठच होता. त्या दिवशी मी वाचत असलेल्या पानांवर मृत्युदेव यम आणि राजकन्या सावित्री यांच्यातला संवाद कथन करण्यात आला होता. मृत्यूविषयक कल्पनांनी रंगलेल्या त्या ओघवत्या भाषेतल्या ओळी मी जरा जलद गतीनं वाचू लागले, इतक्या की त्यांचा अर्थ माझ्या मनापर्यंत पोहोचतच नव्हता. हे लक्षात येताच आजोबांनी मला थांबवलं आणि म्हणाले, ''अगं जरा हळू वाच. तुला ठाऊक आहे का, हे सावित्री पुस्तक वाचण्याची खरी मजा कशात आहे?'' मी नकारार्थी मान हलवल्यावर ते म्हणाले, ''तुझा आवडता लाडू कसा तू सावकाशपणे, एकेका घासाची चव जिभेवर रेंगाळू देत खातेस ना, तसं हे पुस्तक वाचायचं. सावकाशपणे, अर्थ समजून घेत घेत.''

मग ते पुढे झाले आणि मी वाचत असलेल्या ओळी त्यांनी मोठ्यानं पण सावकाशपणे वाचल्या,

''मना, अमर राहण्याचा तुझा हा हट्ट आतातरी सोडशील का?''

मग क्षणभर थांबून आपलं ठेवणीतलं स्मितहास्य करत आजोबा स्वत:शीच पुटपुटले, ''हो!''

डॉ. अरविंद शस्त्रक्रिया कक्षाकडे लगबगीनं जाता जाता म्हणतात, ''डॉ. व्हींनी हे सगळं सुरू केलं तेव्हा ते ५८ वर्षांचे होते. त्यांच्या ८८ वर्षांच्या आयुष्यात त्यांनी एक लाखांहून अधिक शस्त्रक्रिया केल्या आणि आज त्यांची ही संस्था वर्षाला तीन लाख शस्त्रक्रिया करत आहे. म्हणजे बघा, डॉ. व्हींनी जो पाया रचला त्यामुळे त्यांचं कार्य दरवर्षी तिप्पट या गतीनं विस्तारत चाललं आहे. शिवाय ऑरोलॅब वर्षाला २० लाख भिंगं बनवत आहे आणि LAICOच्या माध्यमातून जगभरातल्या

हजारो नेत्रतज्ज्ञांना प्रशिक्षण मिळत आहे.'' शस्त्रक्रियाकक्षात शिरता शिरता ते म्हणतात, ''मला तर असं वाटतं की, जगभरातल्या नेत्रसुविधांपैकी ४० टक्के सुविधांना डॉ. व्हींचा परिसस्पर्श झालेला आहे.''

मदुराई हे मंदिरांचं शहर म्हणून ओळखलं जातं. शहरभर पसरलेल्या छोट्या छोट्या गल्ल्यांमध्ये आणि शहराच्या वेशीवरसुद्धा अनेक तीर्थस्थळांची दाटी आहे. या सगळ्यावर डॉ. व्हींचा भारी जीव. या सर्वांमधलं सर्वात प्रसिद्ध असलेलं मीनाक्षी अम्मन मंदिर. आकाशाला गवसणी घालणाऱ्या गोपुरांनी सजलेलं हे मंदिर म्हणजे कुण्या एका राजानं केलेली निर्मिती नसून अनेक पिढ्यांच्या अविरत कष्टांचं, सातत्यपूर्ण आणि नि:स्वार्थी कामाचं फलित आहे याचा डॉ. व्ही नेहमी उल्लेख करतात. त्यांच्या मते संस्थांनाही हाच नियम लागू होतो आणि अरविंद उभारण्यामागे त्यांचा हाच विचार होता. म्हणूनच त्यांनी स्वत:ला आणि आपल्या सहकाऱ्यांना काही अलिखित पण काटेकोर आदर्शांच्या मुशीत घडवलं होतं.

'मनातला करुणाभाव सतत जागता ठेवा.' अरविंदच्या यशाची गुरुकिल्ली या एका सोप्या वाक्यात दडलेली होती. चाणाक्षपणे वापरली तर हीच करुणाबुद्धी सर्वसमावेशकता, समानता, सामर्थ्य, दर्जा आणि व्याप्ती यांची सांगड घालू शकते हे अरविंदनं दाखवून दिलं आहे. या सगळ्यांच्या परस्परप्रभावातून एक कल्याणकारी व्यवस्था उभी राहू शकली.

सेवेला पर्याय नाही. स्वयंपूर्ण राहण्याच्या काटेकोर धोरणानं अरविंदच्या सुप्त ऊर्जेला दिशा मिळाली, अवकाश मिळाला. एकदा का तुम्ही तुमची सर्व शक्ती सेवाभावाला समर्पित केली की, तुमच्या जाणिवांच्या कक्षा विस्तारत जातात. सर्व गोष्टींकडे पाहण्याची नवी दृष्टीच तुम्हांला प्राप्त होते. एक विलक्षण बळ अंगी संचारतं. त्यातूनच विश्वास आणि सदिच्छा वाढीस लागतात. आणि पैसा करू शकणार नाही अशा अनेक मार्गांनी हजारो हात तुमच्या पाठीशी ठामपणे उभे राहतात.

चळवळीला जन्म द्या पण वर्चस्व गाजवू नका. सुरुवातीला अरविंदनं आपल्या स्पर्धकांनाच पोषक असं वातावरण तयार केलं, कारण हातचं राखून ठेवण्यानं हवा तो परिणाम साधतोच असं नाही. ज्ञान दिल्यानं ज्ञान वाढत असतं. अनुभवांची आणि ज्ञानाची देवाणघेवाण तुमच्यासमोर नवनव्या संधी घेऊन येत असते. यातून अशी काही नाती जुळतील की, एक जाहिरात जे साध्य करू शकणार नाही त्याहून कितीतरी अधिक ही नाती तुम्हांला मिळवून देतील.

'अचूकतेचा ध्यास घ्या' हा डॉ. व्हींचा सर्वात जिव्हाळ्याचा विषय. एका संस्थेची उन्नती ही तिथल्या व्यक्तींच्या उन्नतीशी निगडित असते. त्यासाठी तुमच्या मनाला आणि बुद्धीला कठोर परिश्रमाने आणि साधनेने शिस्तीच्या चौकटीत

बसवायला हवं. हे आत्मभान जसजसं जागं होईल तसतशी तुमच्या ठायी ही समज निर्माण होईल आणि ही समजच तुम्हांला तुमच्या अत्युच्च यशाकडे घेऊन जाईल.

डॉ. व्ही म्हणत, ''काही अदृश्य, सामर्थ्यवान शक्तींचा तुमच्या आयुष्यावर अंमल असतो. मात्र तो जाणवण्यासाठी तुम्हांला शांतचित्त, एकाग्र व्हावं लागतं. क्षणभर थांबून, अविचल होऊन काही क्षण आकाशाकडे पहा, त्या अनामिक शक्तीचं तुम्हांला दर्शन घडेल.''

आता अरविंदमध्ये स्थिर, शांत असं काही उरलेलं नाही. भारतात आणि जगभरात घडून येणाऱ्या बदलांचे वारे अरविंदच्या नव्या नेतृत्वाच्या इच्छा-आकांक्षांमध्ये प्रतिबिंबित झाल्याचं दिसत आहे. अनेक जागतिक पुरस्कारांच्या पाठोपाठच आता जबाबदाऱ्या वाढत चालल्या आहेत. आंतरराष्ट्रीय पातळीवर धोरण आखणीमध्ये, तर राष्ट्रीय स्तरावर आरोग्यसेवांच्या अंमलबजावणीसाठी अरविंदचा सल्ला आणि मार्गदर्शन अपरिहार्य बनलं आहे. यशाच्या लाटेवर विराजमान झालेलं अरविंद आता सर्वांसाठीच दिशादर्शक बनलं आहे.

काही दशकांच्या प्रवासानंतर अरविंदनं ज्ञान, संसाधनं आणि शाश्वत आदर्शांच्या जोरावर काय काय घडू शकतं याचा एक दंडकच घालून दिलेला आहे. किंवा संस्थापकांच्या शब्दांत सांगायचं तर, ''अध्यात्मिक विचारांची बैठक आणि आधुनिक तंत्रज्ञानाची कास यांचा सुरेख संगम अरविंदमध्ये अनुभवायला मिळतो.'' आणि डॉ. व्ही म्हणतात त्याप्रमाणे हा संगमच मानवी जीवनाचं एक व्यापक उद्दिष्ट पूर्ण करतो.

''आत्मिक पातळीवरची ही जाणीव, ही संवेदनशीलता जसजशी वाढत जाते, तसतसा आपल्याला एक वैश्विक साक्षात्कार होत जातो. आपणच आपल्या निर्मितीचे शिल्पकार असतो आणि तारणहारही.''

तो आवाज काळाच्या पडद्याआड जाऊन आता बरीच वर्षं लोटली आहेत. हळूहळू संध्याकाळच्या सावल्या मदुराईवर पसरत जातात आणि ती प्रकाशाची एक तिरीप तिच्या मार्गात येणारी घरांची छपरं, खिडक्या आणि रस्ता उजळवून टाकते. अरविंदच्या इमारतीमागे दिसणाऱ्या आकाशात एक कृष्णमेघ स्थिरावू पाहतोय. काळ्याभोर ढगाच्या कडांना उमटलेली आभा जणू आपले शुभाशिष आणि शुभसंकेत अरविंदपर्यंत पोहोचवते आहे.

संदर्भ

अरविंद एका दृष्टिक्षेपात

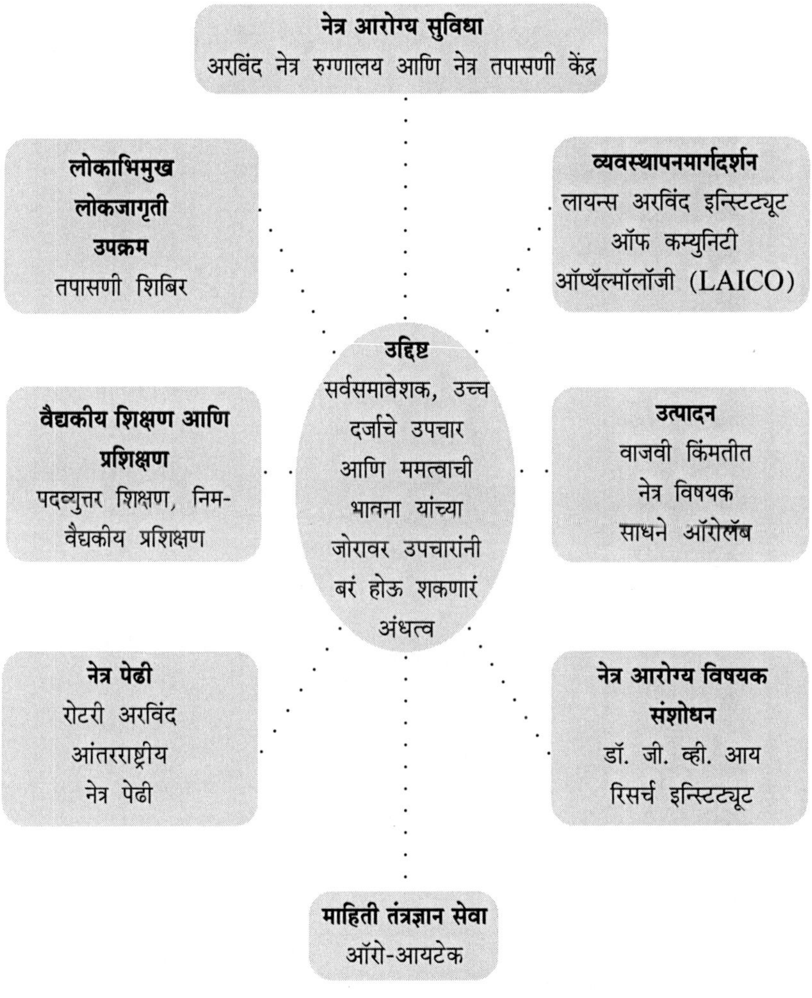

अरविंदची दैनंदिन कामगिरी

- ७५०० रुग्णांची तपासणी
- ८५०-१००० शस्त्रक्रिया
- ५-६ तपासणी शिबिरं
    - १५०० रुग्णांची तपासणी
    - ३०० रुग्णांना मुख्य रुग्णालयात शस्त्रक्रियेचा सल्ला
- ५००-६०० रुग्णांना टेलिमेडिसिनद्वारे मार्गदर्शन
- ७००० IOL चे उत्पादन
- १०० डॉक्टर्स, ३०० निमवैद्यकीय कर्मचारी आणि व्यवस्थापकांना मार्गदर्शन

अरविंद आय केअर सिस्टीमच्या प्रवासातील मैलाचे दगड

१९१८ : १ ऑक्टोबर या दिवशी तामिळनाडूतल्या वदमलपुरम या गावी डॉ. व्ही यांचा जन्म.

१९७६ : २० वर्षांच्या सरकारी सेवेनंतर डॉ. व्ही सेवानिवृत्त, मदुराई येथील भाड्याच्या घरात ११ खाटांच्या अरविंद रुग्णालयाचा शुभारंभ.

१९८१ : वर्षाला १०,००० शस्त्रक्रियांचा टप्पा गाठला.

१९८५ : थेनी इथं अरविंदच्या दुसऱ्या रुग्णालयाची सुरुवात.

१९८८ : तिरुनेलवेली इथं तिसऱ्या रुग्णालयाची सुरुवात.

१९९१ : वर्षाला ५०,००० शस्त्रक्रियांचा टप्पा ओलांडला.

१९९२ : उच्च दर्जाची नेत्रविषयक साधने वाजवी किंमतीत उपलब्ध करून देण्यासाठी ऑरोलॅबची स्थापना.

१९९३ : हार्वर्ड बिझिनेस स्कूल केस स्टडी प्रसिद्ध.

१९९६ : आंतरराष्ट्रीय मार्गदर्शन-प्रशिक्षणासाठी LAICO ची उभारणी.

१९९६ : वर्षाला १००,००० लाख शस्त्रक्रियांचे लक्ष्य साध्य.

१९९७ : कोइम्बतूर येथे चौथ्या रुग्णालयाची उभारणी.

२००३ : पाँडिचेरी येथे पाचव्या रुग्णालयाला प्रारंभ.

२००३ : वर्षाला २००,००० शस्त्रक्रियांचे लक्ष्य साध्य.

२००६ : अरविंद - मदुराई येथे ७ जुलै रोजी डॉ. व्ही यांचे निधन.

२००८ : डॉ. जी. वेंकटस्वामी आय रिसर्च इन्स्टिट्यूटचा शुभारंभ.

२००९ : वर्षाला ३००,००० शस्त्रक्रियांचे लक्ष्य साध्य.

२०१० : दिंडीगल आणि तिरुपूर येथे शस्त्रक्रिया केंद्रांची उभारणी.

२०११ : डॉ. जी. वेंकटस्वामी मेमोरियल बिल्डिंगचे उद्घाटन, सेलम येथे सहाव्या रुग्णालयाच्या बांधकामाला प्रारंभ.

पुरस्कार

२००७ : अँटोनियो चम्पालीमोड व्हिजन पुरस्कार.

२००८ : गेट्स अ‍ॅवॉर्ड फॉर ग्लोबल हेल्थ.

२०१० : डॉ. नाम यांचे नाव टाईम मासिकाच्या १०० प्रभावशाली व्यक्तींच्या यादीत.

२०१० : कॉनरॅड एन. हिल्टन ह्युमॅनेटेरियन पुरस्कार.

अरविंदची शुल्करचना व रुग्णांची वर्गवारी*

सशुल्क रचनेत प्राथमिक तपासणीसाठी** आकारले जाणारे शुल्क

- ५० रुपये (~1$)
- तीन महिन्यांसाठी किंवा तीन तपासण्यांसाठी वैध (जे आधी घडेल त्यानुसार)

मोतीबिंदू शस्त्रक्रिया शुल्कानुसार

शस्त्रक्रियेचा प्रकार	शुल्क (रुपयांत)
नि:शुल्क	-
लघुत्तम	५५०-६५०
सर्वसाधारण	५५५०-८९००
उच्च	१०,२००-५२,२००

रुग्णांची टक्केवारी (आलेख)

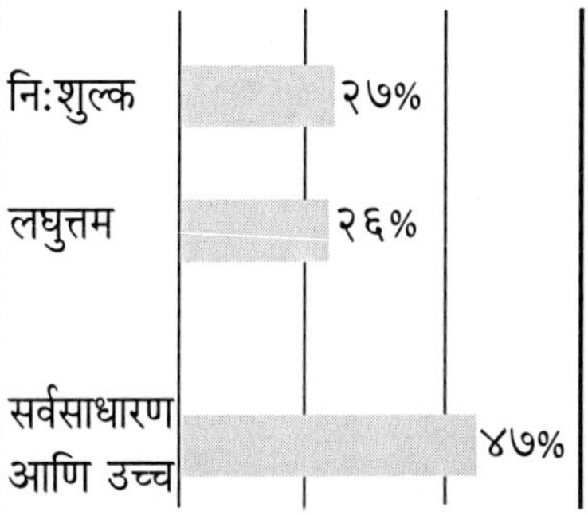

* शस्त्रक्रियेच्या शुल्कात राहण्याचा खर्च अंतर्भूत आहे. सर्वसाधारण आणि उच्च गटाच्या शुल्कातील फरक हा वापरले जाणारे भिंग आणि राहण्याच्या सुविधांमध्ये आहे. संदर्भ : अरविंद आय केअर सिस्टीम २०१०

** नि:शुल्क आणि लघुत्तम गटातील रुग्णांसाठी कोणतेही प्राथमिक तपासणी-शुल्क नाही.

अरविंद बाह्यरुग्ण विभागातील आकडेवारी

अरिंदमध्ये सध्या वर्षभरात २५ लाखांहून अधिक रुग्ण तपासले जातात. मे २०११ अखेरीस तपासलेले एकूण रुग्ण : ३,२८,३८,८७९

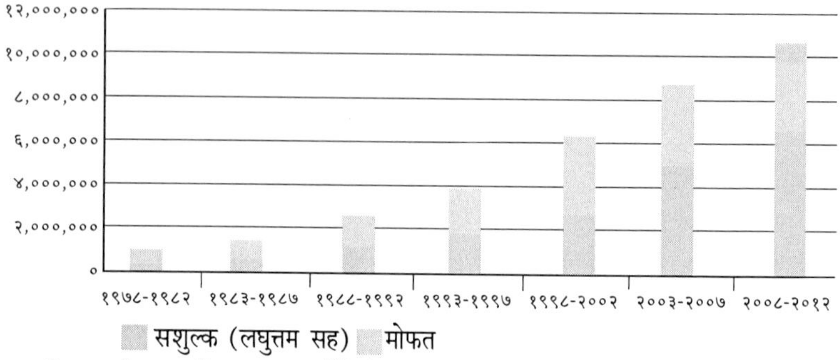

टीप: मागील वर्षांत सशुल्क सेवेची निवड करणाऱ्या रुग्णांच्या आकडेवारीत वाढ झालेली दिसून येत आहे. संदर्भ : अरविंद आय केअर सिस्टीम

* २०१२ची आकडेवारी अनुमानित आहे.

अरविंदच्या शस्त्रक्रियांची आकडेवारी

अरविंदमध्ये प्रतिवर्षी ३००,००० हून अधिक शस्त्रक्रिया केल्या जातात. मे २०११ पर्यंत एकूण शस्त्रक्रियांची संख्या ४०३,५५,८२

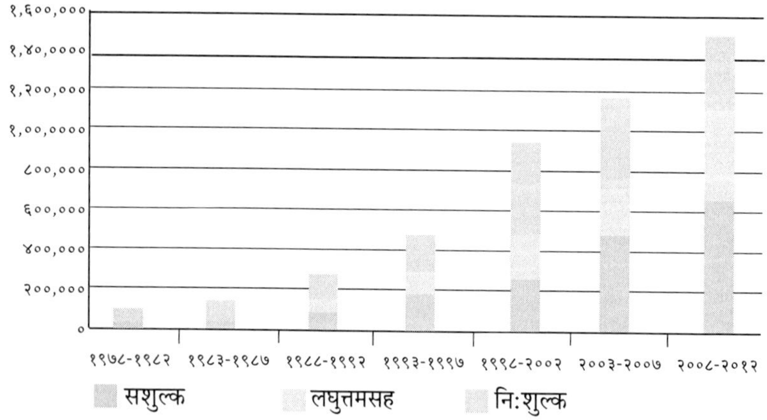

संदर्भ अरविंद आय केअर सिस्टीम

*२०१२ ची आकडेवारी अनुमानित

सर्जन्सची कार्यक्षमता, भारत व अमेरिकेतील तौलनिक अभ्यास

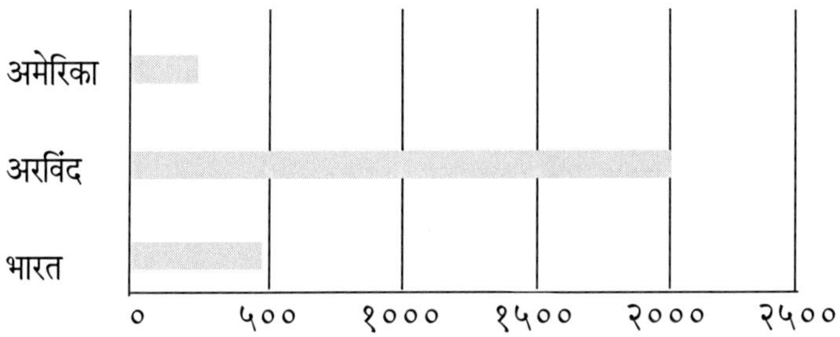

संदर्भ : India and Aravind: Naazneen Karmali, 'Aravind Eye Care's Vision for India,' Forbes Asia (March 2010).
USA : U.S. Census Bureau, 2011 Statistical Abstract of the United States : Number of ophthalmologists,/www.census.gov compendia/statab/cats/health_nutrition.html, www.cdc.gov/nchs pressroom/09newsreleases outpatientsurgeries.htm.1980

अरविंदचे उत्पन्न आणि खर्च (१९८०-२०१०)

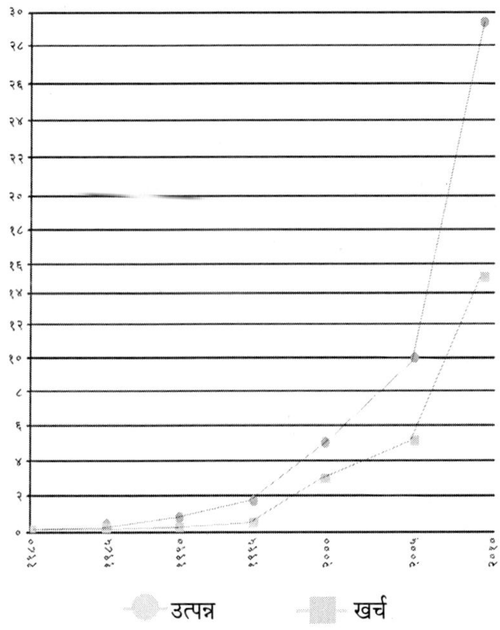

संदर्भ : अरविंद आय केअर सिस्टीम

शस्त्रक्रियांचा दर्जा : अरविंद आणि यू.के.मधील तौलनिक अभ्यास

शस्त्रक्रियेदरम्यान गुंतागुंत होण्याचे प्रमाण यू.के.च्या तुलनेत अरविंदमध्ये कमी असल्याचे दिसून आले.

शस्त्रक्रियेदरम्यान उद्भवलेल्या समस्या

समस्या	अरविंद-कोइम्बतुर N=२२९१२(%)	यू.के.नॅशनल सर्व्हे N=१८४७२ (%)
कॅप्सूल रप्चर व व्हिट्रिअस लॉस	२.००%	४.४%
जखमा	०.३%	०.२५%
व्हिट्रिअस टू सेक्शन	०.१%	०.३०%
कॉर्टिकल स्वच्छता अपूर्ण	०.७५%	१.००%
बुबुळाला धक्का पोचणे	०.३०%	०.७०%
बुबुळ वारंवार अस्थिर होणे	०.०१%	०.०७%
अंतर्गत भागात दुखापत	०.३०%	०.५%
एंडोर्थेलामायटिस	०.०५%	०.०३%
कॉर्निअल एडीमा	८.००%	९.००%
लॉस ऑफ न्युक्लीअर फ्रॅगमेंट इनटू व्हिट्रिअस	०.२०%	०.३%
युव्हेटीस	५.००%	५.६%
हायपोपायॉन	०.०४%	०.०२%
कोरॉयडल हीमरेज	-	०.०७%
लॉस ऑफ इंट्राऑक्युलर लेन्स इन टू व्हिट्रिअस	०.०१%	०.१६%
पेरीऑक्युलर जखम/एडीमा	१.००%	१.४०%
वीक रप्चर	०.६७%	१.२०%
हायफेमा	०.९०%	१.१%
रीटेन लेन्स मटेरीअल	०.८७%	१.१%
इतर*	०.७०%	१.५%

* इतर समस्यांमध्ये बुबुळाचे त्रास, इंट्राऑक्युलर लेन्स सरकणे, कोरॉयडॉटिस ऑप्टिक न्युरोपथी,आणि कॅप्सूल धूसर होणे यांचा समावेश आहे.

संदर्भ : अरविंद आय केअर सिस्टीम. ही माहिती सी.के. प्रल्हाद यांच्या *'द फॉरच्यून अॅट द बॉटम ऑफ पिरॅमिड'* या पुस्तकातून लोकांसमोर मांडण्यात आलेली आहे.

LAICO ने याबाबत २९ देशांतल्या ६० रुग्णालयांना तर भारतातल्या २१३ रुग्णालयांना प्रशिक्षण-मार्गदर्शन दिलेले आहे.

जगव्यापी विस्तार (नकाशा)

LAICO शी संलंग्न असलेले देश (नकाशा)

बांगलादेश	केनिया
बल्गेरिया	मालावी
बोलिव्हिया	मालदीव
बोट्स्वाना	मेक्सिको
कंबोडिया	नेपाळ
कॅमेरून	नायजेरिया
चीन	पॅराग्वे
काँगो	रवांडा
ईजिप्त	दक्षिण आफ्रिका
एल-साल्वाडोर	श्रीलंका
एरिट्रिया	टांझानिया
इथिओपिया	तिबेट
फिनलंड	झाम्बिया
ग्वाटेमाला	झिम्बाब्वे
इंडोनेशिया	

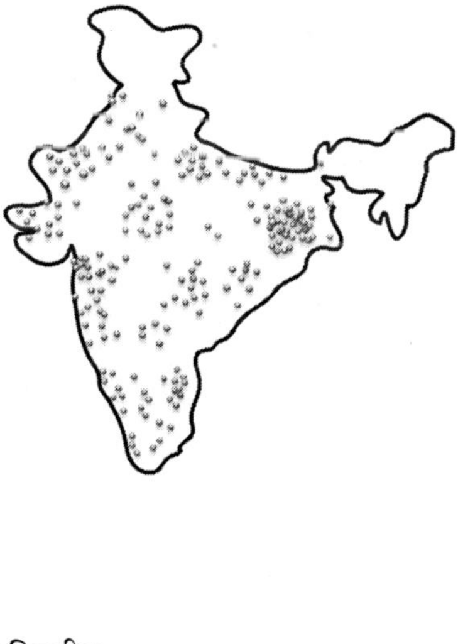

संदर्भ : LAICO, अरविंद आय केअर सिस्टीम

कुटुंबाची ओळख

पहिली पिढी

गोविंदाप्पा वेंकटस्वामी (डॉ. व्ही) – अरविंद आय केअर सिस्टीमचे संस्थापक. उपचारांनी बरं होणारं अंधत्व जगातून हद्दपार करण्याच्या उद्दिष्टानं झपाटलेल्या डॉ. व्हींनी सेवानिवृत्तीनंतर, जेमतेम आर्थिक पाठबळ असताना, कोणताही व्यावसायिक अनुभव गाठीशी नसताना हे आव्हान स्वीकारलं होतं.

नल्लकृष्णन आणि मीनाक्षी – अभियंता आणि व्यावसायिक असलेले नल्लकृष्णन हे डॉ. व्हींचे बंधू. ते आणि त्यांच्या पत्नी मीनाक्षी हे अरविंदचे संस्थापक सदस्य होते.
मुलांची नावे : गीता, रवी एन., मुरली.

जानकी आणि रामस्वामी – डॉ. व्हींची बहीण जानकी यांनी अरविंदच्या प्रारंभीच्या काळात पूर्ण कुटुंबाला आईच्या मायेनं सावरलं. जानकी यांचे शांत, सुस्वभावी पती रामस्वामी हेदेखील अरविंदच्या मागे खंबीरपणे उभे होते.
मुलांची नावे: वरलक्ष्मी, चित्रा आर., कन्नम्मा, किम.

जी. श्रीनिवासन (जी.एस.) आणि ललिता एस – डॉ. व्ही यांचे बंधू जी.एस. यांनी अरविंदची आर्थिक बाजू आणि सर्व बांधकामांची जबाबदारी एकहाती सांभाळली होती. अत्यंत काटकसरीची धोरणं राबवणारे जी.एस. कर्तव्यकठोर स्वभावाचे म्हणून प्रसिद्ध होते. डॉ. व्ही कायम त्यांच्याच घरी वास्तव्याला असल्याने जी.एस. यांच्या पत्नी ललिता यांनी डॉ. व्हींची खूप सेवा केली.
मुलांची नावे: कल्पना, अरविंद एस.

जी. नच्चिअर आणि नामपेरूमलसामी (नाम) – नच्चिअर या डॉ. व्हींच्या सर्वात धाकट्या भगिनी. न्यूरो-ऑप्थॅल्मॉलॉजिस्ट असलेल्या नच्चिअर ओळखल्या जात त्या त्यांच्या नियोजन-कौशल्यासाठी आणि इतरांसाठी सतत झटण्याच्या वृत्तीसाठी. त्यांचे पती डॉ. नाम हे भारतातले अग्रगण्य रेटिना सर्जन होते. संशोधनक्षेत्रातील अरविंदच्या प्रवेशामागे डॉ. नाम यांची दूरदृष्टी होती.
मुलांची नावे: प्रज्ञ, विष्णू.

पी. विजयालक्ष्मी (विजी) आणि एम. श्रीनिवासन (एम.एस.) – नाम यांच्या भगिनी असलेल्या विजी या अरविंदच्या बालरुग्ण विभागाच्या प्रमुख आहेत. डॉ. व्हींसोबत पूर्ण वेळ काम करणाऱ्या विजी या पहिल्याच डॉक्टर होत्या. त्यांचे पती एम.एस. हे कॉर्निया विभागाचे संचालक असून उत्तम शिक्षक आणि शल्यविशारद म्हणून त्यांची ख्याती आहे.
मुलांची नावे: विवेक एस., कार्तिक.

आर. दुराईसामी आणि चेल्लम्मा – आर. दुराईसामी हे ऑरोलॅबच्या मार्केटिंग विभागाच्या एकखांबी तंबूप्रमाणे होते. ऑरोलॅबच्या सर्व उत्पादनांची विक्रीव्यवस्था मजबूत करण्यासाठी त्यांनी खूप परिश्रम घेतले. ते व त्यांच्या पत्नी चेल्लम्मा हे डॉ. व्हींच्या कुटुंबातले सदस्य नसूनही त्यांची चारही मुले अरविंद परिवारात सामावून गेली होती.
मुलांची नावे: तुलसी, रवी, श्रीराम आणि शारदा.

दुसरी पिढी

बाला आणि वरलक्ष्मी – उत्तम दर्जाच्या नेत्रउपचार साधनांचे उत्पादन करून विकसनशील देशांत ते वाजवी किमतीत उपलब्ध करून देण्याच्या हेतूने सुरू करण्यात आलेल्या ऑरोलॅबचे बाला हे संस्थापक सदस्य आणि व्यवस्थापकीय संचालक आहेत. डॉ. व्हींच्या भाची असलेल्या वरलक्ष्मी या बालांच्या पत्नी असून त्या अरविंदच्या खानपान आणि अतिथी विभागाच्या प्रमुख आहेत.
मुलांची नावे: पवित्रा, दीपा.

तुलसी आणि चित्रा – तुलसी यांनी प्रथमपासूनच अरविंदच्या व्यवस्थापनाची जबाबदारी पेललेली होती आणि आता ते LAICO या अरविंदच्या जागतिक प्रशिक्षण-मार्गदर्शन संस्थेचे संचालक आहेत.
मुलांची नावे: दिव्या आर., सत्या.

आर.डी. रवीन्द्रन (रवी) आणि कन्नम्मा – तुलसी यांचे बंधू व सर्जन असलेले रवी हे अरविंद आय केअर इन्स्टिट्यूटचे संचालक आहेत. प्रत्येक वेळी अरविंदचं नवं रुग्णालय उभं करताना रवी आणि कन्नम्मा यांनी तिथे जाऊन, रुग्णालयाची घडी बसवण्याचं अत्यंत महत्त्वपूर्ण काम पार पाडलेलं आहे.
मुलांची नावे: शंकर, राम सुदर्शन.

आर. रामकृष्णन (आर.के.) आणि शारदा – व्यवस्थापकीय जबाबदारी पेलण्यासाठी काहीसे अनुत्सुक असलेले आर. रामकृष्णन कालांतराने

डॉ. व्हींच्या तालमीत उत्तम तयार होऊन तिरुनेलवेलीच्या रुग्णालयाचे यशस्वी संचालक झाले. डॉ. रामकृष्णद हे ग्लुकोमाचे (काचबिंदू) तज्ज्ञ असून त्यांच्या पत्नी शारदा (तुलसी यांच्या भगिनी) या प्रश्नासनाच्या कामात साहाय्य करतात.
मुलांची नावे: विवेक आर., विघ्नेश.

श्रीराम आणि महालक्ष्मी – श्रीराम हे तुलसी यांचे कनिष्ठ बंधू ऑरोलॅबच्या उत्पादन व्यवस्थेचे संचालक आहेत. त्यांच्या पत्नी महालक्ष्मी अरविंदच्या कृत्रिम नेत्र विभागात काम करतात.
मुलांची नावे: प्रभुकृष्ण, शुभश्री.

किम आणि उषा – डॉ. व्हींचे भाचे किम हे अरविंद मदुराईचे वैद्यकीय अधिकारी असून रेटिना विभागाचे प्रमुख आहेत. ऑर्बिट आणि ऑक्युलोप्लॅस्टी विभागाच्या प्रमुख असलेल्या त्यांच्या पत्नी डॉ. उषा अरविंदच्या विस्तृत निमवैद्यकीय विभागाचीही जबाबदारी सांभाळत आहेत.
मुलांची नावे: गौतम.

अरविंद आणि हरिप्रिया – डॉ. व्हींचे पुतणे अरविंद यांच्यात आणि अरविंदमध्ये 'नावाचं' नातं आहे. एम.बी.ए. असणारे संस्थेतले एकमेव डॉक्टर अरविंद हे सध्या अरविंद मदुराईचे व्यवस्थापक आहेत. त्यांच्या पत्नी हरिप्रिया या मोतीबिंदू विभागाच्या प्रमुख आहेत. एकूण रुग्णांपैकी सत्तर टक्के रुग्ण त्यांच्याच विभागात येतात.
मुलांची नावे: नेत्रा, आर्य वेंकट.

नरेंद्रन आणि कल्पना – नरेंद्रन हे अरविंद-कोइम्बतूरचे संचालक असून रेटिना सर्जन आहेत. त्यांच्या पत्नी कल्पना, म्हणजे डॉ. अरविंद यांची बहीण कोइम्बतूरच्या रुग्णालयातील बालरुग्ण विभागाच्या मुख्य आहेत. अरविंद, कल्पना आणि डॉ. व्ही एकाच घरात राहत असल्याने त्यांना डॉ. व्हींचा पुष्कळ सहवास लाभला.
मुलांची नावे: सिद्धार्थ, राहुल.

प्रज्ञ आणि ललिता – डॉ. व्हींचे भाचे प्रज्ञ हे कॉर्निया विभागाचे प्रमुख असून ते प्रशिक्षण विभागाचीही जबाबदारी पेलत आहेत. त्यांचे चाकोरीबाहेरचे विचार अरविंदमध्ये संतुलन ठेवायला मदत करतात. त्यांच्या पत्नी ललिता या सूक्ष्मजीवशास्त्र विभागाच्या प्रमुख आहेत.
मुलांची नावे: अरविंद पी., मीरा.

विष्णू आणि चित्रा पी. – डॉ. व्हींचे भाचे विष्णू हे ऑरोलॅबचे आंतरराष्ट्रीय

मार्केटिंग व्यवस्थापक आहेत. त्यांच्या पत्नी चित्रा या थ्ंफ्ध्च्या अर्थ विभागात काम करतात. परदेशांतल्या उत्तम नोकरीवर पाणी सोडून ते दोघेही अरविंदमध्ये परत आले होते.
मुलांची नावे: अंजनी.

विवेक एस. आणि संघमित्रा – विवेक एस. अरविंदच्या उपकरण देखभाल विभागात मोठ्या हुद्द्यावर काम करतात. त्यांच्या पत्नी संघमित्रा याही अरविंदमध्ये कार्यरत होत्या.
मुलांची नावे: हरिप्रसाद.

कार्तिक आणि दिव्या के. – कार्तिक हे रेटिना तज्ज्ञ असून दिव्या या निवासी प्रशिक्षणार्थी डॉक्टर आहेत. हे दोघे आणि विवेक एस. आणि संघमित्रा ही जोडपी दुसऱ्या पिढीतले असले तरी वयामुळे त्यांची तिसऱ्या पिढीशी जास्त जवळीक आहे.
मुलांची नावे: ज्योत्स्ना.

तिसरी पिढी

२०११ सालापर्यंत या पिढीत वय वर्षं ० ते ३३ या वयाचे एकूण २५ जण आहेत. इथे उल्लेख केलेले सर्व जण डॉ. व्हींचे भाचे-नातू किंवा भाचे-नाती आणि त्यांचे जोडीदार अरविंदमध्ये रुजू झालेले आहेत किंवा वैद्यकीय शिक्षण घेण्याच्या मार्गावर आहेत.

अरविंदमध्ये रुजू झालेले : दिव्या आर. (LAICO), दीपा (वरिष्ठ व्यवस्थापक), सत्या (वैद्यकीय अधिकारी) अशोक (वैद्यकीय अधिकारी).
प्रशिक्षणार्थी डॉक्टर्स : विवेक आर., शंकर, जननी.
वैद्यकीय महाविद्यालयात शिकणारे : सिद्धार्थ, राम सुदर्शन, विघ्नेश, गौतम.

दरम्यान, चौथ्या पिढीच्या आगमनाबरोबर
अरविंदचं कुटुंब अधिकच विस्तारत चाललं आहे.

टिपा

प्रस्तावना : ओळख अरविंदची

१. अरविंद आय केअर सिस्टीमकडून मिळालेली माहिती २०११
२. संदर्भ, शस्त्रक्रियेचा दर्जा : अरविंद- यू.के.ची तुलना
३. संदर्भ, सर्जनची कार्यक्षमता : अमेरिका व भारतातील तौलनिक आकडेवारी
४. आर.डी. रवीन्द्रन, आर.डी.तुलसीराज, 'अरविंद आय केअर सिस्टीम : डेव्हलपिंग सस्टेनेबल आयकेअर' Cataract & Refractive Surgery (March 2006), http://bmctoday.net/crstoday/2006/03/article.asp?f= CRST0306_09.php.
५. लायन्स अरविंद इन्स्टिट्यूट ऑफ कम्युनिटी ऑप्थॅल्मॉलॉजी (LAICO) - अरविंद आय केअर सिस्टीमकडून मिळालेली माहिती २०११
६. २००५मध्ये अरविंद मदुराई इथं जस्टिन हगलर यांनी घेतलेली डॉ. व्हींची मुलाखत

भाग १

५ मिनिटं आणि ८०० रुपयांतली शस्त्रक्रिया : क्षमतेचा आणि करुणाभावाचा सुरेख संगम

१. बर्गर्स आणि अंधत्व

१. जागतिक आरोग्य संघटना, 'व्हिज्युअल इम्पेअरमेंट अँड ब्लाइंडनेस फॅक्ट शीट क्र. २८२ April 2011, www.who.int/mediacentre/factsheets/fs282/en/.
२. व्हिजन २०२० : द राईट टू साईट इंडिया द *व्हिजन २०२० हँडबुक ऑन इक्विपिंग अ सेकंडरी आय हॉस्पिटल,* व्हिजन २०२०, जानेवारी २००८, www.vision2020india.org/Equip_second_manual.pdf.
३. अरविंद आय केअर सिस्टीम, *वार्षिक अहवाल,* अरविंद आय केअर सिस्टीम २००९-२०१०
४. डॉ. अरविंद श्रीनिवासन यांची मतं २००३-२०११ या काळात त्यांच्याशी झालेल्या चर्चेतून समोर आलेली असून ती अनौपचारिक स्वरूपाची आहेत.
५. डॉ. व्ही यांनी मांडलेले विचार आणि मतं २००२-२००६ या काळात त्यांच्याशी अरविंद रुग्णालय किंवा इतर कुटुंबीयांचं निवासस्थान इथं झालेल्या

चर्चा/मुलाखती/ इ-मेलमधून झालेले संभाषण यांवर आधारित आहेत.

६. २००८-२००९ या वर्षात नॅशनल हेल्थ सर्व्हिसेसमार्फत ५६७६२९ शस्त्रक्रिया करण्यात आल्या. UK, www.hesonline.nhs.uk/Ease/servlet/ContentServer?siteID=1937&categoryID=204) त्याच वर्षी अरविंदमध्ये २६९५७७ शस्त्रक्रिया करण्यात आल्या. (अरविंद आय केअर सिस्टीम वार्षिक अहवाल २००८-२००९)

७. होवार्ड लार्किन मॅनेजिंग आय केअर रिसोर्सेस, अ डिफ्रंट अ‍ॅप्रोच : व्हॉट कॅन बी लर्न्ट फ्रॉम डेव्हलपिंग वर्ल्ड, युरोटाईम्स १५ अंक १० (२०१०) www.eurotimes.org/10october/managingeyecare.pdf

८. तुलसी रविला यांचे विचार/मते हे २००३-२०११ या काळातील त्यांच्या मुलाखती, ईमेल्स तसेच त्यांच्याशी झालेल्या चर्चेतून व्यक्त झालेली आहेत.

९. मूळ संदर्भ अज्ञात. *'थिंगल उधयम'* या अरविंदच्या माहितीपत्रकात प्रसिद्ध झालेले हे वचन आहे. अरविंद आय केअर सिस्टीम संपर्क विभाग २००४

१०. रेजिना हर्झलिंगर, *मार्केट ड्रिव्हन हेल्थ केअर : हू विन्स अँड हू लूजेस इन द ट्रान्सफॉर्मेशन२ ऑफ अमेरिका'ज लार्जेस्ट सर्व्हिस इंडस्ट्री* (न्यूयॉर्क : पर्सीअस बुक्स ग्रुप, १९९७)

११. अरविंदमध्ये शस्त्रक्रिया कक्ष आणि रुग्णकक्षात काम करणाऱ्या निमवैद्यकीय कर्मचाऱ्यांना 'परिचारिका' असे संबोधण्यात येते. तांत्रिकदृष्ट्या त्यांना मिड-लेव्हल ऑप्थॅल्मिक पर्सोनेल असे म्हटले जाते. मात्र प्रस्तुत पुस्तकात सुलभतेसाठी 'परिचारिका' हा शब्द वापरण्यात आला आहे.

१२. आर.जोस, 'प्रेझेंट स्टेटस ऑफ द नॅशनल प्रोग्रॅम फॉर कंट्रोल ऑफ ब्लाइंडनेस इन इंडिया' *कम्युनिटी आय हेल्थ जर्नल इंडिअन सप्लीमेंट* २१, क्र. ६५ (२००८), www.cehjournal.org/indian/journal/21/jceh_21_65_s103.html.

१३. डॉ. व्ही यांनी लिहिलेल्या रोजनिशीतल्या नोंदी अर्थ कायम ठेवण्याच्या हेतूने लघुलिपीतील शब्दांत व व्याकरणात आवश्यक ते बदल करून प्रस्तुत पुस्तकांत वापरण्यात आल्या आहेत.

१४. जो. टीड व इतर, *अरविंद आय क्लिनिक्स*, मॅनेजिंग इनोव्हेशन, २००५, www.managinginnovation.com/case_studies/Aravind%20Eye%20Clinics.pdf.

१५. मॉनिटर ग्रुप, इन्क्ल्युजिव्ह मार्केट्स टीम, *अरविंद आय केअर केस स्टडी*, २००८

१६. लर्कीन, 'मॅनेजिंग आय केअर रिसोर्सेस, अ डिफरंट ॲप्रोच'
१७. डॉ. हरिप्रिया यांची मते २००३-२०११ या काळात त्यांच्याशी झालेल्या चर्चा, आणि अरविंद मदुराई येथील शस्त्रक्रिया-कक्षाला दिलेल्या भेटी यांवर आधारित आहेत.
१८. अरविंद आय केअर सिस्टीमच्या मोतीबिंदू विभागाकडून मिळालेल्या माहितीवर आधारित, २०१०
१९. डॉ. डेव्हिड चँग यांचे विचार सप्टेंबर २००७मध्ये दूरध्वनीद्वारे घेण्यात आलेल्या मुलाखतीत व्यक्त झालेले आहेत.
२०. *हाय व्हॉल्यूम, हाय क्वॉलिटी, कॉस्ट इफेक्टिव्ह कॅटरॅक्ट सर्जरी फॉर द डेव्हलपिंग वर्ल्ड- MSICS* या व्हिडीओमध्ये डॉ. वेंकटेश यांनी ३.५ मिनिटात केलेल्या शस्त्रक्रिया दाखवण्यात आलेल्या आहेत. प्रस्तुत व्हिडीओला २००४ साली अमेरिकन ॲकॅडमी ऑफ ऑप्थॅल्मॉलॉजीतर्फे पुरस्कार देऊन गौरवण्यात आले आहे.
२१. डॉ. डेव्हिड चँग, "ए फाईव्ह मिनिट, फिफ्टीन डॉलर क्युअर फॉर ब्लाईंडनेस," कॅटरॅक्ट ॲन्ड रिफ्रॅक्टिव्ह सर्जरी टुडे (ऑक्टोबर २००५) http://crstoday.com/PDF%20Articles/1005/CRST1005_SF_chang.pdf
२२. अरविंद आय केअर सिस्टीमच्या मोतीबिंदू विभागाकडून मिळालेल्या माहितीवर आधारित, २०१०
२३. डॉ. योर्स्टन, 'हाय व्हॉल्यूम सर्जरी इन डेव्हलपिंग कंट्रीज' *नेचर १९* (२००५) www.nature.com/eye/journal/v19/n10/full/6701966a. html.

२. फक्त मोफत पुरेसं नसतं

१. जॅकलिन नोव्होग्राट्झ, 'डॉ. वेंकटस्वामी : अ रेअर लाईफ रिमेम्बर्ड,' ॲक्युमेन फंड, ७ ऑगस्ट २००६ http://blog.acumenfund.org/2006/08/07/dr-venkataswamy-a-rare-life-remembered/.
२. मार्क वेव्हिल, 'एपिडिमीआलॉजी, पॅथोफिजीयोलॉजी, कॉजेस, मॉर्फोलॉजी अँड व्हिज्युअल इफेक्ट्स ऑफ कॅटरॅक्ट' इन मायरॉन यॅनॉफ अँड जे एस. डकर, ऑप्थॅल्मॉलॉजी (लंडन: मॉस्बी एल्सव्हिएर, २००८)
३. गॅरी ब्रायन अँड ह्यू टेलर, 'कॅटरॅक्ट ब्लाइंडनेस – चॅलेंजेस फॉर २१'सेन्चुरी' जागतिक आरोग्य संघटनेचे बुलेटीन ७९, क्र.३ (२००१), www.who.int/buòetin/archives/79(3)249.pdf.
४. बार्बरा बॉग्टन, 'WHO केअर्स : ऑप्थॅल्मॉलॉजी स्ट्रगल्स टू मीट ग्लोबल

नीड' *आयनेट नियतकालिक,* अमेरिकन ॲकॅडमी ऑफ ऑप्थॅल्मॉलॉजी, नोव्हेंबर-डिसेंबर २००८, www.aao.org/publications/eyenet/200811/ feature.cfm.

५. डॉ. लॅरी ब्रिलियंट यांची २००३ मध्ये घेण्यात आलेली मुलाखत

६. हार्वर्ड बिझिनेस रिव्ह्यू 'अरविंद आय हॉस्पिटल, मदुराई, भारत : इन सर्व्हिस फॉर साईट,' हार्वर्ड बिझिनेस स्कूल, १९९३, http://hbr.org/product/aravind-eye-hospital-madurai-india-in-service-for-/an/593098-PDF-ENG.

७. भारतीय जनगणना २००१, http://censusindia.gov.in/Census_Data_2001/India_at_glance/rural.aspx.

८. डॉ. ॲलन फोस्टर, अध्यक्ष सी.बी.एम., या कल्पनेचे अधिक स्पष्टीकरण देण्यासाठी अशाच प्रकारच्या स्लाईडचा वापर त्यांनी केला होता.

९. डॉ. फ्रेड मुन्सॉन यांनी मांडलेली मते/विचार हे २००३-२०११ यादरम्यान अरविंद रुग्णालय तसेच त्यांचे मिशिगन येथील निवासस्थान या ठिकाणी झालेल्या चर्चांवर आधारित आहेत.

१०. २०११मध्ये अरविंद आय केअर सिस्टीमच्या बाह्य-सेवा विभागाने दिलेल्या माहितीवर आधारित.

११. LAICO, अरविंद आय केअर सिस्टीमकडून मिळालेली माहिती, २०११.

१२. आर. मीनाक्षी सुंदरम, विभागप्रमुख, बाह्य-सेवा विभाग यांच्याकडून मिळालेली माहिती, २०११

१३. जी. वेंकटस्वामी आणि गिरिजा ब्रिलियंट, 'सोशल अँड इकॉनॉमिक बॅरियर्स टू कॅटरॅक्ट सर्जरी इन रुरल साऊथ इंडिया : प्राथमिक अहवाल' व्हिजन २०२० ई-रिसोर्स, १९८१. http://laico.org/v2020resource/files social_economical_barriers.htm.

१४. २००९-२०१० मध्ये शंकर नेत्रालयातर्फे १५६७२ मोफत शस्त्रक्रिया करण्यात आल्या. शंकर नेत्रालय वार्षिक अहवाल २००९-२०१०.

१५. अरविंद आय केअर सिस्टीम वार्षिक अहवाल २००९-२०१०.

१६. २०११मध्ये अरविंद आय केअर सिस्टीमच्या बाह्य-सेवा विभागाने दिलेल्या माहितीवर आधारित, २०११.

१७. Ibid.

१८. या काळात डॉ. नच्चिअर यांची मते / विचार हे २००२-२०११ या काळात अरविंद रुग्णालय तसेच त्यांच्या व इतर कुटुंबीयांच्या निवासस्थानी झालेल्या अनौपचारिक चर्चा, मुलाखती, ई-मेल संपर्क यांवर आधारित

आहेत.

१९. जे.सी. जेव्हिट आणि इतर., *डिसीज कंट्रोल प्रायॉरिटीज इन डेव्हलपिंग कंट्रीज* (न्युयॉर्क : ऑक्सफर्ड युनिव्हर्सिटी प्रेस फॉर द वर्ल्ड बँक, १९९३)

२०. आर. मीनाक्षी सुंदरम यांची मते / विचार हे २००३-२०११ या काळातल्या शिबिर आढावा बैठकीतील निरीक्षणांवर आधारित आहेत.

२१. ज्या शिबिराच्या अहवालाचा उल्लेख करण्यात आलेला आहे, ते व इतर शिबिरे मार्च २०१० मध्ये भरवण्यात आलेली होती.

२२. व्ही. पोन्नी आणि थेनमोझी यांची डिसेंबर २०१० मध्ये अरविंद-मदुराई येथे घेण्यात आलेली मुलाखत.

२३. साईट-सेव्हर्स इंटरनॅशनल, *स्ट्रेंदनिंग आय हेल्थ – अ फोकस फॉर हेल्थ सिस्टीम्स,* साईट-सेव्हर्स पॉलिसी ब्रिफिंग, २०१० www.sightsavers.org/in_depth/policy_and_research/health/13064_Strengthening%20eye%20health%20-%20a%20focus%20for%20health%20systems.pdf.

२४. पी. संबलिंगम यांची मार्च २००३ मध्ये अरविंद मदुराई येथे घेण्यात आलेली मुलाखत.

२५. निर्माल्य कुमार, लिसा स्कीर, आणि फिलीप कोटलर, 'फ्रॉम मार्केट-ड्रिव्हन टू मार्केट ड्रायव्हिंग' *युरोपिअन मॅनेजमेंट जर्नल १८, खंड २* (एप्रिल २०००).

३. चमत्कार घडवणारी केस-स्टडी

१. अरविंद-मदुराई हा याला अपवाद आहे. अनपेक्षितपणे झालेला विकास आणि पुरेशा जागेअभावी अरविंद मदुराईमध्ये सशुल्क आणि नि:शुल्क सेवा शेजार-शेजारच्या दोन इमारतींमध्ये आहेत.

२. डॉ. पी. नामपेरूमलसामी यांचे विचार/मते हे २००३-२०११ दरम्यान घेण्यात आलेल्या मुलाखती आणि अनौपचारिक चर्चा यांवर आधारित आहेत.

३. चाईम एम. बेल आणि इतर., 'सर्जन व्हॉल्यूम्स अँड सिलेक्टेड पेशंट आऊटकम्स इन कॅटरॅक्ट सर्जरी : अ पॉप्युलेशन बेस्ड अॅनालिसिस' ऑप्थॅल्मॉलॉजी, ११४, खंड ३ (मार्च २००७).

४. सी.के. प्रल्हाद, *द फॉर्च्यून अॅट द बॉटम ऑफ द पिरॅमिड* (अपर सॅडल रिव्हर, एन.जे.: व्हार्टन स्कूल पब्लिशिंग, २००५).

५. Ibid.

६. फिलिप बी. क्रॉस्बी, *क्वालिटी इज फ्री: द आर्ट ऑफ मेकिंग क्वालिटी सर्टन*

(न्यूयॉर्क : मॅक्ग्रा हिल, १९७९).

७. मायकेल ई. पोर्टर अँड एलिझाबेथ ओमस्टेड टीजबर्ग, *'रीडीफायनिंग हेल्थ केअर : क्रिएटिंग व्हॅल्यू- बेस्ड कॉम्पिटीशन ऑन रिझल्ट्स* (बोस्टन : हार्वर्ड बिझिनेस स्कूल प्रेस, २००६.

८. चार्ल्स केनी, 'प्रिस्क्रिप्शन्स फॉर हेल्थ रीफॉर्म' ब्ल्यू क्रॉस ब्ल्यू शिल्ड ऑफ मॅसेच्युसेट्स फौंडेशन, मुलाखत फेब्रुवारी २०१०. http:/bluecrossfoundation.org/Multimedia/Podcasts Prescriptions.Aspx ? episode=Kenney.

९. अरविंद आय केअर सिस्टीमच्या मोतीबिंदू विभागाकडून मिळालेली माहिती, २०१०.

१०. चार्ल्स केनी, *द बेस्ट प्रॅक्टिस : हाऊ द न्यू क्वालिटी मूव्हमेंट इज ट्रान्सफॉर्मिंग मेडिसिन* (न्यूयॉर्क : पब्लिक अफेअर्स, २००८).

११. अरविंद आय केअर सिस्टीमच्या मोतीबिंदू विभागाकडून मिळालेली माहिती २०१०.

१२. अरविंद आय केअर सिस्टीम बाह्य रुग्ण विभाग, www. aravind. org / generalInfo / eyeexamination.aspx.

१३. डॉ. व्ही. कस्तुरीरंगन यांचे विचार/मते ही एप्रिल २००६ आणि जुलै २००७ या काळात हार्वर्ड बिझिनेस स्कूल, केम्ब्रिज मॅसेच्युसेट्स येथे घेतलेल्या त्यांच्या मुलाखतीवर आधारित आहेत.

१४. सी. के. प्रल्हाद अँड ॲलन हॅमॉन्ड, ' सर्व्हिंग द वर्ल्ड प्रॉफिटेबली – द पेऑफ फॉर इन्व्हेस्टिंग इन पुअर कंट्रीज', *वर्किंग नॉलेज,* हार्वर्ड बिझिनेस स्कूल, १८ नोव्हेंबर २००२ http :// hbswk .hbs.edu/archive 3180.html.

भाग २

काम करत रहा, पैसा आपोआप येईल : चिरस्थायी निःस्वार्थीपणा

४. केवळ अपघाताने घडलेला डोळ्यांचा डॉक्टर

१. गोविंदाप्पा वेंकटस्वामी, *इल्युमिनेटेड स्पिरीट,* द विट लेक्चर्स, हार्वर्ड युनिव्हर्सिटी डिव्हीनिटी स्कूल (Mahwah, एन.जे. पॉलिस्ट प्रेस, १९९४)

२. नॅशनल प्रोग्रॅम फॉर कंट्रोल ऑफ ब्लाइंडनेस, *रॅपिड असेसमेंट ऑफ अव्हॉइडेबल ब्लाइंडनेस* - इंडिया रिपोर्ट, आरोग्य आणि कुटुंबकल्याण मंत्रालय भारत सरकार, २००६-०७ www.vision2020india.org/downloads/RAAB_Report_2007.pdf

३. लेडी जीन विल्सन यांची ब्रायटन, यू.के. येथे जुलै २००६मध्ये घेतलेली

मुलाखत.

४. सुझी स्टुअर्ट यांनी अरविंद आय केअर सिस्टीमच्या संस्थापकांना १९८३ साली लिहिलेले पत्र.

५. कमी दाम, जास्त काम

१. डॉ. विजी श्रीनिवासन आणि डॉ. एम. श्रीनिवासन यांनी मांडलेले विचार आणि मते २००३-२०११ या काळात त्यांच्या घेतलेल्या मुलाखती आणि अनौपचारिक चर्चा यांवर आधारित आहेत.

२. जी. श्रीनिवासन यांनी मांडलेले विचार आणि मते २००३-२०११ या काळात अरविंद-मदुराई येथे त्यांच्या घेतलेल्या मुलाखती आणि अनौपचारिक चर्चा यांवर आधारित आहेत.

६.निग्रहाची किमया

१. IDEO चे सी.ई.ओ. टिम ब्राउन यांची IDEOच्या पालोअल्टो, कॅलिफोर्निया इथल्या कार्यालयात डिसेंबर २००७ मध्ये घेतलेली मुलाखत

२. अरविंद आय केअर सिस्टीमच्या अर्थ विभागाकडून मिळालेली माहिती २०१०.

३. नाझनीन करमाली, 'अरविंद आय केअर'स व्हिजन फॉर इंडिया,' *फोर्ब्स आशिया* (१५ मार्च २०१०) www.forbes.com/global/2010/0315/companies-india-madurai-blindness-nam-familys- vision.html.

४. अरविंद आय केअर सिस्टीम, 'अ डिबेट ऑन फंडिंग आय केअर फ्री फॉर सर्व्हिस – येस ऑर नो?' पॉवर पॉइंट प्रेझेन्टेशन, नोव्हेंबर २००८.

५. Ibid.

६. डॉ. बी. स्वेन, 'द फरगॉटन ट्राईब- पर्सन्स विथ डिसअॅबिलिटी,' पॉवर पॉइंट प्रेझेन्टेशन, आकार आशा २०१०.

७. उर्वरित उत्पन्न व्याज, डिव्हीडंट, प्रशिक्षण शुल्क, पुस्तकं व इतर साहित्याच्या विक्रीतून आलेले आहे. अरविंद आय केअर सिस्टीम इन्कम स्टेटमेंट, २००९-१०

८. ही कथा कल्लूपट्टी या तामिळनाडू येथील गावात असलेल्या रिचिंग द अनरीचड् या संस्थेचे ब्रदर जेम्स किंप्टन यांनी एप्रिल २००२मध्ये दिलेल्या मुलाखतीत विषद केलेली आहे.

९. २००३मध्ये हार्मनी या अरविंद मदुराईच्या विश्रामगृहात घेतलेली डॉ. जॅक व्हिचर यांची मुलाखत.

१०. 'द मदर अॅन्सर्स ऑन मनी', लाईट एन्डलेस लाईट www.lightendlesslight.org/Money

Ma%20_answers_on_money_I_page1.htm.
११. व्ही. कस्तुरीरंगन, *इन सर्व्हिस फॉर साईट*, हार्वर्ड बिझिनेस स्कूल केस स्टडी, १९९३.
१२. रवीन्द्रन आणि तुलसीराज, 'अरविंद आय केअर सिस्टीम : डेव्हलपिंग सस्टेनेबल आय केअर'
१३. रिजनल कमिटी फॉर इस्टर्न मेडिटेरॅनिअन, 'द रोल ऑफ मेडिकल डिव्हाईसेस अँड इक्विपमेंट इन कॉन्टेम्पररी हेल्थ केअर सिस्टीम्स अँड सर्व्हिसेस,' जागतिक आरोग्य संघटना, जून २००६
http://gis.emro.who.int/HealthSystemObservatory/PDF/TechnicalandDiscussionPapers/The % 20 role % 20of % 20 medical %20devices%20and%20equipment%20in.pdf.
१४. डॉ. उषा किम यांच्या प्रतिक्रिया/मते ही २००३-२०११ या काळात घेतलेल्या मुलाखती, अनौपचारिक चर्चा यांवर आधारित आहेत.

७. माणसं घडवावी लागतात

१. राधाबाई यांची अरविंद-मदुराई येथे २००३ मध्ये घेतलेली मुलाखत
२. अरविंद आय केअर सिस्टीम, २०११.
३. अरविंद आय केअर सिस्टीम, २०१०.
४. परवीन बानू हिची अरविंद-पाँडिचेरी इथं २००५ साली घेतलेली मुलाखत.
५. ए. आर. जीवा आणि आर. सुंदरी यांच्या प्रतिक्रिया/मते ही जानेवारी २०११मध्ये अरविंद-मदुराई इथं घेण्यात आलेल्या मुलाखतीवर आधारित आहेत.
६. लायन ट्विस्ट, द सोल ऑफ मनी : *ट्रान्सफॉर्मिंग युअर रिलेशनशिप विथ मनी अँड लाईफ* (न्यू यॉर्क : डब्ल्यू. डब्ल्यू. नॉर्टन कं.२००३)
७. ऑल इंडिया ऑप्थॅल्मॉलॉजीकल सोसायटी, www.aios.org.
८. यू. एस. सेन्सस ब्युरो, 'स्टॅटिस्टिकल ॲबस्ट्रॅक्ट ऑफ द युनायटेड स्टेट्स : २०११, विषय : आरोग्य आणि पोषण', www.census.gov/prod/2011pubs/11statab/health.pdf.
९. डॉ. एस. आर. कृष्णदास यांची अरविंद-मदुराई इथे २००३ आणि २००५मध्ये घेतलेली मुलाखत.
१०. डॉ. आर. रामकृष्णन यांची अरविंद-तिरुनेलवेली इथे २००५मध्ये घेतलेली मुलाखत.

८. महत्त्वाकांक्षी डॉक्टरांची समस्या

१. LAICO, अरविंद आय केअर सिस्टीम. एखाद्या देशातल्या एकूण डॉक्टर्सपैकी

अरविंदमध्ये एक महिना किंवा त्यापेक्षा जास्त कालावधीसाठी प्रशिक्षण घेतलेल्या डॉक्टरांची टक्केवारी.

२. बिल आणि मेलिंडा गेट्स फाउंडेशन, 'पायोनियरिंग आय सर्जरी नेटवर्क रिसिव्हस गेट्स अॅवॉर्ड फॉर ग्लोबल हेल्थ, २००८' www.gatesfoundation.org/press-releases/Pages/india-aravind-eye-care-award-080521.aspx.
३. डॉ. ख्रिस्तीन मेल्टन यांच्या प्रतिक्रिया/मते ही २००६-२०११ या काळात न्यूयॉर्क येथे घेतलेल्या मुलाखती आणि अनौपचारिक चर्चा यांवर आधारित आहेत.
४. डॉ. पुलिन शाह यांची २००५ मध्ये हार्मनी या अरविंद मदुराईच्या विश्रामगृहात घेतलेली मुलाखत.
५. डॉ. धनंजय शुक्ला यांची LAICO ऑफिसमध्ये जानेवारी २०११मध्ये घेतलेली मुलाखत.
६. डॉ. कार्ल कूफर यांची नोव्हेंबर २००७मध्ये फोनवरून घेण्यात आलेली मुलाखत.
७. डॉ. रथिनाम शिवकुमार यांची अरविंद-मदुराई इथं २००३ मध्ये घेतलेली मुलाखत.

भाग ३
समर्पण : नवनिर्मिती आणि अंतर्बाह्य परिवर्तनाविषयी

९. मनुष्याची प्रगती

१. योगी अरविंद, *सावित्री*, योगी अरविंद आश्रम १९५०
२. क्रेग हॅमिल्टन, 'व्हाय श्री अरविंद इज कूल,' *एनलाईटननेक्स्ट* (स्प्रिंग-समर २००२), www.enlightennext.org/magazine/j21/aurobindo.asp.
३. वेंकटस्वामी, *इल्युमिनेटेड स्पिरीट*
४. डॉ. विल्यम स्टुअर्ट यांचे इन्स्टिट्यूट ऑफ हेल्थ अॅण्ड हीलिंग येथे पायोनियर्स इन हेल्थ अँड हीलिंग अॅवॉर्ड सेरेमनीमध्ये केलेले भाषण, फेब्रुवारी २००५.
५. डॉ. विजय पोद्दार यांच्या प्रतिक्रिया आणि मते २००३ मध्ये पाँडिचेरी येथील त्यांच्या कार्यालयात केलेल्या चर्चेवर आधारित आहेत.

१०. डॉ. व्हींची परिपूर्ण कार्यपद्धती

१. डॉ. रामचंद्रन परराजशेगरम यांची हार्मनी या अरविंद-मदुराईच्या विश्रामगृहात एप्रिल २०१० मध्ये घेतलेली मुलाखत.
२. डॉ. लॅरी ब्रिलियंट यांच्या प्रतिक्रिया आणि मते जुलै २००३मध्ये सेवा

फाऊंडेशनच्या बर्कले-कॅलिफोर्निया इथे घेण्यात आलेल्या मुलाखतीवर आधारित आहेत.

३. राम दास यांच्या प्रतिक्रिया आणि मतं २००३मध्ये कॅलिफोर्निया येथील सॅन रॅफेल येथील ओपन सिक्रेट बुक स्टोअर येथे घेण्यात आलेल्या मुलाखतीवर आधारित आहेत.

११. एका क्रांतीची सुरुवात

१. मायरॉन यॅनॉफ, अँड जे. एस. डकर, *ऑप्थॅल्मॉलॉजी* (लंडन : मॉस्बी एल्सव्हिअर २००८).

२. डेव्हिड जे. ॲपल, 'अ पायोनियर इन द क्वेस्ट टू इरॅडिकेट वर्ल्ड ब्लाइंडनेस', जागतिक आरोग्य संघटनेचे बुलेटीन ८१, क्र.१० (२००३). www.who.int/bulletin/volumes/81/10/756-757%20(03816).pdf.

३. बडी डी. रॅटनर आणि इतर, *बायोमटेरीअल्स सायन्स : ॲन इंट्रोडक्शन टू मटेरीअल्स इन मेडिसिन* (लंडन : एल्सव्हिअर ॲकॅडमिक प्रेस, २००४)

४. ॲपल, 'अ पायोनियर इन द क्वेस्ट टू इरॅडिकेट वर्ल्ड ब्लाइंडनेस',

५. डॉ. रिचर्ड लिटविन आणि ज्युडिथ यांच्या प्रतिक्रिया/मते त्यांच्या पुढील मुलाखतींवर आधारित आहेत : २००३ - मदुराई, सप्टेंबर २००७ - लिटविन यांचे निवासस्थान, नोव्हेंबर २०१० - कॅलिफोर्नियामधील बर्कले येथील सेवा फौंडेशनचे कार्यालय.

६. रिचार्ड क्राट्झ 'फ्रॉम फॉन ग्रीफ टू केलमन : अ टाईम लाईन ऑफ ऑप्थॅल्मिक ॲडव्हान्सेस इन द 20th सेन्चुरी,' *कॅटरॅक्ट अँड रिफ्रॅक्टिव्ह सर्जरी टुडे* ३ (मार्च २००४). http://bmctoday.net/crstoday/pdfs/crst0304_f2_kratz.pdf.

७. Ibid.

८. व्ही. कस्तुरीरंगन, *ऑरोलॅब : ब्रिंगिंग फर्स्ट वर्ल्ड टेक्नॉलॉजी टू द थर्ड-वर्ल्ड ब्लाइंड*, हार्वर्ड बिझिनेस स्कूल केस स्टडी, २००७.

९. Ibid.

१०. डॉ. सुझान गिल्बर्ट यांच्या प्रतिक्रिया/मते ही २००३मध्ये अरविंद-मदुराई इथे, २००५मध्ये लुम्बिनी-नेपाळ इथे आणि २००६ ते २०१०च्या दरम्यान बर्कले-कॅलिफोर्निया इथे सेवा फौंडेशनच्या ऑफिसमध्ये घेतलेल्या मुलाखतींवर आणि चर्चांवर आधारित आहेत.

११. इब्राहिम आणि इतर, 'मेकिंग साईट ॲफोर्डेबल (भाग १) : ऑरोलॅब पायोनियर्स प्रॉडक्शन ऑफ लो-कॉस्ट टेक्नॉलॉजी फॉर कॅटरॅक्ट सर्जरी,' एमआयटी प्रेस जर्नल्स *इनोव्हेशन्स* १, क्र.३ (समर २००६).

१२. Ibid.
१३. Ibid.
१४. जसपाल संधू आणि इतर, 'ॲप्रोप्रीएट डिझाईन ऑफ मेडिकल टेक्नॉलॉजिज फॉर इमर्जिंग रिजन्स : द केस ऑफ ऑरोलॅब,' २००५ प्रोसिडिंग्ज ऑफ IMECE : इंटरनॅशनल मेकॅनिकल इंजिनिअरिंग कॉन्फरन्स अँड एक्स्पोझिशन, नोव्हेंबर २००५, http://best.berkeley.edu/ pubs/05_1101_P.pdf.
१५. ऑरोलॅबद्वारा मिळालेली माहिती, १९९२-२०१० या काळातील एकूण विक्री ११८४९६९९.

१२. नफावृद्धीपेक्षा सेवावृद्धी महत्त्वाची

१. क्रिस हर्ब्स्ट, 'बिझिनेस विथ ह्युमॅनिटेरिअन गोल्स,' *इंडिया टुगेदर* (फेब्रुवारी २००३), www.indiatogether.org/2003/feb/hlt-lwcstman.htm.
२. Ibid.
३. इब्राहिम आणि इतर, 'मेकिंग साईट ॲफोर्डेबल'
४. ऑरोलॅबद्वारा मिळालेली माहिती, २०१०.
५. डॉ. बाला कृष्णन यांच्या प्रतिक्रिया/मते २००३-२०११ या काळात ऑरोलॅब येथे घेण्यात आलेल्या त्यांच्या मुलाखती आणि चर्चा यांवर आधारित आहेत.
६. सुझान लेवॅलन आणि आर. डी. तुलसीराज, 'एलीमिनेटिंग कॅटरॅक्ट ब्लाइंडनेस: हाऊ डू वी अप्लाय लेसन्स फ्रॉम एशिया तो सबसहारन आफ्रिका?' ग्लोबल पब्लिक हेल्थ ५ खंड ६ (२०१०)
७. या कार्यक्रमाच्या यशानं प्रभावित होऊन जागतिक बँकेने दिलेली आर्थिक मदत संपल्यानंतरही भारत सरकारने ही योजना कायम ठेवली. आजही या योजनेअंतर्गत प्रत्येक रुग्णामागे ८०० रुपये इतका खर्च सरकारी मदतीतून नियमितपणे केला जातो.
८. अरविंद आय केअर सिस्टीमकडून मिळालेली माहिती.
९. अरविंद आय केअर सिस्टीमकडून मिळालेली माहिती. दोन टक्के रुग्णांच्या डोळ्यांची परिस्थिती गंभीर असल्याने भिंगारोपण होऊ शकत नाही आणि अफेकिक शस्त्रक्रियेचा मार्ग निवडावा लागतो.
१०. अरविंद आय केअर सिस्टीमकडून मिळालेली माहिती.
११. श्रीराम रविला यांच्या प्रतिक्रिया/मते २००३ ते २०११ या काळात ऑरोलॅबमध्ये घेण्यात आलेल्या मुलाखती व चर्चा यांवर आधारित आहेत.
१२. जागतिक आरोग्य संघटनेशी झालेली अनौपचारिक चर्चा. गाईडलाईन्स फॉर द मॅन्युफॅक्चर ऑफ इंट्राऑक्युलर लेन्सेस बाय को-ऑपरेटिंग ऑर्गनायझेशन्स

इन डेव्हलपिंग कंट्रीज' जागतिक आरोग्य संघटना १९९४, http://whqlibdoc.who.int/hq/1994/WHO_PBL_94.39.pdf.

१३. डेव्हिड जे. ॲपल, लेटर्स टू एडिटर,' 'ऑप्थॅल्मॉलॉजी ६, क्र.६ (जून १९९५).

१४. ऑरोलॅबच्या कार्यप्रणालीचे संचालक आर.डी. रविला आणि मार्केटिंग मॅनेजर शिवानंद यांच्याकडून याबाबत मिळालेली आहे.

१५. रंगन, ऑरोलॅब : ब्रिंगिंग फर्स्ट-वर्ल्ड टेक्नॉलॉजी टू द थर्ड-वर्ल्ड ब्लाइंड.

१६. Ibid.

१७. Ibid.

१८. Ibid.

१९. ऑरोलॅबकडून देण्यात आलेली माहिती. परदेशी ब्रँडला रुग्णांकडून असणाऱ्या मागणीमुळे अरविंदला इतर कंपन्यांकडूनही खरेदी करावी लागते.

१३. एका द्रष्ट्याची दुसरी बाजू

१. योगी अरविंद यांचे तत्त्वज्ञान व योग याविषयीचे निबंध शॉर्टर वर्क्स १९१०-१९५० (पाँडिचेरी, इंडिया श्री अरबिंदो आश्रम ट्रस्ट १९९८), www.aurobindo.ru/workings/sa/16/essays_in_philosophy-and-yoga_13b_e.pdf

२. ॲस्ट्रिड ई.फ्लेचर आणि इतर, लो अपटेक ऑफ आय सर्व्हिसेस इन रुरल इंडिया,' *अर्काईव्हस ऑफ ऑप्थॅल्मॉलॉजी* ११७, (ऑक्टोबर १९९९), http://archopht.ama-assn.org/cgi/content/full/117/10/1393.

३. *इंटेल कॉर्पोरेशन, एनेबलिंग आय केअर इन रुरल इंडिया, रिसर्च अॅट इंटेल,* २००६, http://blogs.intel.com/researcheyecareindia_%20Final.pdf.

४. Cisco, *अरविंद आय हॉस्पिटल : आय ऑन होप,* www. cisco. com/web/IN/thehumannetwork/assets/pdf/Aravind-Eye-Hospital.pdf.

५. द स्वीडिश प्रोग्रॅम फॉर आयसीटी इन डेव्हलपिंग रिजन्स, *ई-हेल्थ ब्रिंग्स विजन टू ब्लाइंड इन इंडिया,* www.spidercenter.org/news/e-health-brings-vision-blind-india

६. अरविंद आय केअर सिस्टीमकडून मिळालेली माहिती.

७. सोनेश सुराणा यांच्या प्रतिक्रिया मदुराई इथं २००५मध्ये आणि बेलमोंट-कॅलिफोर्निया इथे नोव्हेंबर २०१०मध्ये झालेल्या अनौपचारिक चर्चांवर आधारित आहेत.

भाग ४

स्पर्धात्मकतेचे प्रशिक्षणः पुनर्निर्मिती आणि स्व-जागृती

१४. आम्ही करू शकतो तर तुम्ही का नाही?

१. जागतिक दृष्टी दिन, महत्त्वपूर्ण भाषण, ११ ऑक्टोबर २००७, व्हिजन २०२० (व्हिजन २०२० हा जागतिक आरोग्य संघटना आणि इंटरनॅशनल एजन्सी फॉर प्रिव्हेन्शन ऑफ ब्लाइंडनेस यांचा संयुक्त कार्यक्रम आहे)

२. जागतिक आरोग्य संघटना, *व्हिज्युअल इम्पेअरमेंट अँड ब्लाइंडनेस,* फॅक्ट शीट क्र.२८२, एप्रिल २०११.

३. प्रज्वल सिर्याम, 'द ट्रॅजेडी ऑफ ईझी प्रॉब्लेम्स,' ग्रेहम कॉलेज लेक्चर, २ मार्च २०११, www.gresham.ac.uk/lectures-and-events/the-tragedy-of-easy-problems.

४. जागतिक आरोग्य संघटना, 'मिडीयम-टर्म स्ट्रॅटेजिक प्लॅन २००८-१३ : प्रोग्रेस रिपोर्ट,' 11 ces 2006, http://apps.who.int/gb/pbac/pdf_files/fourth/PBAC4_4-en.pdf.

५. LAICO, अरविंद आय केअर सिस्टीमकडून मिळालेली माहिती, २०११.

६. सेवा फाउंडेशन इन नेपाळ, www.seva.ca/sevainnepal.htm.

७. लुम्बिनी आय इन्स्टिट्यूट, नेपाळ यांच्याकडून मिळालेली माहिती.

८. जिनिव्हा मिशन लायन्स क्लब, लायन्स हिस्टरी, www.gen evamissionlions.com/international/international/history.html.

९. राम दास यांनी १९९० मध्ये सेवा फौंडेशनच्या संचालकांना पाठवलेले पत्र.

१०. डॉ. मदन देशपांडे यांची एप्रिल २००६ मध्ये पुण्यातील एच. व्ही. देसाई हॉस्पिटल येथे घेण्यात आलेली मुलाखत.

११. रवांडा सरकारच्या आरोग्य विभागाचा 'नॅशनल प्लॅन फॉर फाईट अगेन्स्ट ब्लाइंडनेस,' २००२.

१२. अरविंद आय केअर सिस्टीम, वार्षिक अहवाल, २००९-२०१०

१३. डॉ. असीम के. सिल यांच्या प्रतिक्रिया एप्रिल २००६ मध्ये पश्चिम बंगालमधील चैतन्यपूर इथे घेण्यात आलेल्या मुलाखतीवर आधारित आहेत.

१४. ए. के. शिवकुमार, *काउन्सलिंग- अ सक्सेस स्टोरी,* LAICO व्हाईट पेपर, व्हिजन २०२० संदर्भ १९८८, http://laico.org/v2020resource/files/Counselling%20-%20A%20 success%20story.pdf.

१५. दीपा कृष्णन यांची एप्रिल २००६मध्ये पश्चिम बंगालमधील चैतन्यपूर येथे घेण्यात आलेली मुलाखत.

१६. स्वामी विश्वनाथानंद यांची एप्रिल २००६मध्ये पश्चिम बंगालमधील चैतन्यपूर येथे घेण्यात आलेली मुलाखत.

१५. अरविंद ते किलीमांजारो

१. किलीमांजारो सेंटर फॉर कम्युनिटी ऑप्थॅल्मॉलॉजी, www.kcco.net/orgstrinance.html.

२. LAICO, अरविंद आय केअर सिस्टीमकडून मिळालेली माहिती २०११

३. किलीमांजारो सेंटर फॉर कम्युनिटी ऑप्थॅल्मॉलॉजी येथील सर्वांच्या प्रतिक्रिया आणि मते ऑगस्ट २००६ मध्ये मोशी इथं घेण्यात आलेल्या मुलाखतींवर आधारित आहेत.

४. टांझानिया : IAPB न्यूज, 'रिपोर्ट ऑन ह्युमन रिसोर्सेस डेव्हलपमेंट फॉर मिडल लेव्हल आय-केअर वर्कर्स इन इस्टर्न आफ्रिका', जुलै २००५, http://laico.org/v2020resource/files/eastern_africa.htm. रवी थॉमस आणि इतर., पब्लिक हेल्थ अँड द आय,' सर्व्हे *ऑफ ऑप्थॅल्मॉलॉजी* ५०, क्र.१,(जानेवारी-फेब्रुवारी २००५) द युनायटेड स्टेट्स : यू. एस.सेन्सस ब्यूरो, स्टॅटिस्टिकल अॅबस्ट्रॅक्ट ऑफ द युनायटेड स्टेट्स : २०११.www.census.gov/compendia/statab/cats health_nutrition.html

५. आर. मीनाक्षी सुंदरम, *अरविंद'स मॉडेल ऑफ कम्युनिटी आउटरीच*, व्हाईट पेपर, व्हिजन २०२० संदर्भ, http://laico.org/v2020resource/files/aravindmodel_communityoutreach.pdf.

६. सुझान लेर्वेलन आणि आर.डी.तुलसीराज, 'एलीमिनेटिंग कॅटरॅक्ट ब्लाइंडनेस: हाऊ डू वी अप्लाय लेसन्स फ्रॉम एशिया तो सबसहारन आफ्रिका?' *ग्लोबल पब्लिक हेल्थ* ५ खंड ६ (२०१०).

७. सेवा फाउंडेशन, 'बिल्डिंग अ ब्रिज टू आय केअर' www.seva.org/site/PageServer?pagename=News_KCCO_Africa.

८. शशिप्रिया करुमंची यांची LAICO ऑफिसमध्ये जानेवारी २०११मध्ये घेतलेली मुलाखत.

१६. व्यवसाय,राजकारण आणि प्रल्हाद यांचं आव्हान

१. LAICO, अरविंद आय केअर सिस्टीम यांच्याकडून मिळालेली माहिती. २०१०.

२. जुलै २००६मध्ये कनिष्क सिंग यांची नवी दिल्ली येथे घेतलेली मुलाखत.

३. कार्लोस ओर्लेना आणि जेविअर ऑखुयसन यांच्या प्रतिक्रिया मार्च २०११ मध्ये स्काईपद्वारे घेतलेल्या मुलाखतीवर आधारित आहेत.

४. हिमालयन कॅटरॅक्ट प्रोजेक्ट, 'एचसीपी'स आय केअर मॉडेल, www.cureblindness.org/what/hcp-eye-care-model/.
५. जिओफ्रे टेबीन, 'द कॅटरॅक्ट ब्लाइंडनेस चॅलेंज : इनोव्हेशन्स केस डिस्कशन : अरविंद आय केअर सिस्टीम,' एमआयटी प्रेस जर्नल्स, इनोव्हेशन्स २ क्र.४ (२००७), www.mitpressjournals.org/toc/itgg/2/4.

१७. अरविंदचा अमेरिकेतही दबदबा

१. यू. एस. डिपार्टमेंट ऑफ हेल्थ अँड ह्युमन सर्व्हिसेस, सेन्टर्स फॉर मेडिकेअर अँड मेडीकेड सर्व्हिसेस, www.cms.gov/NationalHealth ExpendData/ 25_NHE_Fact_Sheet.asp.
२. फिजिशियन्स फॉर अ नॅशनल हेल्थ प्रोग्रॅम, 'सिंगल पेयर नॅशनल हेल्थ इन्शुरन्स,' www.pnhp.org/facts/single-payer-resources.
३. हेल्थ PAC ऑनलाईन, 'हेल्थ केअर स्टॅटिस्टिक्स इन द युनायटेड स्टेट्स' www.healthpaconline.net/health-care-statistics-in-the-united-states.htm.
४. रेजिना हर्झलिंगर, डिसेंबर २०१०मध्ये दूरध्वनीवरून घेण्यात आलेली मुलाखत.
५. डॉ. ब्रुस स्पिव्ही यांची सॅनफ्रान्सिस्को, कॅलिफार्निया इथे सप्टेंबर २०१०मध्ये घेण्यात आलेली मुलाखत.
६. डेव्हिड रो यांची ओकलंड, कॅलिफोर्निया इथं ऑक्टोबर २०१०मध्ये घेण्यात आलेली मुलाखत
७. लार्किन, 'मॅनेजिंग आय केअर रिसोर्सेस, अ डिफ्रंट अॅप्रोच'
८. डेव्हिड रो यांनी दाखला दिलेलं एक वचन
९. डॉ. विल्यम स्टुअर्ट यांची मुइर बीच, कॅलिफोर्निया इथे ऑक्टोबर २०१०मध्ये घेण्यात आलेली मुलाखत.
१०. विल्यम स्टुअर्ट, एम.डी., *डीप मेडिसिन : हर्नेसिंग द सोर्स ऑफ युअर हीलिंग पॉवर* (ओकलंड, सी.ए. न्यू हर्बिंजर पब्लिकेशन्स, २००९)
११. इन्स्टिटयूट फॉर हेल्थ अँड हीलिंग, www.cpmc.org/services/ihh/about/.
१२. माईक मायर्स यांनी जुलै २००६ मध्ये डॉ.व्हींच्या कुटुंबाला लिहिलेलं एक पत्र.
१३. अँटनी दे सेंट-एक्झपेरी (१९००-१९४४).

भाग ५

जेव्हा संत निवृत्त होतो : अरविंदमधील नेतृत्वबदल

१८. सारखं, तरीही वेगळं

१. वर्ल्ड डायबेटीस फाउंडेशन, *डायबेटीस फॅक्ट्स,* www.worlddiabetesfoundation.org/composite-35.htm.

२. मायो क्लिनिक, 'ट्रीटमेंट ऑफ डायबेटीक रेटिनोपथी,' mayoclinic. org/retinal-diseases/diabetic-retinopathy.html.

३. डॉ. प्रज्ञ वेंकटेश यांच्या प्रतिक्रिया / मते ही २००३-२०११ या काळात अरविंद-मदुराईमध्ये घेण्यात आलेल्या त्यांच्या मुलाखती, अनौपचारीक चर्चा यांवर आधारित आहेत.

१९. निरोपाची अटळ वेळ

१. डॉ. कल्पना यांची अरविंद-कोइम्बतूर इथे जुलै २००५मध्ये घेतलेली मुलाखत.

२. डॉ. जॉर्ज थॉमस यांची अरविंद-मदुराई इथे जानेवारी २०११मध्ये घेण्यात आलेली मुलाखत.

३. अरविंद आय केअर सिस्टीमच्या प्रकाशन विभागाकडून देण्यात आलेली माहिती, २०११.

२०. नव्या बदलांचे वारे

१. अरविंद परिवारातील तिसऱ्या पिढीच्या सदस्यांची मते मे २०१० मध्ये थेक्कडी, केरळ येथे झालेल्या एका अनौपचारिक मेळाव्यादरम्यान झालेल्या चर्चेवर आधारित आहेत.

२. बेलर युनिव्हर्सिटी, इन्स्टिट्यूट फॉर फॅमिली बिझिनेस, 'सेमिनार फोकसेस ऑन सर्व्हायव्हल ऑफ फॅमिली बिझिनेसेस,' ४ सप्टेंबर, १९९८, www.baylor.edu/pr/news.php? action=story &story=2304.

२१. जिथे सत्य आचरणात येते

१. डॉ. किम रामस्वामी यांची मते आणि प्रतिक्रिया हे २०१०-११ दम्यान घेतलेल्या मुलाखती आणि अनौपचारिक चर्चा यांवर आधारित आहेत.

२. खोम्बा सिंग, 'वासन आय केअर, आय क्यू फॉर पीई फंडिंग,' 'इकॉनॉमिक टाईम्स, ३१ मार्च, २०११,
http://arti cles.economic times.indiatimes.com/2011-03-31/news/ 29366068_1_eyecare-centres-venture-capital-pe.

३. गुप्ततेच्या दृष्टीकोनातून रुग्णाचे नाव बदलण्यात आले आहे.

■

'अरविंद'शी जोडलं जाण्यासाठी

या पुस्तकात तुम्हांला भेटलेली व्यक्तिमत्त्वं, अरविंदची तत्त्वं आणि व्यवसाय पद्धती यांबद्दल जर तुम्हांला अधिक जाणून घ्यायचं असेल तर खालील संकेतस्थळाला भेट द्या

www.infinitevisionaries.com

या संकेतस्थळावर असणाऱ्या मुलाखती, लेख, फोटो यांतून तुम्ही अरविंदविषयी आणखी विस्तारानं जाणून घेऊ शकाल. त्याचप्रमाणे या पुस्तकाच्या एका लेखिकेनं तयार केलेली 'इन्फायनाइट व्हिजन' ही ३५ मिनिटांची फिल्म तुम्ही पाहू शकाल, ज्यातून डॉ. व्हींचं जीवन, त्यांचं कुटुंब आणि अरविंदचं काम तुमच्यासमोर प्रत्यक्ष उलगडलं जाईल.

'इन्फायनाइट व्हिजन' या पुस्तकाद्वारे लेखिकांना मिळणारी मानधनाची संपूर्ण रक्कम 'अरविंद आय केअर सिस्टिम'कडे सुपूर्द करण्यात आलेली आहे. हे पुस्तक विकत घेऊन आपणही दृष्टिदानाच्या या महान कार्यात आपला वाटा उचलला आहे. याबद्दल अरविंद परिवार आपला ऋणी आहे.

अरविंदमध्ये स्वयंसेवक म्हणून काम करण्याची संधी तसेच या कार्यात सहभागी होण्याचे इतर मार्ग यांविषयी जाणून घेण्यासाठी 'अरविंद आय फाउंडेशनच्या संकेतस्थळाला भेट द्या.

www.aravineyefoundation.org

अरविंद आय फाउंडेशन (एईएफ) ही अमेरिकास्थित संस्था असून अरविंद आय केअर सिस्टिमला अनेकविध मार्गांनी सहकार्य करत आहे.